બોડી લેંગ્વેજ

(વ્યક્તિના હાવભાવ પરથી તેના મનમાં શું ચાલી રહ્યું છે તે જાણો
અને તમારા વ્યવહારને સરળ અને સફળ બનાવો.)

મનસુખ કાકડિયા

મુખ્ય પ્રાપ્તિસ્થાન

નવભારત સાહિત્ય મંદિર

જૈન દેરાસર પાસે, ગાંધી રોડ, અમદાવાદ - ૩૮૦ ૦૦૧

૨૦૨, પેલિકન હાઉસ, ગુજરાત ચેમ્બર ઓફ કોમર્સના કંપાઉન્ડમાં,
આશ્રમ રોડ, અમદાવાદ - ૩૮૦ ૦૦૯

☎ (૦૭૯) ૨૨૧૩૯૨૫૩, ૨૨૧૩૨૯૨૧

૯૮૨૫૦ ૩૨૩૪૦

e-mail : info@navbharatonline.com

BODY LANGUAGE
(Personality Development)
Written by : **Mansukh Kakadia**
Navbharat Sahitya Mandir, Ahmedabad-1
2023

ISBN : 978-81-8440-154-7

પ્રથમ આવૃત્તિ : ૨૦૦૭
પુનર્મુદ્રણ : ૨૦૧૦, ૨૦૧૧, ૨૦૧૩, ૨૦૧૬
પુનર્મુદ્રણ : ૨૦૨૩

₹ 450.00

પ્રકાશક
મહેન્દ્ર પી. શાહ
નવભારત સાહિત્ય મંદિર
જૈન દેરાસર પાસે, ગાંધી રોડ, અમદાવાદ-૩૮૦ ૦૦૧
ફોન : (૦૭૯) ૨૨૧૩૯૨૫૩, ૨૨૧૩૨૯૨૧
E-mail : info@navbharatonline.com
Web : www.navbharatonline.com
fb.com/NavbharatSahityaMandir

ટાઈપ સેટિંગ
લીલી ગ્રાફિક્સ
અમદાવાદ

Printed and bound at
Repro India Ltd.

સમસ્યાઓને હલ કરવામાં થવા લાગ્યો. જુદી જુદી વ્યક્તિઓ તેનો ઉપયોગ પોતાના અંગત વ્યવહારોને સફળ કરવા માટે પણ કરવા લાગી.

રોબર્ટ લુડલમે પોતાની જાસૂસી અને ધ્રુજારીપૂર્ણ કથાઓમાં મનુષ્યના શરીર વડે થતી અશાબ્દિક અભિવ્યક્તિઓનાં ખૂબ બારીક અને વાસ્તવલક્ષી વર્ણનો કર્યાં છે. આપણે તેથી એટલા ઉત્તેજિત થઈ ઊઠતા હોઈએ છીએ કે આપણને વધારે જાણવાની ઈચ્છા થાય.

આપણને આશ્ચર્ય ઊપજે તેવી બાબત એ છે કે આપણે સામાન્ય રીતે એવું માનતા હોઈએ છીએ કે બે વ્યક્તિઓ વચ્ચેના વ્યવહારમાં શાબ્દિક અભિવ્યક્તિ જ મુખ્ય છે, જ્યારે વાસ્તવિકતા એ છે કે બે વ્યક્તિ વચ્ચેના સંદેશાવ્યવહારનો મોટાભાગનો હિસ્સો અશાબ્દિક અભિવ્યક્તિનો એટલે શરીર વડે થતી ચેષ્ટાઓ, મુદ્રાઓ અને અંગભંગિમાઓનો બનેલો હોય છે.

મારા એક વકીલ સંબંધીએ તેના વ્યવસાય સબબ વ્યક્તિના હાવભાવ પરથી તેના મનમાં શું ચાલી રહ્યું છે તે જાણવા માટે ગુજરાતી ભાષામાં જો કોઈ સાહિત્ય પ્રાપ્ય હોય તો મેળવી આપવા જણાવ્યું અને તપાસ કરતાં મારા જાણવામાં આવ્યું કે ગુજરાતીમાં તે વિશે કોઈ જ સાહિત્ય પ્રાપ્ય નહોતું. વળી તે જ સમય દરમ્યાન નવભારત સાહિત્ય મંદિરના શ્રી મહેન્દ્રભાઈ શાહે આવા કોઈ પુસ્તકને પ્રકાશિત કરવાની ઉત્સુકતા દર્શાવતાં આ પુસ્તક અસ્તિત્વમાં આવ્યું.

આમ જોવા જઈએ તો બૉડી લેંગ્વેજ પરના સાહિત્યનું સર્જન મોટેભાગે સેલ્સમેનો, પ્રત્યક્ષ મુલાકાત લેનાર તથા આપનાર, જાહેર વક્તાઓ, વકીલો, શિક્ષકો, વાટાઘાટકર્તાઓ, પ્રશ્નકર્તાઓ વગેરેની જરૂરિયાતને કારણે અસ્તિત્વમાં આવ્યું છે.

ગુજરાતી સમાજમાં - આમ તો સમગ્ર ભારતીય સમાજમાં - આ બાબતે કોઈ સંશોધન ન થયાં હોવાથી અહીં આ પુસ્તકમાં રજૂ કરવામાં આવેલી રજૂઆતો મોટાભાગે પશ્ચિમમાં પ્રાપ્ય સાહિત્યને આધારે કરવામાં આવી છે, પરંતુ મનુષ્યજીવન અને માનવસ્વભાવ તો બધે જ લગભગ સરખાં હોવાથી કોઈ રજૂઆત અપ્રસ્તુત નથી બની જતી. અહીં સમાજવિદ્યા, નૃવંશશાસ્ત્ર, પ્રાણીશાસ્ત્ર, કેળવણી, મનોચિકિત્સા વગેરે શાસ્ત્રોનાં તારણોનો ઉપયોગ કરવામાં આવ્યો છે.

પ્રસ્તાવના

પશ્ચિમની ગોરી પ્રજાની એ ખાસિયત છે કે તે દરેક બાબતને વિજ્ઞાનની દૃષ્ટિએ જુએ છે, દરેક બાબતમાં વિજ્ઞાનને જુએ, દરેક બાબતને વૈજ્ઞાનિકતા બક્ષે છે. તેમની આ ખાસિયતને કારણે જ યુરોપમાં નવજાગૃતિ આવતાં ઔદ્યોગિક ક્રાંતિ આવી અને એક પછી એક વિજ્ઞાનો પણ અસ્તિત્વમાં આવ્યાં. તેમની આ સંશોધનવૃત્તિએ માન્યામાં ન આવે તેવાં અને આપણને સાવ નગણ્ય લાગતાં ક્ષેત્રોમાં પણ પગ મૂક્યા અને તેમને વૈજ્ઞાનિક સ્વરૂપ આપ્યું.

આપણે સૌ - અરે, પશુપક્ષીઓ પણ - એકબીજા સાથે વ્યવહાર કરીએ છીએ ત્યારે આપણા સૌના એકએક વર્તન પાછળ કોઈ ને કોઈ તર્ક રહેલો હોય છે. આપણા શરીર વડે થતી કોઈપણ ચેષ્ટા, મુદ્રા કે અંગભંગિમા સંદેશાવિહોણી નથી હોતી. જો આ તર્ક અને સંદેશાને જાણવાના કોઈ શાસ્ત્રને વિકસાવવામાં આવે તો આપણો વ્યવહાર ખૂબ સરળ અને સફળ બની શકે. મનુષ્યના હાવભાવ પરથી તેના મનમાં શું ચાલી રહ્યું છે તે જાણવા માટેનું શાસ્ત્ર એટલે જ 'બૉડી લેંગ્વેજ'.

ટીવી અને અન્ય પ્રસાર માધ્યમોને પરિણામે 'બૉડી લેંગ્વેજ' તો આજે ઘરેઘરે જાણીતો શબ્દ બની ગયો છે. બૉડી લેંગ્વેજનો ખ્યાલ વીસમી સદીના બીજા અર્ધશતકની શરૂઆતમાં અસ્તિત્વમાં આવ્યો અને વીસમી સદીનો અંત આવતાં સુધીમાં તો તે સમગ્ર જગત પર વ્યાપી ગયો. બૉડી લેંગ્વેજ એ એક વ્યવહારુ શાસ્ત્ર બની ગયું અને તેનો ઉપયોગ સમાજમાં ખડી થતી કેટલીયે

વિવિધ ભાવોને વ્યક્ત કરવા સમગ્ર શરીર તેનાં વિવિધ અંગોનાં હલનચલનોનો કઈ રીતે ઉપયોગ કરતું હોય છે તેની વિવિધ પરિસ્થિતિમાં ચર્ચા કરવામાં આવી છે. શાબ્દિક અને અશાબ્દિક અભિવ્યક્તિઓ કઈ રીતે એકબીજા સાથે સુમેળ કે કુમેળમાં ચાલતી હોય છે તેનું તેના અર્થઘટન સાથે વર્ણન કરવામાં આવ્યું છે. રોજબરોજના વ્યવહારમાં સર્જાતા ઘર્ષણને કઈ રીતે ટાળી શકાય કે હળવું કરી શકાય તેની કારણો સહિત ચર્ચા કરવામાં આવી છે. કેવા પ્રકારની વ્યક્તિ સાથે કેવા પ્રકારનું વર્તન કરીને વ્યવહારને સુમેળભર્યો, સરળ અને સફળ બનાવી શકાય તેની ચર્ચા કરવામાં આવી છે.

અહીં આ પુસ્તક દ્વારા રજૂ કરવામાં આવેલી વિગતો આમ જોવા જઈએ તો સમગ્ર માનવવ્યવહાર તરફ એક અછડતો ઈશારો કરે છે કારણ કે આ પાંચ ફૂટનું નાનકડું શરીર શારીરિક તેમજ માનસિક સ્તરે એટલી બધી વિવિધતા ધરાવે છે કે તેને એક જીવનમાં કે અનેક પુસ્તકોમાં પામવી અશક્ય છે. અને તેમ છતાંય આટલો ઈશારો પણ જીવનને બદલી શકે છે.

આ પુસ્તકમાંથી કેટલીક રજૂઆતો કદાચ વાચકને એવું માનવા પ્રેરે કે માનવવર્તનનો અભ્યાસ કરીને આ તો મનુષ્યનો એક ચીજ તરીકે ઉપયોગ કરવાની વાત છે, એક ચીજ તરીકે શોષણ કરવાની વાત છે. અત્યાર સુધીના આપણા અનુભવે આપણને શીખવાડ્યું છે કે જ્ઞાન એ બેધારી તલવાર છે, સૌએ પોતપોતાના વિવેક અનુસાર તે જ્ઞાનનો ઉપયોગ કરવાનો છે.

બૉડી લેંગ્વેજ જેમ તમને અન્યના માનસમાં પ્રવેશ આપે છે તેમ તમારા માનસમાં પણ પ્રવેશ આપે છે. તે તમને તમારાં દર્શન કરાવી તમને સુધરવા પ્રેરે છે.

લેખક

અનુક્રમણિકા

અન્ય પુસ્તકો

- ❒ જીવલેણ પરગ્રહવાસી (વિજ્ઞાનકથા)
- ❒ ઇંદિરા ગાંધી (જીવનચરિત્ર)
- ❒ ઓ. હેન્રીની વાર્તાઓ
- ❒ એકલા ઝઝૂમવાની હિંમત (આધ્યાત્મિકતા)
- ❒ મન એક પુરાણકથા (આધ્યાત્મિકતા)
- ❒ કોઈ ઉપાય નથી (આધ્યાત્મિકતા)
- ❒ જગત સાહિત્યની યાદગાર કથાઓ :

પુસ્તક - ૧ : (૧) પોમ્પેઈના આખરી દિવસો : *લૉર્ડ લિટન*
(૨) કથા બે મહાનગરોની : *ચાર્લ્સ ડીકન્સ*

પુસ્તક - ૨ : (૧) ભવ્ય બેબીલોન હોટલ : *આર્નોલ્ડ બેનેટ*
(૨) કાળઝાળ કૂતરો : *સર આર્થર કોનન ડોઈલ*

પુસ્તક - ૩ : (૧) રાજા સોલોમનનો ખજાનો : *સર હેન્રી રાઈડર હેગાર્ડ*
(૨) ખજાનાનો ટાપુ : *રોબર્ટ લુઈસ સ્ટિવન્સન*

પુસ્તક - ૪ : (૧) શ્રીમાન કિગ્હોટેનાં પરાક્રમો : *મિગ્વેલ ડિ સાર્વાન્તે*
(૨) ટૉમ સૉયરનાં પરાક્રમો : *માર્ક ટ્વેઈન*

પુસ્તક - ૫ : (૧) એંશી દિવસમાં પૃથ્વીની પરિક્રમા : *જુલે વર્ન*
(૨) ગુલીવરની સફરો : *જોનાથન સ્વિફ્ટ*

પુસ્તક - ૬ : (૧) ચંદ્રમણિ : *વિકી કોલિન્સ*
(૨) અજવાળે ધર્માત્મા અંધારે શેતાન : *લુઈસ સ્ટિવન્સન*

પુસ્તક - ૭ : (૧) હાથનાં કર્યાં હૈયે વાગ્યાં : *મૅરી શેલી*
(૨) અદૃશ્ય માનવ : *એચ. જી. વેલ્સ*

પુસ્તક - ૮ : (૧) રોબિનસન ક્રુઝો : *ડૅનિયલ ડિફો*
(૨) દુખિયારાનો બેલી રોબિન હૂડ :

- ❒ લાલસા [ભાગ - ૧ - ૨] (વિજ્ઞાન આધારિત હાઈ - ટેક થ્રીલર)
- ❒ બૉડી લૅંગ્વેજ (વ્યક્તિત્વવિકાસ)
- ❒ સાયકો સાયબર્નેટિક્સ (વ્યક્તિત્વવિકાસ)
- ❒ લિંકનનું બુદ્ધિચાતુર્ય (પ્રસંગો)

૧

બોડી લૅંગ્વેજની લાક્ષણિકતાઓ

બૉડી લૅંગ્વેજ શું છે ?

ભાષા વડે આપણે વિચારોની આપલે કરીએ છીએ. એ જરૂરી નથી કે તે માટે શબ્દોનો ઉપયોગ થતો જ હોય. પક્ષીઓ અને પ્રાણીઓ પણ પોતાનો વ્યવહાર ચલાવવા માટે ભાષાનો ઉપયોગ કરતાં હોય છે. તે એકબીજા આગળ વ્યક્ત થવા તેમના સમગ્ર શરીરનો અને વિવિધ ચેષ્ટાઓનો ઉપયોગ કરતાં હોય છે. પક્ષીજગત અને પ્રાણીજગતનું નિરીક્ષણ કરો, તેમનાં નાચ-ગાન, ગેલ તથા પ્રેમચેષ્ટાઓનું અને યુદ્ધચેષ્ટાઓનું નિરીક્ષણ કરો. મનુષ્ય માટે પણ તેવું જ છે. તે પણ શરીરના હલનચલન અને ચેષ્ટાઓ દ્વારા ઊર્મિઓની, લાગણીઓની, તેનાં વલણોની અને વિચારોની આપલે કરતો હોય છે. આ માટે તે જાણ્યે કે અજાણ્યે, પરંતુ મોટેભાગે તો અભાન રીતે વિવિધ મુદ્રાઓનો, તેના શરીરની વિવિધ સ્થિતિનો, ચહેરા પરના ભાવોનો, હાથ-પગના વિવિધ હલનચલનોનો ઉપયોગ કરતો હોય છે અને સામેવાળી વ્યક્તિ સાથે અમુક સ્થિતિમાં કે અમુક અંતરે રહીને વ્યવહાર કરતો હોય છે. આ સમગ્ર વ્યવહાર દરમ્યાન વાણીનો ઉપયોગ થતો જ હોય તેવું કંઈ નથી. વાસ્તવમાં વાણી તો શું શરીરની ચેષ્ટાઓ, મુદ્રાઓ, અંગભંગિમાઓ જ ઘણાબધા ભાવોને વ્યક્ત કરી દેતા હોય છે ! આ જ *બૉડી લૅંગ્વેજ*- આને જ *શરીરની ભાષા* કહે છે.

અન્ય રીતે કહેવા જઈએ તો વ્યક્તિ જે રીતે અદબ વાળે છે, પગની આંટી મારે છે, બેસે છે, ઊભી રહે છે, ચાલે છે, તેના કૂલા કે આંખનો ઉપયોગ કરે છે તથા જે સૂક્ષ્મ અને ગૂઢ રીતે તેના હોઠને હલાવે છે; તે બધાં શરીરની ભાષાનાં અંગો છે. તે દ્વારા તેને પોતાને પણ ખબર ન હોય તે રીતે વ્યક્તિ પોતાના અંગત વિચારો અને ઊર્મિઓને અન્ય સુધી પહોંચાડતી હોય છે. વળી નાકને સ્પર્શવું, આંખોને ચોળવી, ખોંખારો ખાવો, બોલતાં બોલતાં વચ્ચે થોભવું વગેરે ચેષ્ટાઓ તો શબ્દો કરતાં પણ વધારે માહિતી આપી દેતી હોય છે. અરે, વ્યક્તિનાં કપડાં અને તેને પહેરવાની ઢબ, તેવા વાળ ઓળવાની ઢબ અને તે પોતાને માટે જે અત્તરો કે રંગો પસંદ કરે છે તે પણ તે વ્યક્તિ વિશે ઘણુંબધું કહી જતાં હોય છે.

આમ આપણે આપણા રોજબરોજના વ્યવહારમાં બે પ્રકારની ભાષાનો ઉપયોગ કરતા હોઈએ છીએ : શાબ્દિક અને અશાબ્દિક. શાબ્દિક ભાષાનો ઉપયોગ સભાન રીતે થતો હોય છે, જ્યારે અશાબ્દિક ભાષા વ્યક્તિને પોતાને ખબર પણ ન હોય તે રીતે શરીરની મુદ્રાઓ અને ચેષ્ટાઓ વડે ઘણુંબધું કહી જતી હોય છે. માનવઉત્ક્રાંતિની દૃષ્ટિએ જોવા જઈએ તો શાબ્દિક ભાષા ઉપાર્જિત છે, જ્યારે અશાબ્દિક ભાષા નૈસર્ગિક છે.

વીસમી સદીના ઉત્તરાર્ધમાં અશાબ્દિક ભાષાનું ક્ષેત્ર સારું એવું ખેડાયું છે. આપણે અશાબ્દિક રીતે જે સંદેશાવ્યવહાર - લાગણી, વિચારો, ઊર્મિ વગેરેના - કરતાં હોઈએ છીએ તે પર ડૉ. આલ્બર્ટ મેહરાબિયને સારો એવો અભ્યાસ કર્યો છે અને સંદેશાવ્યવહારનાં ત્રણ અંગો - *શબ્દ, વાણી અને દૃશ્ય* - વચ્ચે શો સંબંધ રહેલો છે તે પ્રસ્થાપિત કરવાનો પ્રયત્ન કર્યો છે.

શબ્દ એટલે બોલાયેલા શબ્દો, તેમાં રહેલો સંદેશો. *વાણી* એટલે અવાજના આરોહ-અવરોહ, સ્વરભાર, ગતિ, થંભન વગેરે. આપણે બોલતાં બોલતાં અશાબ્દિક કહેવાય તેવી જે વર્તણૂક કરીએ છીએ તે *દૃશ્ય* અંગ છે.

ડૉ. મહેરાબિયનના સંશોધન પ્રમાણે જો સંદેશો અસ્પષ્ટ કે અસંગત હોય તો તે સંદેશા વડે પડતા પ્રભાવમાં ૭ ટકા પ્રભાવ શબ્દનો, ૩૮ ટકા પ્રભાવ વાણીનો અને ૫૫ ટકા પ્રભાવ અશાબ્દિક શારીરિક ચેષ્ટાઓ અને મુદ્રાઓનો હોય છે. આમાંથી સંદેશાવ્યવહારનું દૃશ્ય અંગ એ એવું અંગ છે કે જે આપણા સૌથી વધારે નિયંત્રણમાં રહી શકે, પરંતુ સાથોસાથ વિધિની વક્રતા એ છે કે તે

વિશે જ સંદેશો મોકલનાર કે મેળવનાર સૌથી વધારે અભાન હોય છે.

શાબ્દિક કરતાં અશાબ્દિક ભાષા સંદેશો મોકલનારાના મનોભાવ વિશે તેને ખબર પણ ન હોય તે રીતે ઘણુંબધું કહી જતી હોય છે. આપણે આ પુસ્તકમાં આવી ચેષ્ટાઓ, મુદ્રાઓ, હાવભાવો અને હલનચલનોનો અભ્યાસ કરવાના છીએ. દા.ત. અદબ વાળવાની ચેષ્ટા જુદાજુદા સમયે આત્મસંરક્ષણ, પડકાર કે નિરસતાનું સૂચન કરતી હોય છે, ફૂલા પર પંજા રાખીને ઊભા રહેવાની ચેષ્ટા એવું સૂચવે છે કે તમે તમારા લક્ષ્ય બાબતે સ્પષ્ટ છો અથવા તો તમે કોઈક બાબત હાથ ધરવા તૈયાર અને સક્ષમ છો, મસ્તક પાછળ બન્ને પંજાની આંગળીઓ ભીડી પાછળ ખુરશી પર નમવાની ચેષ્ટા શ્રેષ્ઠતા, ધીટતા કે સત્તાનું સૂચન કરે છે, સાવધાનની સ્થિતિમાં ઊભા રહેવાની મુદ્રા તમારા ઉપરી અધિકારીને એ બાબતનું ભાન કરાવે છે કે તમે તેમની વાતને ધ્યાનપૂર્વક સાંભળી રહ્યા છો અને આદર આપી રહ્યા છો, સાવ ઢીલા અને સુસ્ત ઊભા રહેવું કે બેસવું તે હાર, દીનતા કે મજબૂરીના ભાવને સૂચવે છે.

આમ તમે જોશો કે આપણા રોજબરોજના વ્યવહારમાં શાબ્દિક કરતાં અશાબ્દિક સંદેશાવ્યવહારનો હિસ્સો ક્યાંય વધારે છે. બૉડી લેંગ્વેજ કઈ રીતે કામ કરે છે તે આપણે સમજવાનું શરૂ કરીએ તે પહેલાં આપણે આ અશાબ્દિક સંદેશાવ્યવહાર વિશે કેટલીક મહત્ત્વની વિગતોને સમજી લઈએ.

અશાબ્દિક સંદેશાવ્યવહાર એટલે શું ?

એક વ્યક્તિ બીજી વ્યક્તિ સાથે વાત કરે છે – કોઈક પ્રકારનો સંદેશો પહોંચાડવાનો પ્રયત્ન કરે છે ત્યારે શબ્દોને બાદ કરતાં તેનો સંદેશો પહોંચાડવા તેના શરીર વડે જે કોઈ બારીકમાં બારીક ચેષ્ટા થાય છે તેને અશાબ્દિક અભિવ્યક્તિ તરીકે ઓળખવામાં આવે છે. ચેષ્ટાઓ મોટેભાગે અભાન રીતે થતી હોય છે, વ્યક્તિને ખબર ન હોય તે રીતે થતી હોય છે, તેનો અર્થ એવો થાય કે તે ચેષ્ટાઓ ઈરાદાપૂર્વક ન પણ થતી હોય.

એક અન્ય બાબત પણ ધ્યાન પર લેવા જેવી છે. આ અશાબ્દિક ચેષ્ટાઓમાં કેટલીક ચેષ્ટાઓ એવી છે કે જેનો અર્થ જુદીજુદી સંસ્કૃતિ પ્રમાણે જુદોજુદો થતો હોય છે, તો વળી કેટલાક ભાવોને વ્યક્ત કરવા જે તે સંસ્કૃતિને તેની આગવી જ ચેષ્ટાઓ હોય છે. જુદી જુદી સંસ્કૃતિ પ્રમાણે સ્થળ અને કાળ

માટેની અભિવ્યક્તિઓ, ચેષ્ટાઓ અને ચહેરા પરના ભાવો, સ્પર્શના ખ્યાલો, સાજ-શણગારની રીતો, પોશાક-પહેરવેશ, મસ્તકને ઢાંકવાની રીતો, એકબીજા સામે જોવાની અને આંખો પટપટાવવાની, ઘુમાવવાની અને પહોળી-સાંકડી કરવાની રીતો, અવાજના આરોહ-અવરોહ, લય અને થંભન તથા નાચગાન અને સંગીત જુદાં જુદાં હોઈ શકે.

અશાબ્દિક સંદેશાવ્યવહારમાં સમગ્ર શરીર સામેલ થતું હોય છે. જુદા જુદા પ્રસંગે, જુદી જુદી પરિસ્થિતિમાં શરીરનાં જુદાં જુદાં અંગો કેટલીયે વિવિધ પ્રકારની ચેષ્ટાઓ કરતાં હોય છે અને તે પરથી તે દરેક અંગની ચેષ્ટાઓનો ઊંડાણપૂર્વક અભ્યાસ કરતી વિવિધ શાખાઓ વિકસી છે. એક વ્યક્તિ બીજી વ્યક્તિથી જુદી જુદી પરિસ્થિતિ પ્રમાણે જે અંતર રાખીને ઊભી રહે છે કે બેસે છે તેનું શાસ્ત્ર, સંદેશાવ્યવહાર દરમ્યાન વર્તણૂક માટે સમયની જે સભાનતા રાખવામાં આવે છે તેનું શાસ્ત્ર, આંખની ચેષ્ટાઓના અભ્યાસનું શાસ્ત્ર, સ્પર્શની ચેષ્ટાઓના અભ્યાસનું શાસ્ત્ર, અવાજનાં વિવિધ પાસાંઓના અભ્યાસનું શાસ્ત્ર, શરીરનાં વિવિધ હલનચલનોના અભ્યાસનું શાસ્ત્ર, આસપાસના પદાર્થોની અસરોના અભ્યાસનું શાસ્ત્ર.

આપણે સૌ આવાં કોઈ શાસ્ત્રોનો અભ્યાસ કર્યા વિના પણ બોડી લેંગ્વેજને અમુક પ્રમાણમાં તો જાણતા જ હોઈએ છીએ. દા.ત. કોઈ વ્યક્તિને આપણે તેનાં ભવાં પરથી પરસેવો લૂછતી જોતાં જ સમજી જઈએ છીએ કે તે હાશકારાનો ભાવ વ્યક્ત કરી રહી છે અથવા તો તેને નખ કરડતી જોઈને જ સમજી જઈએ છીએ કે તે બેચેન છે. કોઈ વ્યક્તિ તેની મુઠ્ઠી વાળે છે કે આપણને અમુક ચોક્કસ માહિતી આપતો અશાબ્દિક સંદેશો મળી જાય છે. જો તમે જરા નિરીક્ષણ કરશો અને વિચાર કરશો તો આવી કેટલીયે ચૂગલીખોર ચેષ્ટાઓ તરત જ તમારી નજરે પડશે : હવામાં હાથ ઊંચો કરી હલાવવો, નજર છુપાવવી, પગ વડે જમીન ખોતરવી, ટેબલની કિનારી પર આંગળીઓ વડે તાલ આપવો વગેરે.

અશાબ્દિક સંદેશાવ્યવહારમાં જે લોકો સંશોધન કરી રહ્યા છે તેઓએ આપણું શરીર જે અશાબ્દિક અભિવ્યક્તિ કરે છે તેને આઠ મુખ્ય શારીરિક વિસ્તારોમાં વહેંચી છે.

શરીર વડે થતી સંદેશાની અભિવ્યક્તિ : મસ્તક, ચહેરો, ગરદન, ધડ, ખભો-બાવડું-કાંડુ, પંજો, નિતંબ-પગ-ઘૂંટી અને પગના પંજા એમ આઠ મુખ્ય શારીરિક વિસ્તારો વડે શરીર સંદેશો પાઠવતું હોય છે. આ અંગો વડે થતાં હલનચલનથી શરીર જે તે વ્યક્તિના વ્યક્તિત્વની છાપ સામેવાળી વ્યક્તિના મનમાં સર્જતું હોય છે, તેની વિવિધ વર્તણૂકો દ્વારા તેનો સંદેશો પહોંચાડતું હોય છે.

ચહેરા વડે થતી સંદેશાની અભિવ્યક્તિ : ચહેરા પર ઊપસતી એકએક રેખા, તેના પર ફરકતું એકએક સ્નાયુ બારીક ભાવોને વ્યક્ત કરી જતો હોય છે. આથી જ ચહેરો વ્યક્તિનું દર્પણ કહેવાય છે. મનમાં રહેલા ભાવો સૌથી વધુ પ્રમાણમાં ચહેરા પર વ્યક્ત થતા હોય છે. આ ભાવો નકારાત્મક પણ હોઈ શકે અને હકારાત્મક પણ હોઈ શકે. તેના પર રસ પણ વ્યક્ત થતો હોય છે અને નિરસતા પણ વ્યક્ત થતી હોય છે, તેના પર સંયમ પણ વ્યક્ત થતો હોય છે અને અસંયમ પણ વ્યક્ત થતો હોય છે, તેના પર ખુશી પણ વ્યક્ત થતી હોય છે અને દુઃખ પણ વ્યક્ત થતું હોય છે. ચહેરા પરના ભાવો પરથી જે તે વ્યક્તિના ચારિત્ર્યનો નિર્ણય થઈ શકે છે, તે પાછળ છુપાયેલા ભાવોને જાણી શકાય છે, લાગણી કે ઊર્મિ પાછળ છુપાયેલી નિષ્ઠાને, નિષ્કપટતાને કે પ્રમાણિકતાને જાણી શકાય છે.

આંખ વડે થતી અભિવ્યક્તિ : આંખ કેવા અને કેટલા લાંબા સમય સુધી સંપર્કમાં રહે છે કે નથી રહેતી તે દ્વારા પણ વ્યક્તિ કોઈક સંદેશો પહોંચાડતી હોય છે. આંખોમાં આંખો પરોવીને જોવાની ચેષ્ટા નિખાલસતા અને પ્રામાણિકતા સૂચવે છે, જ્યારે નજર છુપાવવાની ચેષ્ટા બેફિકરાઈ કે અપ્રામાણિકતાને સૂચવે છે.

સાજ-શણગાર અને પહેરવેશ વડે થતી અભિવ્યક્તિ : આપણે શરીર પર કપડાં, આભૂષણો વગેરે જે ધારણ કરીએ છીએ કે પછી ઘરમાં કે ઑફિસમાં જે રાચરચીલું વસાવીએ-ગોઠવીએ છીએ તે પણ આપણે કેવા છીએ તે અભિવ્યક્ત કરતું હોય છે.

સ્પર્શ વડે થતી અભિવ્યક્તિ : સ્પર્શ વડે પણ ઘણીબધી અભિવ્યક્તિ થતી હોય છે. હસ્તધૂનન સમયે વ્યક્તિ બીજી વ્યક્તિના મનમાં રહેલા આવકારના,

ઔપચારિકતાના કે અપાકર્ષણના ભાવને જાણી શકતી હોય છે, શબ્દોની કોઈ જરૂર પડતી નથી. મિત્રના, માતાના કે ડૉક્ટરના સ્પર્શમાં રહેલા તફાવતને આપણે સ્પષ્ટ રીતે અનુભવી શકીએ છીએ.

સમાંતર વાણીપ્રવાહ વડે થતી અભિવ્યક્તિ : આપણે જ્યારે વાતચીત કરતા હોઈએ છીએ ત્યારે આપણા બોલવામાં આરોહ-અવરોહ, ગતિ-થંભન, નાનો-મોટો અવાજ, તીણો-ઘેરો અવાજ કે બોલવામાં ખચકાટ વગેરે આવતા હોય છે, વળી જેનો કશો જ અર્થ ન થતો હોય તેવા *આહ, ઊંહ, અરે,* જેવા ઉદ્ગારોનો પણ આપણે ઉપયોગ કરતા હોઈએ છીએ; આ બધું એક જાતની સમાંતર વાણી રચે છે. સમાંતર વાણી આપણા વિવિધ મિજાજને આબાદ રીતે વ્યક્ત કરતી હોય છે. એક શબ્દ કે એક વાક્ય કરતાંયે એક ઊંહકારો ઘણુંબધું વધારે કહી જતો હોય છે.

સરહદના ખ્યાલ વડે થતી અભિવ્યક્તિ : દરેક વ્યક્તિ પોતાની આસપાસ અમુક વિસ્તારને પોતાની માલિકીનો સમજતી હોય છે. આ વિસ્તાર જુદી જુદી પરિસ્થિતિ પ્રમાણે તેના શરીરથી માંડી તે દૂર દૂર સુધી વિસ્તરેલો હોય છે. વ્યક્તિના આ વિસ્તારમાં જ્યારે કોઈ અન્ય વ્યક્તિ ઘૂસી આવે છે ત્યારે હિંસા કે શત્રુતાની લાગણીનો અનુભવ થાય છે. આ રીતે વ્યક્તિ સમક્ષ વિસ્તરીને પડેલા અવકાશની માલિકીનો ભાવ તેની વર્તણૂકને અસર કરતો હોય છે.

અવકાશ અને તેમાં રાચરચીલાની ગોઠવણી વડે થતી અભિવ્યક્તિ : આજકાલ જ્યારે લોકો ફેંગશૂઈ પ્રત્યે ખૂબ સભાન બની ગયા છે ત્યારે આ મુદ્રાની પ્રસ્તુતતા તરત સમજમાં આવી જાય તેમ છે. આપણે ઘરમાં કે ઑફિસમાં જે પ્રકારે રાચરચીલું ગોઠવતા હોઈએ છીએ અને તેમ કરીને સંદેશો મોકલનાર અને ઝીલનાર વચ્ચે જે અંતર અને પરિસ્થિતિ નિર્માણ કરતા હોઈએ છીએ તે આપણી જાતને ઘણીબધી રીતે વ્યક્ત કરી દેતું હોય છે. ઓછું અંતર આત્મીયતા સૂચવે છે, જ્યારે વધારે અંતર ઔપચારિકતા કે હોદ્દાની શ્રેષ્ઠતા સૂચવે છે.

ઉપર જે વિવિધ મુદ્દાઓની ચર્ચા કરવામાં આવી છે તેની વધારે ઊંડાણભરી ચર્ચા આપણે હવે પછીનાં પ્રકરણોમાં કરવાના છીએ.

બૉડી લેંગ્વેજને કોઈ વૈજ્ઞાનિક આધાર છે ખરો ?

આજકાલ દરેક બાબતને વિજ્ઞાનનો આધાર લઈને રજૂ કરવામાં આવે છે અને આપણને પણ તેના પર તો જ વિશ્વાસ બેસતો હોય છે. વળી બૉડી લેંગ્વેજની જાણકાર વ્યક્તિ તે દ્વારા એટલું બધું સિદ્ધ કરી બતાવી શકે છે કે આપણને તેથી નવાઈ પણ લાગે છે અને તેમાં રહેલી વૈજ્ઞાનિકતાને માન્યા વગર છૂટકો નથી રહેતો. હર્ષ અને કોન્ડોન જેવા કેટલાક વિજ્ઞાનીઓએ બૉડી લેંગ્વેજના પાયામાં રહેલી જટીલતાને સમજવા ખૂબ બારીક પ્રયોગો કર્યા છે અને બૉડી લેંગ્વેજને વૈજ્ઞાનિક આધાર બક્ષ્યો છે. તેઓએ વ્યક્તિનાં વિવિધ વર્તનો દરમ્યાન ફિલ્મો ઉતારીને અને તેનો બારીકાઈભર્યો અભ્યાસ કરીને નરી આંખે જોવામાં ન આવતાં સૂક્ષ્મ હલનચલનોને ઓળખી કાઢ્યાં છે. દરેક શબ્દ માટે, દરેક ભાવ માટે શરીરનાં વિવિધ અંગો અમુક ખાસ લયમાં અને સુમેળમાં જ હલનચલન કરતાં હોય છે. સમગ્ર અભિવ્યક્તિના દરેક સૂક્ષ્મ અંશ સાથે શરીરના અમુક ચોક્કસ સ્નાયુઓનું સૂક્ષ્મ હલનચલન જોડાયેલું હોય છે.

સંદેશાની અભિવ્યક્તિ એ એક નૃત્ય જેવી ઘટના છે કે જેમાં બધાં અંગોએ એકબીજા સાથે ખૂબ સુમેળભરી - લયાત્મક - રીતે ચાલવાનું હોય છે. એક નૃત્યકાર જ્યારે નૃત્ય કરતો હોય છે ત્યારે કંઈ કેટલાયે અસંખ્ય સૂક્ષ્મ હલનચલનો કરતો હોય છે જેનું તેને પોતાને પણ ભાન નથી હોતું. સંદેશાવ્યવહારમાં સાંભળનાર અને બોલનાર પૂરક અંશો તરીકે કામગીરી બજાવતા હોય છે.

શરીરનાં હલનચલનોના અભ્યાસુ અને અશાબ્દિક સંદેશાવ્યવહારના ક્ષેત્રના પ્રણેતા રે બર્ડવ્હિસ્ટેલે એક શબ્દ પ્રયોજ્યો છે : *કાઈનેસિક્સ* - એક એવું વિજ્ઞાન કે જે અલગ અલગ ચેષ્ટાઓના અંશોનું પૃથક્કરણ કરે છે. તેમના કહેવા પ્રમાણે 'શરીરના એકએક હલનચલનને તેનો અર્થ છે. તેનું એક પણ હલનચલન અકસ્માતે નથી, અર્થહીન નથી.' કોઈ ભાષાશાસ્ત્રી જે રીતે શબ્દોની ગોઠવણી પાછળ રહેલા વ્યાકરણના નિયમોનું સૂત્રીકરણ કરે છે તે પ્રમાણે કાઈનેસિક્સનો વિદ્યાર્થી પણ શરીરનાં હલનચલનોમાં, ચહેરા પરની અભિવ્યક્તિઓમાં અને ચેષ્ટાઓમાં રહેલા શરીરના વ્યાકરણની શોધ ચલાવે છે.

કોન્ડોન અને શેફલેન જેવા સંશોધકો દ્વારા જીવનની જુદી જુદી પરિસ્થિતિ દરમ્યાન વર્તન કરતા લોકોની ફિલ્મો ઉતારવામાં અને પછી તે ફિલ્મ

પરના એકએક ચિત્રનું બારીકાઈથી નિરીક્ષણ કરવામાં આવ્યું હતું. મસ્તક, ભવાં, હડપચી અને શરીરના અન્ય ભાગોની સ્થિતિનો અભ્યાસ કરવામાં આવ્યો હતો અને તેમના દ્વારા વ્યક્ત થતા દરેક પ્રચ્છન્ન કે અપ્રચ્છન્ન સંદેશાની નોંધ કરવામાં આવી હતી. તેઓએ જોયું કે અમુક ચોક્કસ ભાવોની અભિવ્યક્તિ સાથે અમુક ચોક્કસ અંગસમૂહોના હલનચલનો જોડાયેલાં હતાં.

જુદાં જુદાં દૃશ્યો જોતી વખતે મનમાં ઊભા થતા ભાવો સાથે, લાગણી સાથે આંખની કીકી કેવો પ્રતિભાવ આપે છે તેનો અભ્યાસ રસપ્રદ નીવડ્યો હતો અને તેના પરથી જ આંખની કીકીની સ્થિતિ પરથી મનના ભાવોને જાણવાનું શાસ્ત્ર વિકસ્યું જેને 'પ્યુપિલોમેટ્રી' નામ આપવામાં આવ્યું. અમુક પ્રકારનાં દૃશ્ય જોતાં આંખોની કીકી એકદમ પહોળી થઈ જતી હતી, તો અમુક પ્રકારનાં દૃશ્યો જોતાં તે એકદમ નાની થઈ જતી હતી. તે દ્વારા તે દૃશ્યમાં - બાબતમાં - વ્યક્તિ રસ લેવા આતુર છે કે પછી સુસ્ત છે તે જાણી શકાતું હતું. આ વિશે વધારે વિગતપૂર્ણ ચર્ચા આપણે આંખ પરના પ્રકરણમાં કરીશું.

આમ તમે જોશો કે બૉડી લેંગ્વેજ પર ખૂબ ઝીણવટભર્યાં સંશોધનો થયાં છે અને તેને વૈજ્ઞાનિક આધાર છે.

બૉડી લેંગ્વેજ કઈ રીતે કામગીરી બજાવે છે ?

આપણે અગાઉ સંદેશાવ્યવહારનાં અંગોની ચર્ચા કરી ત્યારે એ જોઈ ગયા કે આપણા સંદેશાવ્યવહારનો ૫૫ ટકા ભાગ તો અશાબ્દિક અભિવ્યક્તિનો બનેલો છે. કંઈક બોલવા આપણા હોઠ ખૂલે છે તે અગાઉ વાસ્તવમાં આપણે આપણી અશાબ્દિક અભિવ્યક્તિ દ્વારા ઘણુંબધું કહી દીધું હોય છે. કેટલીકવાર તો આપણા ચહેરા પરના ભાવો, આપણું વર્તન, આપણો પહેરવેશ અને અશાબ્દિક સંકેતો સામેવાળી વ્યક્તિને આપણા શબ્દો કરતાંયે વધારે અસરકારક સંદેશો પહેંચાડી દેતા હોય છે, તેના મન પર આપણી એક ઘેરી છાપ સર્જી દેતા હોય છે. તમે એક એવી પરિસ્થિતિની કલ્પના કરો કે જેમાં તમે કોઈ વ્યક્તિને પ્રથમવાર મળી રહ્યા છો. તમે તેને મળતાંની સાથે શું કરો છો ? તમે બન્ને એકબીજાના દેખાવનું, પહેરવેશનું, ચહેરા પરના ભાવોનું, હસ્તધૂનન અને ઊભા રહેવાની રીતનું નિરીક્ષણ કરી એકબીજાને માપવાનો પ્રયત્ન કરો છો. સંશોધક હનીના કહેવા પ્રમાણે આ બધું કરવામાં તમે માહિતીથી લદાઈ જાઓ

છો અને પછી દશ્ય વર્તણૂક અને અશાબ્દિક સંકેતો પર માનસિક ક્રિયા કરી તારણ કાઢવામાં એટલા વ્યસ્ત થઈ જાઓ છો કે એકબીજાનું નામ યાદ રાખવામાં નિષ્ફળ જાઓ છો.

અશાબ્દિક સંદેશાઓ અભિવ્યક્તિમાં ચાર પ્રકારની કામગીરી બજાવતા હોય છે :

(૧) **ભાર દર્શાવવા :** કોઈ આપણને પ્રશ્ન પૂછે ત્યારે તેના જવાબમાં 'હા' કે 'ના' કહેવા સાથે આપણે તે પર ભાર દર્શાવવા આપણા મસ્તકને પણ તે પ્રમાણે હલાવતા હોઈએ છીએ. તમે એવી કેટલીયે પરિસ્થિતિ યાદ કરી શકશો કે જેમાં આપણે શાબ્દિક અભિવ્યક્તિ દ્વારા વ્યક્ત થયેલા સંદેશા પર ભાર મૂકવા કોઈક ને કોઈક અશાબ્દિક અભિવ્યક્તિનો પણ આધાર લેતા હોઈએ છીએ.

(૨) **નિયમિત અને નિયંત્રિત કરવા :** કેટલીકવાર શાબ્દિક રીતે આપેલા સંદેશાને નિયમિત કે નિયંત્રિત કરવા આપણે કોઈ અશાબ્દિક કૃત્ય પણ આચરવું પડતું હોય છે. દા.ત. કોઈક વ્યક્તિને કંઈ ન કરવાનું કહીને આપણે તેનો હાથ પકડી લેતા હોઈએ છીએ.

(૩) **પુનરાવર્તન :** કેટલીકવાર કશું બોલ્યા વિના માત્ર હાથ, આંગળી કે મસ્તક હલાવી આપણે એકની એક ક્રિયા ફરી કરવાનો અશાબ્દિક સંદેશો પાઠવતા હોઈએ છીએ.

(૪) **વિકલ્પ તરીકે :** કેટલીકવાર કશું જ બોલ્યા વિના માત્ર ચેષ્ટાનો ઉપયોગ કરી આપણે આપણો સંદેશો પહોંચાડતા હોઈએ છીએ, વાણીના વિકલ્પમાં ચેષ્ટા કામ આપે છે. કોઈ વ્યક્તિને થોભી જવાનો સંકેત આપવા આપણે આપણો પંજો ઊંચો કરતા હોઈએ છીએ.

આપણે આપણને ખબર પણ ન હોય તે રીતે સતત અશાબ્દિક સંકેતોનું પ્રસારણ કરતા રહેતા હોઈએ છીએ. વૉલ્ટનના કહેવા પ્રમાણે એ શક્ય જ નથી કે તમે પ્રયત્ન કરો તો પણ અભિવ્યક્ત થયા વિના રહી શકો. તમે અવલોકન કર્યું હશે કે કેટલીકવાર વ્યક્તિ બોલતી હોય છે કંઈ અને તેના શરીરના હલનચલન તથા હાવભાવ દ્વારા વ્યક્ત થતું હોય છે કંઈ; અજાણતાં જ તેવી ચેષ્ટા થઈ જતી હોય છે અને તેની અંદરની જાત ખુલ્લી પડી જતી હોય છે - જો અવલોકનકર્તા

સજાગ હોય તો. આમ શાબ્દિક અને અશાબ્દિક અભિવ્યક્તિઓ સાથેસાથે ચાલતી હોય છે - સહજ રીતે, અજાણતાં, અનાયાસ.

બૉડી લેંગ્વેજ અને શાબ્દિક ભાષા વચ્ચેની સમાનતાઓ :

બૉડી લેંગ્વેજ અને શાબ્દિક ભાષા બન્ને મનના ભાવોને અભિવ્યક્ત કરવાનું કાર્ય કરે છે તે આપણે જોયું. તેથી તે બન્ને વચ્ચે કેટલીક સમાનતાઓ રહેલી હોય તે સ્વાભાવિક છે. શાબ્દિક ભાષામાં આપણે આપણા ભાવોને વ્યક્ત કરવા વાક્યોનો ઉપયોગ કરતા હોઈએ છીએ અને આ વાક્યો શબ્દોનાં બનેલાં હોય છે. બૉડી લેંગ્વેજમાં ભાવને વ્યક્ત કરવા ચેષ્ટાસમૂહનો ઉપયોગ થતો હોય છે, ચેષ્ટાસમૂહ વાક્યનું કામ કરે છે અને તેમાં સમાવિષ્ટ એકએક ચેષ્ટા, મુદ્રા, સ્થિતિ શબ્દનું કામ કરે છે. આમ શાબ્દિક ભાષામાં વાક્યનો મૂળભૂત એકમ શબ્દ છે જ્યારે બૉડી લેંગ્વેજમાં ચેષ્ટાસમૂહનો મૂળભૂત એકમ ચેષ્ટા, મુદ્રા કે શરીરની વિશિષ્ટ સ્થિતિ છે. જેમ શબ્દો યોગ્ય ક્રમમાં ગોઠવાઈને વાક્ય બને છે તેમ શરીરનાં વિવિધ અંગો વડે થતી ચેષ્ટા, મુદ્રા કે સ્થિતિ યોગ્ય ક્રમમાં થઈ કોઈ ખાસ ભાવને વ્યક્ત કરતો ચેષ્ટાસમૂહ બને છે. વાક્યમાંનો સંદર્ભ બદલાતાં કે વાક્યમાંનું શબ્દનું કાર્ય બદલાતાં જેમ એક જ શબ્દના અનેક અર્થ થતા હોય છે તે જ રીતે એકની એક ચેષ્ટા કે મુદ્રાનો જુદાજુદા ચેષ્ટાસમૂહમાં જુદો જુદો અર્થ થતો હોય છે.

દા.ત. *પ્રકૃતિ* શાળાએ ગઈ છે.

પ્રકૃતિ વસંતઋતુમાં ખીલી ઊઠે છે.

તે માણસ શાંત *પ્રકૃતિનો* છે.

અહીં *પ્રકૃતિ* શબ્દના ત્રણ જુદાજુદા અર્થ થાય છે. તે જ રીતે આંખો પટપટાવવાની ચેષ્ટાનો - કે અન્ય કોઈ ચેષ્ટાનો - જુદા જુદા ચેષ્ટાસમૂહમાં જુદો જુદો અર્થ થતો હોય છે.

વ્યક્તિ જ્યારે બોલતી હોય છે ત્યારે એટલે કે ભાવ વ્યક્ત કરતી હોય છે ત્યારે બોલાતા શબ્દોના ઉચ્ચારના આરોહ-અવરોહ સાથે, તેના ગતિ અને સ્તંભન સાથે, તેના તીણા કે ઘેરા થવા સાથે કે અવાજના નાના કે મોટા થવા સાથે શરીરનાં વિવિધ અંગો પણ એક સુમેળભરી ગતિ કરતાં હોય છે. દા.ત. તમે જ્યારે એમ પૂછો છો કે 'તે શું છે ?' ત્યારે અંતિમ શબ્દ 'છે' બોલતી

વખતે જેમ બોલવાનો સૂર ઊંચો જાય છે તેમ મસ્તક પણ ઊંચકાતું હોય છે, હાથનો પંજો પણ ઊંચો જવાનું વલણ ધરાવતા હોય છે, પછી ભલે તે ચેષ્ટાનો કશો જ અર્થ ન થતો હોય. પ્રશ્નના અંતે આંખો પણ પહોળી થતી હોય છે. આમ તમે જુઓ કે એક નાનકડો પ્રશ્ન પૂછવાની ક્રિયા પણ આપણને ખબર પણ ન હોય તે રીતે એક ચેષ્ટાસમૂહને સર્જી દેતી હોય છે. વ્યક્તિ જ્યારે કંઈક કહી રહી હોય અને વાક્યને અંતે તે હજુ કંઈ વધુ આગળ કહેવા માગતી હોય તો તે તેના બોલવાના સૂરને જાળવી રાખે છે, તેના મસ્તક અને હાથના પંજા તેની તે સ્થિતમાં રહે છે.

શાબ્દિક ભાષાને જેમ તેનો શબ્દભંડોળ હોય છે તેમ બૉડી લેંગ્વેજને તેના ચેષ્ટાભંડોળ, મુદ્રાભંડોળ કે શરીરની વિવિધ સ્થિતિના ભંડોળ (અંગભંગિમા ભંડોળ) હોય છે, તફાવત માત્ર એટલો કે શબ્દભંડોળ ખૂબ મોટો હોય છે જ્યારે ચેષ્ટાભંડોળ, મુદ્રાભંડોળ અને શરીર-સ્થિતિભંડોળ મર્યાદિત હોય છે. શબ્દ અક્ષરોના પ્રતીક વડે રચાય છે જ્યારે ચેષ્ટા સૂક્ષ્મ હલનચલન વડે, મુદ્રા વિવિધ અંગોની સૂક્ષ્મ સ્થિતિ વડે અને શરીર-સ્થિતિ ઊભા રહેવા તથા બેસવાની વિવિધ ઢબ વડે રચાતી હોય છે.

બૉડી લેંગ્વેજ અને શાબ્દિક ભાષા વચ્ચેના તફાવતો :

આપણે વાણી માટે સ્વરતંત્રનાં અંગોનો ઉપયોગ કરીએ છીએ જ્યારે વિચારોની આપલે કરવા માટે સમગ્ર શરીરનો ઉપયોગ કરતા હોઈએ છીએ. બધા જ સંશોધકો સામાન્ય રીતે એ બાબત સાથે સંમત થાય છે કે શાબ્દિક શાખાનો ઉપયોગ મોટેભાગે માહિતીની આપલે માટે થાય છે, જ્યારે અશાબ્દિક શાખાનો ઉપયોગ વ્યક્તિ વ્યક્તિ વચ્ચેના આંતરિક અને અંગત વ્યવહારોમાં થતો હોય છે. આપણે સૌ એ જાણીએ જ છીએ કે કેટલીકવાર આપણે શબ્દોનો ઉપયોગ કરવાને બદલે માત્ર ઇશારાથી જ સંદેશો પહોંચાડી દેતા હોઈએ છીએ.

શબ્દો અને ચેષ્ટાઓ વચ્ચે જે કેટલીક અસમાનતાઓ રહેલી છે તેની હવે આપણે ચર્ચા કરીએ.

(૧) શબ્દો એ અક્ષરો વડે બનતાં પ્રતીકો છે. તેની પાછળ રહેલા અર્થને સમજવા આપણે તેનું અર્થઘટન કરવું પડતું હોય છે એટલે કે મસ્તકનો

ઉપયોગ કરવો પડતો હોય છે. ચેષ્ટાઓ, મુદ્રાઓ અને વિવિધ શારીરિક સ્થિતિઓ એટલે કે અશાબ્દિક ભાષા લાગણીના એટલે કે હૃદયના સ્તરે કામ કરે છે, તેનો અર્થ સહજસ્ફુર્ત હોય છે. અશાબ્દિક ભાષા - ચેષ્ટા, મુદ્રા, શરીરસ્થિતિ - વડે આપણને સીધેસીધી લાગણી જ થતી હોય છે, તે માટે આપણે વિચારવું નથી પડતું.

(૨) આપણે તાલીમ લઈને શબ્દોની કાપકૂપ કરવાની અને ગોઠવવાની ક્ષમતા કેળવી શકીએ છીએ. આપણે જે કંઈ વ્યક્ત કરવા માગતા હોઈએ તેને પસંદ કરવાનો આપણને સમય મળી રહે છે, આપણે આપણી અભિવ્યક્તિને પૂર્વાયોજિત કરી શકીએ છીએ, પરિણામે આપણા વિધાન દ્વારા આપણે સંદેશાને વધારે ઓછો છતો કરી શકીએ છીએ કે છૂપો રાખી શકીએ છીએ. આ રીતે શાબ્દિક અભિવ્યક્તિમાં કૃત્રિમતા કે કપટ પ્રવેશી શકે છે. બૉડી લેંગ્વેજ - ચેષ્ટાઓ, મુદ્રાઓ, શરીરસ્થિતિ - કાપકૂપ વિનાની, સુધારા-વધારા વિનાની અભાન, અનૈચ્છિક, આકસ્મિક હોય છે તેથી તે વધારે સત્યયુક્ત અને અપ્રદૂષિત હોય છે.

(૩) શબ્દોના અર્થ નિશ્ચિત હોય છે. જે તે શબ્દ આપણા સૌના મનમાં એક ખાસ છબી જ રચતો હોય છે, દા.ત. 'ખુરશી' કહેતાં સૌના મનમાં ખુરશીનો જ ખ્યાલ ઉદ્ભવે છે, 'આંખ' કહેતાં આપણા સૌના મનમાં આંખોનો જ ખ્યાલ ઉદ્ભવે છે. શબ્દો નક્કર ખ્યાલો અને હકીકતોને વ્યક્ત કરે છે. બૉડી લેંગ્વેજનાં અંગો - ચેષ્ટા, મુદ્રા, શરીરસ્થિતિ - ના અર્થ નિશ્ચિત ન પણ થઈ શકે, તે માટે અર્થઘટન કરવાની જરૂર પડે તેવું પણ બને. ચેષ્ટાઓમાં અને મુદ્રાઓમાં સૌ અનુભવી શકે તેવા ઘટકો રહ્યા હોવા છતાં તેમાં કેટલાક એવા ઘટકો પણ રહેલા હોય કે જેમાં જે તે પશ્ચાદ્ભૂ અને સંસ્કૃતિની છાંટ રહેલી હોય છે. આમ બૉડી લેંગ્વેજના અર્થઘટન માટે અવલોકનકર્તાની જરૂર પડે છે અને તેના વડે થતું અર્થઘટન તેના જ્ઞાન અને અનુભવ પર આધાર રાખે છે.

(૪) શબ્દોનો પાર ન હોવા છતાં અને તેમના વડે આપણે જે કંઈ કહેવા માગતા હોઈએ તેનું વર્ણન કરવું ખૂબ અનુકૂળ હોવા છતાં એ શક્ય

નથી કે આપણે માત્ર શબ્દ વડે વ્યક્ત થતા ભાવ કે લાગણીને પૂરા ઊંડાણપૂર્વક વ્યક્ત કરી શકીએ કે ગ્રહણ કરી શકીએ.

(૫) ઘણાબધા શબ્દો વડે વ્યક્ત થતા ભાવને વ્યક્ત કરવા કેટલીકવાર બૉડી લેંગ્વેજની એક નાનકડી એવી ચેષ્ટા પૂરતી થઈ પડે છે. આમ બૉડી લેંગ્વેજ ઘનિષ્ઠ છે, કરકસરમુક્ત છે. શાબ્દિક ભાષાના પ્રમાણમાં તે વધારે પ્રત્યક્ષ અને બોલકણી છે. તે તરત જ પ્રત્યાઘાત જન્માવે છે.

(૬) શબ્દો આપણને અલગ પાડે છે. જુદા જુદા સમુદાય અને દેશની ભાષા જુદી જુદી હોય છે. વળી એક જ ભાષાનો ઉપયોગ કરતા સમુદાયોમાં પણ બોલવાની રીતભાત વર્ગો (મજૂર વર્ગ, વેપારી વર્ગ, શિક્ષિત વર્ગ, અશિક્ષિત વર્ગ, સંસ્કૃત વર્ગ, અસંસ્કૃત વર્ગ વગેરે) રચતી હોય છે, સામાજિક મોભો વ્યક્ત કરતી હોય છે, હાંસલ કરેલી સિદ્ધિના સ્તરને નક્કી કરે છે. વર્ગો નક્કી કરતું હોય છે, સામાજિક મોભો નક્કી કરતું હોય છે, કેળવણીનાં અને હાંસલ કરેલી સિદ્ધિનાં સ્તરોને નક્કી કરતું હોય છે. બૉડી લેંગ્વેજ આપણને સૌને જોડે છે, એક કરે છે. બૉડી લેંગ્વેજની કેટલીક ચેષ્ટાઓના, મુદ્રાઓના અર્થ સમગ્ર જગતમાં એકસરખા જ છે. હસવું, રડવું, ખુશ થવું, ગુસ્સે થવું વગેરે કેટલીક ચેષ્ટાઓ જગતના કોઈપણ સ્થળે સરખી જ છે. જીવશાસ્ત્રની ભાષામાં કહેવા જઈએ તો તે આપણો જનિનિક વારસો છે.

બૉડી લેંગ્વેજ અને શાબ્દિક ભાષા વચ્ચે રહેલા તફાવતોની આટલી ચર્ચા પરથી આપણે કેટલાંક તારણો પર આવી શકીએ.

મનુષ્ય જે રીતે ઉત્ક્રાંત થયો છે તે રીતે જોતાં શાબ્દિક કરતાં અશાબ્દિક ભાષા વધારે નૈસર્ગિક છે, તે મનુષ્ય સાથે તેના ઉદ્ભવકાળથી જ જોડાયેલો છે.

બૉડી લેંગ્વેજ અને શાબ્દિક ભાષા એકબીજા સાથે રહીને એક સંવાદ રચે છે. જો તે બન્ને એકબીજા સાથે સુમેળભરી રીતે ચાલે તો તે સંદેશાવ્યવહારને ખૂબ સાર્થક બનાવી શકે છે, જો તેમ ન બને તો ધ્યાન શાબ્દિક કરતાં અશાબ્દિક પર વધારે કેન્દ્રિત થાય છે.

આ માટે હાર્ટલી એક સરસ મજાનું ઉદાહરણ આપે છે. એક ઑફિસમાં

એક બૉસ કાગળિયાં ઉથલાવવામાં વ્યસ્ત છે અને તેના હાથ નીચેનો એક ક્લાર્ક આવીને તેમની આગળ એક સમસ્યા રજૂ કરે છે. બૉસ થોભ્યા વિના કે ઉપર જોયા વિના કાગળિયાં ઉથલાવવાનું ચાલુ જ રાખે છે. ક્લાર્ક એકાએક બોલવાનું બંધ કરી દે છે. બૉસ ઉપર જોયા વિના જ કહે છે, "બોલવાનું ચાલુ રાખ, હું સાંભળી રહ્યો છું." આ પરિસ્થિતિમાં તમે હોવ તો શું તમે એવું વિચારો ખરા કે તમારા બોસ તમને સાંભળી રહ્યા છે ? તો પછી તમે શું કરો ? હાર્ટલી પોતાના અંગત અનુભવની વાત કરતાં આગળ કહે છે કે જ્યારે તેઓ આવી પરિસ્થિતિમાં મુકાયા હતા ત્યારે તેમણે તેમના બોસના કહ્યા પ્રમાણે બોલવાનું તો ચાલુ રાખ્યું હતું પરંતુ હવે તેમની રજૂઆતમાં - બોલવામાં - પહેલાં જેવા નિષ્ઠા, વજન કે પ્રયાસ નહોતાં રહ્યાં. આનો અર્થ શો થાય ? તેનો અર્થ એ થાય કે મેં તેમની અશાબ્દિક અભિવ્યક્તિને મહત્ત્વ આપ્યું હતું. તેમની શાબ્દિક અભિવ્યક્તિ તેઓ મારી વાત સાંભળી રહ્યા હતા તેમ કહી રહી હતી ત્યારે તેમની અશાબ્દિક અભિવ્યક્તિ - બૉડી લેંગ્વેજ - ધ્યાનનો અને રસનો અભાવ સૂચવી રહી હતી.

આપણામાં મોટાભાગના લોકો જ્યારે અશાબ્દિક સંકેતો પ્રત્યે કે તેની સામેવાળી વ્યક્તિ પર શી અસર થશે તે પ્રત્યે સભાન કે સંવેદનશીલ નથી હોતા ત્યારે આ બૉસની જેમ જ વર્તતા હોય છે. જો બૉસના સ્થાન પર રહીને જોવા જઈએ તો તેઓ તેમની બૉડી લેંગ્વેજ દ્વારા અજાણતાં જ ખોટો કે ગેરમાર્ગે દોરતો સંદેશો મોકલાવી રહ્યા હતા, કારણ કે એવું બને કે તેઓ વાસ્તવમાં સાંભળી રહ્યા હોય પરંતુ તેમનું શરીર તે ન દર્શાવતું હોય.

આથી ઊલટું એમ પણ બને કે આપણે કોઈ સાથે વાત કરી રહ્યા હોઈએ ત્યારે તેની બૉડી લેંગ્વેજ પર - તેની ચેષ્ટાઓ, મુદ્રાઓ અને બેસવા-ઊભા રહેવાની ઢબનું નિરીક્ષણ કરવા પર - આપણે એટલા બધા એકાગ્ર થઈ જઈએ કે તેના શબ્દોને ધ્યાન પર લેવાનું જ ચૂકી જઈએ.

ઉપરની ચર્ચાનો અર્થ એ થાય કે આપણે બોલતાં શબ્દો પર તેમજ વ્યક્તિની વર્તણૂક પર એમ બન્ને પર ધ્યાન આપવામાં સમતુલા જાળવવાની છે. સામેવાળી વ્યક્તિ આપણા સુધી જે સંદેશો પહોંચાડી રહી છે તેનું મૂલ્યાંકન કરવામાં પ્રથમ પગલું એ છે કે આપણને એ ખબર હોય કે આપણે કઈ બાબતને શોધી રહ્યા છીએ. આમ કરવા જતાં આપણને થોડા સમયમાં જ એ સમજાઈ

જાય છે કે બોલાતા શબ્દો અને બૉડી લેંગ્વેજને એકબીજા સાથે સંબંધિત કરતાં શીખવું તે એક જટીલ, ગૂઢ અને વિવિધ સ્તરે કામ કરતી સંદેશાવ્યવહાર પ્રક્રિયા છે.

બૉડી લેંગ્વેજને કોઈ પટકથા હોય છે ખરી ?

નાટક કે ફિલ્મમાં કઈ ઘટના પછી કઈ ઘટના આવશે અને કયા સંવાદ પછી કયો સંવાદ આવશે તે દર્શાવતી પટકથા હોય છે. બૉડી લેંગ્વેજમાં કોઈ એક અમુક સંદેશાને એક વ્યક્તિથી બીજી વ્યક્તિ સુધી પહોંચાડવા જે ચેષ્ટાઓ, મુદ્રાઓ અને શરીરની સ્થિતિનો ઉપયોગ થાય છે તેમાં આવો કોઈ ચોક્કસ ક્રમ રહેલો હોય છે ખરો ?

આપણે એકબીજા સાથે શાબ્દિક તેમજ અશાબ્દિક એમ બન્ને રીતે સંદેશાવ્યવહાર કરતાં હોઈએ છીએ. આપણે આપણા પંજા હલાવતા હોઈએ છીએ કે ભવાં ઉછાળતા હોઈએ છીએ, કોઈકની આંખમાં આંખ પરોવતાં હોઈએ છીએ અને પછી નજરને દૂર લઈ જતા હોઈએ છીએ અને ખુરશીમાં આમતેમ સળવળાટ કરતા હોઈએ છીએ. વિવિધ ચેષ્ટાની આ એક શૃંખલા છે. આપણે એવું માનતા હોઈએ છીએ કે આ બધી ચેષ્ટા કે ગતિ જેમતેમ આડેધડ સ્વાભાવિક રીતે જ ઘટતી હોય છે, પરંતુ ના, તેમ નથી. સંશોધકોએ શોધી કાઢ્યું છે કે વાક્યમાં શબ્દો જેટલા નિશ્ચિત ક્રમમાં અને નિયમસર વપરાય છે તેટલી જ નિશ્ચિત રીતે અને નિયમસર અશાબ્દિક ભાષાનાં અંગો - ચેષ્ટા, મુદ્રા, શરીરસ્થિતિ - પણ ગોઠવાયેલાં હોય છે. કોઈ એક ભાવ કે સંદેશાને વ્યક્ત કરવા અને સામેવાળી વ્યક્તિ સુધી પહોંચાડવા થતી વર્તણૂકમાં વપરાતા જે તે ચેષ્ટા, મુદ્રા કે શરીરસ્થિતિ અમુક ક્રમમાં જ એકબીજા પછી બનતાં હોય છે અને એક શૃંખલા રચતાં હોય છે.

આપણે જ્યારે કોઈ સાથે નાનકડી એવી તુચ્છ વાતચીત કરતા હોઈએ છીએ ત્યારે પણ આપણા શબ્દો ચહેરા પરના ભાવોને, મુદ્રાઓને, ચેષ્ટાઓને, બેસવા-ઊભા રહેવાની ઢબને અને અવાજના સૂરને એક વધારાનો અર્થ બક્ષી જતા હોય છે. આ અશાબ્દિક અભિવ્યક્તિઓ ઘણીવાર એક વણબોલી પટકથાને અનુસરતી હોય છે. નવાઈની વાત એ છે કે જો આપણને એમ પૂછવામાં આવે કે તમે આ પટકથાને કઈ રીતે સમજો છો તો આપણે મૂંઝાઈ જઈએ છીએ અને

તેની સ્પષ્ટતા આપવામાં મુશ્કેલી અનુભવીએ છીએ. હકીકત એ છે કે ભલે આપણે તેની સ્પષ્ટતા ન આપી શકીએ પરંતુ સમજી તો જઈએ છીએ તરત જ ! અને વળી આપણે આવી અનેક પટકથાઓનો - ચેષ્ટાઓ, મુદ્રાઓ અને વિવિધ શરીરસ્થિતિની યોગ્ય રીતે બનેલી શૃંખલાઓનો - ઉપયોગ પણ કરતા હોઈએ છીએ.

આપણે જ્યારે કોઈને એમ કહીએ 'તું બહુ ડાહ્યો છે !' ત્યારે જો તેમાં કટાક્ષ રહેલો હોય તો આપણે તે સાથે જ વ્યક્ત થતી બૉડી લેંગ્વેજ - કહેવાનો સૂર, તેનો ચડાવ-ઉતાર, આંખોની અને ચહેરાની વિવિધ ચેષ્ટાઓ અને મુદ્રાઓ -થી તરત તે જાણી જઈએ છીએ અને સમજી જઈએ છીએ કે કહેવાનો અર્થ ખરેખર ડાહ્યો છે તેમ નથી થતો. આમ જો આપણે શાબ્દિક ભાષા અને અશાબ્દિક ભાષા - બૉડી લેંગ્વેજ - ને એકબીજા સાથે યોગ્ય રીતે સંબંધિત કરી શકીએ તો સંદેશાવ્યવહાર સાર્થક બનતો હોય છે.

પરાભાષા (para-language)

શાબ્દિક અભિવ્યક્તિ દરમ્યાન આપણે હમ્, આહ, ઉંહ વગેરે જે ઉદ્ગારો કાઢતા હોઈએ છીએ, બોલતાં બોલતાં થોભતા હોઈએ છીએ, અવાજ મોટો-નાનો, તીણો-ઘેરો કરતા હોઈએ છીએ, આરોહ-અવરોહ અને લય જાળવતા હોઈએ છીએ તે બધું પરાભાષા કહેવાય છે. અર્થહીન ધ્વનિ પણ શાબ્દિક અભિવ્યક્તિને ઘણાબધા ભાવ બક્ષી જતા હોય છે.

આ ઉપરાંત પણ આપણે 'એમ ?' 'આહ, શું વાત છે !' 'ખરેખર ?' 'સરસ !' વગેરે જેવા ઉદ્ગારોનો તેમાં સમાવેશ કરી શકીએ.

વાતચીત દરમ્યાનનું મૌન પણ ઘણુંબધું કહી જતું હોય છે, તે પણ પરાભાષાનો જ હિસ્સો છે. વાતચીત દરમ્યાન હસવાનો, રડવાનો, કણસવાનો, ઉંહકારા કરવાનો અને બગાસાં ખાવાનો પણ પરાભાષામાં સમાવેશ થાય છે. આ દરેકનો જુદાજુદા સંદર્ભમાં - જુદાજુદા ચેષ્ટાસમૂહમાં - જુદોજુદો અર્થ થતો હોય છે.

પરાભાષાની અભિવ્યક્તિઓને આપણે ત્રણ ભાગમાં વહેંચી શકીએ : (૧) અવાજના આરોહ-અવરોહ અને લય, (૨) વિવિધ ભાવો વ્યક્ત કરતા ઉદ્ગારો અને (૩) અવાજનાં ગતિ, થંભન અને ખચકાટ.

પરાભાષા અશાબ્દિક છે. કેટલાક સંજોગોમાં શબ્દો વપરાતા હોવા છતાં પણ તે અશાબ્દિક છે, કારણ કે તે શબ્દોનો વપરાશ તેના જે તે અર્થમાં નથી થયો હોતો.

પરાભાષા એ બૉડી લેંગ્વેજનું જ એક અંગ છે.

પરાભાષાની અભિવ્યક્તિઓની એક ખાસિયત એ છે કે કેટલીકવાર વ્યક્તિને ખબર પણ ન હોય અને તે બસ એમ જ એકાએક વ્યક્ત થઈ જતી હોય છે, સરી જતી હોય છે અને ઘણુબધું કહી દે છે. જો સામે સાંભળનાર વ્યક્તિ જાગ્રત હોય તો તે ઘણુંબધું જાણી લે છે.

સીટી વગાડવાની ક્રિયા પણ પરાભાષાની જ અભિવ્યક્તિ છે. સભાન રીતે સીટી વગાડવી અને અભાન રીતે સીટી વાગી જવી તેમાં ઘણોબધો ફરક છે. આનંદ વ્યક્ત કરવા કે અન્ય કોઈનું ધ્યાન આકર્ષવા થતો સીટીનો ઉપયોગ સભાન છે. જ્યારે વ્યક્તિ કોઈ મુશ્કેલ પરિસ્થિતિમાં મુકાઈ જાય છે ત્યારે પોતાની જાતને ધરપત આપવા અભાન રીતે જ તેનાથી સીટી વાગી જાય તેવું બને. વ્યક્તિ જ્યારે ગભરાયેલી હોય છે, એકલી હોય છે ત્યારે પણ પોતાની જાતને હિંમત બંધાવવા, તેની એકલતાને ભૂલવા તેનાથી સીટી વાગી જતી હોય છે. કેટલીકવાર ગમગીની દૂર કરવા કે ભૂલવા પણ વ્યક્તિ સીટી વગાડવાનો આશરો લેતી હોય છે.

હં... વડે હોંકારો આપવાની ક્રિયા એ સૂચવે છે કે સામેવાળી વ્યક્તિને તમે સાંભળી રહ્યા છો.

હં...અ... ઉદ્‌ગાર સંમતિ સૂચવે છે.

ડચકારો આશ્ચર્ય કે અણગમો સૂચવે છે.

જીભ તાળવે ચોંટાડીને ડાકલી વગાડવાની ક્રિયા આત્મસંતોષની લાગણી વ્યક્ત કરે છે.

શ્વાસ બહાર કાઢીને હાશકારો કરવાની ક્રિયા છુટકારાનો ભાવ વ્યક્ત કરે છે. કોઈ મુશ્કેલ પરિસ્થિતિમાંથી છુટકારો મળતાં કે કોઈ વિઘ્ન દૂર થતાં આ અભિવ્યક્તિનો ઉપયોગ બસ એમ અભાન રીતે જ થઈ જતો હોય છે.

અત્યંત લાગણીશીલ લોકો શોકના પ્રસંગે ઊંડો શ્વાસ લે છે અને લાંબા

નિસાસા ખાતાં ખાતાં હવાને ધીમે ધીમે બહાર કાઢે છે. કોઈક ધમકી કે ચેતવણી ઉચ્ચારતા પહેલાં પણ લોકો ઘણીવાર ઊંડો શ્વાસ લેતા હોય છે. હતાશા અને અણગમાને વ્યક્ત કરવામાં પણ શ્વસન આગળ પડતી ભૂમિકા ભજવે છે. આ રીતે ધ્વનિની વિવિધ અસરો અને શ્વસનને જોડતી ચેષ્ટાઓ ઘણા વિવિધ ભાવો વ્યક્ત કરે છે.

પરાભાષાના અન્ય કેટલાક સંકેતો એવા હોય છે કે જે આપણામાં દ્વિધા જન્માવે છે અને આપણને સ્પષ્ટ તારણ પર નથી દોરી જતાં; બોલતાં બોલતાં ખચકાટ અનુભવવો તે એક આવો જ સંકેત છે.

સંગીતના જગતમાં એવું કહેવાય છે કે બે સૂર વચ્ચેનું મૌન જ સૌથી વધુ સંગીતમય હોય છે, તે જ રીતે પરાભાષાની અર્થહીન અશાબ્દિક અભિવ્યક્તિઓ જ સૌથી વધારે ભાવોનું વહન કરતી હોય છે.

✠

૨

સંદેશાના વાહક તરીકે બોડી લૅંગ્વેજ

સંદેશાનું વહન

વિદ્યુતચુંબકીય તરંગોનો એક વાહન તરીકે ઉપયોગ કરીને ધ્વનિ તરંગો અને દૃશ્ય તરંગોને હજારો માઈલો દૂર મોકલવામાં આવે છે તે હકીકતથી આપણે રેડિયો અને ટેલિવિઝનના ઉપયોગ વડે અવગત છીએ. તે જ રીતે આપણા વિચારો અને ભાવોને વહન કરવા માટે આપણે શબ્દોનો ઉપયોગ કરતા હોઈએ છીએ. વહનની આ પ્રક્રિયાને ત્રણ અંગો છે : સંદેશો મોકલનાર, સંદેશો મેળવનાર અને સંદેશાને વહન કરનાર વાહન. સંદેશો મોકલનારે સંદેશાને શબ્દોમાં બરાબર ઢાળવો પડે છે, વાહને એટલે કે શબ્દોએ તેને બરાબર વહન કરવો પડે છે અને સંદેશો મેળવનારે તેને બરાબર ગ્રહણ કરવો પડે છે, તેનું યોગ્ય અર્થઘટન કરવું પડે છે.

મનમાં ઘૂંટાતા કેટલાક ભાવો, વિચારો, લાગણીઓ અને ઊર્મિઓ એવાં હોય છે કે વ્યક્તિ ગમે તેટલા ભગીરથ પ્રયત્નો કરવા છતાં તેને શબ્દોમાં નથી ઢાળી શકતી, તેને તે માટે શબ્દો નથી મળતા, કેટલીકવાર શબ્દો ટૂંકા પડે છે, પરંતુ શરીરની કોઈક ચેષ્ટા કે મુદ્રા તેને આબાદ રીતે વ્યક્ત કરી દેતી હોય છે.

તમે તમારાં મનોચક્ષુ સમક્ષ એક આવું ચિત્ર ખડું કરો : કોઈ વ્યક્તિ તેના મનમાં ઘૂંટાઈ રહેલી લાગણીને શબ્દો વડે વ્યક્ત કરે છે, પરંતુ જો શરીરની સ્થિતિ સાવ સ્થિર રહે, ચહેરા પરના ભાવો શૂન્ય રહે, હાથ-પગ કે મસ્તક ચેષ્ટાવિહીન રહે તો તમારા સુધી સંદેશો કેટલા પ્રમાણમાં પહોંચશે ? તમે જોશો કે સંદેશાને પૂરેપૂરો પહોંચાડવા માટે માત્ર શબ્દો જ પૂરતા નથી.

વ્યક્તિ બોલતી હોય છે ત્યારે શાબ્દિક અભિવ્યક્તિ સાથે શરીરનાં વિવિધ અંગોની ચેષ્ટાઓ, મુદ્રાઓ અને સ્થિતિઓ વડે અશાબ્દિક અભિવ્યક્તિ પણ થઈ રહી હોય છે અને આપણે અગાઉ ચર્ચા કરી ગયા તે પ્રમાણે સંદેશાનું મોટાભાગનું વહન આ *બૉડી લેંગ્વેજ* વડે જ થતું હોય છે. સંદેશાવ્યવહાર દરમ્યાન થતી આ શાબ્દિક અને અશાબ્દિક અભિવ્યક્તિઓની ક્રિયાઓને એકબીજાથી અલગ પાડવી અશક્ય છે. શબ્દો વિના ચેષ્ટાઓ અધૂરી છે, ચેષ્ટાઓ વિના શબ્દો અધૂરા છે, બન્ને એકબીજાના પૂરક છે. માહિતીનું વહન કરવા શબ્દો વધારે અનુકૂળ છે, ભાવોનું વહન કરવા ચેષ્ટાઓ વધારે અનુકૂળ છે.

એવું બને કે કોઈ ઊંડી લાગણી કે ભાવને વ્યક્ત કરવા ઘણાબધા શબ્દો જે કામ ન કરે તે હૂંફાળું હસ્તધૂનન કે પ્રેમપૂર્વક ભેટવાની ક્રિયા સાવ સહજ રીતે કરી જાય. કોઈ ઊંડા ભાવને વ્યક્ત કરવા આપણે શબ્દોને વધારે અને વધારે લાદતા જ જઈએ, પરંતુ તેની પણ એક હદ હોય છે, ત્યારબાદ એવું બને કે કોઈ ચેષ્ટા કે મુદ્રા જ વધારે કારગત નીવડે. કોઈ વ્યક્તિની કોઈ વાતનો આપણને કેટલો કંટાળો આવી રહ્યો છે તે દર્શાવવા આપણે શબ્દો પણ વાપરી શકીએ અને બગાસું ખાવાની ચેષ્ટા પણ કરી શકીએ; તમે એ વાત સાથે તરત જ સંમત થઈ જશો કે આ પરિસ્થિતિમાં બગાસું ખાવાની ચેષ્ટા શ્રોતાનો સંદેશો આબાદ રીતે વક્તા સુધી પહોંચાડી દે છે. તાળી પાડવી, ચપટી વગાડવી, આંખો પહોળી કરવી વગેરે એવી કેટલીયે ચેષ્ટાઓ છે જે શબ્દોના વિકલ્પમાં આબાદ રીતે ભાવોનું વહન કરી બતાવે છે.

વાતચીત કરતી વખતે જો આપણને કહેવામાં આવે કે શરીરને સહેજ પણ હલવાચલવા દેવાનું નથી, તો આપણી દશા શી થાય ? શું ચેષ્ટાઓ કે મુદ્રાઓનો આશરો લીધા સિવાય આપણે આપણી જાતને માત્ર આપણી વાણીના જ આધારે પૂરેપૂરી વ્યક્ત કરી શકીએ ખરા ? તે વિના તો આપણી એકબીજા

સાથે વ્યવહાર કરવાની ક્રિયા લગભગ અશક્ય જ બની જાય, તેમાં કોઈ ચેતના ન રહે.

સાંભળવાની જ ક્રિયા લો. આપણે જ્યારે બોલી રહ્યા હોઈએ છીએ ત્યારે આપણે આપણા શ્રોતા પાસેથી સતત પ્રતિભાવની અપેક્ષા રાખી રહ્યાં હોઈએ છીએ અને તે માટે તેનું સતત નિરીક્ષણ કરતા હોઈએ છીએ કે જેથી આપણને આપણે આગળ જે કંઈ કહેવા માગીએ છીએ તે માટે માર્ગદર્શન મળે. જો કે આ ક્રિયા મોટેભાગે સહજ રીતે અને આપણે જાણતા પણ ન હોઈએ તે રીતે બનતી હોય છે. આપણી વાત કોઈ ધ્યાનપૂર્વક નથી સાંભળતું ત્યારે તે આપણા અહંકારનો પ્રશ્ન બની જાય છે અને માટે જ આપણને ન સાંભળતી વ્યક્તિઓ પ્રત્યે આપણે ખૂબ સંવેદનશીલ હોઈએ છીએ.

વાતચીત દરમ્યાન સાંભળનાર વ્યક્તિ ઘણાબધા પ્રતિભાવો આપતી હોય છે અને તે દરેક પ્રતિભાવમાં પણ ઘણી વિવિધતા રહેલી હોય છે. આપણે આવા કેટલાક પ્રતિભાવો અને તેમાં રહેલી વિવિધતાને ઉદાહરણાર્થ જોઈએ.

વાતચીત દરમ્યાન આપણે શ્રોતાને હકારમાં ઉપરનીચે મસ્તક હલાવતા અને હં..કારો ભણતા જોઈએ છીએ. મસ્તક હલાવવાની આ ક્રિયા ધીમેથી પણ થાય અને ઝનૂનપૂર્વક પણ થાય, વકતા તે પરથી તારણ મેળવી શકે કે શ્રોતા તેની વાત સાથે કેટલા ઉત્સાહપૂર્વક સંમત થઈ રહ્યો છે. તો વળી ક્યારેક શ્રોતા વચ્ચે સ્મિત કરે તેવું પણ બને, તેનો અર્થ એ થાય કે તે વાતચીતને માણી રહ્યો છે અને વાતચીતના મુદ્દા સાથે સંમત થઈ રહ્યો છે.

જો શ્રોતા વક્તાની વાત સાથે સંમત ન થતો હોય કે તેના મનમાં કોઈ સંશય હોય તો તે દર્શાવવા તે કદાચ તેનાં ભવાંને ઊંચું કરે કે પોતાનું મોં મચકોડે એવું બને.

તો વક્તા વળી વાત કરતાં કરતાં કેટલીકવાર તેનું મસ્તક હલાવીને થોભી જાય તો તેનો અર્થ એવો થાય છે કે તે પળે તે એવું ઇચ્છે છે કે શ્રોતા પણ કંઈક બોલે, કોઈક પ્રતિભાવ આપે.૯ કેટલીકવાર વકતા તેની વાતને ભારપૂર્વક, ઝનૂનપૂર્વક પ્રતિપાદિત કરવા તેના ઉચ્ચારણ બાદ ટેબલ પર આવેશપૂર્વક મુક્કો પણ પછાડતો હોય છે.

વાતચીત દરમ્યાન શ્રોતા કેટલાક એવા શારીરિક સંકેતો આપે છે કે

વક્તાએ સમજી જવાનું હોય છે શ્રોતા એવું ઇચ્છે છે કે હવે વાતનો અંત આવે. ધ્યાનપૂર્વક સાંભળતો શ્રોતા તેની બેઠકમાં સળવળાટ કરવા લાગે છે, તે આમથી તેમ પડખાં બદલે છે, પગને આંટી ચડાવે છે કે આંટી ખોલે છે, પગને લાંબા કરે છે કે તેની નજરને વક્તા પરથી ખસેડી લે છે. જેટલો તે વધારે સળવળાટ કરે છે તેટલું તે વધારે સૂચવે છે કે હવે વાતચીતનો અંત લાવવાનો સમય થઈ ગયો છે. કેટલીકવાર તો આવા બધા સંકેતોને જો વક્તા ધ્યાન પર નથી લેતો તો શ્રોતા આખરે તેની ધીરજ ગુમાવીને તેની ઘડિયાળમાં જોવા લાગે છે અને એક સાવ સ્પષ્ટ સંકેત આપે છે, કદાચ તે ચેષ્ટા ઈરાદાપૂર્વક ન પણ હોય અને સાવ સહજ પણ હોય.

વાતચીત દરમ્યાન જો તમે બરાબર નિરીક્ષણ કર્યું હશે તો અવશ્ય એ બાબતને ધ્યાન પર લીધી હશે કે બોલવાને અને નજરને ખૂબ ઊંડો સંબંધ છે, બોલવાની ક્રિયા સાથે તેના લયમાં નજર પણ સતત વિવિધ રીતે ઘૂમતી રહેતી હોય છે. શબ્દેશબ્દે, વાક્યેવાક્યે વક્તાની નજર શ્રોતાનું નિરીક્ષણ કરી રહી હોય છે અને તેના પ્રતિભાવને વાંચવાનો પ્રયત્ન કરી રહી હોય છે કે જેથી તે તેના સંદર્ભમાં આગળ બોલી શકે, વર્તી શકે. કેટલીકવાર શ્રોતા કે વક્તા એકબીજાની નજરમાં કોઈક પ્રકારના ભારનો અનુભવ કરતાં તેમાંથી છૂટવા પોતાની નજરને ખસેડી લે છે અને અન્ય દિશામાં જોવા લાગે છે. કેટલીકવાર એવું બને છે કે શ્રોતા સામે જોયા વિના બોલવા જતાં વાતચીત નિરસ બની જાય છે અને વાતચીતના મુદ્દાને ચૂકી જવાય અને ભૂલ થવા લાગે છે.

દરેક વર્તણૂક કંઈક અને કંઈક સંદેશો આપે છે. એક રીતે જોવા જઈએ તો આ બધા મૌન સંદેશાઓ જ એક પણ શબ્દનો ઉપયોગ કર્યા વિના બોલનારને આગળ શું અને કેમ બોલવું તેની પ્રેરણા આપતા રહે છે - મૌન સંદેશાઓ વધારે બોલકણા હોય છે.

શાબ્દિક અભિવ્યક્તિ સાથે જો શરીર યોગ્ય ચેષ્ટા નથી કરતું કે યોગ્ય મુદ્રા કે શરીરસ્થિતિનો આશરો નથી લેતું તો સંદેશો પહોંચાડવામાં ચોકસાઈ નથી જળવાતી, તે જ રીતે જો શ્રોતા સાંભળવા સાથે શરીરની ચેષ્ટાઓ, મુદ્રાઓ અને વિવિધ શરીરસ્થિતિ ધ્યાનમાં નથી લેતો તો તે સંદેશાનું ચોક્કસ અર્થઘટન કરવામાં થાપ ખાઈ જાય છે. શાબ્દિક અભિવ્યક્તિના પ્રમાણમાં અશાબ્દિક

અભિવ્યક્તિ સંદેશાને કેટલા બધા વધારે પ્રમાણમાં વહન કરે છે તેની ચર્ચા આપણે અગાઉ કરી ગયા છીએ. તેથી એ બાબત સાવ જ સ્પષ્ટ બની જવી જોઈએ કે શ્રોતા કે વક્તા બેમાંથી કોઈને પણ માટે બૉડી લેંગ્વેજના યથાયોગ્ય ઉપયોગ બાબતે બેપરવા રહેવું પાલવે તેમ નથી. શબ્દો કરતાંયે વિશેષ તો આપણી બૉડી લેંગ્વેજ સામેવાળી વ્યક્તિને પ્રતીતિ કરાવતી હોય છે કે આપણો સંદેશો કેટલો પ્રમાણિક, નિષ્કપટ, હૂંફાળો અને તાકીદનો છે. આંખોમાં આંખ પરોવીને કરેલી વાતનો પ્રભાવ કંઈ ઑર જ હોય છે.

સંદેશાવ્યવહાર સંબંધે એક અન્ય બાબત પણ ધ્યાન પર લેવા જેવી છે. આપણે જ્યારે કોઈ વ્યક્તિ સાથે વાતચીત કરતા હોઈએ છીએ ત્યારે એક જ સમયે અનેક સમાંતર ક્રિયાઓ ચાલી રહી હોય છે, વળી દરેક વ્યક્તિનો સ્વભાવ, આદતો અને વર્તનની રીતભાતો એકબીજાથી એટલી બધી અલગ હોય છે કે આખરે સંદેશાવ્યવહારની પ્રક્રિયા ખૂબ જટીલ અને અટપટી બની જાય છે.

જ્યાં જ્યાં ક્રિયા છે ત્યાં ત્યાં ગતિ છે. સંદેશાની આપલે તે પણ એક ક્રિયા છે એટલે ત્યાં પણ ગતિ છે. આપણે સંદેશો કઈ રીતે એક વ્યક્તિ પાસેથી બીજી વ્યક્તિ પાસે પહોંચે છે તેની ચર્ચા કરી; આને આપણે બૉડી લેંગ્વેજનું ગતિશાસ્ત્ર કહી શકીએ.

સંદેશાનું માધ્યમ

બૉડી લેંગ્વેજ ક્યા માધ્યમ વડે સંદેશાવ્યવહાર કરે છે ? શરીરના માધ્યમ વડે જ તો ! મનમાં રહેલા ભાવને અન્ય વ્યક્તિ સુધી પહોંચાડવા શરીરના એક કે એકથી વધારે અવયવો તેના હલનચલન વડે તેમાં ભાગ લેતા હોય છે, આ હલનચલન ઈચ્છાવર્તી કે અનિચ્છાવર્તી ગમે તે પ્રકારનું હોઈ શકે. આપણો અશાબ્દિક સંદેશાવ્યવહાર સમગ્રતયા તેના આધારે જ ચાલતો હોય છે. નાનકડું એવું દેખાતું આ પાંચ ફૂટનું શરીર તેના વિવિધ અવયવો અને તે અવયવો વડે થતી અનેકવિધ ચેષ્ટાઓ, મુદ્રાઓ અને વિવિધ શરીરસ્થિતિઓનો મહાભંડાર છે. આપણે આ મહાભંડારની ચીજોને (!) નીચે પ્રમાણે વર્ગીકૃત કરી શકીએ :

(૧) ચહેરા વડે થતી અભિવ્યક્તિઓ :

- વિવિધ ભાવો : ખુશી, શોક ક્રોધ વગેરે ભાવો
- હલનચલનો : ઉપર-નીચે, ડાબે-જમણે વગેરે મસ્તકનાં હલનચલનો

(૨) ચેષ્ટાઓ અને મુદ્રાઓ : ખાસ કરીને ખભાથી તે આંગળીઓ સુધી હાથ વડે થતી.

(૩) શરીરનાં વિવિધ હલનચલનો

(૪) શરીરની ઊભા રહેવા, બેસવાની વિવિધ સ્થિતિઓ : અંગભંગિમાઓ

(૫) આંખ વડે જોવાની, સંપર્ક સ્થાપવાની રીતભાત

(૬) શારીરિક સંપર્કો : હસ્તધૂનન, પીઠ થાબડવી, ભેટવું વગેરે

(૭) અવકાશ અને અંતર : વિવિધ પ્રસંગે જાળવવામાં આવતું અંતર અને બેસવા-ઊભા રહેવાની સ્થિતિ

(૮) સાજ-સજ્જા : પહેરવેશ, આભૂષણ, શૃંગાર વગેરે

(૯) બોલવાની રીતભાત : અવાજના આરોહ-અવરોહ, લય, ગતિ-થંભન, તીવ્રતા, સૂર વગેરે. અશાબ્દિક ભાવવાહી ઉદ્ગારો.

કેટલીકવાર તો એવું બને છે કે સંદેશાની કશી જ આપલે વિના આપણે માત્ર શરીરના બંધારણ અને તેની સાજ-સજ્જા વગેરે પરથી જ કેટલીક ધારણાઓ કરી લઈએ છીએ. તો વળી કેટલીકવાર આપણે આપણા કેટલાક પૂર્વગ્રહોનો શિકાર બનતા હોઈએ છીએ અને તે પરથી સામેવાળી વ્યક્તિ વિશે કેટલીક અટકળો કરતાં હોઈએ છીએ. દા.ત. આપણામાં એક એવી કહેવત છે ને કે 'ટૂંકી ગરદન બઠીયા કાન, તે હરામખોરનાં નિશાન' વગેરે વગેરે.

એ સાવ સ્પષ્ટ છે કે સંદેશાવ્યવહારના માધ્યમને - બૉડી લેંગ્વેજને - જાણ્યા વિના આપણે તેનો અસરકારક રીતે ઉપયોગ ન કરી શકીએ, તે વિના આપણે ભાવને સચોટ રીતે વ્યક્ત પણ ન કરી શકીએ કે વ્યક્ત થયેલા ભાવને ચોક્કસ રીતે સમજી પણ ન શકીએ. આગળ ઉપર આપણે બૉડી લેંગ્વેજના આ એકએક પાસાનો અભ્યાસ કરવાના છીએ.

પ્રતિભાવને ઝીલવો

વાતચીત દરમ્યાન વક્તા સતત તેના શ્રોતાનું નિરીક્ષણ કરતો રહેતો હોય છે અને તેની બૉડી લૅંગ્વેજ વડે મળતા પ્રતિભાવને ઝીલતો રહેતો હોય છે અને તે પ્રમાણે તેના આગળના વક્તવ્યને, આગળની અભિવ્યક્તિને ગોઠવતો રહેતો હોય છે. જો પ્રતિભાવને ઝીલવાની આ ક્રિયા ન બને તો વાતચીત એકપક્ષીય બની જાય છે, બીનઅસરકારક બની જાય છે, નિરર્થક બની જાય છે. સતત ઝિલાતા રહેતા આ પ્રતિભાવને કારણે વાતચીત જીવંત બને છે, અર્થપૂર્ણ બને છે.

તમે એક આવા દશ્યની કલ્પના કરો : બપોરની રીસેસ બાદનો સમય છે. બેંકના કર્મચારીઓનું એક સંમેલન ચાલી રહ્યું છે. મંચ પરથી વક્તા તેની સામે બેઠેલા કર્મચારીગણને સંબોધી રહ્યા છે. તે કોઈ રાબેતા મુજબના જ વિષય પર બોલી રહ્યા છે અને તેમના વક્તવ્યને રોચક રીતે રજૂ નથી કરી રહ્યા. શ્રોતાગણને તેઓ તેમની વાતમાં સામેલ નથી કરી શકતા, તેમાં રસ લેતા નથી કરી શકતા. કર્મચારીગણમાંથી કોઈક વાત કરી રહ્યું છે, તો કોઈક ઊંઘી રહ્યું છે, તો કોઈક પોતાની પાસેના મેગેઝીનનાં પાનાં ફેરવી રહ્યું છે, તો કોઈક તેની ઘડિયાળમાં જોઈ રહ્યું છે, તો કોઈક તેના મોબાઈલ ફોન સાથે ચેડાં કરી રહ્યું છે. આમ આ સંમેલનમાં ભાગ લેતા કર્મચારીઓ વક્તાને તેમની મનઃસ્થિતિનો સ્પષ્ટ અને પૂરતો ખ્યાલ આપી રહ્યા છે, પરંતુ વક્તાને પક્ષે આ પ્રતિભાવ નથી ઝિલાતો તે આપણે સ્પષ્ટ રીતે જોઈ શકીએ છીએ.

શ્રોતાના અશાબ્દિક પ્રતિભાવોને ઝીલવાની ક્રિયા વક્તાને તેના શ્રોતાની હકારાત્મક કે નકારાત્મક મનોસ્થિતિ વિશે ખૂબ નક્કર સંકેતો પૂરા પાડતી હોય છે, શ્રોતા આપણી વાતમાં રસ ધરાવે છે કે નહીં, શ્રોતા આપણી વાત સ્વીકારવા તૈયાર છે કે નહીં, શ્રોતા આપણી વાતથી ઉબાઈ તો નથી ગયો ને ! શ્રોતા ધીરજપૂર્વક આપણી વાત સાંભળવા તૈયાર છે કે નહીં વગેરે. જો આ બધા પ્રતિભાવો પ્રત્યે વક્તા જાગ્રત હોય તો તે પરથી તે એ નક્કી કરી શકે છે કે વક્તવ્ય કે વાતચીત ચાલુ રાખવી કે નહીં, તેને કેટલી નિખાલસ બનાવવી, તેમાં શ્રોતા સામેલ થાય, રસ લેતો થાય તે માટે શા શા ફેરફાર કરવા, તેને પરિણામલક્ષી કેમ બનાવવી વગેરે. જો વક્તા મળતા પ્રતિભાવને ઝીલી ન

શકે, સમજી ન શકે તો સંભવિત છે કે શ્રોતા કે શ્રોતાગણ સાથેની આખી વાતચીત નિષ્ફળ જાય.

સામાન્ય રીતે મોટાભાગના લોકો તેમના વિચારો અને લાગણીઓને શબ્દોમાં વ્યક્ત કરવાનું પસંદ નથી કરતા હોતા. તેથી તેમની સાથે વ્યવહાર કરવા આપણે બૉડી લેંગ્વેજ દ્વારા મળતા સંકેતોનો ઉપયોગ કરવો પડે છે. તેઓ આપણી આગળ કંઈક છુપાવી રહ્યા છે કે જૂઠ બોલી રહ્યા છે કે કોઈ બાબતમાં રસ લેવાનું ટાળી રહ્યા છે કે આપણને સહકાર આપવાથી દૂર ભાગી રહ્યા છે તે જાણવા આપણે આ સંકેતો પર આધાર રાખવો પડે છે. વક્તાના વક્તવ્યના પ્રતિભાવમાં કેટલીકવાર શ્રોતા શાબ્દિક પ્રતિભાવનો આશરો લે છે અને તેની લાગણી તે વક્તા સુધી પહોંચાડવાનો પ્રયત્ન કરે છે. એવું બને કે શ્રોતાને યોગ્ય શબ્દો ન મળે કે તે પોતાની જાતને યોગ્ય રીતે વ્યક્ત ન કરી શકે, પરંતુ તેનો તે પ્રતિભાવ ઘણુંબધું કહી જતો હોય છે.

કોઈપણ વ્યક્તિ છુપાવવા માટે ભલે ગમે તેટલા પ્રયત્નો કરે પરંતુ તેની બોડી લેંગ્વેજ તે વ્યક્તિને ખબર પણ ન હોય તે રીતે તેના મનમાં ઘોળાતા વિચારોની અને લાગણીઓની ખબર આપી દે છે. મનમાં ચાલી રહેલા વિચારો અને ઘોળાઈ રહેલી લાગણીઓને છુપાવવાનું ધારી લેવામાં આવે છે તેટલું સરળ નથી. કેટલીકવાર તો તેને છુપાવવાની ચેષ્ટાઓ જ ઘણુંબધું છતું કરી દેતી હોય છે. કેટલાંક વર્તનો એટલાં અનિયંત્રિત રીતે કામ કરતાં હોય છે કે સાચા ભાવો સપાટી પર આવી જ જાય છે. બૉડી લેંગ્વેજના જાણકાર માટે તો વ્યક્તિના મનમાં શું ચાલી રહ્યું છે તે જાણવા નાનો એવો સૂક્ષ્મ ઈશારો જ પૂરતો થઈ પડે છે, તેના પરથી તે એક ખુલ્લા પુસ્તકની જેમ તેના મનોભાવોને વાંચી લે છે.

આપણને ખબર પણ ન હોય તે રીતે આપણે આપણા જ તરફથી મળતા અશાબ્દિક સંદેશાને ઝીલતા હોઈએ છીએ અને આપણા વર્તનને બદલતા રહેતા હોઈએ છીએ, ઠીક કરતા રહેતા હોઈએ છીએ. આપણે એકલા હોઈએ કે સમૂહમાં હોઈએ, આપણું શરીર સતત આ સંદેશાઓ ઉત્સર્જિત કરતું રહેતું હોય છે. જો આપણે તે પ્રત્યે સભાનતાપૂર્વક અને કાળજીભરી રીતે જાગ્રત થઈ શકીએ તો આપણે આપણાં પોતાનાં જ કેટલાંક વલણો, વર્તણૂકો અને મિજાજો(મનોસ્થિતિઓ)નું ઊંડું જ્ઞાન મેળવીએ છીએ જે આપણી શાબ્દિક અને અશાબ્દિક અભિવ્યક્તિઓ એકબીજા સાથે સુમેળભરી રીતે કામ કરતી કરે છે.

આપણી શાબ્દિક અને અશાબ્દિક અભિવ્યક્તિઓ જ્યારે એકબીજા સાથે સુમેળભરી રીતે કામ નથી કરતી ત્યારે આપણે આપણા સંદેશા વડે ધારી અસર નથી નિપજાવી શકતા. આપણા શરીર તરફથી આપણને મળતા સંકેતોને આપણે સમજવાની જરૂર છે, તેને અવગણવાની કે દબાવી દેવાની જરૂર નથી. ઊલટાનું તે દ્વારા મળતા સંદેશાને ઝીલીને, તેને સમજીને, યોગ્ય ફેરફારો કરીને આપણે આપણા શરીરની સંદેશાવ્યવહાર પદ્ધતિને વધારે કાર્યક્ષમ બનાવવાની છે. આપણા વર્તન બાબતે આપણે જ આપણા શરીર સાથે મસલત કરવાની છે અને માર્ગદર્શન મેળવવાનું છે.

જમતાં જમતાં તમે ડોલી રહ્યા છો. આ ક્રિયા તમને ખબર ન પડે તે રીતે બની રહી હોય છે. તમને તે કંઈક સંકેત આપી રહી છે. તમે ટેબલની નીચેની લાકડાની પટ્ટી પર તમારા પગને કંપાવી રહ્યા છો, અજાગ્રત રીતે જ. તમારી આ ચેષ્ટા કોઈક સંકેત આપી રહી છે. તમે તમારા હાથમાં ચાવીને રમાડી રહ્યા છો, તમે ટેબલની સપાટી પર આંગળીઓ વડે તાલ આપી રહ્યા છો, તમે એકાએક ગમગીન બની જાઓ છો, તમે સીટી વગાડતાં વગાડતાં તમારું કામ કરી રહ્યા છો; આ બધા અશાબ્દિક સંકેતો તમારી કોઈ ને કોઈ મનઃસ્થિતિના સમાચાર આપી રહ્યા છે. અવારનવાર તમે તમારી આવી બેહોશ રીતે થતી ક્રિયાઓ દરમ્યાન સહેજ થોભીને તમારા મનમાં શું ચાલી રહ્યું છે તેને જાણી શકો છો. માત્ર જાણી શકો છો તેટલું જ નહીં પરંતુ તેમ કરીને કેટલીક નકારાત્મક મનઃસ્થિતિમાંથી પ્રયત્નપૂર્વક બહાર પણ નીકળી શકો છો.

વિચારો અને શ્વસનને સંબંધ છે. વિચારોની વિપુલતા અને ઝડપ શ્વસનને ઝડપી બનાવે છે. જેમ વિચારોની વણઝાર નાની અને ધીમી તેમ શ્વસન ધીમું. તમે એક પ્રયોગ કરી શકો છો : વિચારો ઓછા કરો, તેની ઝડપ ઘટાડો તો શ્વસન ધીમું પડશે, શ્વસનને ધીમું પાડો તો વિચાર ઓછા થશે અને તેની ઝડપ ઘટશે.

જેવા વિચાર તેવા આહાર. જેવું અન્ન તેવા ઓડકાર. આપણા વિચારો જ આપણા વર્તનને નક્કી કરતા હોય છે. વર્તન મનમાં ચાલતા વિચારોનો સંકેત આપે છે, વિચાર થનારા વર્તનનો સંકેત આપે છે.

✠

૩

બોડી લૅંગ્વેજનાં મુખ્ય અંગો

ચેષ્ટાઓ અને મુદ્રાઓ

ચેષ્ટા એ એવું શાબ્દિક કે અશાબ્દિક હલનચલન છે કે જેનો ઉપયોગ કોઈ ખ્યાલ, કોઈ ઊર્મિ કે કોઈ મનો અવસ્થા પર ભાર દેવા માટે થાય છે. ચેષ્ટા એ એક 'દૃશ્ય શારીરિક કૃત્ય છે કે જે દ્વારા કોઈ અર્થ રજૂ થતો હોય છે.' આ ચેષ્ટાઓમાં હાથપગનાં હલનચલનો, ખભાસહિત સમગ્ર ધડનાં હલનચલનો, ચહેરા પરના ભાવો, બેસવા-ઊભા રહેવાની સ્થિતિ અને અંતર તથા શરીરના હલનચલનને અસર કરતાં હોય તેવાં વસ્ત્રો અને આભૂષણોનો સમાવેશ થાય છે.

ચેષ્ટા કે મુદ્રા એ અશાબ્દિક સંદેશાવ્યવહારનું એક સ્વરૂપ છે. ચેષ્ટાઓ અને મુદ્રાઓ સંદેશાનું વહન કરે છે, તે સંદેશાના વાહક તરીકે કામ આપે છે. આંગળીઓ, પંજાઓ, બાહુઓ, પગ, મસ્તક, વાસ્તવમાં શરીરના એકએક અવયવ વડે થતાં તે એવા ઐચ્છિક - ક્યારેક અનૈચ્છિક પણ - હલનચલનો છે કે જે સંદેશાની આપલે કરવાના ઈરાદાસર થતાં હોય છે. તેનો ઉપયોગ શાબ્દિક સંદેશા પર ભાર મૂકવા, તેને સ્પષ્ટ કરવા કે તેને વધારે ધારદાર બનાવવા થતો હોય છે. આપણે જ્યારે 'હા' બોલતા હોઈએ છીએ ત્યારે મસ્તકને પણ ઉપર-નીચે હલાવતા હોઈએ છીએ. તેના વડે મનુષ્યની એકબીજા સાથેની વર્તણૂક

નિયમિત અને નિયંત્રિત થતી હોય છે. આપણે બોલતાં બોલતાં સાથેસાથે મસ્તક કે પંજાના હલનચલન વડે સામેવાળી વ્યક્તિના હલનચલનને નિયંત્રિત પણ કરતા હોઈએ છીએ. તેના વડે આપણે આપણી ઊર્મિ કે લાગણીને પણ વ્યક્ત કરતા હોઈએ છીએ, મોં મચકોડવું કે હવામાં મુઠ્ઠી ઊંચી કરવી તે આવી ચેષ્ટાઓ છે.

ચેષ્ટાઓનો ઉપયોગ ઘણીવાર શાબ્દિક સંદેશાઓની સાથેસાથે પણ થતો હોય છે, જે શબ્દો દ્વારા તે અભિવ્યક્ત થતી હોય તે શબ્દો બોલતાં અગાઉ સહેજવારે તેનો ઉપયોગ થતો હોય છે.

આપણે અગાઉ ચેષ્ટાસમૂહોની ચર્ચા કરી ગયા છીએ. તે વખતે આપણે ચર્ચા કરતાં જોયું હતું કે શાબ્દિક ભાષામાં જે સ્થાન શબ્દનું છે તે સ્થાન અશાબ્દિક ભાષામાં ચેષ્ટાનું છે અને શાબ્દિક ભાષામાં જે સ્થાન વાક્યનું છે તે સ્થાન અશાબ્દિક ભાષામાં ચેષ્ટાસમૂહનું છે. એકની એક ચેષ્ટાનો જુદાજુદા ચેષ્ટાસમૂહમાં જુદોજુદો અર્થ થાય છે તે પણ આપણે વિચાર્યું હતું. કોઈપણ ચેષ્ટાનો અર્થ તે જે ચેષ્ટાસમૂહમાં આવેલી હોય તેના સંદર્ભમાં જ તારવવાનો હોય છે, નહીંતર ખોટા તારણ પર પહોંચાય છે. એક જ ચેષ્ટાસમૂહમાં આવેલી ચેષ્ટાઓ એકબીજી સાથે સુસંગત રીતે ગોઠવાઈને સમગ્ર ચેષ્ટાસમૂહને એક સ્પષ્ટ અને નક્કર અર્થ પૂરો પાડતી હોય છે.

શારીરિક હલનચલનો

ચેષ્ટા તથા મુદ્રાઓ કે શારીરિક હલનચલનોને આપણે ચાર જૂથમાં વહેંચી શકીએ: **પ્રતીકો, દર્શકો, નિયંત્રકો અને સ્વસ્પર્શો.**

પ્રતીકો એટલે એવાં અશાબ્દિક કૃત્યો જે કોઈ શબ્દસમૂહના વિકલ્પમાં કામ આપે છે, જે તે શબ્દસમૂહને બદલે તેનો ઉપયોગ થઈ શકે છે. એવું બને કે જુદાજુદા માનવસમુદાયો અને સંસ્કૃતિઓને પોતપોતાનાં આગવાં જ કેટલાંક પ્રતીકો હોય, જ્યારે અન્ય કેટલાંક એવાં પ્રતીકો છે કે જે બધા જ માનવસમુદાયો અને સંસ્કૃતિઓમાં ઉપયોગમાં લેવામાં આવે છે. આવાં પ્રતીકો એટલે ઊંચો અંગૂઠો, મસ્તકનું ઉપર-નીચે હલનચલન, નજીક બોલાવતો ઈશારો, આંગળી વડે ચીંધવું, દૂર રહેલી વ્યક્તિ સામે હાથ ફરકાવવો. આ ઉપરાંત અસંસ્કૃત કહેવાય તેવી પણ કેટલીક ચેષ્ટાઓ છે. વાતચીતમાં આ પ્રતીકોનો ખાસ ઉપયોગ

નથી થતો.

પ્રતીકો વાપરવાનો ફાયદો એ છે કે તે આપણા સંદેશાને વાણી કરતાં વધુ ઝડપે પહોંચાડે છે અને વળી મૌન હોય છે, તેથી તેનો છાનામાના ઈશારા કરવામાં પણ ઉપયોગ થતો હોય છે. તેઓ શબ્દો કરતાં વધારે પ્રભાવશાળી છે અને નજર જેટલે દૂર સુધી જોઈ શકે તેટલે દૂર સુધી સંદેશાની આપલે થઈ શકતી હોય છે.

દર્શકો તે શબ્દ સૂચવે છે તે પ્રમાણે મોટેભાગે હાથના પંજા સાથે સંબંધિત હલનચલનો છે. તે અશાબ્દિક હલનચલનો છે અને વાણી સાથે તેને સીધો સંબંધ રહેલો છે. વાણી દ્વારા જે કહેવાઈ રહ્યું છે, જે વર્ણવાઈ રહ્યું છે તેને હાથના ઈશારાઓ વડે સમાંતર વ્યક્ત કરવામાં આવે છે : કોઈક ચીજ તરફ આંગળી ચીંધવી, કોઈ ચીજનો આકાર દર્શાવવો, કોઈ હલનચલન દર્શાવવું, કોઈક સ્થિતિ દર્શાવવી વગેરે. આ પ્રકારનાં હલનચલનો વડે, ચેષ્ટાઓ વડે, મુદ્રાઓ વડે વર્ણન વધુ સ્પષ્ટ બને છે. પ્રતીકો કરતાંયે વધારે ગાઢ રીતે આ દર્શકો વાણી સાથે સંકળાયેલાં છે. પ્રતીકો શાબ્દિક અભિવ્યક્તિના વિકલ્પો છે જ્યારે દર્શકો શાબ્દિક અભિવ્યક્તિના પૂરકો છે. દર્શકોથી વસ્તુના આકારો, તેની એકબીજાના સંદર્ભમાં ભૌતિક સ્થિતિ વગેરે વધારે સ્પષ્ટ થતાં હોય છે. દર્શકો વ્યક્તિ સમાજમાંથી ઉપાર્જિત કરે છે, સામાન્ય રીતે વ્યક્તિ બાલ્યાવસ્થાથી તેમને પોતાની આસપાસના સમાજમાંથી અનુકરણ કરીને શીખતી હોય છે.

નિયંત્રકો એ એવી અશાબ્દિક અભિવ્યક્તિઓ છે કે જે વ્યક્તિઓ વચ્ચે થતી વાતચીતના પ્રવાહને નિયંત્રણમાં રાખે છે, નિયમનમાં રાખે છે. નિયંત્રકો અશાબ્દિક સંકેતો છે કે જે બીજી વ્યક્તિના બોલવાને નિયમનમાં કે નિયંત્રણમાં રાખે છે. બોલતી વખતે વ્યક્તિ ઉપર-નીચે મસ્તક હલાવી સમજ કે સંમતિ દર્શાવવા હા ભણે છે ત્યારે, અથવા તો સાંભળતી વખતે નજર ખસેડીને દૂર જુએ કે બગાસું ખાય છે ત્યારે તે સંકેતો કોઈક રીતે સામેવાળી વ્યક્તિના વર્તનને નિયંત્રિત કરતા હોય છે. તે જ રીતે ભવાં તંગ કરવાની અશાબ્દિક અભિવ્યક્તિ સંશય કે ન-સમજાયાનો ભાવ વ્યક્ત કરે છે અને તે સંકેત દ્વારા સામેવાળી વ્યક્તિનું વર્તન નિયંત્રિત થાય છે અને તે વ્યક્તિ ફરીવાર સમજાવવાનો પ્રયત્ન કરે છે. કેટલાક નિયંત્રકો દરેક સંસ્કૃતિને પોતાના આગવા હોય છે. મસ્તક હલાવવું, નજરનો સંપર્ક અને શરીરની સ્થિતિ બદલવી વગેરે નિયંત્રકોનાં

ઉદાહરણો છે. તે ગૂઢ હોવાથી આપણને અર્થઘટન કરવા બાબતે કે સંદેશાના વહન કરવા બાબતે ગેરમાર્ગે દોરવાનું વલણ ધરાવે છે, કેટલીકવાર અન્ય માનવસમુદાય અને સંસ્કૃતિના લોકો ખોટો પ્રતિભાવ આપી દે તેવું બને.

સ્વસ્પર્શ એ શરીર-કેન્દ્રિત હલનચલન છે. વ્યક્તિ બોલતી વખતે જુદાજુદા પ્રસંગે તેના પંજા વડે શરીરનાં વિવિધ અંગોને સ્પર્શીને જુદાજુદા સંદેશા પહોંચાડતી હોય છે. નાકને સ્પર્શવું(ભય), હોઠ પર આંગળીઓ મૂકવી (શરમ), મૂઠી વાળવી (ગુસ્સો), આંખ, કાન કે મોંને પંજા વડે ઢાંકવા વગેરે સ્વસ્પર્શોથી આપણે સૌ પરિચિત છીએ જ. બૉડી લેંગ્વેજનો અભ્યાસ કરતી વખતે આપણે તે સૌ સાથે જોડાયેલા વિવિધ ભાવોથી જાગ્રત થવાનું છે. આ સિવાય પણ અન્ય કેટલીયે ક્રિયાઓ માટે આપણે આપણી જાતને સ્પર્શ કરતા હોઈએ છીએ. આમાંની કેટલીક ક્રિયાઓ આપણે જાહેરમાં નહીં કરતાં ખાનગીમાં કરતા હોઈએ છીએ. દા.ત. નાક, કાન કે દાંત ખોતરતી વખતે, જમતી વખતે, કુદરતી હાજતે જતાં આપણે આપણા શરીરને સ્પર્શતા હોઈએ છીએ. શરીરને આમતેમ ઘુમાવતાં, સળવળાટ કરતાં પણ આપણે કેટલીકવાર આપણી જાતને સ્પર્શતા હોઈએ છીએ.

સંદેશાવ્યવહાર દરમ્યાન એક સાથે ઘણી ક્રિયાઓ સમાંતર રીતે બનતી હોય છે. આમાંથી કોઈ એક વર્તણૂકને કે ક્રિયાને અલગ પાડીને જો આપણે તેના પરથી કોઈ અર્થ તારવવા જઈએ તો થાપ ખાઈ જવાની પૂરી શક્યતા રહે છે. કોઈ વાક્યમાં જેમ આપણે તેમાંના કોઈ એક મૂળાક્ષર પરથી આખા વાક્યનો અર્થ ન મેળવી શકીએ તેમ શરીરના કોઈ એક હલનચલન પરથી આપણે સમગ્ર વર્તણૂકના અર્થના તારણ પર ન પહોંચી શકીએ. નાનાં નાનાં સૂક્ષ્મ હલનચલનો એકબીજા સાથે સુમેળભરી રીતે ગોઠવાઈને સમગ્ર વર્તણૂક બનતી હોય છે અને સૂક્ષ્મ હલનચલન નહીં પરંતુ તેના વડે બનતી સમગ્ર વર્તણૂક જ સંદેશો પહોંચાડવાનું કામ કરતી હોય છે. આ સૂક્ષ્મ હલનચલનોમાં મસ્તક, આંખો, ભવાં, હોઠ, ગરદન, ખભા, બાહુ, પંજા, આંગળીઓ વગેરેના હલનચલનનો સમાવેશ થાય છે.

ચેષ્ટાઓ, મુદ્રાઓ, અંગભંગિમાઓ સુમેળભરી રીતે એકબીજા સાથે ચાલીને બૉડી લેંગ્વેજને રચે છે, તે દરેકનો એકલાઅટૂલા તો કશો અર્થ નથી.

તમે જોયું હશે કે કેટલાક લોકો માટે કેટલાંક વર્તનો આદતરૂપ બની ગયાં હોય છે. દા.ત. ઊભા રહેતી વખતે એક પગ પર જ શરીરનું બધું વજન

આવે તેમ ઊભું રહેવું, કમરે હાથ ટેકવીને ઊભા રહેવું, અઢેલીને ઊભા રહેવું કે બેસવું, ચહેરા પર સતત સ્મિતને રમતું રાખવું. આવાં વર્તનો આપણને કશો સંદેશો નથી આપતાં, જોકે એટલું ખરું કે તેમના આ એકધારા આદતરૂપ વર્તનોમાં ફેરફાર થતાં આપણને તેમની બદલાયેલી મનોસ્થિતિનો સંદેશો મળે છે. વાતચીત દરમ્યાન જો કોઈ વ્યક્તિ એકધારી અઢેલીને બેસી હોય તો કદાચ એવું બને કે શરીરની તે સ્થિતિ તેના માટે સુવિધાદાયક હોય, પરંતુ જો તે તે સ્થિતિમાંથી અન્ય કોઈ સ્થિતિ પ્રતિ ગતિ કરે કે સળવળાટ કરે તો તે વ્યક્તિ અશાબ્દિક સંદેશો આપી રહી છે. ચૂપચાપ શાંતિથી બેઠેલી વ્યક્તિ એકાએક જો તેની આંગળીઓ મસળવા લાગે કે તેની નજરને ઘુમાવવા લાગે તો સમજવું કે બૉડી લેંગ્વેજ કોઈક સંદેશો પાઠવી રહી છે. શ્વસનની ગતિમાં આવેલું પરિવર્તન પણ બદલાયેલી મનઃસ્થિતિના સંકેત આપી જાય છે. શરીરની સ્થિતિ કરતાં ગતિ વધારે બોલકણી છે.

વર્તણૂક

વર્તણૂક એટલે અવલોકન કરી શકાય તેવું આપણે જે કંઈ કરીએ છીએ તે બધું. તેમાં આપણાં શાબ્દિક તેમજ અશાબ્દિક બધાં જ વર્તનોનો સમાવેશ થઈ જાય છે, તેથી તે એક ખૂબ વિશાળ ક્ષેત્ર બની જાય છે. આમાંથી માત્ર અશાબ્દિક વર્તણૂકોનો જ - અભિવ્યક્તિઓનો જ - એટલે કે અવલોકનક્ષમ ચેષ્ટાઓ, ચહેરા પરના ભાવો અને શરીરની વિવિધ અંગભંગિમાઓનો જ બૉડી લેંગ્વેજમાં સમાવેશ થાય છે.

આ વર્તણૂકો જ એ સર્વ કંઈ છે કે જેને આધારે આપણે એકબીજા સાથે રૂબરૂ સંદેશા વ્યવહાર કરી શકીએ છીએ. આ વર્તણૂકો જ એવા પ્રત્યક્ષ સંકેતો છે કે જેને આપણે હાજરાહજૂર અવલોકી શકીએ છીએ અને તેથી જ તે સંદેશાવ્યવહારમાં રૂબરૂ વાતચીત દરમ્યાન અત્યંત મહત્ત્વ ધારણ કરી લે છે. આ દશ્ય વર્તણૂક પરથી જ તો મૂળભૂત રીતે આપણે સામેવાળી વ્યક્તિ બાબતે કોઈ તારણ પર પહોંચતા હોઈએ છીએ અને તે જ રીતે સામેવાળી વ્યક્તિ આપણા વિશે કોઈ તારણ પર પહોંચતી હોય છે.

સમગ્ર માનવવ્યવહારમાં આ વર્તણૂક જ કેન્દ્રસ્થાને છે. આપેલ સંદર્ભમાં અન્ય વ્યક્તિ પ્રત્યેનાં આપણાં વલણોને અને અન્ય વ્યક્તિના આપણી

પ્રત્યેના વલણને તે છતાં કરે છે. બોલતાં શબ્દોની પેલે પાર - નેપથ્યમાં - જે વિવિધ ઘટનાઓ બની રહી હોય છે તે પ્રત્યેની સભાનતા આપણા સંદેશાવ્યવહારને અને સંબંધોને વધારે અસરકારક બનાવે છે. કોઈ પ્રકારની ગેરસમજ ન થાય તે બાબતે આપણે સાવધાની રાખી શકીએ છીએ અને કોઈના હાથનું રમકડું બનતા અટકીએ છીએ. નથી તો આપણે કોઈનું રમકડું બનતા કે નથી તો આપણે કોઈને આપણા હાથનું રમકડું બનાવતા. સામેવાળી વ્યક્તિ સાથેનો આપણો વ્યવહાર નિખાલસ, નિષ્કપટ, સ્પષ્ટ અને દ્વિધામુક્ત બને છે.

વર્તણૂક બાબતે એક નિયમ છે : જો તમે સામેવાળી વ્યક્તિના પ્રતિભાવમાં પરિવર્તન લાવવા માગતા હોવ તો તમારી વર્તણૂકને બદલો. તમારી વિધાયક વર્તણૂકના બદલામાં તમને સામે વિધાયક પ્રતિભાવ મળતાં તમારા આત્મવિશ્વાસમાં વધારો થાય છે અને તમે વધુ અને વધુ વિધાયક વર્તણૂક કરવા લાગો છો.

ઊર્મિઓ-લાગણીઓ

ઊર્મિઓની અભિવ્યક્તિ એ બૉડી લૅંગ્વેજનું એક મહત્ત્વનું પાસું છે. ઊર્મિઓ એટલે હર્ષ, શોક, ચિંતા, ક્રોધ, પ્રસન્નતા, હતાશા, સુખ, ઉત્તેજના, સુસ્તી જેવી શરીરની વિવિધ અવસ્થાઓ તથા ભૂખ, તરસ, જાતીયવૃત્તિ અને તૃપ્તિ જેવી શરીરની સહજવૃત્તિઓ.

ઊર્મિની કેટલીક અભિવ્યક્તિઓ એવી છે કે જે તરત જ પરખાઈ જતી હોય છે અને તે અભિવ્યક્તિઓને આપણે આપણા રોજબરોજના વ્યવહારમાં અવારનવાર પ્રત્યક્ષ જોતા પણ હોઈએ છીએ. દા.ત. ગુસ્સામાં મૂઠી વાળવી, આશ્ચર્યના માર્યા મોં પહોળું થઈ જવું, કંઈ કહેવાનું ન સૂઝતું હોય ત્યારે ગળું સાફ કરવું - ખોંખારો ખાવો, શરમનો માર્યો ચહેરો લાલ થઈ જવો વગેરે. ઊર્મિ ચહેરા પરના ભાવ વડે, શરીરની કોઈ ચેષ્ટા વડે કે અવાજના સૂર કે કંપન વડે વ્યક્ત થતી હોય છે.

આપણે અગાઉ જોઈ ગયા કે કેટલાક ભાવોને વ્યક્ત કરવા શબ્દો ટૂંકા પડતા હોય છે. વિવિધ ઊર્મિઓ, ભાવો અને લાગણીઓને વ્યક્ત કરવા માટેનો શબ્દભંડોળ ખૂબ મોટો છે અને છતાંય તે ટૂંકો પડે છે, બૉડી લૅંગ્વેજનાં અંગો - ચેષ્ટા, મુદ્રા, અંગભંગિમા - ની તોલે નથી આવતો. શાબ્દિક

અભિવ્યક્તિના પ્રમાણમાં અશાબ્દિક અભિવ્યક્તિ વધારે નૈસર્ગિક છે, વધારે સહજ છે. શબ્દની ઉત્પત્તિ થઈ તે પહેલાંથી તે જીવ જગત સાથે જોડાયેલ છે. કેટલીકવાર શબ્દો અશાબ્દિક સંકેતો જેટલા વિશ્વસનીય નથી હોતા. ઊર્મિઓને વ્યક્ત કરવા આપણે શબ્દોનો જે ઉપયોગ કરીએ છીએ પરંપરાગત છે, તે આકસ્મિક રીતે, કશા જ ઇરાદા વિના, સહજ અને અભાન રીતે જન્મતી ઊર્મિને ઝીલવામાં તથા તેને વ્યક્ત કરવામાં ઊણા ઊતરે છે, જ્યારે બૉડી લેંગ્વેજની એક વર્તણૂક તેને સાવ સહજ રીતે ઝીલી લે છે અને પૂરી વફાદારી સાથે અભિવ્યક્ત કરી દે છે.

શરીરની ચેષ્ટાઓ, મુદ્રાઓ અને અંગભંગિમાઓ ઊર્મિઓને અભિવ્યક્ત કરવામાં અવશ્ય ભાગ ભજવે છે, પરંતુ ઊર્મિઓને વ્યક્ત કરવામાં ચહેરો આ સૌમાં સૌથી વધુ બોલકણો છે, ભાવોની સૌથી વધુ અભિવ્યક્તિ ચહેરા વડે થતી હોય છે. તેમના મનમાં રહેલા ભાવોને વ્યક્ત કરવા લોકો કંઈ હંમેશાં આતુર નથી હોતા, તો વળી કેટલીકવાર એવું બને છે કે ઇચ્છા ન હોવા છતાં બૉડી લેંગ્વેજ કોઈક ને કોઈક રીતે ભાવોને વ્યક્ત કરી દેતી હોય છે. દા.ત. આંખની કીકીના નાનામોટા થવાને નિયંત્રિત કરવાનું અશક્ય છે, શરીર પર ફૂટી નીકળતા પરસેવાને નિયંત્રિત કરવાનું અશક્ય છે. તેથી આવી ક્રિયાઓ વડે કેટલાક ભાવો અનિચ્છાએ પણ, અભાન રીતે પણ વ્યક્ત થઈ જતા હોય છે. કેટલાક ભાવોને છુપાવવા માટે વાજબી કારણો હોવા છતાં આમ થઈ જતું હોય છે.

તાણમાં રહેલી વ્યક્તિ અક્કડ રીતે બિલકુલ સીધી બેસે છે કે ઊભી રહે છે, ઘણા કિસ્સામાં તેના પંજા ભિડાયેલા હોય છે, પગ એકબીજાની નજીક જોડાયેલા હોય છે અને શરીરના સ્નાયુઓ તણાયેલા હોય છે. આવા કિસ્સામાં ચહેરો ભલે મનમાં રહેલી તાણના ભાવને છુપાવવા માગતો હોય, હાથ અને પગની મુદ્રાઓ તો તાણના ભાવને વ્યક્ત કરી જ દે છે.

બાળકોને તેમની પોતાની બૉડી લેંગ્વેજ હોય છે. તેમની તેજસ્વી આંખો, હસતી વખતે ઉપર ઊપસી આવતા તેમના ગાલ, હાહાખીખી અને પેટને ધ્રુજાવી નાખતું ખિલખિલાટ હાસ્ય; આ બધું બાળક ખુશ છે તેની ખબર આપી દે છે. જ્યારે ચડાવેલું-મચકોડેલું મોં, ઢળી પડેલા ગાલ અને ઊંહકારા તેના ઉદાસ મિજાજની ખબર આપે છે.

હવે આપણે ટૂંકમાં એ જોઈએ કે વિવિધ ઊર્મિ-સંબંધિત વર્તણૂકો કેવી હોય છે :

પીડા : આંખો સાંકડી કે બંધ થવી, ગાલનું ઉપર ધસી આવવું, નીચા ઢળી ગયેલાં ભવાં અને નાક પર કરચલીઓ, ઉપરના હોઠનું ઉપર ખેંચાવું અને નાકની એક તરફ કરચલી પડવી.

પ્રસન્નતા : ઝડપી, મુક્ત લયબદ્ધ, સહજ, આગ્રહયુક્ત, સ્વમતાગ્રહી હલનચલનો.

અત્યંત સંકોચ-ક્ષોભ : એકાંત પસંદ કરવું, એકધારું એક જ પ્રકારનું હલનચલન, શરીરનાં વિવિધ અંગોમાં બેચેની, બીનજરૂરી હલનચલન.

ચિંતા-વ્યગ્રતા : વાળ પર અસર થવી, ચહેરો સંતાડવો, હાથ મસળવા અને આંગળીઓ ભીડવી, મૂઠીઓ વાળવી ખોલવી, ભવાં ખેંચવાં, ચહેરો ખજવાળવો, વાળ ખેંચવા, હેતુવિહીન હલનચલન - સળવળાટ.

ભય : બન્ને પંજા વડે હોઠને સ્પર્શવું.

નકારાત્મક લાગણીઓ : ચહેરાના સ્નાયુઓને સંકોચવા, ભવાં તંગ કરવાં.

ઉદાસી : નમી પડેલું શરીર, નમી પડેલી નજર, નમી પડેલા ખભા, આંખની આસપાસના વિસ્તારમાં ખાસ દેખાઈ આવતી ઉદાસી.

હતાશા : ગણ્યાંગાઠ્યાં, ખચકાટયુક્ત, કશા આગ્રહ વિનાનાં ધીમાં હલનચલનો, સંતાતા રહેવાની ચેષ્ટા.

ખુશમિજાજ લાગણી : ચહેરા પરના તાણ વિનાના સ્નાયુઓ, ઉપર તરફ ખેંચાયેલાં ભવાં, હાસ્ય, કેટલાક કિસ્સામાં અત્યંત ખુશીના પ્રસંગે આંખમાં આસુનું ધસી આવવું.

શરીરની કામગીરી અને મનના ભાવો વચ્ચે એક સંબંધ રહેલો છે. દા.ત. લચીલી પીઠવાળી વ્યક્તિ સીધી પીઠવાળી વ્યક્તિ જેટલો તીવ્ર અહંકાર ન ધરાવી શકે, પરંતુ એ પણ સાચું છે કે સીધી પીઠ ધરાવતી વ્યક્તિ કદાચ તેના જેટલી લચીલી ન પણ બની શકે. પાછળ તરફ ખેંચાયેલા ખભા ગુસ્સાનું દમન સૂચવે છે, ઊંચા થયેલા ખભા ભય સૂચવે છે, પહોળા સપાટ ખભા જવાબદારીને

વહન કરવાની ક્ષમતા સૂચવે છે, નમીને વાંકા વળી ગયેલા ખભા બોજાને વહન કરવાનું સૂચવે છે.

અવાજનો સૂર

અવાજ એ મનુષ્યને કુદરત તરફથી મળેલી એક અદ્ભુત ભેટ છે.

મહાન ફ્રેંચ ફિલસૂફ વોલ્તેર કહેતો કે કોઈ વ્યક્તિને મારી સમક્ષ માત્ર એક વાક્ય બોલવા દો, હું તેના સમગ્ર વ્યક્તિત્વને જાણી જઈશ.

રોબર્ટ લુડલમની વાર્તાઓમાં વર્તણૂકના માનસશાસ્ત્રનો ઉપયોગ સારો એવો થયો છે. એક પ્રસંગે તો તેમાં એવું વર્ણન આવે છે કે ફોન લાઇન પર થતી વાતચીત દરમ્યાન અવાજના આરોહ-અવરોહ, કંપન, તીણા-ઘેરા સૂર, ગતિ-થંભન વગેરે પરથી એક પાત્ર બીજા પાત્રની સમગ્ર મનઃસ્થિતિને પામી જાય છે.

આપણો અવાજ આપણી ઉંમર, આપણે સ્ત્રી છીએ કે પુરુષ, આપણી કેળવણી, આપણી ભૌગોલિક પશ્ચાદ્ભૂ, આપણા વતન અને આપણી ભાવાવસ્થાને છતી કરી દે છે. અરે, જે વ્યક્તિ સાથે વાત થઈ રહી છે તેની સાથે કેટલો ગાઢ સંબંધ છે તે પણ છતો કરી દે છે. વાણીના એક નાનકડા એવા અંશમાં આ બધું સમાયેલું હોય છે, સામેવાળી વ્યક્તિ જો તે માટે સહેજ તાલીમબદ્ધ હોય તો તે તેમાંથી આ બધું વાંચી લેતી હોય છે. આપણી વાણીમાં આપણે જે પ્રદેશમાં ઊછર્યા હોઈએ, આપણે જે પ્રદેશમાં રહેતા હોઈએ તેની છાંટ રહેલી હોય છે. આપણી વાણી આપણી ઊર્મિઓ અને લાગણીઓને પ્રતિબિંબિત કરતી હોય છે.

આપણા અવાજનો તીણો કે ઘેરો સૂર, આપણા અવાજથી નાની કે મોટી તીવ્રતા આપણી ભાવાવસ્થાને પ્રગટ કરી દેતી હોય છે. ઉચ્ચારણના સૂર અને તીવ્રતા આપણને જણાવે છે કે તેમાં હૂંફ રહેલી છે કે શત્રુતા, તેમાં ગંભીરતા રહેલી છે કે રમૂજ, તેમાં કટાક્ષ રહેલો છે કે સરળતા. વાક્યમાં વપરાતા જુદાજુદા શબ્દોમાંથી કયા શબ્દ પર ભાર મુકાઈ રહ્યો છે તેની આપણને તેના પરથી ખબર પડતી હોય છે.

અવાજની તીવ્રતા ભાવાવસ્થાને પ્રગટ કરે છે. હતાશ વ્યક્તિ ધીમા અને નીચા અવાજે બોલે છે અને તેનો અવાજ તીણો નથી હોતો. સામેવાળી

વ્યક્તિ પ્રત્યે આપણે કેવું વલણ ધરાવીએ છીએ તે પણ તે પ્રગટ કરે છે; આપણાથી ઉચ્ચ સ્થાને રહેલી વ્યક્તિ સાથે આપણે ધીમા અને નમ્ર અવાજે વાત કરીએ છીએ, આપણાથી નીચા સ્થાને રહેલી વ્યક્તિ સાથે આપણે મોટા અને સત્તાવાહી અવાજે વાત કરીએ છીએ, સમોવડી વ્યક્તિ સાથે આપણે નિખાલસ અને મુક્ત અવાજે વાત કરીએ છીએ. ઉચ્ચારણમાં રહેલી લઢણ આપણે સમાજના કયા વર્ગમાંથી આવીએ છીએ અને કયા પ્રદેશના રહેવાસી છીએ તે પ્રગટ કરી દે છે.

જ્યારે એક પિતા તેના દીકરાને 'પ્રતીક, અહીં આવ.' કહેવાને બદલે 'પ્રતીકભાઈ, જરા અહીં આવો તો' એમ કહે છે ત્યારે દીકરો સમજી જાય છે કે કંઈક ગડબડ લાગે છે, આવી બન્યું ! શારીરિક ચેષ્ટાઓ કે મુદ્રાઓ દ્વારા જ આપણે અશાબ્દિક સંદેશાવ્યવહાર કરીએ છીએ તેવું નથી, અવાજના સૂર અને તીવ્રતા બદલીને પણ આપણે તેમ કરતા હોઈએ છીએ.

કંપનો

કંપનો - ટૂંકમાં વાઈબ્સ - દ્વારા થતા અશાબ્દિક સંદેશાવ્યવહારનો ખ્યાલ આધુનિક સંચારપદ્ધતિ (રેડિયો વગેરે) અને ટેલિપથી પરથી ઉદ્ભવ્યો છે. આપણી ખૂબ નજીકની વ્યક્તિ કે વ્યક્તિઓ પ્રત્યે આપણા મનમાં જ્યારે કોઈ લાગણી ખૂબ તીવ્ર રીતે ઉદ્ભવે છે ત્યારે તે રેડિયો તરંગો માફક સામેની વ્યક્તિ કે વ્યક્તિઓ સુધી પહોંચી જતી હોય છે. આ લાગણી હકારાત્મક એટલે કે સુખ, સલામતી અને હૂંફની જ હોય તેવું કંઈ નથી. તે નકારાત્મક એટલે કે શત્રુતા, અસલામતી અને વ્યગ્રતાની પણ હોઈ શકે.

આ એક ખૂબ જ અંગત અને વ્યક્તિગત કહેવાય તેવો અશાબ્દિક સંદેશાવ્યવહાર છે. સંદેશો મોકલનાર અને સંદેશો મેળવનાર એકબીજા સાથે કેટલા સુમેળમાં છે તેના પર સંદેશાના વહનનો આધાર રહેતો હોય છે. અત્યંત સુમેળપૂર્વક જીવતા દંપતીને કે મિત્રોને કે સ્નેહીઓને જ સ્વાનુભવે આ પ્રકારના અનુભવની પ્રતીતિ થઈ શકે.

વિવિધ પ્રકારના મિજાજ

કેટલીક વ્યક્તિઓ એવી હોય છે કે તેમના આવતાંની સાથે આસપાસના વાતાવરણમાં પ્રસન્નતા અને ઉત્સાહ વ્યાપી જાય છે, જ્યારે કેટલીક વ્યક્તિઓ

એવી હોય છે તેમના આવતાંની સાથે આખું વાતાવરણ ઉદાસ અને ગમગીન બની જાય છે.

મિજાજ ચેપી છે. આ આપણા સૌના અનુભવની વાત છે. તે ચેપ સામે કોઈનું કંઈ જ નથી ચાલતું. તેમાંયે બે સુમેળભરી વ્યક્તિઓ વચ્ચે આ ચેપ જલદી ફેલાતો હોય છે. આપણે ઉપર જોયું તે પ્રમાણે એ જરૂરી નથી કે આ ચેપ નકારાત્મક મનો-અવસ્થાનો જ હોય.

આ મિજાજનો એક માધ્યમ તરીકે ઉપયોગ કરી લોકો અશાબ્દિક સંદેશાવ્યવહાર કરી શકે છે, કરતા હોય છે.

પ્રેમ, ઘૃણા, ઉદાસી, ક્રોધ, દ્વેષ વગેરે ભાવો આ રીતે સંક્રમિત થતા હોય છે.

એક વ્યક્તિ હસે છે અને તેની સામે બીજી વ્યક્તિ હસવા લાગે છે.

એક વ્યક્તિ બગાસું ખાય છે અને તેની સામે બીજી વ્યક્તિ પણ બગાસું ખાય છે.

એક વ્યક્તિ દ્વેષ કરે છે અને સામેની વ્યક્તિ તેને તેવો જ વળતો પ્રતિભાવ આપે છે.

એક વ્યક્તિ આંખો કાઢે છે અને તેની સામે બીજી વ્યક્તિ પણ આંખો કાઢે છે.

જુદા જુદા મિજાજના આ અશાબ્દિક સંદેશાવ્યવહારો છે.

આનો અર્થ એ થાય કે આપણે જેવું વાવીએ તેવું લણીએ છીએ. બહારથી મળતો પ્રતિભાવ એ આપણાથી જ પ્રેરાયેલો પ્રતિભાવ છે. આમ લોકો તરફથી મળતા પ્રતિભાવો માટે વિશેષ કરીને તો આપણે પોતે જ જવાબદાર હોઈએ છીએ. તેનો અર્થ એ પણ થાય કે હકારાત્મક અશાબ્દિક સંદેશાઓ પાઠવીને પરિસ્થિતિને નિયંત્રણમાં લાવવી શક્ય છે.

૪

બૉડી લૅંગ્વેજનાં વિવિધ પરિમાણો

ઇતિહાસ

સંદેશાવ્યવહારના એક માધ્યમ તરીકે બૉડી લેંગ્વેજના ખ્યાલ અને મહત્ત્વને મનુષ્ય સમજતો થયો છે તેને કેટલાંક હજાર વર્ષ થયાં છે. તેનો સૌ પ્રથમ ઉલ્લેખ ઈ.સ.પૂ. ૩૦૦૦ આસપાસ ઇજિપ્તમાં થયેલો જોવા મળે છે. પ્લેટો અને ઍરિસ્ટોટલના સમયમાં તેમનાં લખાણોમાં તેના મહત્ત્વને વધારે સ્પષ્ટ કરવામાં આવ્યું છે. પ્લુટાર્કના 'મેકર્સ ઑવ રોમ'માં વક્તૃત્વકલા પર ખૂબ ભાર મૂકવામાં આવ્યો છે. રોમના ઘડવૈયાઓ રોમની સંસદમાં તેમજ યુદ્ધ દરમ્યાન વક્તૃત્વકલા પર કેટલો બધો આધાર રાખતા હતા તેનો ખૂબ સભાન રીતે ઉલ્લેખ કરવામાં આવ્યો છે. વક્તૃત્વકલાની વાત થતી હોય અને બૉડી લેંગ્વેજને મહત્ત્વ ન આપો તે શક્ય જ નથી. ક્લાસિકલ અને મધ્યયુગમાં વક્તૃત્વકલાના માનપાન અને મહત્ત્વ ખૂબ વધી ગયાં અને જાહેર વક્તાની અશાબ્દિક વર્તણૂક પર ખૂબ ભાર મૂકાવા લાગ્યો અને તે માટે ચોપાનિયાંઓ પણ પ્રકાશિત થયાં. તેમાં શ્રોતાગણ પર ધારી અસર નિપજાવવા માટે ભાષણ દરમ્યાન વ્યૂહાત્મક રીતે વિવિધ ચેષ્ટાઓનો ઉપયોગ કઈ રીતે કરી શકાય તે વિશે સૂચનાઓ આપવામાં આવી હતી.

સત્તરમી સદીમાં વિજ્ઞાની, ફિલસૂફ અને નિબંધલેખક ફ્રાંસિસ બેકને

તેના એક નિબંધમાં ત્યાં સુધી કહ્યું કે 'જેમ જીભ કાન માટે બોલે છે તેમ હાથ આંખ માટે બોલે છે.' આમ કહીને તેઓ સંદેશાવ્યવહારના એક માધ્યમ તરીકે ચેષ્ટાઓનું મૂલ્ય કેટલું છે તે સમજાવવા માગતા હતા. આ પરથી પ્રેરણા પામીને 'પંજાની ભાષા'નું એક અલગ શાસ્ત્ર જ વિકસ્યું કે જેમાં પંજા અને આંગળીઓની વિવિધ ચેષ્ટાઓ અને મુદ્રાઓનો તે જે અશાબ્દિક અભિવ્યક્તિ કરે છે તેના સંદર્ભમાં અભ્યાસ કરવામાં આવે છે. પુરાણા કાળથી ચાલતી આવેલી ભારતીય નૃત્યકલામાં પણ મુદ્રાઓ, ચેષ્ટાઓ અને વિવિધ અંગભંગિમાઓ એક ખૂબ અગત્યનું સ્થાન ધરાવે છે.

આધુનિક સમયમાં અઢારમી અને ઓગણીસમી સદી દરમ્યાન વિદ્વાનોએ આ અશાબ્દિક અભિવ્યક્તિનો શાબ્દિક અભિવ્યક્તિના સંદર્ભમાં ઊંડો અભ્યાસ કર્યો અને પ્રસ્થાપિત કર્યું કે ઊર્મિની અભિવ્યક્તિની તથા ચેષ્ટાની આ નૈસર્ગિક ભાષા વધારે પરિષ્કૃત અને કૃત્રિમ એવી શાબ્દિક ભાષાને સંદેશાવ્યવહારમાં વધુ અસરકારક બનાવવામાં અત્યંત સહાયરૂપ થતી હોય છે. આથી બૉડી લેંગ્વેજનો - અશાબ્દિક અભિવ્યક્તિનો - અભ્યાસ કરવાનો રસ વધુ ઊંડો અને વ્યાપક થતો ગયો.

ટેક્નિકલ દૃષ્ટિએ બૉડી લેંગ્વેજના વ્યવસ્થિત અભ્યાસની શરૂઆત ચાર્લ્સ ડાર્વિનના સમયથી થઈ. તેમનું મનુષ્ય અને પ્રાણીઓની ઊર્મિઓની અભિવ્યક્તિ વિશે ટેક્નિકલ જાણકારી આપતું સૌ પ્રથમ પુસ્તક ૧૮૭૨માં પ્રકાશિત થયું હતું. તે પુસ્તકમાંથી પ્રેરણા લઈને ચહેરા પરના ભાવો અને બૉડી લેંગ્વેજના આધુનિક અભ્યાસની શરૂઆત થઈ. ચાર્લ્સ ડાર્વિને તેમના તે પુસ્તકમાં જે ખ્યાલો અને અવલોકનોની ચર્ચા કરી છે તેને સમગ્ર જગતના સંશોધકો તરફથી અવારનવાર સમર્થન મળતું રહ્યું છે.

જન્મગત, વારસાગત, ઉપાર્જિત સંકેતો

બૉડી લેંગ્વેજનાં અંગો એવી શારીરિક ચેષ્ટાઓ, મુદ્રાઓ અને અંગભંગિમાઓ આપણે ક્યાંથી હાંસલ કરીએ છીએ તે પર સારાં એવાં સંશોધનો અને ચર્ચાવિચારણા થઈ છે; આપણામાં તે જનિનિક રીતે ઊતરી આવે છે, કોઈક પ્રકારના વારસાને (સામાજિક, કૌટુંબિક, સાંસ્કૃતિક) પરિણામે તે હાંસલ થાય છે કે પછી તેને શીખીને ઉપાર્જિત કરવામાં આવે છે ?

જન્મે બહેરા અને અંધ બાળકોનું અવલોકન કરતાં આપણે જોઈએ છીએ કે તેઓ સ્મિત કરતા હોય છે, તેનો અર્થ એ થાય કે આ ચેષ્ટા તેમના શરીર સાથે જ વારસામાં આવી છે, જનિનિક રીતે. તો વળી અન્ય સંશોધકોએ એકબીજાથી ખૂબ દૂર આવેલી વિવિધ સંસ્કૃતિઓની વ્યક્તિઓના ચહેરા પરના ભાવોનો અભ્યાસ કરતાં એ શોધી કાઢ્યું છે કે ઊર્મિને પ્રદર્શિત કરવા દરેક સંસ્કૃતિ ચહેરા પરની એક જ સરખી મૂળભૂત ચેષ્ટાઓનો - હસવું, રડવું, શોક, ક્રોધ વગેરેનો ઉપયોગ કરે છે તેનો અર્થ એ થાય કે તે ચેષ્ટાઓ શારીરિક વારસામાં મળતી હોય છે.

મોટાભાગની સંસ્કૃતિઓમાં 'હા' પાડવા માટે મસ્તકને ઉપર-નીચે હલાવવામાં આવે છે. અરે, જે લોકો જન્મથી બહેરા, મૂંગા કે અંધ છે તેઓ પણ ક્યાંયથી શીખ્યા ન હોવા છતાં તેવી ચેષ્ટા કરતા હોય છે. 'ના' પાડવા માટે આપણે મસ્તકને ડાબે-જમણે હલાવીએ છીએ તે ચેષ્ટાનું પણ તેવું જ છે. તે પણ દરેક જગ્યાએ દરેક વ્યક્તિ તે પ્રમાણે કરતી હોય છે. ધાવણું બાળક પણ ધાવતાં ધાવતાં તેનું પેટ ભરાઈ જતાં તેનું મસ્તક પણ તે જ રીતે હલાવતું હોય છે તે આપણા સૌના અવલોકનની વાત છે. બાળક મોટું થતાં વિવિધ પ્રસંગે ના સૂચવવા તેના મસ્તકને ડાબે-જમણે હલાવવાની ચેષ્ટા કરતું હોય છે. આગળ જતાં બાળક વધુ મોટું થતાં આ ચેષ્ટાનો ઉપયોગ અસંમતિ દર્શાવવા કે નકાર ભણવામાં કરવા લાગે છે.

બાળક જન્મતાંની સાથે શિશુ-અવસ્થામાં સૌ પ્રથમ તેની માતાના કે આયાના સંપર્કમાં આવતું હોય છે. તે સમયે તો તે હજુ બોલી પણ નથી શકતું હોતું, પરંતુ તેના નાનકડા એવા સમાજની શરૂઆત થઈ જતી હોય છે. તે કોઈક રીતે વ્યવહાર કરવા લાગે છે, સંદેશાની આપલે કરવા લાગે છે. તે નજર ઘુમાવવા લાગે છે, તે મોંમાંથી વિવિધ અવાજો કાઢવા લાગે છે, ચહેરા પર સ્મિત ફરકાવે છે - અને તે રીતે તેના સંદેશાઓ પાઠવવા લાગે છે. તે જ રીતે તે બીજાઓ પાસેથી સંદેશાઓ પણ મેળવવા લાગે છે. નાના નાના સરળ અને સાદાં હલનચલનો કરી તે તેની આસપાસની વ્યક્તિઓ સાથે વ્યવહાર કરવા લાગે છે.

સંશોધકો સૂચવે છે કે અદબ વાળવાની અને પગને આંટી મારવાની

ચેષ્ટાઓ જનિનિક છે, અંતર્નિહિત છે. ખુશી કે નારાજગી દર્શાવવા આપણે મોંના ખૂણાને જે ઉપર કે નીચે કરવાની ચેષ્ટા કરીએ છીએ તે જનિનિક છે.

તમે અદબ વાળો છો ત્યારે પ્રથમ કયો હાથ વાળો છો ? મોટાભાગના લોકો તેનો જવાબ નહીં આપી શકે. પરંતુ તમારી કાયમી જે આદત હશે તેનાથી અન્ય રીતે વર્તવા જતાં તમે અસુવિધા અનુભવશો. પુરુષ ખમીસ કે સ્ત્રી તેનું બ્લાઉઝ પહેરે છે ત્યારે પ્રથમ કયો હાથ બાંયમાં નાખે છે ? ડાબો કે જમણો ? પુરુષ જમણો હાથ અને સ્ત્રી ડાબો હાથ પ્રથમ બાંયમાં નાખે છે. આ જનિનિક વારસો છે કે સાંસ્કૃતિક વારસો તે બાબતે વિવિધ મત પ્રવર્તે છે.

કેટલી ચેષ્ટાઓ આપણને આપણે જે સામાજિક પર્યાવરણમાં ઊછરતા હોઈએ છીએ તેમાંથી સામાજિક વારસા તરીકે મળતી હોય છે. આપણે આપણી આસપાસની વ્યક્તિઓની ચેષ્ટાઓનું અનુકરણ કરીએ છીએ અને આખરે તેને અપનાવી લઈએ છીએ. આપણે આપણા કુટુંબીજનોની, મિત્રોની, શિક્ષકની કે આપણી આદર્શરૂપ વ્યક્તિની કેટલીક ચેષ્ટાઓને જાણે-અજાણ્યે અપનાવી લેતા હોઈએ છીએ.

ટૂંકમાં કંઈક અંશે આપણી બૉડી લેંગ્વેજ જનિનિક વારસાનું પરિણામ છે, કંઈક અંશે વિવિધ સાંસ્કૃતિક વારસાનું પરિણામ છે તો વળી કંઈક અંશે આપણી જ સ્વસૂઝનું પરિણામ છે.

તમે એ અવલોકન કર્યું જ હશે કે એક વર્ષથી નાના બાળકે તેની આસપાસની અંગત વ્યક્તિઓ - માતા, પિતા, ભાઈ, બહેન - સાથે વ્યવહાર કરવા એક નૈસર્ગિક ભાષા વિકસાવી લીધી હોય છે. તે આંગળી ચીંધવા લાગે છે, સ્પર્શવા લાગે છે. શરૂઆતમાં તે માત્ર તેનાં ટેરવાં વડે સ્પર્શે છે અને પછી આખા પંજાનો ઉપયોગ કરવા લાગે છે. આપણે આંગળી ચીંધીને કે ઘૂઘરા વગેરેનો અવાજ કરીને તેનું ધ્યાન દોરીએ છીએ તે પણ તે સમજવા લાગે છે. કેટલીકવાર તો જે ચેષ્ટામાં આપણને કંઈ જ અર્થ ન દેખાતો હોય તેમાં તેની માતાને કોઈક સંદેશો મળી જતો હોય છે. આ અવસ્થામાં નવજાત શિશુ અને માતા વચ્ચે એક ખાસ પ્રકારનો અશાબ્દિક સંદેશાવ્યવહાર અસ્તિત્વમાં આવતો હોય છે.

બાળકની અમુક અશાબ્દિક ચેષ્ટાઓને માત્ર તેની માતા જ સમજી શકતી હોય છે. તેને પરિણામે સ્ત્રી કેટલીક ગૂઢ ચેષ્ટાઓનું અર્થઘટન કરવામાં

એવી તો પારંગત બની જતી હોય છે કે તેના પતિ વડે બોલવામાં આવતા જૂઠને તે તરત જ કળી જતી હોય છે. પુરુષ કરતાં સ્ત્રીને બૉડી લૅંગ્વેજની પરખ વધારે સાહજિક હોવાથી તે એક સારી વાટાઘાટ કરનાર બની જતી હોય છે.

સાંજ પડતાં માતા કે પિતા જ્યારે ઘરે પાછાં ફરે છે ત્યારે નાનકડું બાળક તેનું કઈ રીતે સ્વાગત કરે છે તેનું અવલોકન કર્યું છે ખરું ? તેનો ચહેરો સમગ્ર ચહેરા પર ફરકી ઊઠતાં સ્મિતથી ચમકી ઊઠે છે, તેના હાથ તે લાંબા અને પહોળા કરે છે, ક્યારેક તો હલાવે પણ છે અને જાણે આમંત્રણ ન આપતું હોય તેમ આગળ તરફ ઝૂકી પડે છે.

બાળકો કુદરતથી વધારે નજીક જીવે છે, તેમની વર્તણૂક સહજ હોય છે અને તેથી જ દરેક જગ્યાના બાળકોની વિવિધ ભાવોને વ્યક્ત કરતી બૉડી લૅંગ્વેજ એકસરખી હોય છે.

એક કાળે આપણે પ્રાણી હતા, અસંસ્કૃત હતા અને ઉત્ક્રાંતિ પામીને આજની અવસ્થાએ પહોંચ્યા છીએ. આપણી આદિ અવસ્થાની કેટલીક ચેષ્ટાઓનો વારસો હજુ આપણામાં અવશેષરૂપ રહ્યો છે, ભલે આપણે સામેવાળી વ્યક્તિને ખાઈ ન જવાના હોઈએ, નુકસાન ન કરવાના હોઈએ પરંતુ આપણા હિંસાના ભાવને વ્યક્ત કરવા આપણે દાંતિયું કરવાની ચેષ્ટા આજના આધુનિક સમયમાં પણ કરતા હોઈએ છીએ.

સર્વવ્યાપકતા

મોટાભાગની સામાન્ય ચેષ્ટાઓ સર્વમાન્ય છે અને આખાયે જગતમાં તેનું અર્થઘટન એક સરખું જ થાય છે.

સ્મિત કરવું, ભવાં તંગ કરવાં, હકારમાં ઉપર-નીચે મસ્તક હલાવવું, નકારમાં ડાબે-જમણે મસ્તક હલાવવું, જે કહેવાઈ રહ્યું છે તે નથી સમજાઈ રહ્યું તે દર્શાવવા ખભા સંકોચવા, "મને શી ખબર" એ ભાવ વ્યક્ત કરવા હાથ પહોળા કરવા, શંકા દર્શાવવા ભવાં ઊંચાં કરી ખભા આગળ ખેંચવા, શ્રોતા તરફ 'ના'ના અર્થમાં હથેળી લંબાવવી, ઈચ્છિત વસ્તુને આંગળી વડે દર્શાવવી વગેરે એવી ચેષ્ટાઓ છે જે સમગ્ર જગતમાં વપરાય છે અને તેનું અર્થઘટન બધી જ જગ્યાએ એકસરખું થાય છે.

અન્ય શારીરિક સંકેતોના કિસ્સામાં બને છે તેમ કેટલીક ચેષ્ટાઓ સાવ સ્પષ્ટ હોય છે તો કેટલીક ચેષ્ટાઓ કંઈક દ્વિધાજનક હોય છે.

કોઈને બોલાવવા માટે ઉપયોગમાં લેવામાં આવતી ચેષ્ટા સર્વવ્યાપક છે અને સર્વવિદિત છે. જો કે તેમાં થોડીઘણી વિવિધતા હોઈ શકે.

વાતચીત કે વ્યવહાર દરમ્યાન આંગળી ઊંચી કરવાની ચેષ્ટા સત્તાવાહી વલણ, ભાર, આરોપ કે અપમાન સૂચવે છે. આંગળીનાં ટચાકિયાં ફોડવાની ક્રિયા વ્યગ્રતા, અસ્વસ્થતા, કંટાળો, બેચેની અને મનની અનિર્ણાયક અવસ્થાની ચાડી ખાય છે. નજીક કે દૂર રહેલી કોઈ વ્યક્તિનું ધ્યાન ખેંચવા ચપટી વગાડવામાં આવે છે કે તાળી પાડવામાં આવે છે, એકાએક કોઈ ઇચ્છિત ઉકેલ મળી આવતાં કે કંઈક સૂઝી આવતાં પણ આંખોમાં આતુરતાના ભાવ સાથે ચપટી વગાડવામાં આવે છે કે તાળી પાડવામાં આવે છે. તાળી વગાડવાની ક્રિયા પ્રશંસા પણ સૂચવે છે. એક હાથની હથેળીમાં બીજા હાથના મુક્કાને પછાડવાની ક્રિયા ભાર કે કૃતનિશ્ચયતા સૂચવે છે. બન્ને પંજાની આંગળીઓ વડે તાલ આપવાની ક્રિયા કંઈક વિચાર થઈ રહ્યો હોય તેવી કે કંઈક યોજના ઘડાઈ રહી હોય તેવો સંકેત આપે છે.

આંગળીનો ઈશારો કરી નજીક આવવા કહેવું, હાથ ઊંચો કરી થોભવા કહેવું, પીઠ થાબડવી, અંગૂઠો નીચો કરી બતાવવો, સ્ત્રીના શરીરની આકૃતિ બન્ને હાથની ચેષ્ટા વડે સૂચવવી, ઊંઘનો ઈશારો કરવા હથેળી પર મસ્તકને ઢાળવું, નીચે તરફ હથેળી રાખવી અને બાળકની ઊંચાઈ સૂચવવી; આ બધી સર્વવ્યાપક અને સર્વવિદિત શારીરિક ચેષ્ટાઓ છે.

સંસ્કૃતિએ સંસ્કૃતિએ અભિનંદન આપવા અને અભિવાદન કરવાની ક્રિયામાં ખૂબ વિવિધતા રહેલી છે, જો કે તેમાં કેટલીક ચેષ્ટાઓ સમાન પણ છે : સાવ નજીક આવવું, સામસામે ઊભા રહેવું, સ્મિત કરવું, ભવાં નચાવવાં, નજરમાં નજર પરોવવી, શરીરસંપર્ક, પંજો લંબાવવો, મસ્તક ઉછાળવું વગેરે.

મૂળભૂત ભાવોને કે સહજવૃત્તિઓને વ્યક્ત કરતી ચેષ્ટાઓ લગભગ દરેક સંસ્કૃતિમાં એકસરખી છે : ગુસ્સામાં મુક્કો ઉગામવો, વ્યગ્રતામાં હાથ મસળવા, શરમથી ચહેરાને પંજા વડે ઢાંકી દેવો, કંટાળો સૂચવવા બગાસું ખાવું વગેરે.

દરેક સંસ્કૃતિમાં ઊર્મિઓ ચહેરા પરના સ્નાયુઓને એકસરખી રીતે જ ગતિમાન કરતી હોય છે, પરંતુ તે ઊર્મિઓ માટેનાં કારણો કે તેની અસરો અને તેમાંથી ઊપસતી વર્તણૂકની ભાત સંસ્કૃતિએ સંસ્કૃતિએ વિવિધતાસભર હોઈ શકે.

સાંસ્કૃતિક વિવિધતાઓ

દરેક સંસ્કૃતિ તેની પોતાની આગવી શારીરિક ચેષ્ટાઓ, મુદ્રાઓ અને અંગભંગિમાઓ ધરાવતી હોય છે અને તેથી દરેક સંસ્કૃતિને તેની પોતાની આગવી બૉડી લેંગ્વેજ હોય છે. આપણાં ઘણાં શારીરિક હલનચલનો અને આપણી ઘણી ચેષ્ટાઓનો અર્થ આપણી સંસ્કૃતિ દ્વારા નક્કી થતો હોય છે અને તેથી કેટલાંક હલનચલનો અને કેટલીક ચેષ્ટાઓનો અર્થ જુદી જુદી સંસ્કૃતિમાં જુદો જુદો થતો હોય છે.

વિવિધ સાંસ્કૃતિક તફાવતો તરફ ધ્યાન ખેંચતાં વૉલ્ટન જણાવે છે કે ગ્રીસમાં પંજો હવામાં હલાવીને અને મધ્યપૂર્વમાં આંગળી વડે ઈશારો કરીને કોઈને બોલાવવાની ક્રિયાને અપમાનજનક માનવામાં આવે છે. જ્યારે કોઈ બ્રાઝિલવાસી તેના મસ્તક પર ટકોરો મારે છે ત્યારે તે એવું સૂચવવા માગતો હોય છે કે તે કોઈક પ્રકારની વિચારપ્રક્રિયામાંથી પસાર થઈ રહ્યો છે; જો કે આની આ ચેષ્ટાનો અર્થ અન્ય જગ્યાઓમાં 'પાગલ' એવો થતો હોય છે. નાકને ટપકારવાની ચેષ્ટાનાં પણ વિવિધ અર્થઘટન થતાં હોય છે : બ્રિટનમાં તે દ્વારા કોઈક વાતને ગુપ્ત રાખવાનો ઈશારો થતો હોય છે, તો ઈટાલીમાં તે ચેષ્ટા દ્વારા વ્યક્તિને સાવચેત રહેવાનું સૂચવવામાં આવે છે. બ્રિટિશ લોકો અત્યંત નારાજગી સૂચવવા સિસકારો કરવાની ચેષ્ટા કરે છે, જ્યારે તે જ ચેષ્ટા દ્વારા જાપાનના લોકો સામાજિક આદર વ્યક્ત કરે છે.

બ્રિટિશ લોકો 'હા' પાડવા માટે મસ્તકને ઉપર-નીચે હલાવે છે અને 'ના' પાડવા માટે મસ્તકને ડાબે-જમણે હલાવે છે; આ જ ચેષ્ટાઓનો અર્થ ભારતના કેટલાક ભાગોમાં તેમજ તુર્કી અને ગ્રીસમાં તેનાથી સાવ ઊલટો થાય છે. સિસિલીમાં 'ના' પાડવા માટે મસ્તકને સહેજ પાછળ તરફ નમાવવામાં આવે છે અને હડપચીને સહેજ આગળ ધકેલવામાં આવે છે. એબિસીનિયામાં 'હા' સૂચવવા મસ્તકને પાછળ નમાવવામાં આવે છે અને ભવાંને ઉપર તરફ

ખેંચવામાં આવે છે, જ્યારે અસંમતિ સૂચવવા મસ્તકને જમણા ખભા તરફ ઝાટકો મારવામાં આવે છે. ફ્રાંસ, બેલ્જિયમ, ફિનલેન્ડ, સ્વિડન અને ઈન્ડોનેશિયામાં ખિસ્સામાં હાથ રાખીને વાત કરવાની ક્રિયા વિનમ્રતાનો અભાવ સૂચવે છે. ફિજીમાં બન્ને હાથને ઊંચા કરવાની ક્રિયા ખરાબ રીતભાતને સૂચવે છે જ્યારે છાતી પર બન્ને હાથ વડે ચોકડી કરવાની ક્રિયા સારી રીતભાતની સૂચક છે.

દક્ષિણ એશિયાની, ખાસ કરીને તો ભારતની કેટલીક સામાન્ય કહેવાય તેવી ચેષ્ટાઓનો ઉલ્લેખ કરવો અહીં અસ્થાને નહીં ગણાય. ભારતમાં વડીલો અને ગુરુ પ્રત્યે આદર સૂચવવા તેમના ચરણોને સ્પર્શવામાં આવે છે, અભિવાદન કરતી વખતે કે આવકાર આપતી વખતે ચહેરા સમક્ષ બન્ને પંજા જોડી નમસ્તેની ચેષ્ટા કરવામાં આવે છે, ઘરની વડીલ સ્ત્રી તેની વહાલી વ્યક્તિના કપાળ પર ઓવારણાં લઈ આંગળીઓનાં ટચાકિયાં ફોડે છે અને તેને શુભકામના પાઠવે છે, વડીલ વ્યક્તિ તેનાથી નાની વ્યક્તિના મસ્તક પર હાથ મૂકી તેને આશીર્વાદ આપે છે, ધ્યાનની મુદ્રામાં પલાંઠી વાળીને બેસતી વખતે વ્યક્તિ તેના ઘૂંટણો પર બન્ને પંજાને હથેળી ઉપર રહે તેમ કે નીચે રહે તેમ ટેકવે છે.

સરવાળે આપણે એમ કહી શકીએ કે કેટલીક શારીરિક ચેષ્ટાઓ વિશિષ્ટ માનવસમુદાય કે સંસ્કૃતિ સાથે જોડાયેલી હોય છે. જે તે સંસ્કૃતિની બૉડી લેંગ્વેજમાં રહેલા તફાવતો અને વિશિષ્ટતાઓને જાણવાથી તે સંસ્કૃતિના લોકોના સંપર્કમાં આવવાનું, તેમની સાથે વ્યવહાર કરવાનું અને તેમની સાથે હળવામળવા અને ભળવાનું સરળ બનતું હોય છે.

મોભો અને ઉંમર

વ્યક્તિ તેની શાબ્દિક અભિવ્યક્તિ પર કેવો કાબૂ ધરાવે છે તેની અને તે જે શારીરિક ચેષ્ટાઓનો ઉપયોગ કરે છે તેની વચ્ચે એક ગાઢ સંબંધ રહેલો છે. શાબ્દિક અભિવ્યક્તિની અસરકારકતા શબ્દભંડોળ પર આધાર રાખે છે. શબ્દભંડોળ કેળવણી, અનુભવોની વિવિધતા અને સામાજિક સ્તર પર આધાર રાખે છે. સંશોધનોએ એ પુરવાર કર્યું છે કે સામાજિક સીડીના નીચલા પગથિયે રહેલી વ્યક્તિ કરતાં ઉપરના પગથિયે રહેલી વ્યક્તિઓ - ઉચ્ચ પદાધિકારીઓ - ઓછી શારીરિક ચેષ્ટાઓનો ઉપયોગ કરતા હોય છે. ઓછી

કેળવણી પામેલ કે અણઘડ વ્યક્તિ સંદેશાવ્યવહાર માટે શબ્દો કરતાં શારીરિક ચેષ્ટાઓ પર વધારે આધાર રાખશે.

વ્યક્તિ નાની હોય છે ત્યારે ભોળી અને નિર્દોષ હોય છે. તે જેમ જેમ ઉંમરમાં મોટી થતી જાય છે તેમ તેમ તેનો અહંકાર વધતો જાય છે પરિણામે ઉંમરના વધવા સાથે તેની વર્તણૂક કૃત્રિમ બનતી જાય છે, અસહજ બનતી જાય છે, ઇરાદાપૂર્વકની બનતી જાય છે. એક જ ભાવ વ્યક્ત કરવા તે જુદીજુદી ઉંમરે તેની એકની એક ચેષ્ટામાં કેવા સૂક્ષ્મ ફેરફારો કરે છે તેમાં તેની આ વૃત્તિ પ્રતિબિંબિત થાય છે. ઉદાહરણ તરીકે જ્યારે એક પાંચ વર્ષનું બાળક એક વડીલ વ્યક્તિ આગળ જૂઠ બોલે છે ત્યારે તે તરત પ્રયત્નપૂર્વક તેના એક કે બન્ને હાથ વડે તેના મોંને ઢાંકી દે છે (જુઓ આકૃતિ - ૧). આથી સામેની વ્યક્તિ તરત તે જૂઠ પ્રત્યે સાવધ બની જાય છે, તેને પકડી પાડે છે. આ મોંને ઢાંકવાની ચેષ્ટા વ્યક્તિના સમગ્ર જીવનકાળ દરમ્યાન ચાલુ રહે છે, પરંતુ જુદી જુદી ઉંમરે તે ચેષ્ટા થવાની ગતિ બદલાય છે. કિશોર અવસ્થાએ પહોંચેલી વ્યક્તિ જૂઠ બોલતાં અગાઉની જેમ જ હાથ વડે મોં ઢાંકશે, પરંતુ હવે તે સાવ પ્રગટ એવી મોં પર હાથ મૂકવાની ક્રિયાને બદલે હળવેકથી ત્યાં આંગળીઓ મૂકશે (જુઓ આકૃતિ - ૨) અને તેને

આકૃતિ - ૧ : *જૂઠ છુપાવવું - બાલ્યાવસ્થા, મોં ઢાંકવાની ચેષ્ટા*

ત્યાં ઘસશે. ઉંમર વધતાં અને પુખ્ત થતાં તેની આ ચેષ્ટા વધુ પરિષ્કૃત થાય છે. જૂઠ બોલતી પુખ્ત વયની વ્યક્તિ આકસ્મિક રીતે જ તેનો પંજો તેના મોં પર લઈ જાય છે, પરંતુ છેલ્લી ઘડીએ તે તેનો પંજો મોં આગળથી પાછો ખેંચી લે છે અને તેનું નાક ખંજવાળવા લાગે છે, આમ કરીને તે આખી ચેષ્ટાને વધારે ભદ્ર ઓપ

આકૃતિ - ૨ : જૂઠ છુપાવવું-
યુવાવસ્થા, મોં ઢાંકવું

આકૃતિ - ૩ : જૂઠ છુપાવવું
- પુખ્તાવસ્થા, મોં ઢાંકવું

આપે છે, તેના અહંકારને પંપાળે છે (જુઓ આકૃતિ - ૩).

વ્યગ્રતા, આંતરિક સંઘર્ષ અને ભયને વ્યક્ત કરવા બાળક તેના અંગૂઠાને ચૂસે છે, કિશોર તેના નખ કે અન્ય કોઈ ચીજને કરડે છે, પુખ્તવયની વ્યક્તિ તેની નાજુક ત્વચાને તે છોલાઈ જાય ત્યાં સુધી ચોળે છે. આથી એ સ્પષ્ટ થાય છે કે ઉંમરના વધવા સાથે ઘણી ચેષ્ટાઓ વધારે ભદ્ર સ્વરૂપ ધારણ કરે છે અને જલદી ધ્યાન પર ન આવે તેવી બને છે. આથી જ ઉંમરમાં નાની વ્યક્તિ કરતાં મોટી વ્યક્તિની ચેષ્ટાઓને વાંચવી મુશ્કેલ હોય છે.

પહેરવેશ

'એક નૂર આદમી, હજાર નૂર કપડાં.'

આસપાસની વ્યક્તિઓની નજરમાં આપણાં પહેરવેશ - વસ્ત્રો, આભૂષણો, પગરખાં - ની કદરનાં દર્શન થતાં આપણા વ્યવહારની આખી તાસીર બદલાઈ જાય છે, આપણો આત્મવિશ્વાસ છલકાવા લાગે છે, આપણી પ્રસન્નતા આસપાસના વાતાવરણને જીવંત બનાવવા લાગે છે.

આપણાં વસ્ત્રો આપણા શરીરને માત્ર ઢાંકે છે તેટલું જ નહીં, પરંતુ તે તેને આકાર પણ આપે છે. તેઓ ઢાંકે પણ છે અને પ્રદર્શિત પણ કરે છે, તેઓ પ્રગટ કરે છે તેમ સંતાડે પણ છે. ભાષા કંઠનો અને કાનનો ઉપયોગ કરે છે, હું બોલું છું અને તમે સાંભળો છો. વસ્ત્રો આપણી જાતનાં દશ્ય-સ્પર્શ અંગોને અપીલ કરે છે. હું મારાં વસ્ત્રોને જોઉં છું, તેમાં મારી જાતને અનુભવતો આમતેમ ફરું છું. કોઈ શબ્દો જેટલી જ તેમની મારા પર અસર થાય છે, મને મારી અસ્મિતાનું ભાન થાય છે. હું છેલ્લામાં છેલ્લી ઢબનાં વસ્ત્રો પહેરું છું અને મારા પરિચિતોના વર્તુળમાંથી પ્રશંસા અને કદરની ચેષ્ટાની અપેક્ષા રાખું છું. ઓછામાં ઓછી ટીકા ન થાય તેટલી તો અપેક્ષા રાખું જ છું.

સ્ત્રીઓનાં વસ્ત્રો તો તેમના મિજાજની ખબર આપી દેતાં હોય છે, તેમના વ્યક્તિત્વની રૂપરેખાને ઉપસાવતા હોય છે. તેમની વર્તણૂક તેમના વેશપરિધાન પર આધાર રાખતી હોય છે. જેવો તેમનો વેશપરિધાન તેવો તેમનો મિજાજ.

લોકો તેમના વ્યક્તિત્વને ઉઠાવ આપવા માટે અને તેમની જાતને રજૂ કરવા માટે, તેમના શારીરિક બાંધાના વધારે આકર્ષક અંશોને ઉઠાવ આપવા માટે અને અનાકર્ષક અંશોથી અન્ય દિશામાં નજરને ખેંચવા માટે વસ્ત્રો, પગરખાં અને આભૂષણો પહેરતાં હોય છે. ચહેરા પર મેક-અપના સામાન વડે બનેલા ચહેરાને પહેરતાં હોય છે.

પગરખાં

પગરખાં માણસની હેસિયતને છતી કરે છે.

પગરખાં જે અશાબ્દિક સંકેતો પૂરા પાડે છે તે પરથી આપણને તેના પહેરનારના મોભાની અને વ્યક્તિત્વની જાણ થાય છે.

ગિવેન્સ જણાવે છે કે પગરખાં ત્રણ પ્રકારનાં છે : (૧) પ્રભાવી, (૨) રાંક કે ગરીબડાં અને (૩) તટસ્થ કે સામાન્ય. સ્ત્રીનાં પગરખાં પરથી આપણને સ્ત્રીનાં ત્રણ પ્રકારના વ્યક્તિત્વની ભાળ મળે છે : (૧) જતું કરતાં પગરખાં (૨) સંતાડતાં પગરખાં (૩) ઢાંકતાં પગરખાં.

પ્રભાવી પ્રકારનાં જોડાનાં તળિયાં જાડાં હોય છે, રાંક પ્રકારનાં જોડાનાં તળિયાં પાતળાં અને આગળથી તે અણીવાળાં હોય છે, જ્યારે તટસ્થ કે સાધારણ પ્રકારનાં જોડા ફેશનેબલ અને ઝાકઝમાળ વિનાનાં હોય છે. છતું કરી દેતાં જોડાં આંગળીઓ, પાની, ઘૂંટી અને પગની ઉપરની સપાટીને છતાં કરે છે. સ્ત્રીઓમાં તે નાજુક હાડકાંઓ અને નાજુક સાંધાઓ તરફ ધ્યાન આકર્ષિત કરે છે. સંતાડતાં પગરખાં પગને સંતાડે છે ખરાં પરંતુ તેને ઢાંકતાં નથી. ઢાંકતાં પગરખાં દેખાવે શાંત હોય છે, મનમાં કોઈ ઉત્તેજના પેદા નથી કરતાં પરિણામે તેવી વ્યક્તિ ધ્યાનને આકર્ષિત નથી કરતી.

સ્ત્રીઓ દ્વારા પહેરવામાં આવતાં ઊંચી એડીવાળાં પગરખાં તેના સમગ્ર શરીરના પ્રમાણમાં તેના પગને વધારે લાંબા અને પાતળા દેખાડે છે, વળી તે એવો પણ ભાવ ઊભો કરે છે કે સ્ત્રીના પગ(પંજા) નાજુક, કમતાકાત અને ચંચળ એટલે કે અસ્થિર હોય છે.

રમતગમતના પ્રસંગે પહેરવામાં આવતાં પગરખાં સામાન્ય રીતે રંગબેરંગી હોય છે, તેમાં આપણને તાજગી અને શારીરિક તંદુરસ્તીનાં દર્શન થાય છે, આપણે તેમાં અનૌપચારિકતા અને સુવિધા અનુભવીએ છીએ.

પહેરવેશ અને તે દ્વારા મળતો સંદેશ

પહેરવેશ ત્રણ બાબતોને છતી કરી દેતો હોય છે : સ્વભાવ, જીવનદૃષ્ટિ અને વ્યવસાય.

ઈસ્ત્રી-ટાઈટ વસ્ત્રો ધારણ કરતી ટીપટાપ વ્યક્તિ શક્ય છે કે એવા સ્વભાવની હોય કે જે નાનીનાની બાબતો પ્રત્યે ચીવટવાળી હોય. ખૂલતાં વસ્ત્રો ધારણ કરતી વ્યક્તિ શક્ય છે કે સ્વતંત્ર મિજાજની હોય.

જૂની ઢબનાં વસ્ત્રો પહેરતી વ્યક્તિ સંભવિત છે કે જૂની જીવનદૃષ્ટિ અને જૂનાં મૂલ્યોમાં શ્રદ્ધા ધરાવતી હોય અને તેને મૂલ્યવાન માનતી હોય. વધુ પડતાં આભૂષણો પહેરવા તે ભૌતિક જીવનદૃષ્ટિનું સૂચક છે.

આપણા પહેરવેશની ઢબ, શૈલી અને દેખાવ આપણા વ્યવસાયની ચાડી ખાતાં હોય છે. ક્લાર્કનું કામ કરતા લોકો, ઉચ્ચ પદાધિકારી લોકો, વર્કશોપમાં કામ કરતા લોકો, હૉસ્પિટલોમાં કામ કરતા લોકો તેમના પહેરવેશ પરથી પરખાઈ આવતા હોય છે.

પહેરવેશ સૌ પ્રથમ સંદેશો તો આપણને જે તે વ્યક્તિની આર્થિક સ્થિતિનો અને સામાજિક મોભાનો આપતો હોય છે. જો આપણે શાંત અને તટસ્થ ચિત્તથી વિચાર કરીએ તો એ બાબત સાવ સ્પષ્ટ થઈ જાય છે કે આપણે આપણાં વસ્ત્રો અને અન્ય સાજ-સજ્જાની પસંદગી તેને ધારણ કરવાથી અન્ય વ્યક્તિ આપણા વિશે શું વિચારશે તેને ખ્યાલમાં રાખીને જ કરતા હોઈએ છીએ. અને તેથી જ જે તે પ્રસંગે હાજર રહેનાર વ્યક્તિઓ તથા જે તે પ્રસંગના ઔચિત્યને ધ્યાનમાં રાખીને વસ્ત્રો અને સાજસજ્જાની સામગ્રીને પસંદ કરવામાં આવતાં હોય છે - પ્રસંગ અને વ્યક્તિઓના મેળાવડાને અનુકૂળ વસ્ત્રો, આભૂષણો, પગરખાં, વાળ ઓળવાની શૈલી, મેક-અપ, ચામડીનો રંગ અને તેની સજાવટ વગેરે.

આપણે વસ્ત્રો માત્ર શરીરની રક્ષા માટે જ નથી પહેરતાં. તે સાથે આપણો અહંકાર પણ સંકળાયેલો છે.

વસ્ત્રો પણ વ્યક્તિની ખબર આપતાં હોય છે. વસ્ત્રો, આહાર અને વ્યાયામ વડે શરીરના બાંધામાં પરિવર્તન લાવવું શક્ય છે. વસ્ત્રોની પસંદગી એ વ્યક્તિની અંગત બાબત છે અને તે તેના પૂરા નિયંત્રણ નીચે હોય છે અને તેથી જ તે તેની સાવ અંગત ખબર આપી દે છે - વસ્ત્રોના રંગ, તેના પરની ભાત, સિલાઈની શૈલી વગેરે મનને છતું કરી દેતાં હોય છે. વસ્ત્રોને પસંદ કરતી વખતે ભલે આપણે હવામાન અને ઋતુઓને ખ્યાલમાં રાખતા હોઈએ, પરંતુ તેના દેખાવ સંબંધિત મુદ્દાઓને કદી ધ્યાન બહાર નથી રાખતા.

પશ્ચિમના દેશોમાં દિવસના જુદાજુદા સમયે, જુદાજુદા હવામાનમાં અને જુદાજુદા સામાજિક અને વ્યાવસાયિક પ્રસંગોએ પહેરવાનાં વસ્ત્રોમાં સારી એવી ઔપચારિકતા અને વિવિધતા પ્રવર્તે છે. ભારત પંચરંગી માનવસમુદાયો ધરાવતો દેશ હોવા છતાં ગરીબીને કારણે તેટલી બધી વિવિધતા નથી ધરાવતો તેમ છતાંય સ્પષ્ટ રીતે અલગ તરી આવે તેવી વિવિધતા જોવા મળતી હોય છે.

ઘરમાં પહેરવાનાં અને બહાર પહેરવાનાં વસ્ત્રોમાં, દિવસે પહેરવાનાં અને રાત્રે પહેરવાનાં વસ્ત્રોમાં, લગ્ન કે મરણ જેવા સામાજિક પ્રસંગોમાં પહેરવાનાં વસ્ત્રોમાં ભારતમાં પણ કેટલીક ઔપચારિકતાઓ અને વૈવિધ્ય જોવા મળે છે. તેની પસંદગી પણ વ્યક્તિના સ્વભાવનો સંદેશો આપી દેતી હોય છે. વિવિધ સંસ્થાઓમાં જ્યારે ગણવેશ પહેરવામાં આવતો હોય છે ત્યારે તે સંઘભાવનાનો સંદેશો આપી જતો હોય છે અને જુસ્સો જગાડી જતો હોય છે.

કેટલીક વ્યક્તિઓ વિશિષ્ટ કાપડ, વિશિષ્ટ રંગ, વિશિષ્ટ ભાત અને સિલાઈની વિશિષ્ટ શૈલી પસંદ કરતી હોય છે અને તેમના સ્વતંત્ર અને બંડખોર સ્વભાવની ખબર આપી દેતી હોય છે. આત્મવિશ્વાસુ અને આક્રમક વિદ્યાર્થીઓ વધારે દેખાડો કરવાનું વલણ ધરાવતા હોય છે, જ્યારે જેઓ પોતાનાં કપડાં બાબતે અત્યંત સભાન હોય છે તેઓ વધારે લચીલા અને સમાધાનકારી હોય છે તથા ઓછા સ્વતંત્ર અને આક્રમક હોય છે. નવી નવી ફેશનોને અપનાવવી તેનો અર્થ માત્ર પ્રવર્તમાન પ્રવાહોને અપનાવવા તેટલો જ નથી થતો, તેમ કરીને આપણે ધ્યાનને પણ આકર્ષવા માગતા હોઈએ છીએ અને કોઈ ચોક્કસ સંદેશો પણ આપવા માગતા હોઈએ છીએ.

૫

બૉડી લૅંગ્વેજના અર્થઘટન સંબંધે વિવિધ અભિગમો

ભાષા એક માધ્યમ છે, ભાષા એક ઓજાર છે. આપણે તેનો ઉપયોગ કરી આપણાં કામ પાર પાડતા હોઈએ છીએ. ઓજારનો સદ્‌ઉપયોગ પણ હોય અને દુરુપયોગ પણ હોય. તેમાં ખામીઓ પણ હોય અને તેમાં સુધારાને અવકાશ પણ હોય. બૉડી લૅંગ્વેજ એક ભાષા હોવાથી આ બધી બાબતો તેને પણ લાગુ પડે છે. હવે આપણે એક પછી એક તે મુદ્દાઓની ચર્ચા કરીશું.

નકારાત્મક પાસાંઓ

આપણે જ્યારે કોઈપણ ભાષાને શીખવાની વાત કરીએ છીએ ત્યારે આપણી સમક્ષ શાબ્દિક ભાષાનું જ ચિત્ર ખડું થતું હોય છે, પરંતુ બૉડી લૅંગ્વેજ એ શાબ્દિક ભાષા નથી. તે શાબ્દિક ભાષા ન હોવા છતાં શાબ્દિક ભાષા જેટલી જ જટીલ છે. તેનું અર્થઘટન કરવું એ કંઈ સરળ બાબત નથી. જો આપણે ક્ષતિરહિત અને ચોક્કસ અર્થઘટન કરવા માગતા હોઈએ તો આપણે બૉડી લૅંગ્વેજનાં અંગોનો ગંભીરતાપૂર્વક ઝીણવટભર્યો અભ્યાસ કરવો આવશ્યક છે.

જુદીજુદી બાબતોને શીખવા માટે વ્યક્તિ કંઈ એકસરખાં રુચિ કે

વલણો નથી ધરાવતી હોતી, તેથી તેની જે તે કૌશલ્યો હાંસલ કરવાની ક્ષમતા જુદીજુદી હોય છે. ભાષા શીખવા પ્રત્યેના આપણાં રસરુચિ અને વલણ કેવાં છે અને પરિણામે ભાષા શીખવાની આપણી ક્ષમતા કેવી છે તેના પરથી નક્કી થાય છે કે આપણા માટે ભાષા શીખવાની પ્રક્રિયા સરળ રહેશે કે મુશ્કેલ. વળી અન્ય એક બાબત ધ્યાન પર લેવા જેવી એ છે કે જે વ્યક્તિ માટે એક ભાષામાં પારંગત થવું સરળ છે તે વ્યક્તિ માટે કોઈપણ ભાષા શીખવી સરળ છે. શીખવાની ક્રિયા એક રમૂજ તો છે જ, સાથોસાથ તે આપણને માહિતી પણ આપે છે અને બીજા લોકો સાથે અર્થપૂર્ણ સંબંધો વિકસાવવામાં તથા આપણી જાતને વધારે સુદૃઢ બનાવવામાં સહાયરૂપ પણ થાય છે.

બૉડી લેંગ્વેજ અને શાબ્દિક ભાષા એટલે કે બોલાતી ભાષા એકબીજાને પૂરક છે. બન્નેનું એકસાથે અવલોકન કરવું પડે છે. વ્યક્તિ જે કહી રહી છે તેનો અર્થ પહોંચાડવા માટે માત્ર બોલાતી ભાષા પૂરતી નથી, તેની સાથોસાથ બૉડી લેંગ્વેજને પણ સમજવી પડતી હોય છે, ત્યારે જ પૂરો સંદેશો મળે છે. તે જ રીતે અર્થગ્રહણ કરવા માત્ર શરીર તરફથી મળતા અશાબ્દિક સંકેતો જ પૂરતા નથી, તેની સાથે બોલાતી ભાષાને પણ ધ્યાન પર લેવી પડતી હોય છે.

આપણે એ બાબત ધ્યાન પર લેવી જોઈએ કે આપણે ઉપાર્જિત ચેષ્ટાઓને અભાન રીતે વાપરતા હોઈએ છીએ. અન્યની આવી ચેષ્ટાઓનું અર્થઘટન કરતા થઈએ તે પહેલાં આપણે તે પર સારું એવું મનન અને મહાવરો કરવાં જરૂરી છે કારણ કે જુદા જુદા લોકો માટે તેનો અર્થ જુદો જુદો થતો હોય છે. આપણે જે અશાબ્દિક ચેષ્ટાઓ કરતા હોઈએ છીએ તેના ઘણાં વિવિધ અર્થઘટન થતાં હોય છે, કારણ કે તે સંસ્કૃતિ, રાજકીય પરિસ્થિતિ, ધર્મ, અર્થશાસ્ત્ર, ભૂગોળ, ઇતિહાસ કે જીવનમૂલ્યો જેવી બાબતો પર આધારિત હોય છે. વળી જે લોકો બૉડી લેંગ્વેજમાં પારંગત થવા માગતા હોય તેમણે શારીરિક ચેષ્ટાઓનો અભ્યાસ કરવા ઉપરાંત સાંસ્કૃતિક અને પર્યાવરણીય વિવિધતાઓને પણ ધ્યાન પર લેવી પડતી હોય છે નહીંતર તેઓ જે કંઈ જુએ છે તેના પરથી ખોટા તારણ પર પહોંચે છે. જો આપણે અશાબ્દિક ભાષા વડે મળતા સંદેશાનું સાચું અર્થઘટન કરવા માગતા હોઈએ તો આપણે કોઈ એકલીઅટૂલી ચેષ્ટાને ધ્યાનમાં ન લેતાં સમગ્ર ચેષ્ટાસમૂહનું અવલોકન કરવું જોઈએ. દાખલા તરીકે, માથું ખજવાળવાની ચેષ્ટાના અનેક અર્થ થઈ શકે - તે જ સમયે ઘટતી અન્ય

ચેષ્ટાઓ વડે રચાતા જુદાજુદા ચેષ્ટાસમૂહો પ્રમાણે ખોડો, ટોલા, પરસેવો, અનિશ્ચિત મનોઅવસ્થા, ભૂલ, જૂઠ વગેરે જેવા તેના અર્થ થઈ શકે.

આપણી નજીકની વ્યક્તિઓ (નજીકના કુટુંબીજનો કે મિત્રો) સાથે વ્યવહાર કરતી વખતે પરિચિતતાને કારણે આપણને એક પ્રકારની ધરપત કે નિરાંત હોય છે, પરિણામે આપણે તેમના તરફથી મળતા અશાબ્દિક સંકેતો પ્રત્યે બારીક ધ્યાન નથી આપતા અને સંદેશો મેળવવામાં કે અર્થઘટન કરવામાં થાપ ખાઈ જઈએ છીએ.

જ્યારે બે વ્યક્તિઓની સમજનું - કેળવણીનું - સ્તર અલગ અલગ હોય છે ત્યારે સંદેશાવ્યવહારમાં મુશ્કેલી અનુભવાતી હોય છે. જુદાજુદા પ્રકારની માહિતીની - ટેક્નિકલ, સામાજિક, આધ્યાત્મિક વગેરે - આપલે માટે સમજના જુદાજુદા સ્તરોની અપેક્ષા રહે છે. સંદેશાવ્યવહારની પ્રક્રિયા લખાયેલા કે બોલાયેલા શબ્દોની પેલેપાર જતી પ્રક્રિયા છે. એવું બને કે આપણે સંદેશો પહોંચાડવામાં નિષ્ફળ જઈએ કારણ કે હકીકત કદાચ એમ હોય કે સંદેશો મેળવનારમાં જ કોઈક ખામી રહેલી હોય અને તેણે આપણા સંદેશાનું ગેરઅર્થઘટન કર્યું હોય.

બૉડી લેંગ્વેજ શીખવાના શરૂઆતના તબક્કામાં ચેષ્ટાઓને અલગઅલગ વાંચવાનું ખૂબ સરળ લાગે છે અને તેમ કરવામાં મજા પણ આવે છે. જો કે તેનો વધારે ઊંડાણપૂર્વક અભ્યાસ કરતાં આપણા જાણવામાં આવે છે કે વિવિધ ચેષ્ટાઓ જ્યારે એકબીજા સાથે ટકરાય છે ત્યારે એકબીજાનો વિરોધ કરે છે અને એક ગૂંચવાડો સર્જે છે. બારીક અને કાળજીભર્યું અવલોકન કરીને જો આપણે આ ગૂંચવાડામાં છુપાયેલા સંદેશાને પારખી ન શકીએ તો આપણે ખોટા તારણ પર આવીએ છીએ.

બૉડી લેંગ્વેજના વિદ્યાર્થીઓ તેમના અભ્યાસના શરૂઆતના તબક્કામાં ચેષ્ટાઓને વસ્તુલક્ષી રીતે જોવામાં - તેમના અંગત પૂર્વગ્રહો, માન્યતાઓ અને ખ્યાલોને બાજુ પર દૂર રાખીને જોવામાં - તકલીફ અનુભવે તેવું બને. વળી તેઓ સમગ્ર ચેષ્ટાસમૂહ પર કેન્દ્રિત થવાને બદલે કોઈ એકલદોકલ ચેષ્ટા પર વધારે પડતા કેન્દ્રિત થવાનું વલણ ધરાવે તેવું બને, પરંતુ દરેક નવી ભાષા શીખતી વખતે બનતું હોય છે તેમ ધીમે ધીમે તેઓ ચેષ્ટાઓનું સાચું અર્થઘટન કરતાં શીખી જાય છે. અશાબ્દિક સંદેશાવ્યવહારને સમગ્રતયા - સમગ્ર પરિપ્રેક્ષ્યમાં - જોવાની કળાને શીખવાનું એક વિદેશી ભાષામાં પ્રાવીણ્ય મેળવવા જેટલું મુશ્કેલ

છે, પરંતુ તેનાં કેટલાંક ઊજળાં પાસાંઓ પણ છે.

વિધાયક પાસાંઓ

શરીર તેનાં વિવિધ અંગો અને વિસ્તારો વડે હજારો વૈવિધ્યપૂર્ણ ચેષ્ટાઓ, મુદ્રાઓ અને અંગભંગિમાઓ રચે છે માટે તેનું અર્થઘટન કરવામાં અત્યંત આવશ્યકતા રાખવી જરૂરી છે. અને તેમ છતાંય અન્ય ભાષાઓની સરખામણીમાં બૉડી લેંગ્વેજ શીખવી સરળ છે કારણ કે તેનો શબ્દભંડોળ(!) - ચેષ્ટાભંડોળ, મુદ્રાભંડોળ, અંગભંગિમાભંડોળ - મર્યાદિત છે. વળી તેને શીખવાની પ્રક્રિયા અન્ય સૌ શાબ્દિક ભાષાઓ કરતાં એક બાબતે જુદી પડે છે - તેને શીખવા માટે આપણે કાગળ-પેન અને પુસ્તકોને લઈને નથી બેસવું પડતું. જ્યાં જ્યાં માણસો એકઠા મળે છે ત્યાં ત્યાં તેનો અભ્યાસ થઈ શકે છે કારણ કે ત્યાં ત્યાં સંદેશાવ્યવહારની ક્રિયા બનતી હોય છે - શાબ્દિક અને અશાબ્દિક ભાષાઓનો ઉપયોગ થતો હોય છે. અરે, આપણે બૉડી લેંગ્વેજને શીખવાની પ્રક્રિયાને એક ગમ્મત પણ બનાવી શકીએ છીએ. રેલવેસ્ટેશન પર, થિયેટર પર, બસમાં, ઑફિસમાં, શાળામાં ગમે ત્યાં થતા માનવવ્યવહારનું તમે અવલોકન કરી શકો છો અને ગમ્મત સાથે સમય પસાર કરતાં બૉડી લેંગ્વેજ શીખી શકો છો. બૉડી લેંગ્વેજ શીખવા માટેનું ટીવી એક ઉત્તમ ઉપકરણ છે કારણ કે અવાજનું વૉલ્યુમ ઘટાડીને તમે પડદા પરની વ્યક્તિઓના હાવભાવ પરથી તેઓ જે કહેવા માગે છે તેનું અર્થઘટન કરી શકો છો અને પછી તેને ચકાસી શકો છો.

બૉડી લેંગ્વેજ એ કોઈ ગૂઢ ભાષા નથી. તે પણ અન્ય ભાષાઓ જેવી જ એક ભાષા છે. આપણે અગાઉ ચર્ચા કરી ગયા તે પ્રમાણે શાબ્દિક ભાષા પ્રતીકોની(શબ્દોની) બનેલી છે જ્યારે બૉડી લેંગ્વેજ શારીરિક સંકેતો - ચેષ્ટાઓ - ની બનેલી છે. સામાન્ય ભાષા લખાતી કે બોલાતી હોય છે જ્યારે બૉડી લેંગ્વેજને વર્તવામાં આવતી હોય છે - શારીરિક ચેષ્ટાઓ કરવામાં આવતી હોય છે. જે રીતે શબ્દોનું આપણે કાગળ પરથી વાંચીને અને કાન વડે સાંભળીને અર્થઘટન કરીએ છીએ તે જ રીતે આપણે શરીરની વિવિધ ચેષ્ટાઓને વાંચીને તેનું અર્થઘટન કરી શકીએ છીએ. શાબ્દિક ભાષામાં જેમ શબ્દોની યોગ્ય ગોઠવણી વડે વાક્ય બનતું હોય છે તેમ અશાબ્દિક ભાષામાં વિવિધ ચેષ્ટાઓની નિયમ-આધારિત ગતિમાન ગોઠવણી વડે ચેષ્ટાસમૂહ રચાતો હોય છે. શાબ્દિક ભાષામાં

દરેક ભાષા માટે વાક્યરચનાના નિયમો નિશ્ચિત હોય છે, જ્યારે તેનાથી ઊલટું બૉડી લૅંગ્વેજમાં ચેષ્ટાસમૂહો ગતિમાન, વિવિધતાપૂર્ણ અને સતત બદલાતાં રહેતાં હોય છે. એકનો એક ચેષ્ટાસમૂહ તેની અંગભૂત ચેષ્ટાઓની સતત બદલાતી રહેતી તીવ્રતા અને ગતિને કારણે કોઈ એક ભાવની વિવિધ છટાઓનું વહન કરવાની ક્ષમતા ધરાવતો હોય છે. કેળવાયેલી નજર તેને તરત જ પારખી જતી હોય છે.

ભાષા એક કૌશલ્ય છે. દરેક કૌશલ્યને હાંસલ કરવા માટે કેટલીક પાયાની ક્ષમતાઓ અને તે માટેનાં રસ-રુચિ અને વલણો જરૂરી છે. ગમે તેવાં મુશ્કેલ કૌશલ્યો એકધારા મહાવરાથી સિદ્ધ થતાં હોય છે. જરૂરી પ્રેરણા અને પ્રોત્સાહન સાથે મહાવરો ભળતાં બૉડી લૅંગ્વેજ શીખવાની ક્રિયા સરળ બને છે, અને આત્મવિશ્વાસના વધવા સાથે તમે આ શીખવાની ક્રિયાને માણવા લાગો છો. એવું બને કે શરૂઆતના તબક્કામાં તમને મુશ્કેલી અને અવરોધનો અનુભવ થાય, પરંતુ તે તો હરકોઈ કૌશલ્યને શીખવાના શરૂઆતના તબક્કામાં બનતું હોય છે અને તેનો સામનો કરતાં તે અનુકૂળ થઈ જતા હોય છે.

સંદર્ભ

કોઈપણ ઘટનાને જ્યારે સંદર્ભ વિના જાણવા-સમજવાનો પ્રયત્ન કરવામાં આવે છે ત્યારે ગેરસમજ થવાની પૂરી સંભાવના રહે છે. વળી સંદર્ભ વિના જ્યારે કોઈ ઘટનાને રજૂ કરવામાં આવે છે ત્યારે તેને ધારીએ તેટલી વિકૃત કરી શકાતી હોય છે.

કોઈ ચેષ્ટાનું આપણા વડે ગેરઅર્થઘટન ન થાય તે માટે તે ચેષ્ટા કયા સંદર્ભમાં ઘટે છે તે જાણવું અત્યંત આવશ્યક છે; અરે, અનિવાર્ય છે. સંદર્ભ એટલે એ સર્વ કંઈ કે જે તે ચેષ્ટા સાથે સંબંધ ધરાવે છે, સંદર્ભ એટલે એ સર્વ કંઈક કે જેની પશ્ચાદ્‌ભૂમાં સમગ્ર ચેષ્ટા ઘટે છે. સંદર્ભ બદલાતાં એકની એક ઘટનાનું અર્થઘટન કંઈ ઑર જ થઈ જાય છે.

ઉદાહરણ તરીકે

ચેષ્ટાસમૂહ-૧ : ચુસ્ત રીતે આંટી વાળેલા પગ, અદબ વાળેલા હાથ, નીચે તરફ ઢળી ગયેલી હડપચી

સંદર્ભ : ડૉક્ટરનો વેઈટિંગ રૂમ

અર્થઘટન : નાદુરસ્ત તબિયત

ચેષ્ટાસમૂહ-૨ : ચુસ્ત રીતે આંટી વાળેલા પગ, અદબ વાળેલા હાથ, નીચે તરફ ગયેલી હડપચી (તેનો તે ચેષ્ટાસમૂહ)

સંદર્ભ : સત્તાધારી વ્યક્તિની સમક્ષ

અર્થઘટન : રક્ષણાત્મક સ્થિતિમાં, ઠપકો સાંભળવાની સ્થિતિમાં

જુઓ કે ચેષ્ટાસમૂહ તેનો તે રહ્યો હોવા છતાં સંદર્ભ બદલાઈ જતાં અર્થઘટન બદલાઈ જાય છે.

અન્ય એક ઉદાહરણ -

ચેષ્ટાસમૂહ-૧ : એક વિદ્યાર્થી તેના શિક્ષક સાથે વાત કરી રહ્યો છે.

સંદર્ભ : સહજ રીતે ક્ષણિક જુએ છે.

અર્થઘટન : સાહજિક વાતચીત

ચેષ્ટાસમૂહ-૨ : એક વિદ્યાર્થી તેના શિક્ષક સાથે વાત કરી રહ્યો છે.

સંદર્ભ : સહેજ વધારે વાર શિક્ષક સામે તાકી રહે છે.

અર્થઘટન : (૧) આદર અને પ્રેમ
(૨) શિક્ષકના પદ સામે પ્રચ્છન્ન પડકાર

વ્યક્તિ વાત કરતી વખતે તેના મોં આગળ તેનો પંજો રાખે છે તેનો સીધોસાદો અર્થ એ થાય છે કે તે જે કંઈ બોલી રહી છે તે બાબતે તેને પૂરી ખાતરી નથી, પરંતુ એવું પણ બને કે તે રીતે બોલવાની તેની રીતભાત કે આદત પણ હોય અથવા તો તેના દુર્ગંધયુક્ત ઉચ્છ્વાસને તે છુપાવવા માગતી હોય અથવા તો તેને શરદી થઈ હોય તેવું પણ બને.

આમ તમે જોશો કે અર્થઘટન કરવા માટે માત્ર ચેષ્ટા પૂરતી નથી, તેનો સંદર્ભ પણ જાણવો જરૂરી છે. વળી પારખુ વ્યક્તિ ચેષ્ટાઓના સમૂહમાં છુપાયેલ કોઈ ભાતને, કોઈ નિયમિતતતાને, કોઈ સપ્રમાણતાને શોધી કાઢવા પ્રયત્ન કરે છે અને ત્યારબાદ અર્થઘટન કરે છે.

હસ્તધૂનન કરનાર વ્યક્તિના પંજામાં ઉત્સાહ, ગતિ અને જીવંતતા

ન હોય તો તે વ્યક્તિના સુસ્ત વ્યક્તિત્વનો નિર્દેશ કરે છે, પરંતુ એવું પણ બને કે તેના પંજામાં દુખાવો થતો હોય અને તે વ્યક્તિ તેમ વર્તતી હોય ! વળી કેટલીક વ્યક્તિના વ્યવસાયો - ચિત્રકળા, સર્જરી, વાજિંત્રવાદન - એવા હોય છે કે જેને પરિણામે તેઓ તેમની આંગળીઓ અને પંજાના હલનચલન બાબતે ખૂબ સંવેદનશીલ હોય છે અને હસ્તધૂનન કરવાથી દૂર રહેતા હોય છે અને તેમ છતાંયે જો હસ્તધૂનન કરવું જ પડે છે તો તેમાં તેઓ ખૂબ કરકસરિયા અને નિરુત્સાહી હોય છે.

બૉડી લેંગ્વેજ બાબતે સૌથી મહત્ત્વનો મુદ્દો એ છે કે કદી કોઈ હલનચલન એકલુંઅટૂલું નથી હોતું, કદી કોઈ એકલાઅટૂલા હલનચલનને આધારે અર્થઘટન ન થઈ શકે. તે હંમેશાં કોઈ ને કોઈ વર્તનભાતનો (behaviour pattern) હિસ્સો હોય છે. આપણે વાર્તાના વાંચન દરમ્યાન લેખકે કરેલા કેટલીક ક્રિયાઓના વર્ણનને વાંચતા હોઈએ છીએ અને તે પરથી કોઈ પાત્રના જે તે વર્તનનો અર્થ તારવતાં હોઈએ છીએ, પરંતુ આપણને એ ખ્યાલ નથી હોતો કે લેખકે અન્ય વર્ણન દ્વારા જે સંદર્ભ રચ્યો હોય છે તે પરથી આપણે તે અર્થ તારવતા હોઈએ છીએ. લેખક વર્ણન કરે કે 'વર્ષાએ મોં મચકોડ્યું' ત્યારે તેનો અર્થ નારાજગી, અણગમો, અસંમતિ કે રીસ થાય તેની ખબર તો સંદર્ભ પરથી જ પડતી હોય છે. આ જ ક્રિયાનું કશા જ સંદર્ભ વિના શરીરના માત્ર એક હલનચલન તરીકે 'મોંનો એક તરફનો ભાગ ઊંચો થયો' એવું વર્ણન કરવામાં આવ્યું હોય તો તેનો કશો જ અર્થ નથી થતો, તેના વડે કોઈ ભાવ વ્યક્ત નથી થતો.

વક્તા દ્વારા બોલતાં બોલતાં કેટલાંક હલનચલનો આદતવશ અથવા તો બસ એમ જ થતાં હોય છે, તેને વક્તાના બોલવા સાથે કે તેના મનમાં ચાલતા વિચારો સાથે કોઈ સંબંધ નથી હોતો. આવા સંજોગોમાં તે હલનચલનો કોઈ સંદેશો નથી આપતાં, પરંતુ આવાં હલનચલનો જ્યારે વક્તાની મનો-અવસ્થા સાથે સંબંધ ધરાવતાં હોય ત્યારે તે વિવિધ અર્થો ધારણ કરે છે. આથી બૉડી લેંગ્વેજનો ઉપયોગ કરીને અર્થ તારવનાર વ્યક્તિ માટે એ મહત્ત્વનું બની જાય છે કે તે હલનચલન અને વક્તાની મનોવસ્થા વચ્ચે કોઈ અનુસંધાન રહેલું હોય તો તેને પકડી પાડે. વક્તા બોલતાં બોલતાં નજીક પડેલા પ્યાલામાંથી વારંવાર પાણી પીએ અને ક્યારેક પાણી પીએ તે સંજોગોમાં આ બન્ને ચેષ્ટાઓના અર્થ બદલાઈ જાય છે. પ્રથમ ચેષ્ટા બેચેની દર્શાવે છે જ્યારે બીજી ચેષ્ટા

સહજવૃત્તિનું સૂચન કરે છે.

આસપાસના પર્યાવરણની સ્થિતિ પર પણ વર્તણૂક અસર કરતી હોય છે. તેથી બૉડી લેંગ્વેજ શીખનારે આસપાસના ભૌતિક તેમજ સામાજિક પર્યાવરણને ધ્યાન પર લેવાં આવશ્યક છે. જુદાજુદા માહોલમાં સંદેશાવ્યવહાર જુદી જુદી રીતે થતો હોય છે. ગંભીર વિષય પર શાંત અને એકાંતવાળી જગ્યામાં થતો સંદેશાવ્યવહાર વધુ અસરકારક હોય છે. ઘોંઘાટવાળી જગ્યામાં શાબ્દિક અને અશાબ્દિક અભિવ્યક્તિ વધારે પ્રગટ સ્વરૂપની કરવી પડતી હોય છે. અભિવ્યક્તિના વિષય અને પ્રસંગ પ્રમાણે શાબ્દિક અને અશાબ્દિક અભિવ્યક્તિની રીતભાત બદલાતી હોય છે. આપણા સૌના સામાન્ય અનુભવની વાત છે કે આપણે સૌ અમુક પ્રકારની વાત અમુક પરિસ્થિતિમાં - નાસ્તા સમયે, ભોજન સમયે, બગીચામાં, એકાંતમાં - જ કરવાનું પસંદ કરતા હોઈએ છીએ.

ઑફિસમાં ફર્નિચર કઈ રીતે ગોઠવવામાં આવ્યું છે તેની પણ અશાબ્દિક સંદેશાવ્યવહાર પર અસર થતી હોય છે. બેઠકો વચ્ચેનું અંતર, બેઠકોની એકબીજા સાથેની દિશા, બારી-બારણાં સાથેની સ્થિતિ, તેથી વક્તા અને શ્રોતાની વચ્ચેની બેસવા-ઊભા રહેવાની નક્કી થતી સ્થિતિ, હવા-ઉજાસની ગોઠવણ, એકબીજાને સાંભળવા-જોવાની સર્જાતી સ્થિતિ; આ બધું જ વ્યક્તિની અશાબ્દિક અભિવ્યક્તિ પર અસર કરતું હોય છે.

ચેષ્ટાઓ વચ્ચેની સુસંગતતા અને સુમેળ

સુસંગતતા એટલે એક ચેષ્ટાનું અન્ય ચેષ્ટા કે બોલાતા વાક્ય સાથે બંધબેસતા આવવું. જે તે ચેષ્ટા તે સમયે થતી શાબ્દિક અભિવ્યક્તિને ટેકો આપે છે કે નહીં, કે પછી તેની અસરનું ધોવાણ થાય તે રીતની તે ચેષ્ટા છે ? જો તે બન્ને એટલે કે અશાબ્દિક અભિવ્યક્તિ અને શાબ્દિક અભિવ્યક્તિ એકબીજા સાથે બંધબેસતાં ન આવે તો તે કુમેળ દર્શાવે છે.

વાણી અને વર્તન વચ્ચે સુમેળ છે કે કુમેળ તે જાણવા માટે ચેષ્ટાના બારીકમાં બારીક અંશનું કાળજીપૂર્વક નિરીક્ષણ કરવું પડતું હોય છે, તેમાં જરા પણ ઉતાવળ કરવી ન પાલવે. ઉતાવળે અને જેમતેમ કરેલા અવલોકનથી ખોટા અર્થઘટન પર પહોંચાય છે. સુમેળભરી શાબ્દિક અને અશાબ્દિક અભિવ્યક્તિ પરથી કરવામાં આવતું અર્થઘટન ચોક્કસ હોય છે. કુમેળભર્યો સંદેશાવ્યવહાર

બીનકાર્યક્ષમ અને ગેરમાર્ગે દોરનારો હોય છે.

ચેષ્ટાઓ વચ્ચે રહેલા સુમેળને શોધવા જતાં કેટલીકવાર વ્યક્તિ વિવિધ શારીરિક હલનચલનો પ્રત્યે વધારે પડતી સભાન થઈ જાય છે અને ખોટી ધારણાઓનો શિકાર બને છે. ચેષ્ટાને શોધવી અને અલગ તારવવી સરળ છે, પરંતુ તેનું અર્થઘટન કરવાની ક્રિયા ખૂબ કૌશલ્ય, અનુભવ અને જાગૃતિની અપેક્ષા રાખે છે.

જેમ કાગળ પર જેમતેમ પડેલા શબ્દોનો કોઈ અર્થ નથી તેમ જેમતેમ નજરે પડતી ચેષ્ટાઓ, મુદ્રાઓ કે અંગભંગિમાઓનો કોઈ અર્થ નથી. શબ્દોને યોગ્ય ક્રમમાં ગોઠવીને વાક્ય રચવું પડે છે, તો જ તે અર્થ પહોંચાડે છે. તે જ રીતે દરેક ચેષ્ટાને સમજીને એક ચેષ્ટાસમૂહ રચવો પડતો હોય છે કે જેમાં વર્તનની કોઈ ભાત સહજ રીતે ઊપસી આવતી હોય. વર્તનની કોઈ ભાત ન ઉપસાવતો હોય તેવા ચેષ્ટાસમૂહનો કોઈ અર્થ નથી અથવા તો તે ખોટી રીતે રચી કાઢેલો ચેષ્ટાસમૂહ હોય છે. માટે જ હંમેશાં બૉડી લૅંગ્વેજના અભ્યાસુએ ચેષ્ટાઓ પાછળ છુપાયેલી આ ભાતને પકડી પાડવાની દૃષ્ટિ રાખવી જોઈએ. તેણે એકએક ચેષ્ટાને માનસિક રીતે તપાસતાં જવાની છે, તેને એકબીજા સાથે યોગ્ય રીતે ગોઠવતાં જવાની છે અને અર્થપૂર્ણ ચેષ્ટાસમૂહ રચવાનો છે, તો જ તેમાંથી સાચો સંદેશો મળે છે.

તમારાં મનોચક્ષુ સમક્ષ એક આવું ચિત્ર ખડું કરો : પોતાના ઉત્પાદન માટે ખૂબ ઉત્સાહી અને આતુર એવો એક સેલ્સમેન ખુરશીની કિનારી પર બેઠો છે, તેના પગના પંજા એકબીજાથી દૂર અને ઝડપી દોડ દોડનારની સ્થિતિમાં છે, તેના હાથના પંજા ટેબલ પર છે અને શરીર આગળ તરફ ઝૂકેલું છે. આ બધી જ ચેષ્ટાઓ તેના ચહેરા પરના ભાવો સાથે બંધબેસતી આવે છે : તેની આંખો સાવધાન છે, ચહેરા પર સહેજ સ્મિત છે અને સંભવિત છે કે ભવાં સહેજ પણ તણાયેલાં નથી.

એકએક ચેષ્ટા સુમેળભરી છે, સ્પષ્ટ વર્તનભાત ઉપસાવતો ચેષ્ટાસમૂહ રચાય છે. સંદેશો સ્વયંસ્પષ્ટ છે : માલ વેચવાની આતુરતા અને તેમાં સફળ થવાનો આત્મવિશ્વાસ, ધૈર્ય.

હવે એક અન્ય ઉદાહરણ જોઈએ. એક વ્યક્તિનો મુદ્રાસમૂહ આ

પ્રમાણે છે : શરીર સ્થિર છે, નજર તમારા તરફ નહીં પરંતુ નીચે તેના હાથના પંજા તરફ છે, ચહેરા પર સ્મિત છે, તમારા પ્રશ્નોના સાવ ટૂંકા જવાબ આપે છે.

સ્મિતને બાદ કરતાં આ એક મીંઢા માણસનો મુદ્રાસમૂહ છે. તેનું સ્મિત અન્ય સૌ ચેષ્ટાઓ સાથે તાલ નથી મિલાવતું, તે બનાવટી છે. આ કુમેળ સંકેત આપે છે કે તે માણસ કોઈક મહત્ત્વની માહિતી છુપાવી રહ્યો છે, તે ડોળ કરી રહ્યો છે કે તેની પાસે તે માહિતી નથી, દેખીતું છે કે તે દોષિત છે.

વર્તણૂકમાં રહેલા સુમેળને પકડી પાડવા જેટલી સૂઝ આપણામાં વિકસતાં હવે આપણે વ્યક્તિનાં વલણો અને કૃત્યોનું અર્થઘટન કરવા જેટલા સજ્જ થયા કહેવાઈએ. સુમેળને પકડી પાડવા જેટલી સંવેદનશીલતા વિકસતાં અટકળો કરવાનું આપોઆપ જ નિયંત્રણમાં આવે છે. અટકળો કરવાનું વલણ ઉતાવળે તારણ કરવા તરફ દોરી જતું હોય છે.

જ્યારે શાબ્દિક અભિવ્યક્તિ અને અશાબ્દિક વચ્ચે કુમેળ હોય ત્યારે અર્થઘટન બેમાંથી કોના આધારે કરવું ? આપણે અગાઉ જોઈ ગયા છીએ કે સંદેશો પહોંચાડવાની ક્રિયામાં શાબ્દિક અભિવ્યક્તિ કરતાં અશાબ્દિક અભિવ્યક્તિની અસરકારકતા પાંચગણી વધુ છે. તેથી જ્યારે આવી કુમેળભરી પરિસ્થિતિમાં અર્થઘટન કરવાનું બને ત્યારે અશાબ્દિક અભિવ્યક્તિ પરથી જ અર્થઘટન કરવું જોઈએ. તે સમયે શાબ્દિક અભિવ્યક્તિ દ્વારા મળતા સંદેશાને ધ્યાન પર ન લેવો જોઈએ.

ક્યારેક એવું બનતું હોય છે કે આપણે બોલતાં હોઈએ છીએ કંઈ ઑર અને તે જ સમયે ચેષ્ટા કંઈ ઑર કરતા હોઈએ છીએ અને પારખુ નજર સમક્ષ કુમેળ સાવ સ્પષ્ટ રીતે ખુલ્લો પડી જતો હોય છે. એવું બનતું હોય છે કે વ્યક્તિ તેના મોં વડે હા પાડતી હોય છે પરંતુ તેનું મસ્તક નકારમાં હલતું હોય છે.

સુમેળ અને કુમેળને સામૂહિક વર્તણૂકના સંદર્ભમાં પણ જોવા જોઈએ. ટોળામાં લોકો જ્યારે એકબીજાની શારીરિક સ્થિતિની નકલ કરે છે ત્યારે તેમાં તેમનાં વલણો અને વર્તનમાં રહેલો સુમેળ પ્રતિબિંબિત થતો હોય છે. હકીકતમાં બને છે એવું કે આવી પરિસ્થિતિમાં સમૂહનો એક સભ્ય તેના શરીરની સ્થિતિ બદલતાં અન્ય સૌ તેની નકલ કરે છે. આ પરથી આપણે અનુમાન કરી શકીએ

કે તે સમૂહનો દરેક સભ્ય અન્ય દરેક સભ્ય સાથે સંમત થાય છે અને તે સૌ એક સરખી જ વિચારદષ્ટિ ધરાવે છે. જો તેમની વચ્ચે સંમતિ નહીં પ્રવર્તતી હોય તો દરેક વ્યક્તિ અલગઅલગ સ્થિતિ ધારણ કરશે અને તો જુદી જુદી વિચારદષ્ટિ ધરાવતા સભ્યોનાં નાનાં નાનાં ઝૂમખાં રચાશે. ટોળાના અન્ય સૌ સભ્યોથી પોતે કંઈક વિશિષ્ટ છે તેવું દર્શાવવા માગતા સભ્યો ઈરાદાપૂર્વક સુમેળમાં ન આવતી હોય તેવી સ્થિતિ ધારણ કરે તેવું બને.

કેટલીકવાર એવું બને છે કે ભલે બે મિત્રો એકબીજા સાથે દલીલ કરતા હોય અને તેમના વિચારોમાં ભેદ દેખાતો હોય પરંતુ તેઓ એકબીજા સામે એવી સુમેળભરી સ્થિતિ અપનાવતા હોય છે કે જે એવું સૂચવતી હોય છે કે તેમના વૈચારિક મતભેદો તેમનાં લાગણીનાં બંધનોને કોઈ ક્ષતિ નથી પહોંચાડતા. પતિ અને પત્ની એકબીજા પર શાબ્દિક હુમલો કરતાં હોવા છતાં તેઓ એવી શારીરિક અંગભંગિમાઓ અપનાવતાં હોય છે કે જે એવું સૂચવતી હોય છે કે તેમના વચ્ચે કોઈ દુશ્મનાવટ નથી.

ચેષ્ટાઓનો કુમેળ

આપણે કુમેળભરી ચેષ્ટાઓ જ કરતા હોઈએ છીએ તેટલું જ નહીં, આપણે એકબીજા સાથે બંધબેસતા ન આવતા હોય તેવા સંકેતો પણ આપતા હોઈએ છીએ. એક તરફ કોઈ છોકરી કોઈ છોકરાને એમ કહેતી હોય છે કે 'તું પાગલ છે, મને તું જરા પણ નથી ગમતો' તો બીજી તરફ તેના ચહેરા પર શરમના શેરડા ઊપસતા હોય છે, આંખો ચમકી ઊઠતી હોય છે અને છોકરાના ગાલ પર એક હળવી ટપલી મારતી હોય છે. શાબ્દિક અભિવ્યક્તિમાં નકાર છે, જ્યારે અશાબ્દિક અભિવ્યક્તિમાં હકાર છે, આમ અભિવ્યક્તિઓ વચ્ચે કુમેળ છે. આખરે આપણે અર્થઘટન અશાબ્દિક અભિવ્યક્તિ પરથી જ કરવાનું હોય છે જે સાચું પુરવાર થાય છે.

અસંગત સંકેતો એક ગૂંચવાડો સર્જે છે. એક બાજુ બાળકની માતા તેના બાળકને કાચના કટોરાને અડકવાની ના પાડે છે અને બીજી તરફ તેના ચહેરા પર સ્મિત રેલાઈ રહ્યું છે. તેનું સ્મિત તેના શબ્દોની વિરુદ્ધમાં સંકેત આપી રહ્યું છે. બાળક કાચના કટોરાને અડકશે તો શું માતા તેને ઠપકો આપશે ?

ઊડીને આંખે વળગે તેવી એક ઑર અસંગતતાનું ઉદાહરણ આપતાં બૈર કહે છે કે લોકોની સંદેશા રચવાની અને ઉકેલવાની પ્રક્રિયા અત્યંત જટીલ હોય છે. એક બાજુથી આપણે ઇચ્છીએ છીએ અને જાહેર કરીએ છીએ કે સામેવાળી વ્યક્તિ આપણને ચાહે અને બીજી તરફ આપણે આપણા ચહેરાના ભાવો, અંગભંગિમા, અવાજના સૂર અને બીજા એવા કેટલાયે સંકેતો વડે સાવ જ ઊલટો અશાબ્દિક સંદેશો પાઠવીએ છીએ કે આપણને તે માણસ નથી ગમતો. એવું બન્યું હોય કે સંદેશો પાઠવવામાં આપણે ક્યાંક ભૂલ કરી હોય કે પછી સામેવાળી વ્યક્તિએ તેનું અર્થઘટન કરવામાં કોઈ ભૂલ કરી હોય.

શાબ્દિક અભિવ્યક્તિ અને અશાબ્દિક અભિવ્યક્તિ વચ્ચે આ પ્રકારના કુમેળની ઘટના ક્યારેક બને તો તેને આપણે એક ભૂલચૂક તરીકે લઈ શકીએ, પરંતુ જો કોઈ વ્યક્તિ દ્વારા અભિવ્યક્તિઓના કુમેળની આ ઘટના સતત બનતી જ રહે તો તેનો અર્થ એ થાય કે વાસ્તવમાં તે વ્યક્તિ એક સાથે બે પ્રકારના ભાવો - લાગણીઓ - વ્યક્ત કરવા માગતી હોય છે અને તેથી વચ્ચેનો માર્ગ પકડ્યો હોય છે અને આ કુમેળની ઘટના બને છે. સતત દ્વિધામાં જીવતી વ્યક્તિ આ પ્રકારનું વર્તન કરતી હોય છે. ગુજરાતીમાં એક કહેવત છે કે 'ભીખ માગવી છે અને હાંડલુ સંતાડવું છે.' સામાન્ય રીતે આ પ્રકારની કુમેળભરી અભિવ્યક્તિની ઘટનાઓ આત્મીય સંબંધ ધરાવતી વ્યક્તિઓ વચ્ચે થતી હોય છે.

બનાવટ

ફ્રોઈડે કહ્યું છે કે : 'જો તેના હોઠ ચૂપ હોય છે તો તેની આંગળીનાં ટેરવાં બોલતાં હોય છે, તેનું દરેક રૂંવાડું તેના મનની અવસ્થાને પ્રગટ કરતું હોય છે.'

વ્યક્તિ બોલતી કંઈ હોય છે અને તેનું શરીર પ્રગટ કંઈ ઑર કરતું હોય છે. શાંત અને આત્મસંયમી દેખાતી વ્યક્તિને એ ખબર પણ નથી હોતી કે તેના પગનો પંજો સતત બેચેનીપૂર્વક ફરસને તાલ દઈ રહ્યો છે.

બૉડી લૅંગ્વેજની બનાવટ કરી શકવા માટે તેમાં પારંગત બનવું પડતું હોય છે. જો કે બૉડી લૅંગ્વેજ મોટેભાગે (!) એક અભાન અભિવ્યક્તિ હોવાથી તેમાં ઉસ્તાદ વ્યક્તિઓ માટે પણ એ શક્ય નથી કે તેઓ બધો સમય બધાને મૂર્ખ બનાવી શકે. કોઈપણ પ્રકારની અભિવ્યક્તિ સમયે સમગ્ર શરીર હલનચલન

કરી રહ્યું હોવાથી ભલે તમે કેટલીક ચેષ્ટાઓની બનાવટ કરવામાં સફળ રહો પરંતુ શરીરનાં અન્ય હલનચલનો તેમની કુમેળભરી ગતિ વડે મનના સાચા ભાવોની ચાડી ખાઈ જ જતાં હોય છે. સભાન અભિવ્યક્તિની સમાંતરે તેનાથી સ્વતંત્ર રીતે અભાન અભિવ્યક્તિની ક્રિયા સતત ચાલતી જ રહેતી હોય છે, તેથી કોઈપણ વ્યક્તિ કોઈપણ જૂઠને લાંબો સમય ચલાવવામાં સફળ નથી થતી.

જૂઠ આચરતી વ્યક્તિ તેની કોઈ ને કોઈ સૂક્ષ્મ ચેષ્ટા વડે પકડાઈ જ જતી હોય છે. અઠંગ ચોર પણ કીકીના નાના-મોટા થવા જેવા, અવાજના ઊંચા થતા સૂર જેવા કે અવાજમાં થતા ખચકાટ જેવા અશાબ્દિક સંકેતો વડે ખુલ્લો પડી જતો હોય છે - વળી તે વધારે ટૂંકાં ઉચ્ચારણોમાં વાત કરતો હોય છે. જૂઠ છુપાવવાની વધુ પડતી સભાનતાને કારણે અઠંગ ચોર તેની ચેષ્ટાઓને ઊલટી દિશામાં ગતિમાન કરે છે તેથી પણ તે ખુલ્લો પડી જતો હોય છે. તે આંખોને સામાન્ય કરતાં વધારે પટપટાવે છે, તે જરૂર કરતાં વધારે સમય તાકી રહે છે, તેના મસ્તક અને શરીર સામાન્ય કરતાં ઓછાં હલે છે અને તેના બોલવાની ગતિ ધીમી પડી જાય છે.

વ્યક્તિ પ્રમાણિક હોવાનું નાટક કરવા તેની હથેળીઓ ખુલ્લી કરે અને ચહેરા પર સ્મિત પણ લાવે, પરંતુ શરીરની અન્ય સૂક્ષ્મ ચેષ્ટાઓ તો કોઈ ઑર જ સંકેતો આપતી હોય છે. તેની કીકીઓ નાની-મોટી થાય, તેના ગાલ પર રતાશ ધસી આવે, તેના ચહેરાના સ્નાયુઓ ફરકે, આંખો પટપટે તેવું બને. આ બધા કુમેળ સૂચવતા સંકેતો છે. આવા સંજોગોમાં અચેતન મન કે જે ચેતાતંત્રીય ઊર્જાનું ઉત્સર્જન કરે છે તે આવી ચેષ્ટાઓનું રૂપ ધારણ કરે છે. એવું બને કે આવા સંકેતો ઝીલતું શ્રોતાનું મન વક્તા જે કહી રહ્યો છે તેનો વિશ્વાસ ન કરે.

ચહેરાના સ્નાયુઓ વડે થતી ભાવોની અભિવ્યક્તિ ખૂબ સૂક્ષ્મ અને ક્ષણિક હોય છે અને જો અવલોકનકર્તા તાલીમ પામેલ અને પારંગત ન હોય તો તે તેના ધ્યાન પર નથી આવતી. ચહેરો બનાવટી અભિવ્યક્તિઓને પણ છતી કરી દેતો હોય છે. ચહેરા પર રતાશ ધસી આવતાં છેતરપિંડીનો ભાવ છતો થઈ જતો હોય છે, એકાએક અટકી જતું સ્મિત બનાવટી સ્મિતની ચાડી ખાઈ જતું હોય છે.

ચલચિત્ર કે ટીવીમાં તમે એ જોયું હશે કે શંકાસ્પદ ગુનેગારની પાસેથી માહિતી કઢાવવા પૂછપરછ માટેની જગ્યાને પોલીસ દ્વારા કઈ રીતે સજાવવામાં

આવી હોય છે. ગુનેગારને પ્રશ્નકર્તા સામે ખુરશી પર બેસાડવામાં આવે છે. તેના મસ્તક પર તેજસ્વી બત્તી હોય છે કે જેથી તેનું સમગ્ર શરીર સ્પષ્ટ રીતે જોઈ શકાય, તેના શરીરનાં એકએક હલનચલન સ્પષ્ટ રીતે જોઈ શકાય.

ચેષ્ટાઓનું નિયંત્રણ

આપણે અગાઉ જોઈ ગયા કે બૉડી લેંગ્વેજ - ચેષ્ટાઓ, મુદ્રાઓ, અંગભંગિમાઓ - આકસ્મિક હોય છે, અભાન રીતે ઘટતી હોય છે, આપોઆપ ઘટતી હોય છે, પરિણામે તેને નિયંત્રણમાં રાખવી કે છુપાવવી અશક્ય હોય છે.

શાબ્દિક ઉચ્ચારણોના પ્રમાણમાં અશાબ્દિક અભિવ્યક્તિઓને નિયંત્રણમાં રાખવાનું ઘણું મુશ્કેલ હોવા છતાં આપણે સૌ આપણને નુકસાન કરે તેવી અશાબ્દિક અભિવ્યક્તિઓને પ્રસંગોપાત્ત નિયંત્રણમાં રાખતાં જ હોઈએ છીએ. મહાવરા વડે આપણે આપણી જુદીજુદી અશાબ્દિક અભિવ્યક્તિઓને કેળવી શકીએ છીએ, વ્યક્ત કે ન-વ્યક્ત થવા માટે પસંદ કરી શકીએ છીએ.

હીંચકા કે સોફા પર ઊંડા વિચારમાં ગરકાવ ગૃહિણીને તમે અવાજ કરીને તરત જ વાસ્તવિક જગતમાં પાછી લાવી શકો છો, તે તરત તેનાં વસ્ત્રોને ઠીક કરવા લાગશે કે તરત તેની જાતને ઠીક કરવા લાગશે. તેની ચેષ્ટાઓ થોડો સમય નિયંત્રિત બની જશે.

એ શક્ય જ નથી કે હંમેશાં કોઈપણ ચેષ્ટાનું વસ્તુલક્ષી અર્થઘટન થઈ શકે. ગમે તેટલી તાલીમ અને અનુભવ પણ તમને ક્યારેક તો આત્મલક્ષી કરવા તરફ પ્રેરી જ જાય છે. અને તેથી મોટાભાગનો આધાર તો એ બાબત પર રહે છે કે તમે તમારી જાતને કઈ રીતે રજૂ કરો છો. તમને પૂરી ખાતરી છે કે તમે પ્રમાણિક અને નિખાલસ છો અને પૂરો આત્મવિશ્વાસ ધરાવો છો, પરંતુ જો તમે તમારી શાબ્દિક અને વિશેષ કરીને તો અશાબ્દિક અભિવ્યક્તિ વડે તમારી જાતને તે રીતે રજૂ ન કરી શકો તો સામેવાળી વ્યક્તિ પર તમારી છાપ એક આત્મવિશ્વાસના અભાવવાળી, સંકુચિત અને અપ્રમાણિક વ્યક્તિ તરીકેની પડશે. આનાથી બિલકુલ ઊલટી ઘટના પણ બની શકે : તમે કપટી, ભીંઢા અને આત્મવિશ્વાસના અભાવવાળા હોવા છતાં તમારી જાતને એ રીતે રજૂ કરી શકો કે સામેવાળી વ્યક્તિ પર તમારી છાપ એક નિખાલસ, પ્રામાણિક અને આત્મવિશ્વાસયુક્ત વ્યક્તિ તરીકેની પડે.

ચેષ્ટાઓને જો વિવેકપૂર્વક નિયંત્રિત કરવામાં આવે તો તમારો સામાજિક વ્યવહાર ઓછામાં ઓછો સુચારુ તો બની જ શકે.

બૉડી લૅંગ્વેજના ઉપયોગમાં રાખવી જોઈતી સાવધાની

આપણા રોજબરોજના વ્યવહારમાં આપણામાંના મોટાભાગના લોકો શરીરની ચેષ્ટાઓનાં અધકચરાં અને ઉતાવળાં અવલોકનો પરથી તરત જ તારણ પર પહોંચી જવાની ભૂલ કરતા હોય છે અને માટે અર્થઘટન કરવામાં થાપ ખાઈ જતા હોય છે. બૉડી લૅંગ્વેજનું અર્થઘટન કરવાની ક્રિયા ખૂબ અનુભવ માગી લે છે અને આ અનુભવ એકધારા અવલોકન અને બારીક નિરીક્ષણથી પ્રાપ્ત થતો હોય છે. અર્થઘટનની ચોકસાઈ માટે આપણે ચેષ્ટાસમૂહોને, તેના સંદર્ભને, સાંસ્કૃતિક પશ્ચાદ્ભૂને, અન્ય વિશેષતાઓ તથા ખાસિયતોને તથા વ્યક્તિની જે તે સમયની શારીરિક-માનસિક અવસ્થાને ધ્યાન પર લેવી જોઈએ.

બૉડી લૅંગ્વેજનું અર્થઘટન કરતી વખતે આટલી બાબતોની સાવચેતી રાખો :

☞ ચેષ્ટાઓ હંમેશાં સમૂહ રચતી હોય છે; આખા ચેષ્ટાસમૂહ પરથી અર્થ તારવો, કોઈ એક ચેષ્ટા પરથી નહીં.

☞ ચેષ્ટાઓ એકબીજા સાથે કઈ રીતે સંકળાયેલી છે તે જુઓ, તેની અંદર રહેલી ભાતને પકડો અને ચેષ્ટાસમૂહ રચો.

☞ કોઈ એકલીઅટૂલી ચેષ્ટા કે ચેષ્ટાઓ કોઈ ચોક્કસ અર્થ ન પહોંચાડી શકે.

☞ શારીરિક હલનચલનો ખૂબ સૂક્ષ્મ અને ક્ષણિક હોય છે. તેના પરથી યોગ્ય અર્થઘટન તારવવા વ્યક્તિએ ખૂબ ચપળ અને સાવધાન રહેવું પડે છે અને કાળજીભર્યું બારીક નિરીક્ષણ કરવું પડે છે.

☞ વિસંગતતાઓ અને વિષમતાને પકડી પાડવા માટે સતત સાવધાન રહો.

☞ ચેષ્ટાસમૂહમાં રહેલો એક નાનો એવો કુમેળ ખબર આપી દેતો હોય છે કે વ્યક્તિ બનાવટ કરી રહી છે.

☞ કેટલીકવાર એવું બને છે કે કોઈક ચેષ્ટા માત્ર દેખાડો કે આદત હોય.

અર્થઘટન કરતી વખતે ધ્યાનમાં રાખવાના મુદ્દાઓ :

- દરેક ચેષ્ટા, મુદ્રા અને અંગભંગિમા એક સામાન્ય સંકેત ધરાવતી હોવા છતાં દરેક વ્યક્તિ તેના શારીરિક બંધારણ, વલણ અને સ્વભાવ પ્રમાણે તેમાં જે બારીક ફેરફાર જન્માવતી હોય છે તેને ધ્યાન પર લો.
- દરેક અશાબ્દિક અભિવ્યક્તિના સંદર્ભને ધ્યાન પર લો અને તે પ્રમાણે તેનું અર્થઘટન કરો.
- ઉપાર્જિત ચેષ્ટાઓનું અર્થઘટન સંસ્કૃતિ, ધર્મ, રાજકારણ, અર્થશાસ્ત્ર, ભૂગોળ, ઈતિહાસ અને જીવનમૂલ્યોને નજર સમક્ષ રાખીને કરો.
- અર્થઘટનને વસ્તુલક્ષી રાખો, તેને આત્મલક્ષી ન બનવા દો. તે પર તમારા પૂર્વગ્રહોની છાયા ન પડવા દો.
- એકલીઅટૂલી ચેષ્ટા, મુદ્રા કે અંગભંગિમા પરથી અર્થઘટન ન કરો.
- દેખાડો કે આદતરૂપ હોય તેવી ચેષ્ટા પરથી અર્થઘટન ન કરો.
- વિસંગતતાઓ અને વિષમતાઓ પ્રત્યે સાવધાન રહો.
- બનાવટી ચેષ્ટાઓને પકડી પાડો અને તેના પરથી વ્યક્તિના વાસ્તવિક ઈરાદાને પારખો.
- તમારાં અવલોકનો અને નિરીક્ષણો ધૈર્યપૂર્વક કરો અને તારણ પર પહોંચવામાં ઉતાવળ ન કરો.

બૉડી લેંગ્વેજ શીખવાના ફાયદા

બૉડી લેંગ્વેજ શીખવાનો સૌથી મહત્ત્વનો ફાયદો એ છે કે તેથી આપણે આપણી જાતને તેમજ અન્યને સમજી શકીએ છીએ. બૉડી લેંગ્વેજ શીખવાથી આપણી નજર કેળવાય છે અને તીક્ષ્ણ બને છે અને સામેવાળી વ્યક્તિને આપણું કયા પ્રકારનું વર્તન ગમે છે અને કયા પ્રકારનું વર્તન નથી ગમતું તે આપણે જાણી શકીએ છીએ અને તેમાં વિવેકયુક્ત ફેરફાર કરી આપણા વર્તુળમાંના અને સમાજમાંના આપણા વ્યવહારને આપણે સુગમ અને સુમેળભર્યો બનાવી શકીએ છીએ. આપણા અમુક પ્રકારના વર્તનથી આપણે સામેવાળી વ્યક્તિના વર્તન-વ્યવહાર તથા નિર્ણય પર પ્રભાવ પાડી શકીએ છીએ અને આપણને અનુકૂળ

પરિસ્થિતિ સર્જી શકીએ છીએ.

અન્યને સમજવાના પ્રયત્નો આપણને આપણી જાતને સમજવાની દિશામાં પણ દોરી જાય છે. આપણે અન્ય વ્યક્તિ તરફથી મળતા અશાબ્દિક સંકેતો પ્રત્યે જ માત્ર જાગ્રત નથી થતા, પરંતુ આપણા તરફથી મોકલવામાં આવતા અશાબ્દિક સંકેતો પ્રત્યે પણ જાગ્રત બનીએ છીએ. આ જાગૃતિ આપણને આપણી વર્તન-સુધારણા તરફ દોરી જાય છે અને આપણી નકારાત્મક વર્તણૂકો હકારાત્મક વર્તણૂકમાં પરિવર્તન પામે છે. આત્મસુધારણા દ્વારા આપણે આપણા દ્વારા મોકલવામાં આવતા અશાબ્દિક સંકેતોને નિયંત્રિત કરી શકીએ છીએ, કરતા રહીએ છીએ અને એક સમય એવો આવે છે કે તેના સંસ્કારો આપણા હાડમાં ઊતરી જાય છે અને આપણું તે પ્રકારનું વર્તન સહજ, દૃઢ અને પ્રભાવી બની જાય છે. વળી આપણે આપણા સંદેશાને વધારે ચોક્કસ રીતે, યોગ્ય રીતે અને અસરકારક રીતે પહોંચાડી શકીએ છીએ.

લૉર્ડ ચેસ્ટરફીલ્ડ તેના પુત્રને સલાહ આપતાં કહે છે કે 'વિદ્વત્તા પુસ્તકો વાંચીને ઉપાર્જિત કરવામાં આવે છે, પરંતુ તેનાથી ક્યાંય વધારે જરૂરી એવું જગત વિશેનું જ્ઞાન તો માત્ર મનુષ્યોનું વાંચન કરીને અને તેમની વિવિધતાપૂર્ણ આવૃત્તિઓનો અભ્યાસ કરીને મેળવી શકાતું હોય છે.'

સિગ્મંડ ફ્રોઈડ કહે છે કે 'એક મનુષ્યની અચેતના ચેતનામાંથી પસાર થયા વિના જ બીજા મનુષ્યની અચેતના પર અસર કરી શકતી હોય છે.' આવા કિસ્સામાં આપણા પ્રત્યાઘાતોને ચકાસ્યા વિના જ સીધેસીધા જ હકીકતો તરીકે સ્વીકારવામાં આવે છે અને તે અમુક પ્રત્યાઘાતો પેદા કરે છે. જો કોઈ ખાસ એક ચેષ્ટાને આપણું અવચેતન મન એક આક્રમક ચેષ્ટા તરીકે અર્થઘટન કરતું હોય તો આપણે અભાન રીતે જ તેનો આક્રમક પ્રત્યાઘાત આપીશું. એક બૌદ્ધિક પ્રાણી તરીકે યોગ્ય તો એ કહેવાય કે આપણા દરેક પ્રત્યાઘાતો સભાન અને પ્રયત્નપૂર્વકના હોય.

વળી બૉડી લેંગ્વેજ શીખવાનો અન્ય એક ફાયદો એ છે કે આપણે આપણા અવચેતન ઈરાદાઓને સપાટી પર સભાન સ્તરે લાવી શકીએ છીએ. તેથી આપણે આપણી તેમજ અન્યની ચેષ્ટાઓને વધારે વસ્તુલક્ષી તેમજ અર્થપૂર્ણ રીતે સમજી શકીએ છીએ તેટલું જ નહીં, પરંતુ અન્ય સાથે વધારે અસરકારક કહેવાય તેવો સહાનુભૂતિપૂર્ણ વ્યવહાર પણ કરી શકીએ છીએ.

'વાણી કરતાં વર્તન વધારે કહી જાય છે' એ અહીં સાચું પુરવાર થાય છે. તેનો અર્થ એ થાય છે કે લોકો પર પ્રભાવ પાડવાનો સવાલ જ્યારે ખડો થાય છે ત્યારે અશાબ્દિક વર્તણૂક વધારે પ્રભાવશાળી પુરવાર થાય છે એમર્સન કહે છે તેમ, 'તમે જે છો તે એટલું બધું બોલકણું છે કે તમે જે બોલો છો તે હું નથી સાંભળી શકતો.'

બૉડી લૅંગ્વેજમાં કરવામાં આવેલાં સંશોધનો અને અભ્યાસો સૂચવે છે કે જ્યારે બે પક્ષો વચ્ચે શાબ્દિક ટપાટપી ચાલી રહી હોય ત્યારે શબ્દો દ્વારા સર્જવામાં આવતા પ્રભાવ કરતાં અશાબ્દિક અભિવ્યક્તિઓ દ્વારા સર્જવામાં આવતો પ્રભાવ વધારે શક્તિશાળી હોય છે. સંદેશાની આપલે કરવા ઉપરાંત જો બૉડી લૅંગ્વેજનો ઉપયોગ કુશળતાપૂર્વક કરવામાં આવે તો તે સામેવાળી વ્યક્તિને શસ્ત્રવિહોણી બનાવી દે છે.

આપણે આગળ ચર્ચા કરી ગયા કે બૉડી લૅંગ્વેજ 'ચેપી' છે. ટોળામાં એક માણસ બગાસું ખાય છે કે બીજા લોકો પણ બગાસાં ખાવા લાગે છે, તમે કોઈની સામે સ્મિત કરો છો કે સામેવાળી વ્યક્તિ પણ સ્મિત કરે છે, શ્રોતાગણમાં એક જણ ઘડિયાળમાં જુએ છે કે અન્ય લોકો પણ ઘડિયાળમાં જોવા લાગે છે. સમૂહફોટો પડાવતી વખતે બધાની અંગભંગિમાઓ એકસરખી બની જતી હોય છે.

બૉડી લૅંગ્વેજ અને ચેતાતંત્ર

સામાન્ય સંજોગોમાં વાસ્તવિકતાને આપણે આપણી જ્ઞાનેન્દ્રિયો વડે અનુભવતા હોઈએ છીએ. જ્ઞાનેન્દ્રિયો પાંચ છે : દૃષ્ટિ, શ્રવણ, ઘ્રાણ, રસના અને સ્પર્શ. આ દરેક જ્ઞાનેન્દ્રિય વડે મળતા સંદેશા પર મગજના તેના માટેના જે તે નિશ્ચિત વિસ્તારમાં પ્રક્રિયા થાય છે અને તેના અર્થને આત્મસાત્ કરવામાં આવે છે. આ પ્રક્રિયા દરમ્યાન જુદી જુદી ઇન્દ્રિયો દ્વારા મોકલવામાં આવેલા સંદેશાઓ - માહિતીઓ - રૂપાંતરણ પામે છે. આપણે જે કંઈ અનુભવીએ છીએ તે વાસ્તવિકતા નથી હોતી, પરંતુ વાસ્તવિકતાનાં પ્રતીકો હોય છે, જુદી જુદી ઇન્દ્રિયો દ્વારા વાસ્તવિકતાની જે માહિતી મગજ સુધી પહોંચાડવામાં આવી છે તેનાં પ્રતીકો છે. આ માહિતીના આપણે ચાર પ્રકાર પાડી શકીએ : (૧) દશ્યવિષયક માહિતી, (૨) શ્રવણવિષયક માહિતી, (૩) સ્પર્શવિષયક માહિતી અને (૪) ઘ્રાણવિષયક માહિતી. બૉડી લૅંગ્વજેમાં ઘ્રાણવિષયક માહિતી

પર ખાસ ધ્યાન નથી આપવામાં આવતું.

બૉડી લેંગ્વેજના સંદર્ભમાં જેઓએ ચેતાતંત્રનો અભ્યાસ કર્યો છે તેઓનું માનવું એમ છે કે લોકો તેમના ચેતાતંત્રના અમુક જ ભાગોનો ઉપયોગ કરવાનું વલણ ધરાવતા હોય છે. જે લોકો મગજના દૃષ્ટિકેન્દ્રના વિસ્તારનો વધુ ઉપયોગ કરે છે તે લોકો 'દૃષ્ટિ' પ્રકારના લોકો છે, જે લોકો મગજના સ્પર્શકેન્દ્રના વિસ્તારનો વધુ ઉપયોગ કરે છે તે લોકો 'સ્પર્શ' પ્રકારના લોકો છે અને જે લોકો મગજના શ્રવણકેન્દ્રના વિસ્તારનો વધુ ઉપયોગ કરે છે તે લોકો 'શ્રવણ' પ્રકારના લોકો હોય છે. આમ કહેવાનો અર્થ જરા પણ એવો નથી થતો કે કોઈ વ્યક્તિ સ્પષ્ટ રીતે જે તે પ્રકારની જ હોય, તે મિશ્ર પ્રકારની પણ હોઈ શકે, વળી જુદા જુદા સમયે તેનું વલણ બદલાય તેવું પણ બને. કોઈ એક ખાસ પરિસ્થિતિમાં વ્યક્તિ ક્યા પ્રકારનું વલણ ધરાવીને પ્રત્યાઘાત આપી રહી છે તે પારખવાનું કૌશલ્ય ખૂબ ઊંડી દૃષ્ટિ, અભ્યાસ અને અનુભવ માગી લે છે.

'*દશ્ય*' પ્રકારની વ્યક્તિઓ વાસ્તવિકતાને ચિત્રાત્મક રીતે જુએ છે. સંદેશાની આપલે કરતી વખતે વિશેષ કરીને તેઓ મગજના દૃષ્ટિકેન્દ્રનો ઉપયોગ કરે છે. તેઓ દરેક સંદેશાને ચિત્રાત્મક સ્વરૂપ આપતા હોય છે. દશ્ય પ્રકારની વ્યક્તિનાં કલ્પનો અને પ્રતિકો દશ્યાત્મક હોય છે. તેઓ જે ભાષા વાપરે છે તેમાં પણ કોઈ ચિત્રનું વર્ણન કરતા હોય તેમ ચિત્રાત્મક ભાષાનો પ્રયોગ કરતા હોય છે. તેઓ જ્યારે વાત કરતા હોય છે ત્યારે પણ તેઓ જે બાબત વ્યક્ત કરવા માગતા હોય તે જાણે તેમને તેમની નજર સામે હવામાં દેખાતી હોય તેવા હાવભાવ કરતા હોય છે. કોઈ સૂરાવલી કે સ્વાદ કે ગંધનું વર્ણન કરતા હોય તો તેમાં પણ તેઓ ચિત્રાત્મક પ્રયોગ કરતા હોય છે. દશ્યની અન્ય એક ખાસિયત એ છે કે તે ચંચળ હોય છે, સતત ગતિમાન હોય છે અને તેથી દશ્ય પ્રકારની વ્યક્તિમાં પણ તે ચંચળતા જોવા મળતી હોય છે. તેનું બોલવાનું ઝડપી હોય છે અને તેમનો અવાજ તીણો હોય છે. તેનો શ્વાસ છીછરો હોય છે, તે ટટ્ટાર થાય છે, ઉપર જુએ છે અને તેની સામેના અવકાશમાં હાથ વડે ચેષ્ટાઓ કરતાં કરતાં - આકાર ઉપસાવતાં ઉપસાવતાં - વાત કરે છે. તેના દ્વારા બોલાતાં વાક્યોમાં 'મને દેખાય છે કે...', 'હું જોઉં છું કે...', 'ચાલો જોઈએ...' જેવા શબ્દસમૂહો વારંવાર આવતા હોય છે.

'*સ્પર્શ*' પ્રકારની વ્યક્તિઓ લાગણીની - સ્પર્શની - ભાષામાં વાત કરતી હોય છે. તેઓ વાતચીત દરમ્યાન જે કલ્પનો અને પ્રતીકોનો ઉપયોગ કરે છે તે ભૌતિકજગત સંબંધિત હોય છે. તેઓ સતત નક્કર વાસ્તવિકતાને ઝીલવાનો પ્રયત્ન કરતા હોય છે અને વારંવાર 'મને લાગે છે કે...', 'મારા સંપર્કો જણાવે છે કે...', 'એકવાર પકડમાં આવે કે...' જેવા શબ્દસમૂહોનો ઉપયોગ કરતા હોય છે. સ્પર્શગમ્ય માહિતીને ઝીલતી વખતે તે ઊંડો અને ધીમો શ્વાસ લે છે અને બાજુ પર જુએ છે, કદાચ તે તેનું મસ્તક ત્રાંસું કરે, અદબ વાળે અને મધ્યમ ઝડપે તથા મધ્યમ સૂરમાં વાત કરે તેવું પણ બને. આ પ્રકારની વ્યક્તિનો અવાજ ઘેરો હોય છે અને મોંમાંથી ધીમેધીમે બહાર ટપકતો હોય છે.

'શ્રવણ' પ્રકારની વ્યક્તિઓ સામાન્ય રીતે તેઓ જે શબ્દો વાપરે છે તેની પસંદગી બાબતે ખૂબ સંવેદનશીલ હોય છે. તેઓને મન શબ્દ ખૂબ મૂલ્ય ધરાવે છે. તેઓ એકએક શબ્દ કાળજીપૂર્વક બોલે છે. તેઓનો અવાજ નાભિમાંથી આવતો લાગે છે, તેઓ હળવા, ધીમા અને લયબદ્ધ અવાજમાં બોલે છે. તેમની વાત દરમ્યાન તેઓ વારંવાર 'હું સાંભળું છું કે તમે...', 'તેના બોલવાનો રણકાર કહે છે કે...', 'તેના કહેવાનો સૂર કહે છે કે...' જેવા શબ્દસમૂહોનો પ્રયોગ કરતા હોય છે. ધ્વન્યાત્મક માહિતી ઝીલતી વખતે આ પ્રકારની વ્યક્તિનો શ્વાસ છીછરો પણ નથી હોતો કે ઊંડો પણ નથી હોતો, તેનું શરીર તે સમયે ઢીલું પડી જાય છે, ઝૂકી જાય છે, નજર નીચે ઢળી જાય છે અને તે નીચા સૂરમાં ધીમી ગતિએ બોલે છે

વર્ણનાત્મક શબ્દો અને શબ્દસમૂહો

સંદેશાની આપલે કરતી વખતે દરેક વ્યક્તિ તેના અનુભવોનું વર્ણન કરવા જે શબ્દો અને શબ્દસમૂહોનો પ્રયોગ કરે છે તેમાં તેના વ્યક્તિત્વની છાપ રહેલી હોય છે. જુદા જુદા પ્રકારની - દૃશ્ય, સ્પર્શ, શ્રવણ - વ્યક્તિઓ ખાસ પ્રકારના શબ્દો અને શબ્દસમૂહોનો ઉપયોગ કરતી હોય છે. તેમના વડે રચાતાં વાક્યોની શબ્દગોઠવણી જે તે પ્રકાર પ્રમાણે ખાસ લય ધરાવતી હોય છે.

અવલોકનકર્તા માટે આ માહિતી મહત્ત્વની છે કારણ કે તેથી તેને ખબર પડે છે કે તેણે કયા પ્રકારની વ્યક્તિ સાથે સુમેળ સાધીને તેના સંદેશાવ્યવહારમાં આગળ વધવાનું છે. જુદા જુદા પ્રકારની વ્યક્તિ વડે ઉપયોગમાં

લેવાતા શબ્દો, શબ્દસમૂહો કે ખાસ લય ધરાવતી વાક્યરચનાઓને જો આપણે પારખી ન શકીએ અને તેની સાથે સુમેળ ન સાધી શકીએ તો આપણો સંદેશાવ્યવહાર નિષ્ફળ જાય છે, બીનકાર્યક્ષમ પુરવાર થાય છે.

જે તે પ્રકારની વ્યક્તિ સાથે જે તે રીતે વર્તવાથી જ સંદેશાવ્યવહારની પ્રક્રિયા સરળ બનતી હોય છે. 'દૃશ્ય' પ્રકારની વ્યક્તિની બૉડી લેંગ્વેજને સમજવા માટે આપણે દૃશ્ય પ્રકારના સંકેતોને ઝીલવા માટે તેમ જ તે જ પ્રકારના સંકેતો આપવા માટે તૈયાર રહેવું જોઈએ તો જ તેની સાથે સુચારુ સંદેશાવ્યવહાર થઈ શકે. 'દૃશ્ય' પ્રકારની વ્યક્તિમાં આંખો અને નજરની ચેષ્ટા વડે થતો વ્યવહાર મુખ્ય છે. તેની સાથે સંદેશાવ્યવહાર કરવા માટે આંખોમાં આંખો પરોવીને વાત કરવી અનિવાર્ય છે. સંદેશાવ્યવહાર દરમ્યાન 'દૃશ્ય' પ્રકારની વ્યક્તિ સાથે દૃશ્ય સંકેતોનો, 'સ્પર્શ' પ્રકારની વ્યક્તિ માટે સ્પર્શ પ્રકારના સંકેતોનો અને 'શ્રવણ' પ્રકારની વ્યક્તિ માટે શ્રવણ પ્રકારના સંકેતોનો ઉપયોગ કરવો જોઈએ, તો જ સંદેશાવ્યવહાર સુમેળભર્યો રહી શકે.

'દૃશ્ય' પ્રકારની વ્યક્તિ તેની આસપાસની સમગ્ર પરિસ્થિતિને તેની નજરમાં સમાવીને સંદેશાવ્યવહાર કરતી હોય છે તેથી તે હંમેશાં આસપાસની ચીજોથી સહેજ અંતર રાખતી હોય છે કે જેથી આસપાસની સમગ્ર પરિસ્થિતિ તેની નજરમાં સમાય. અને તેથી જ આ પ્રકારની વ્યક્તિની ખૂબ નજીક જતાં તે બેચેની અનુભવવા લાગે છે. 'દૃશ્ય' પ્રકારની વ્યક્તિથી અમુક અંતરે રહીને વ્યવહાર કરો, તેની સાવ નજીક ન જાઓ. સામાન્ય રીતે તે આપણાથી અમુક અંતર જાળવી રાખશે કે જેથી કરીને તે આપણા એકએક હલનચલનનું અને હાવભાવનું અવલોકન કરી શકે. તેના આવા વર્તનથી કદાચ આપણને એમ લાગે કે તે આપણને કંઈક નિમ્ન ભાવે જોઈ રહેલ છે, પરંતુ હકીકત તેમ નથી હોતી.

'સ્પર્શ' પ્રકારની વ્યક્તિ સ્પર્શ(લાગણી) - પ્રત્યક્ષ કે પરોક્ષ - વડે વાસ્તવિકતાનું અર્થઘટન કરતી હોય છે. આ પ્રકારની વ્યક્તિઓ તેઓ જેમની સાથે વ્યવહાર કરતી હોય છે તેમની એટલી નજીક જતી હોય છે કે તેમને સ્પર્શી શકે, તેઓ તેમની માહિતી નજીકતા અને સ્પર્શ વડે મેળવે છે. 'શ્રવણ' પ્રકારની વ્યક્તિઓ તેઓ જેમની સાથે વ્યવહાર કરતી હોય છે તેમની એટલી નજીક આવે છે કે તેમને સાંભળી શકે, પરંતુ તેઓ ભૌતિક સંપર્ક કે નજરોના સંપર્કને ટાળતી હોય છે.

જ્યારે એકબીજાના વ્યક્તિત્વના પ્રકારને - દશ્ય, સ્પર્શ, શ્રાવ્ય - સંદેશાવ્યવહાર દરમ્યાન ધ્યાનમાં નથી લેવામાં આવતો ત્યારે અથડામણ સર્જાય છે. એક પ્રકારની વ્યક્તિને એક બાબત ગમે છે, જ્યારે તે જ પ્રકારની બાબત અન્ય પ્રકારની વ્યક્તિને નથી ગમતી અને અથડામણ સર્જાય છે. આ પ્રકારની અથડામણો આપણે આપણી આસપાસ સતત જોતા હોઈએ છીએ; બૉસ અને તેની સેક્રેટરી વચ્ચે, શિક્ષક અને તેના વિદ્યાર્થી વચ્ચે, પતિ-પત્ની વચ્ચે, બાપ-દીકરા વચ્ચે.

વિવિધ પ્રકારના સંકેતો

વ્યક્તિ ક્રિયા કરવાની શરૂઆત કરતાં અગાઉ તેના શરીરને અમુક ચોક્કસ રીતે ગતિમાન છે. આ ચોક્કસ પદ્ધતિસરની વર્તણૂક આપણને અગાઉથી જ તે ક્રિયાના બનવાનો સંકેત આપી દે છે. આવી વર્તણૂકોને 'પહોંચ માટેના સંકેતો' તરીકે ઓળખવામાં આવે છે, કારણ કે તેના વડે પછી બનનારી ક્રિયા સુધી પહોંચાય છે, પછી બનનારી ક્રિયાનો આગોતરો સંકેત મળતો હોય છે.

દશ્ય પ્રકારની વર્તણૂક કરતાં અગાઉ વ્યક્તિ ઉપર જોવાનું, ટટ્ટાર થવાનું અને હવામાં ચેષ્ટા કરવાનું વલણ ધરાવે છે. શ્રાવ્ય પ્રકારની વર્તણૂક કરતાં અગાઉ વ્યક્તિ બાજુ પર જોવાનું, કદાચ અદબ વાળવાનું અને મસ્તકને સહેજ ત્રાંસું કરવાનું વલણ ધરાવતી હોય છે. સ્પર્શગમ્ય - લાગણીસભર - વર્તણૂક કરતાં અગાઉ વ્યક્તિ નમી જવાનું અને નીચે જોવાનું વલણ ધરાવતી હોય છે.

દશ્ય સંકેતો

પ્રશ્ન પૂછવામાં આવતાં વ્યક્તિ જાણે મનોમન ક્યાંકથી માહિતી વાંચતી હોય તેમ તેની આંખોને ડાબેથી જમણી તરફ ઘુમાવતી હોય છે. વિચારમાં ખોવાઈ જતાં આવી વ્યક્તિ પોતાની આસપાસની પરિસ્થિતિથી જ્યારે તેની જાતને અલિપ્ત કરી દે છે ત્યારે તે ઉપર છત તરફ કે નીચે ફરસ તરફ જુએ છે અથવા તો તેની આંખો ઢાંકી દે છે અથવા તો સામે ઊભેલી વ્યક્તિની આરપાર જુએ છે, જાણે કે તે અસ્તિત્વ જ ન ધરાવતી હોય.

વાંચવાની ચેષ્ટા કરતી આંખો આપણને સંકેત આપે છે કે વ્યક્તિ

તેના મનમાંથી કેવા પ્રકારની - દશ્ય, શ્રાવ્ય, સ્પર્શગમ્ય - માહિતીને શોધી રહી છે, અને તે પરથી આપણને ખબર પડે છે કે તે વ્યક્તિ કયા પ્રકારનો પ્રતિભાવ આપશે. આપણને તેથી સૂઝ પડે છે કે સંદેશાવ્યવહારને સુમેળભર્યો બનાવવા આપણે પણ સામે કેવા પ્રકારનો પ્રતિભાવ આપવો.

શ્વસન વડે મળતા સંકેતો

શ્વસન વડે મળતા સંકેતો પણ આપણને જણાવે છે કે વ્યક્તિ કયા પ્રકારની છે.

☞ શ્વસનનું અટકવું, છીછરું શ્વસન અને છાતીના ઉપરના ભાગે થતું શ્વસન આપણને દશ્ય પ્રકારની વ્યક્તિની ખબર આપે છે.

☞ ઊંડું શ્વસન, નીચે જઠરના ભાગે થતું શ્વસન આપણને સ્પર્શ પ્રકારની વ્યક્તિની ખબર આપે છે.

☞ લાંબો ઉચ્છ્વાસ, આખી છાતી વડે થતું શ્વસન કે ઉદરપટલ વડે થતું એકસરખું શ્વસન શ્રાવ્ય પ્રકારની વ્યક્તિનો નિર્દેશ કરે છે.

કંઠજન્ય અવાજ વડે મળતા સંકેતો

☞ તીણો નાકમાંથી આવતો અને તણાયેલો સૂર દશ્ય પ્રકારની વ્યક્તિ સૂચવે છે.

☞ નીચો, ઘેરો, ઊંડો સૂર સ્પર્શ પ્રકારની વ્યક્તિની ખબર આપે છે.

☞ સ્પષ્ટ, ગુંજતો અવાજ શ્રાવ્ય પ્રકારની વ્યક્તિનો નિર્દેશ કરે છે.

☞ મોંમાંથી ઝડપથી બહાર આવતા શબ્દો દશ્ય પ્રકારની વ્યક્તિને સૂચવે છે.

☞ લાંબા અટકાવ સાથે ધીમી ગતિએ બહાર આવતા શબ્દો સ્પર્શ પ્રકારની વ્યક્તિની ખબર આપે છે.

☞ એકધારા સૂરમાં બહાર આવતા શબ્દો શ્રાવ્ય પ્રકારની વ્યક્તિનો નિર્દેશ કરે છે.

શારીરિક બંધારણ વડે મળતા સંકેતો

દશ્ય પ્રકારની વ્યક્તિ : એકવડિયો બાંધો, ટટ્ટાર ઊભા રહેવું, ખભા

ઉપર, પાછળ ખેંચાયેલા, ગરદન સીધી અને અક્કડ, બોલતી વખતે હડપચી આગળ ધસી આવે, હલનચલન અક્કડ અને આંચકા ખાતું.

સ્પર્શ પ્રકારની વ્યક્તિ: હટ્ટુંકટ્ટું સુંવાળું શરીર, ગોળાકાર ખભા, બોલતી કે સાંભળતી વખતે આગળ ઝૂકવું.

શ્રાવ્ય પ્રકારની વ્યક્તિ : શરીર પાતળું, ખભા કંઈક સંકોચાયેલા, અદબ વાળેલા હાથ, જાણે કંઈક સાંભળવા માગતું હોય તેમ એક તરફ ત્રાંસું થયેલું મસ્તક, એક પગ પર શરીરનું વજન રાખી ઊભા રહેવું.

આપણી અત્યાર સુધીની ચર્ચા પરથી તમે જોયું હશે કે બૉડી લેંગ્વેજ એ એક વૈશ્વિક ભાષા છે. વળી તે એક સહજ રીતે, અભાન રીતે શીખાતી ભાષા છે, તેમાં વિશેષ પારંગત થવા તેનો વ્યવસ્થિત અભ્યાસ કરવો પડે તે એક અલગ વાત છે, બાકી આપણે સૌ આપણા રોજબરોજના વ્યવહારમાં તેનો જાણતાં કે અજાણતાં ઉપયોગ તો કરતાં જ હોઈએ છીએ. બૉડી લેંગ્વેજનો અભ્યાસ કરવાનો તત્કાલ ફાયદો એ છે કે તે આપણાં અવલોકનોને સભાન અને સ્પષ્ટ બનાવે છે જેથી કરીને આપણે આપણને મળતા સંદેશાનું ઝડપથી અને સાચું અર્થઘટન કરી શકીએ છીએ. વળી આપણા તરફથી પાઠવવામાં આવતા સંદેશાને આપણે વધારે કાર્યક્ષમ અને સુમેળભર્યા બનાવી શકીએ છીએ.

હવે પછીનાં પ્રકરણોમાં આપણે શરીરના વિવિધ અવયવોનાં હલનચલનોનો બૉડી લેંગ્વેજના સંદર્ભમાં વિગતે અભ્યાસ કરવાના છીએ, પરંતુ તે પહેલાં ફરી એકવાર બૉડી લેંગ્વેજના નીચેના સામાન્ય સિદ્ધાંતોને યાદ કરી લો, સમજી લો.

- અશાબ્દિક સંદેશાઓ સહજ છે, તમે તેને અટકાવી ન શકો.
- તેમાં ચેષ્ટાઓ, મુદ્રાઓ, અંગભંગિમાઓ વગેરેનો સમાવેશ થાય છે.
- અશાબ્દિક સંદેશાઓને જો એકલાઅટૂલા જ સમજવા જઈએ તો તે ખૂબ દ્વિધાજનક હોય છે. તેનું જે તે ચેષ્ટાસમૂહના સંદર્ભમાં જ અર્થઘટન થઈ શકે.
- શાબ્દિક અને અશાબ્દિક સંદેશાઓ વચ્ચે જ્યારે વિસંગતતા રહેલી હોય ત્યારે અશાબ્દિક સંદેશા પરથી જ અર્થઘટન કરવું હિતાવહ છે.

૬

ચહેરો - ૧

શરીરનું સૌથી વધુ ચાડી ખાતું અંગ ચહેરો છે. તેનાથી આપણે વ્યક્તિને ઓળખીએ છીએ. મિત્રો અને સગાંસ્નેહીઓ જ્યારે એકબીજાને મળે છે ત્યારે હજુ એક પણ શબ્દ નથી બોલાયો હોતો તેટલામાં તો આ ચહેરા પરથી એકબીજાને ઓળખી લે છે. ઉંમરના વધવા સાથે બાળપણથી માંડીને તે વૃદ્ધાવસ્થા સુધી આ ચહેરો પરિવર્તન પામતો રહેતો હોવા છતાં આપણે વ્યક્તિને ઓળખી પાડીએ છીએ કારણ કે ચહેરાની કેટલીક ખાસિયતો એવી હોય છે જે કદી બદલાતી નથી.

વ્યક્તિ માટે તેનો ચહેરો એ પ્રદર્શનની સામાન્ય રીતે એક ખૂબ ગમતી અંગત ચીજ છે. તેથી જ તે સૌથી વધારે તસવીરો તેની જ પાડતી હોય છે, તેને સૌંદર્યપ્રસાધનો, આભૂષણો અને રંગરોગાન-મેક-અપ વડે સજાવતી હોય છે, વાળને આ કે તે શૈલીમાં સજાવતી હોય છે અને ચહેરાને શક્ય તેટલો વધારે આકર્ષક બનાવતી હોય છે.

મોંમાંથી બહાર આવતા શબ્દો કરતાં ચહેરા પર રમતા ભાવો વધારે બોલકણા હોય છે. ચહેરો મનનું દર્પણ છે, તે મનમાં ચાલતા ભાવોને પ્રતિબિંબિત કરે છે. વ્યક્તિ સામાન્ય રીતે તેના ભાવોને છુપાવવા માગતી હોય છે, પરંતુ તેને ખબર પણ ન હોય તે રીતે ચહેરો તે ભાવોને વ્યક્ત કરી દેતો હોય છે. જો

કે તેના વાંચનારે ખૂબ સતર્ક રહેવું જરૂરી છે કારણ કે તે સેકન્ડના અતિ-સૂક્ષ્મ ભાગમાં ચહેરા પર ફરકીને વિદાય થઈ જતા હોય છે. વળી ચહેરાનાં આ સૂક્ષ્મ હલનચલનો મનમાં ખૂબ ઊંડે રહેલા ભાવોને વ્યક્ત કરી દેતાં હોવાથી તે અવલોકનકર્તા માટે અત્યંત મહત્ત્વનાં પુરવાર થાય છે.

આપણા રોજબરોજના વ્યવહારમાં ચહેરો જ માત્ર એવી ચીજ છે કે જ્યાં સૌ પ્રથમ આપણી નજર પડતી હોય છે અને શરીરના અન્ય સૌ અવયવો કરતાં ત્યાં જ વધારે સમય તે ચોંટી રહેતી હોય છે. આમ અશાબ્દિક સંદેશાવ્યવહારમાં ચહેરો શરીરનું સૌથી અગત્યનું અંગ છે. ગિવેન્સે ચહેરા પર એવાં કુલ ૨૩ સ્થાનો શોધી કાઢ્યાં છે કે જે દ્વારા અશાબ્દિક અભિવ્યક્તિ થતી હોય. બૉડી લેંગ્વેજનો અભ્યાસ કરતી એક બ્રિટિશ સંશોધક ટુકડીએ ચહેરા, મસ્તક અને શરીર વડે કુલ એવાં ૧૩૫ હલનચલનો શોધી કાઢ્યાં છે કે જે દ્વારા અશાબ્દિક સંદેશાવ્યવહાર થતા હોય. આમાંનાં ૮૦ હલનચલનો ચહેરા અને મસ્તક વડે થતાં હોય છે. ચહેરા પરની ચામડીને ખેંચવા માટે, ભવાંનાં વિવિધ હલનચલનો માટે, મોંને આમતેમ મચકોડવા કે ઊંચુંનીચું કરવા માટે, હસવા માટે, આંખ બંધ-ખોલ કરવા વગેરે હલનચલનો માટે ચહેરા પર અનેક પ્રકારના સ્નાયુઓ આવેલા હોય છે જે મગજમાં તેની સાથે સંકળાયેલાં વિવિધ કેન્દ્રો વડે નિયંત્રિત થાય છે અને આ કેન્દ્રો વળી વિવિધ ઊર્મિઓ વડે કાર્યાન્વિત થતાં હોય છે.

પ્રથમ આપણે મસ્તક વડે થતી ચેષ્ટાઓનો અભ્યાસ કરીશું.

મસ્તક વડે થતી ચેષ્ટાઓ

મસ્તક વડે હકાર-નકાર

મસ્તક વડે કરવામાં આવતી બે ચેષ્ટા સાર્વત્રિક છે અને તેનાથી આપણે સૌ પરિચિત છીએ. હકારનો ભાવ સૂચવવા મસ્તકને ઉપર-નીચે હલાવવામાં આવે છે અને નકારનો ભાવ સૂચવવા મસ્તકને ડાબે-જમણે હલાવવામાં આવે છે. અપવાદરૂપ માનવસમુદાયોને બાદ કરતાં આ ચેષ્ટાઓનો ઉપયોગ સામાન્ય રીતે બધે જ હકાર અને નકારના કે સંમતિ અને અસંમતિના ભાવો વ્યક્ત કરવા માટે થાય છે. આ બન્ને ચેષ્ટાઓ જન્મગત હોય તેવું માનવામાં આવે છે.

અવારનવાર ચાલુ વાતચીતે જ્યારે મસ્તકને ધીમેથી અને થોડા પ્રમાણમાં ઉપર-નીચે કરવામાં આવે છે ત્યારે તે સામેવાળી વ્યક્તિને એવો સંદેશો આપવા માટે હોય છે કે 'તમે જે કહી રહ્યા છો તે હું સાંભળી રહ્યો છું.' કેટલીકવાર બોલનાર વ્યક્તિ સામેવાળી વ્યક્તિની સંમતિ મેળવવા તેના બોલવા સાથે મસ્તકને પણ ઝડપથી સહેજ ઉપર-નીચે હલાવતી હોય છે.

એક અન્ય ખાસિયત એ છે કે આપણે ભાગ્યે જ એક-બે વાક્યથી વધારે સમય આપણા મસ્તકને એકની એક સ્થિતિમાં રાખતા હોઈએ છીએ. આપણું મસ્તક આપણે જે બોલી રહ્યા છીએ તે સાથે જ માત્ર હલનચલન કરે છે તેવું નથી, પરંતુ મનની અંદર ઊર્મિની જે હલચલ થતી હોય છે તેને પણ વ્યક્ત કરતું હોય છે.

જ્યારે મનમાં ચાલતા વિચારો અને મસ્તકના હલનચલન વચ્ચે સુમેળ નથી હોતો ત્યારે વાણી કોઈ ઑર સંકેત આપે છે અને મસ્તકની ચેષ્ટા કોઈ ઑર સંકેત આપે છે. વાણી એમ કહેતી હોય છે કે 'હા, મને તેની સાથે જવું પસંદ છે,' જ્યારે મસ્તક નકારમાં હલતું હોય છે.

મસ્તકને બાજુ પર ત્રાંસું નમાવવું

મનુષ્ય હોય કે પ્રાણી, જ્યારે જ્યારે સાંભળવા માટે તે ખૂબ આતુર હોય છે ત્યારે તેનું મસ્તક ધ્યાનપૂર્વક સાંભળવાની મુદ્રામાં એક બાજુ પર સહેજ નમી જતું હોય છે. આ આપણા સૌનું બારીક નિરીક્ષણ છે અને ચાર્લ્સ ડાર્વિનનું અવલોકન પણ તેમ જ કહે છે. આ જ રીતે જો કોઈ સંમેલનમાં ભાગ લેતા શ્રોતાનાં મસ્તકો બાજુ પર સહેજ નમેલાં હોય તો તે તેમના રસને સૂચવે છે. જો મસ્તકને સીધું અને ટટ્ટાર રાખવામાં આવ્યું હોય તો તેનો અર્થ એ થાય છે કે શ્રોતા તે જે કંઈ સાંભળી રહ્યો છે તે બાબતે સ્પષ્ટ છે. જો સમગ્ર શ્રોતાગણનાં મસ્તકો નમેલાં ન હોય તો તે એવું સૂચવે છે કે તેમાંના કોઈને તે કાર્યક્રમમાં રસ નથી. તે કાર્યક્રમના આયોજકે તે સૌને તે કાર્યક્રમમાં રસ લેતા કરવા કોઈ ઉપાય યોજવો જોઈએ.

કેટલીકવાર શ્રોતાઓ તેમનાં મસ્તકોને બાજુ પર ઝુકાવવાનું બંધ કરી દેતા હોય છે. તે એ સૂચવે છે કે તેમના પર કંઈક વધારે માહિતીનો મારો ચલાવવામાં આવ્યો છે અને તેઓ તે વધારે પડતી માહિતી પ્રત્યે બેપરવા બનવા

લાગ્યા છે. આમ થતાંની સાથે તેમના ચેષ્ટાસમૂહમાં પરિવર્તન આવે છે : મસ્તક એક બાજુ નમવાને બદલે સીધું ટટ્ટાર થાય છે, પીઠ સીધી થાય છે અને નમી પડે છે, નજર ઉપર છત તરફ, ઘડિયાળ તરફ કે અન્ય શ્રોતાઓ તરફ ઘૂમવા લાગે છે, અને આખરે તેમનું શરીર એવી અંગભંગિમા ધારણ કરે છે કે જાણે ઓરડો છોડીને ભાગી જવા ન માગતું હોય. આવો સંકેત મળતાં જ આયોજકે 'હવે બહુ થયું'ના સંકેતને સમજી જવો જોઈએ અને સંમેલનને સંકેલી લેવું જોઈએ.

જ્યારે બે વ્યક્તિ વચ્ચે વાતચીત ચાલી રહી હોય ત્યારે મસ્તકનું એક તરફ ઝૂકવું સ્પષ્ટ રીતે સંકેત આપતું હોય છે. જો વક્તા તેની વાત ગળે ઉતરાવી શકે તેવો હોય તો શ્રોતા તેના મસ્તકને એક તરફ ઝુકાવવા ઉપરાંત આગળ તરફ નમતો હોય છે અને તેની હડપચીને એક હથેળી પર ટેકવતો હોય છે, વક્તાનું મૂલ્યાંકન કરતો હોય છે અને પોતે તેની વાતમાં વાસ્તવમાં રસ ધરાવે છે તેવો સંકેત આપતો હોય છે. શ્રોતા મસ્તકને બાજુ પર ઝુકાવી હકારમાં મસ્તકને હલાવે તો તેનો અર્થ એવો થાય છે કે તે વક્તા સાથે ભાવાત્મક એકતા પણ ધરાવે છે. જો શ્રોતાનું મસ્તક આગળ તરફ ઝૂકી પડ્યું હોય તો તેનો અર્થ એવો થાય કે તેણે નકારાત્મક કે સામેવાળી વ્યક્તિને માપવાની મુદ્રા અપનાવી છે.

હડપચી ઊંચી કરીને નીચે નાક તરફ જોવાની ચેષ્ટા સાર્વત્રિક રીતે શ્રેષ્ઠતાના, અહંકારના અને અવમાનનાના અશાબ્દિક પ્રતીક તરીકે સર્વ-સ્વીકૃત છે.

ચહેરા પરની કરચલીઓ

ચહેરાના સ્નાયુઓના સંકોચન-વિસ્તરણ વડે ખાસ કરીને કપાળ પર અને આંખોની આસપાસ જે કરચલી રચાય છે તેની આપણે ચર્ચા કરીશું. આ કરચલીઓ ચહેરા પર કાં તો ઊર્ધ્વ દિશામાં રચાતી હોય છે, કાં તો સમક્ષિતિજ દિશામાં રચાતી હોય છે. ઊર્ધ્વ દિશામાં રચાતી કરચલીઓ ચિંતા કે વૃદ્ધત્વ સૂચવે છે, જ્યારે સમક્ષિતિજ દિશામાં રચાતી કરચલીઓ, અને તેમાંયે આંખ આસપાસ રચાતી કરચલીઓ તાજગી સૂચવે છે, યુવાની સૂચવે છે, તરવરાટ સૂચવે છે.

ઊર્ધ્વ દિશાની કરચલીઓ ધરાવતી વ્યક્તિ માથાકૂટિયા સ્વભાવની, ચોકસાઈ અને પૂર્ણતાની આગ્રહી હોય છે. ચિંતાની આવી રેખાઓ ધરાવતી અને પૂર્ણતા માટે આતુર આવી વ્યક્તિ તેણે કરેલા કોઈ કામ અંગે એટલું બધું

વિચારતી હોય છે કે તે તેની પોતાની જાત પર શંકા કરવા લાગે છે અને પોતે કરેલા કામને ફરીફરી તપાસીને ખાતરી કરે છે. પૂર્ણતાની આગ્રહી વ્યક્તિઓના ચહેરા પર આવી રેખાઓ એટલા માટે રચાય છે કે તેઓ તેમણે કરેલા કોઈ કામ માટે કે તેઓ અન્ય કોઈ પાસે જે કામ કરાવવા માગતા હોય તે માટે અત્યંત ચોક્કસ અને ચીવટભર્યા હોય છે. તેમને આપેલો સમય જ્યારે કોઈ વ્યક્તિ નથી પાળી શકતી ત્યારે ચીડમાં તેમના કપાળ પર કરચલીઓ ઊપસી આવે છે. તેમને જ્યારે ચોક્કસ કે સીધો જવાબ નથી આપવામાં આવતો ત્યારે તેમના ચહેરા પરની તાણને સ્પષ્ટ રીતે વાંચી શકાય છે.

ઊર્ધ્વ દિશાની કરચલીઓને 'ચિંતાની રેખાઓ' તરીકે પણ ઓળખવામાં આવે છે. શુભ ઈરાદાઓ ધરાવતી અને એકની એક ભૂલ ફરી ન થાય તે માટે સતત જાગ્રત રહેતી વ્યક્તિના ચહેરા પર આ રેખાઓ ઊપસી આવતી હોય છે.

કેટલાક લોકોની આંખોના અંદરના ખૂણાઓમાંથી પાતળી રેખાઓ પંખા માફક પહોળી થતી ગાલનાં હાડકાંઓ સુધી પહોંચે છે. આવા લોકો ભાષા પ્રત્યે ખૂબ સંવેદનશીલ હોય છે. તેઓ મોટું શબ્દભંડોળ ધરાવતા હોય છે, શબ્દોની યોગ્ય પસંદગી વિશે ચીવટવાળા હોય છે અને તેમનું બોલવાનું છટાદાર હોય છે. જ્યારે કોઈક વ્યક્તિ કોઈક ખોટા શબ્દનો પ્રયોગ કરે છે ત્યારે આ પ્રકારના લોકો ચિડાઈ ઊઠતા હોય છે. ચહેરા પર આવી રેખાઓ ધરાવતા લોકો સાથે સંપર્કમાં આવતાં અને તેમની સાથે વાતચીત કરવાનું બનતાં આપણે આ બાબતનો ખ્યાલ રાખવો જોઈએ.

કેટલાક લોકોની આંખોના બહારના ખૂણાઓમાંથી પાતળી રેખાઓ સૂર્યકિરણો માફક બહાર ફેલાતી હોય છે. સફળ લોકોના ચહેરા પર આ પ્રકારની રેખાઓ જોવા મળતી હોય છે. આ રેખાઓ સહેજ સંકોચાતાં આંખોને હસવાનો ભાવ બક્ષે છે. આ પ્રકારના લોકો હસમુખા સ્વભાવના હોય છે અને જીવનને તેઓ એક રમૂજ તરીકે જુએ છે.

ભવાં

આંખ પર આવેલી ટૂંકા વાળની કમાનોને ભવાં કહે છે. વિવિધ ભાવોને અભિવ્યક્ત કરવા તેમને ઊંચાં-નીચાં કરી શકાતાં હોય છે. આશ્ચર્ય,

શંકા, નવાઈ કે અતિશયોક્તિના ભાવો વ્યક્ત કરવા ભવાંને ઉપર કરવામાં આવે છે; અભાન રીતે આદેશો આપતી વખતે કે માગણી કરતી વખતે કે મહત્ત્વના મુદ્દાઓ પર દલીલ કરતી વખતે પણ ભવાંને ઊંચા કરવામાં આવતાં હોય છે. અસંમતિ કે નાખુશી વ્યક્ત કરવા ભવાંને સંકોચવામાં આવતાં હોય છે. કોઈક ચીજને પૂર્ણ એકાગ્રતાપૂર્વક જોતી વખતે ભવાંને તંગ કરવામાં આવતાં હોય છે. એક ભવાંનું ઊંચું થવું સંશય સૂચવે છે. બે ભવાંને રમાડવાનું આવકાર સૂચવે છે, હળવાશ સૂચવે છે.

મોં

મોંને આપણે ઘણીબધી રીતે અને વારંવાર હલાવતા હોઈએ છીએ. ઈરાદાપૂર્વક કે આકસ્મિક રીતે આપણે તેનો ઉપયોગ અશાબ્દિક અભિવ્યક્તિ માટે કરતા હોઈએ છીએ. જ્યારે મોંને ઊંચું કરવામાં આવે છે ત્યારે તે હકારાત્મક લાગણીઓ, સુખ અને આશાવાદને વ્યક્ત કરે છે. સીધું મોં લાગણીઓને છુપાવે છે, નીચે તરફ વાંકું વળેલું મોં ઉદાસી, મૂંઝવણ અને અસંતોષ વ્યક્ત કરે છે. મોંના બન્ને ખૂણાને પ્રયત્નપૂર્વક નીચે ખેંચી વ્યક્તિ તેના ચહેરાને લાંબો કરતી હોય છે જે નકારાત્મક ભાવ સૂચવે છે. સાથે નકારમાં મસ્તક પણ હલાવતી હોય છે.

હોઠને ચુસ્ત રીતે ભીડીને તથા જડબાના સ્નાયુઓને સખ્ત કરીને વ્યક્તિ ક્રોધ, હતાશા, કૃતનિશ્ચયતા, સહાનુભૂતિ, ધમકી, ધ્યાનમગ્નતા કે ઉદાસીનો સંદેશો આપતી હોય છે. મોંના તણાવા-ખેંચાવાની ક્રિયા મિજાજના બદલવાનો સંકેત આપે છે. મોં આપણા વિચારો અને હાસ્ય કે પીડાને જેવાં ને તેવાં વ્યક્ત કરી દેતું હોય છે. સહજ અવસ્થામાં રહેલું મોં વ્યક્તિ વિશે સારી એવી માહિતી આપી દેતું હોય છે. આપણા સ્વભાવનાં ઊંડા અને વધારે મહત્ત્વનાં પાસાંઓ મોં વડે આપોઆપ જ વ્યક્ત થઈ જતાં હોય છે. આંખ, નાક અને મોં ચહેરાનાં તરત નજરે ચડતાં અંગો છે.

જીભ બતાવવી : મોં સાથે સંબંધિત આ ચેષ્ટા દરમ્યાન વ્યક્તિ બન્ને હોઠ વચ્ચેથી ક્ષણાર્થ માટે જીભ બહાર કાઢે છે અને પછી અંદર લઈ લે છે. અસંમતિ, નવાઈ, અણગમો, નારાજગી કે અનિશ્ચિતતાના ભાવને વ્યક્ત કરતું તે એક વૈશ્વિક પ્રતીક છે. કેટલીકવાર આ ચેષ્ટા શાબ્દિક અભિવ્યક્તિમાં ફેરફાર કરવાનું, તેને નબળી પાડવાનું કે તેનો વિરોધ કરવાનું કામ કરે છે. એક તરફ

વ્યક્તિ શબ્દો વડે હા પાડે છે તો બીજી તરફ તેની જીભ બહાર આવીને નકારનો સંદેશો આપી જતી હોય છે. શ્રોતાને જ્યારે વક્તાની કોઈ વાત સ્પષ્ટ નથી થતી ત્યારે તે જીભ બહાર કાઢવાની ચેષ્ટા કરે છે અને તેમ કરીને સ્પષ્ટતા આપવા ઈશારો કરે છે.

ખુલ્લું મોં : એકાએક આશ્ચર્યમાં મુકાઈ જતી વ્યક્તિનું નીચેનું જડબું નીચે તરફ ખસે છે અને મોં ખૂલી જાય છે. મૂંઝવણમાં કે અનિશ્ચિત પરિસ્થિતિમાં મુકાઈ જવાની પરિસ્થિતિમાં પણ આ ચેષ્ટા જોવા મળતી હોય છે. કેટલીકવાર તેનો ઉપયોગ એક અશાબ્દિક અભિવ્યક્તિ તરીકે દુશ્મનની હાંસી ઉડાવવા, તેને પડકારવા કે તેનો સામનો કરવા માટે પણ થતો હોય છે.

હોઠ

હોઠ આપણી સાવ અંદરની લાગણીઓ તુરત જ વ્યક્ત કરી દેતા હોય છે. આપણે કંઈ ન બોલતા હોઈએ ત્યારે પણ હોઠ બોલતા હોય છે. તે ઘણી ઊર્મિઓ અને મિજાજને વ્યક્ત કરી શકે છે. આપણા પંજાની ચેષ્ટાઓ અને આંગળીઓનો તરવરાટ જેમ કેટલાય અશાબ્દિક સંદેશાઓ આપી દેતા હોય છે તે જ રીતે હોઠ પણ અવ્વલ નંબરના સંદેશાવાહકો છે. આપણે સતત તેનું અવલોકન કરતા રહેવું જોઈએ.

દબાયેલા હોઠ : પાતળી, ચુસ્ત રેખા રચવા માટે ભેગા દબાયેલા હોઠ અસંમતિ, વિરોધ કે અસ્વીકારનો નિર્દેશ કરે છે. મિત્રાચારીભરી વાતચીત દરમ્યાન જ્યારે સામેની વ્યક્તિ તેના હોઠ ભીડે છે ત્યારે તેનો અર્થ એવો થાય છે કે હવે તે કોઈક ટીકા કરશે અથવા તો પોતાની સંમતિ નહીં આપે. એકાએક પોતાના હોઠ ભીડતી વ્યક્તિ શક્ય છે કે ગુસ્સા, અણગમા, શોક, ઉદાસી કે અનિશ્ચિતતાને વ્યક્ત કરે. દબાયેલા હોઠ અને હવામાં ક્યાંય ન જોતી સ્થિર નજર ઊંડા વિચારમાં ડૂબી ગયાનો નિર્દેશ કરે છે કે વિચારપૂર્વકની સંમતિ કે નાસંમતિ સૂચવે છે. તંગ હોઠ સંદેશો આપે છે કે સામેવાળી વ્યક્તિએ તેના બચાવની સ્થિતિ ધારણ કરી છે અને તે શક્ય તેટલી ઓછી માહિતી છતી કરશે કે શક્ય તેટલો ઓછો પ્રત્યાઘાત આપશે.

દબાયેલા હોઠવાળી વ્યક્તિ ઓછાબોલી હોય છે. થોડા શબ્દોમાં તે ઘણુંબધું કહી દેતી હોય છે. તે સમયનો બગાડ નથી કરતી. આવી વ્યક્તિઓ

પોતે બોલવામાં ટૂંકી અને ટચ હોય છે તેટલું જ નહીં પરંતુ સામેવાળી વ્યક્તિ પણ તેમની સાથે તે રીતે વર્તે તેવી અપેક્ષા રાખતી હોય છે. આવા લોકો કાર્યક્ષમ હોય છે.

મુક્ત-સહજ હોઠ : મુક્ત-સહજ હોઠ ધરાવતી વ્યક્તિઓ સમય, શબ્દો અને વિવિધ ચીજો માટે ઉદાર હોય છે. મોટા અને ઢીલા હોઠવાળી વ્યક્તિ વાતોડિયણ હોય છે અને કોઈ વિષય પર ઘણોબધો બકવાસ કરી શકે છે. મુક્ત-સહજ હોઠવાળી વ્યક્તિ વધારે નિખાલસ અને સહાનુભૂતિભરી હોય છે. આવા લોકો કામ શરૂ કરવામાં અને કામ પૂરું કરવામાં ઢીલા હોવાથી જો તેઓ તેમના સમયનું બરાબર આયોજન કરે તો અને તેમનાં કામને પૂરાં કરવાની સમયમર્યાદાને નક્કી કરે તો તેઓ તેમની મર્યાદાઓને ઓળંગી શકે છે.

ગોળ હોઠ : હોઠનું ગોળ થવું એ એવા માણસની ચેષ્ટા છે કે જેણે કોઈક બાબતે પોતાના મનમાં દૃઢ નિર્ધાર કરી લીધો છે અને તેમાંથી તે સહેજ પણ ચલિત થવા નથી માગતો. ડગશે નહીં. તે ઘમંડ અને સ્વ-મહત્ત્વને છતા કરે છે. વાંકા થઈને ચુસ્ત રીતે બિડાયેલા હોઠ શંકાગ્રસ્ત, ભયગ્રસ્ત, કાવતરાખોર અને ઓછું બોલવાનું વલણ ધરાવતી વ્યક્તિની ખબર આપે છે. જડબાના સ્નાયુનું સખત થવું અને હોઠનું ગોળ થવું વિરોધ સૂચવે છે.

મરડાયેલા હોઠ : આ ચેષ્ટામાં ઉપરના આગળ ધસી આવતા હોઠને નીચેના હોઠ વડે ઉપર ધકેલવામાં આવે છે. તે એક વિરોધ નોંધવાની ચેષ્ટા હોઈ શકે અથવા તો એવી બાબતનો નિર્દેશ હોઈ શકે કે કોઈ વ્યક્તિ કોઈ પરિસ્થિતિ વિશે કોઈની કસોટી કરવા માગે છે કે તે પરિસ્થિતિને માણવા માગે છે. કોઈ એક પરિસ્થિતિ પ્રત્યે પોતાનો અણગમો વ્યક્ત કરવા અને તેનાથી પોતાની જાતને અલિપ્ત રાખવા વ્યક્તિ આ ચેષ્ટા કરતી હોય છે. ખરીદી દરમ્યાન જો પતિને તેની પત્નીની પસંદગીમાં રસ ન પડતો હોય અને તેની પત્ની જે તે ચીજ વિશે તેનો અભિપ્રાય મગતી હોય છે ત્યારે પતિ આ ચેષ્ટા કરીને પોતાનો વિરોધ દર્શાવે છે અને અલિપ્ત રહેવાનો પ્રયત્ન કરે છે. આ ચેષ્ટા રીસ, નારાજગી કે અણગમો સૂચવે છે. કોઈ ચીજને ચાખવા માટેની ચેષ્ટા સૂચવતી વખતે મોંના બન્ને ખૂણા પણ સહેજ ઊંચા થાય છે. જો તે સાથે હોઠ પર જીભને ફેરવવામાં આવે તો સ્વાદને માણવાનો કે આનંદ લૂંટવાનો ભાવ સૂચવાય છે.

હોઠને કરડવા : હોઠને કરડવાની ચેષ્ટા અનિશ્ચિતતા, ખચકાટ, અસ્વસ્થતા, મૂંઝવણ કે મનમાં ઊછળી આવતી ઊર્મિને દબાવી દેવાના પ્રયત્નોની સૂચક છે. નીચેના હોઠને કરડવાની ચેષ્ટા શંકા, ઈરાદો, અનિશ્ચિતતા, સાવચેતીની તૈયારી કે ચિંતન-મનનનો નિર્દેશ કરે છે. મોં વડે થનાર ઉતાવળિયા નિવેદનને અટકાવવા વ્યક્તિ તેના હોઠને કરડતી હોય છે. કોઈ મૂંઝવણભરી પરિસ્થિતિમાં વ્યક્તિ અજાણતાં જ ફસાઈ જાય છે ત્યારે તેના પ્રત્યાઘાત સ્વરૂપે તે આ રીતે વર્તતી હોય છે ને કંઈક કહેવા માટે સખત વિચારતી હોય છે.

ગળું

ગળામાં આવેલો લઢિયો (જે પુરુષમાં સ્પષ્ટ રીતે ઊપસી આવેલો દેખાય છે, જ્યારે સ્ત્રીમાં તે એટલો બધો ઊપસી આવેલો નથી દેખાતો) જ્યારે વ્યક્તિ કોઈક ચીજ ગળા નીચે ઉતારે છે ત્યારે સ્પષ્ટ રીતે ઉપર-નીચે થતો જોઈ શકાય છે. 'ગળે ડૂમો ભરાઈ આવવો' તે શબ્દોથી આપણે પરિચિત છીએ. અભાન રીતે ઉપર-નીચે થતો લઢિયો વ્યાકુળતા, મૂંઝવણ અને તાણને સૂચવે છે.

વાળ

મૂછ, દાઢી કે બકરીદાઢી દરેક આપણને કોઈક અશાબ્દિક સંદેશો આપે છે. દાઢીને કારણે ચહેરાનો નીચેનો ભાગ પહોળો દેખાય છે. હોઠના ખૂણાની નીચે તરફ વાળેલી હોય તેવી મૂછ ચહેરાને વિકરાળ દેખાવ આપે છે.

માથાના વાળ : વાળને સજાવવાની શૈલી વ્યક્તિના વ્યક્તિત્વનો નિર્દેશ કરે છે. કેટલાક કિસ્સામાં વાળની શૈલી વ્યક્તિને કોઈ માનવજૂથ સાથે કે સંપ્રદાય સાથે સાંકળે છે. ભારતમાં લાંબા વાળ અને વધારેલી દાઢી વ્યક્તિને સાધુસમાજ સાથે સાંકળે છે. નૃવંશશાસ્ત્રીઓના કહેવા પ્રમાણે કેટલાક સમાજોમાં લાંબા વાળ નિખાલસતા, ઉદારતા, ભાવુકતા અને દમનનો અભાવ દર્શાવે છે, જ્યારે મુંડન કે ટૂંકા વાળ શિસ્ત, નકાર અને નિયમપાલન સૂચવે છે. હિંદુઓ કુટુંબના કોઈ સભ્યના મૃત્યુનો શોક મનાવવા મસ્તકનું મુંડન કરાવતા હોય છે.

નાક

કોઈ વહાણના કૂવાથંભની જેમ નાક એ ચહેરાનું કૂવાથંભ છે. તે

ચહેરાની વિવિધ લાક્ષણિકતાઓને સ્થિરતા બક્ષે છે. વળી તે ચહેરાની બરાબર વચ્ચે આવેલ હોવાથી સૌથી પહેલી નજર તેના પર સ્થિર થતી હોય છે. તેની ઉપર-નીચે આવેલાં આંખ અને મોં સાથે જોડાઈને તે વ્યક્તિની સૌ પ્રથમ છાપ સર્જે છે. તેનો આકાર અને સ્થિતિ ચહેરાની ઊર્ધ્વરેખાને સ્થિરતા બક્ષે છે. મોટા નાકવાળા પુરુષો શારીરિક રીતે શક્તિશાળી લાગે છે. નાનું નાક ધરાવતી સ્ત્રી વધુ યુવાન અને તરવરાટભરી લાગે છે. મેકઅપ વડે નાકને નાનું દેખાડીને તેને હોઠ અને આંખોથી વધારે પ્રભાવી થતું અટકાવવામાં આવે છે.

ભાવશૂન્ય ચહેરો

ભાવશૂન્ય અને લાગણીરહિત ચહેરો તાણ વગરનો હોય છે, ચહેરા પરના કોઈ સ્નાયુઓ તણાયેલા નથી હોતા. લોકો જ્યારે એકલા હોય છે ત્યારે અને તેમાંય જ્યારે હળવાશભર્યા મિજાજમાં હોય છે ત્યારે, નિરાંતે બેઠાં વાંચતા હોય છે ત્યારે કે ટીવી જોતા હોય છે ત્યારે આવી અવસ્થામાં હોય છે. ચહેરા પર કોઈ ભાવો નથી હોતા ત્યારે પણ તે એટલો તો સંદેશો આપતો જ હોય છે કે 'ખલેલ ન પહોંચાડશો'. આનો અર્થ એવો પણ થાય કે આ પ્રકારના ભાવશૂન્ય ચહેરાનો ઉપયોગ કરી લોકોને દૂર રાખી શકાય છે, રાખવામાં આવતા હોય છે. જ્યાં જ્યાં વ્યક્તિ કોઈને દૂર રાખવાનો પ્રયત્ન કરતી હોય છે ત્યાં ત્યાં આવા ચહેરા જોવા મળતા હોય છે. માનવ-વ્યવહારથી ધમધમતા માર્ગો અને શોપિંગ સેન્ટરોમાં આવા ચહેરા જોવા મળતા હોય છે.

✠

૭

ચહેરો - ૨

ચલચિત્રો અને ટીવી સિરિયલોમાં (જૂના સમયમાં નાટકમાં રંગમંચ પર) અભિનેતાઓ કેટલીક ચેષ્ટાઓ અતિશયોક્તિભરી અને વધારે લાંબા સમય સુધી કરતા હોય છે કે જેથી શ્રોતાગણ પર તેનો પ્રભાવ પડે. વાસ્તવિક જીવનમાં આપણો ચહેરો જે સંદેશાઓ પાઠવે છે તે ખૂબ તરલ હોય છે. દેખાય છે એટલામાં તો અદૃશ્ય થઈ જાય છે અને ફરી પાછા દેખાય છે. એક સેકન્ડના પાંચમા ભાગમાં ઘટતી આ સૂક્ષ્માતિસૂક્ષ્મ ચહેરાકીય અભિવ્યક્તિઓ ચૂકી ન જવાય તે માટે અવલોકનકર્તાએ હરપળ સાવધાન રહેવું પડતું હોય છે.

ચહેરા પર ઝબકી જતા આ સંદેશાઓ સામાન્ય રીતે આકસ્મિક રીતે ઘટી જતા પ્રત્યાઘાતો હોય છે તેથી જ તો તેઓ આટલા ઝડપી અને સાહજિક હોય છે. વ્યક્તિ માટે આ પ્રત્યાઘાતોને છુપાવવાનું મુશ્કેલ હોય છે. માટે જ તે વ્યક્તિની ખરી લાગણીઓને પ્રતિબિંબિત કરે છે. એવું બને કે આ પ્રત્યાઘાતો વ્યક્તિ જે બોલી રહી હોય તે સાથે બંધબેસતા ન પણ આવે. ઉદાહરણ તરીકે, જ્યારે કોઈક વ્યક્તિ જૂઠ બોલી રહી હોય છે ત્યારે તેના અવચેતન મનમાં રહેલી ઈચ્છા તેના ચહેરા પર સહેજવાર માટે એક ઊર્મિલ પ્રત્યાઘાત બનીને ફરકી જતી હોય છે; પારખુ નજર ધરાવતી વ્યક્તિ તરત જ બોલવા અને વર્તવા વચ્ચે રહેલા વિરોધાભાસને પકડી પાડે છે. આપણે ઘણીવાર બોલીએ છીએ ને કે

'તેના ચહેરા પર જ સ્પષ્ટ રીતે વંચાતું હતું ને !' તેનો અર્થ આ જ થાય છે. એક તરફ વ્યક્તિ જૂઠ બોલીને પોતાની જાતને નિર્દોષ ઠરાવવાનો પ્રયત્ન કરે છે, પોતાના અપરાધને છુપાવવાનો પ્રયત્ન કરે છે તો બીજી તરફ તેનો ચહેરો મનમાં રહેલા અપરાધભાવની ચાડી ખાઈ જતો હોય છે. તેનો ચહેરો વાંચતાં જ આપણને અસંખ્ય એવા સંકેતો મળે છે કે જે તે વ્યક્તિ સ્વબચાવમાં જે કંઈ બોલી રહી હોય છે તેની વિરુદ્ધમાં જતા હોય છે.

એ બાબત ધ્યાન પર લો કે ચહેરા પરની અભિવ્યક્તિઓ એકલીઅટૂલી નથી હોતી. તે સાથે મોટેભાગે અન્ય હલનચલનો પણ જોડાયેલાં હોય છે. કાં તો મસ્તક હકાર-નકારમાં હલે છે અથવા તો ચેષ્ટાઓ અને અંગભંગિમાઓ બદલાય છે. જો કે એટલું ખરું કે તે બધાના વધુ સારા નિયંત્રણ અને સમાયોજન માટે દરેક ચેષ્ટા અને ભાવ-અભિવ્યક્તિના મહત્ત્વને સમજવું જરૂરી છે. ચહેરા પર ચહેરાના સ્નાયુઓ વડે જે ભાવ-અભિવ્યક્તિઓ થતી હોય છે તેનું વિશ્લેષણ કરવાની ક્રિયા ખૂબ હોશિયારી માગી લે તેવી ક્રિયા છે. લોકો તેમના મનમાં ઊંડે ઊંડે રહેલી લાગણીઓ છતી ન થઈ જાય તે માટે તેમના ચહેરા પરની અભિવ્યક્તિને પ્રયત્નપૂર્વક નિયંત્રિત કરતા હોય છે. તેઓ તેમના ચહેરાને ભાવશૂન્ય બનાવી દેતા હોય છે, મસ્તકના હલનચલનને અટકાવી દેતા હોય છે, જો કે તેમની આ ચેષ્ટા ઊલટી દિશામાંથી તેમને છતા કરી દેતી હોય છે. પોતાની વ્યાવસાયિક જરૂરિયાતો ખાતર નર્સો, ડૉક્ટરો, રંગભૂમિના લોકો, શિક્ષકો, સલાહ-મસલતનું કામ કરતાં લોકો, ઍર-હૉસ્ટેસો, વક્તાઓ કે વકીલો વગેરેને તેમની ભાવ-અભિવ્યક્તિઓને તેમજ શારીરિક ચેષ્ટાઓને નિયંત્રિત કરવી પડતી હોય છે, પરંતુ તે સમજાય તેવી બાબત છે.

ભાવ-અભિવ્યક્તિઓ

ચહેરા પરની અભિવ્યક્તિઓ અત્યંત લચીલી અને પરિવર્તનશીલ હોય છે. તે આપણી વાણી તેમજ ઊર્મિઓ સાથે સંકળાયેલ હોય છે. ચહેરો વિવિધ પ્રકારના સભાન તેમજ ઇરાદપૂર્વકના સંદેશાવિષયક તેમજ માહિતીવિષયક સંદેશાઓને વિવિધ અભિવ્યક્તિઓમાં ઢાળી શકતો હોય છે. આપણે આપણી ચહેરા પરની અભિવ્યક્તિને વિવિધ પ્રસંગો - લગ્ન, મરણ, વિવિધ પ્રકારની પાર્ટીઓ અને ઔપચારિક પ્રસંગો - ને અનુરૂપ ઓપ આપતા

હોઈએ છીએ.

ભવાં સંકોચીને આપણે નારાજગી કે મનની મૂંઝવણને વ્યક્ત કરતા હોઈએ છીએ.

વ્યક્તિ ચિંતિત, ક્રોધિત અને હતાશ હોય છે ત્યારે તેના કપાળમાં ઊંડી કરચલીઓ પડે છે.

ઊંચુ ખેંચેલ ભવું, ઈર્ષા, અદેખાઈ કે શંકા સૂચવે છે.

ઊંચા ખેંચાયેલાં ભવાં આશ્ચર્ય વ્યક્ત કરે છે.

જડબાના સ્નાયુઓને સખત કરવાની ક્રિયા કે આંખોને ઝીણી કરવાની ક્રિયા વિરોધ કે શત્રુતા સૂચવે છે.

કોઈની સાથે કામ પાડતી વખતે નસ્કોરાં ફુલાવવાની ચેષ્ટા બેચેની, અસ્વસ્થતાનો નિર્દેશ કરે છે.

હઠે ચડેલા બાળકની હડપચી આગળ ધસી આવે છે.

દૃઢ હડપચી, ઉપરનો કડક હોઠ અને શંકાભરી નજરે જોતી આંખો જેવી ચહેરાની લાક્ષણિકતાઓ આપણને વ્યક્તિના ચારિત્ર્ય વિશે અનુમાન કરવામાં સહાયરૂપ થાય તેવા સંકેતો પૂરા પાડે છે.

અણગમો, અસ્વીકાર કે તિરસ્કારને વ્યક્ત કરવા લોકો નાક ચઢાવતા હોય છે. નાનાં બાળકો પણ તેમને ન ગમતી બાબતો પ્રત્યેનો અણગમો વ્યક્ત કરવા નાક ચડાવતા હોય છે.

ઊર્મિઓ

ચહેરો વિવિધ પ્રકારની કેટલીયે ઊર્મિઓને આધારભૂત રીતે વ્યક્ત કરવાની ક્ષમતા ધરાવે છે. તે આનંદ અને સુખ, દુઃખ અને નારાજગી, ભય, ઉદાસી, આશ્ચર્ય, થાક, પીડા, ક્રોધ, ધાર્મિક લાગણી, જાતીય ઉત્તેજના, તિરસ્કાર, રસ-રુચિ, હતાશા, ચિંતા, મૂંઝવણ, દયા, કંટાળો, ઉબ, સંતોષ, નિરાંત, પ્રેમ, શાતા, ઉમંગ, ઉત્સાહ, ખંત વગેરેને વ્યક્ત કરે છે. તે આપણામાં ઊંડે ઊંડેથી સળવળાટ કરીને સપાટી પર આવતી કોઈપણ ઊર્મિને અભિવ્યક્તિ આપે છે. કોઈ વ્યક્તિ કોઈ બાબતે કેવી લાગણી ધરાવે છે તેનું અનુમાન આપણે તેના ચહેરા પરના ભાવો પરથી જ કરતા હોઈએ છીએ. ચહેરા વડે વ્યક્ત થતી

પાયાની ઊર્મિઓ આઠ છે : ક્રોધ, ભય, આનંદ, રસ, આશ્ચર્ય, શરમ, અણગમો, વેદના. સંશોધન અભ્યાસોએ દર્શાવ્યું છે કે સુખ, ઉદાસી, ભય, ક્રોધ, આશ્ચર્ય, અણગમો-અભાવો અને રસ-રુચિની અભિવ્યક્તિઓ બધી જ સંસ્કૃતિઓમાં સાર્વત્રિક રીતે જોવા મળે છે.

એકની એક ઊર્મિ તેની જુદીજુદી તીવ્રતા પ્રમાણે જુદીજુદી રીતે વ્યક્ત થાય છે. હળવા સ્મિત અને તીવ્ર સ્મિતની અભિવ્યક્તિમાં તફાવત છે, તીવ્ર સ્મિત કરતી વખતે આપણું મોં ખૂલી જાય છે અને દાંત દેખાવા લાગે છે. તે જ રીતે આશ્ચર્યની અભિવ્યક્તિ પણ ચહેરા પર પ્રશ્નના, આશ્ચર્યના કે અંજાઈ જવાના ભાવ વડે થતી હોય છે. રડવાની અભિવ્યક્તિ તો કેટલી બધી વિવિધ રીતે થતી હોય છે !

કેટલીકવાર ચહેરો મિશ્ર ઊર્મિઓ અભિવ્યક્ત કરતો હોય છે, તેના વિવિધ વિસ્તારો વિવિધ ઊર્મિઓ પ્રદર્શિત કરતા હોય છે. આનંદજનક આશ્ચર્ય ચહેરા પર ખુશી અને આશ્ચર્યના ભાવો - ઊંચા થયેલાં ભવાં અને મુક્ત સ્મિત - પેદા કરે છે. અશુભ અને ગભરાવી મૂકતા સમાચાર ચહેરા પર ઉદાસી અને ભયના ભાવો જન્માવે છે. આઘાત પામેલી કે અત્યંત આશ્ચર્ય પામેલી વ્યક્તિનું મોં પહોળું થઈ જતું હોય છે. અત્યંત એકચિત્તે વિચાર કરતી વ્યક્તિનું મોં પણ ખૂલી જતું હોય છે અને આ સાથે કેટલીકવાર જીભ પણ મોમાંથી બહાર આવી જતી હોય છે.

આક્રમક અભિગમ સાથે આગળ વધતી વ્યક્તિની આંખો પહોળી થઈ જશે. તેના હોઠ ચુસ્ત રીતે ભીડાઈ જશે, ભવાંના ખૂણાઓ નીચે ધસી આવશે, બોલતી વખતે દાંત ભીડાશે જેથી હોઠ ભાગ્યે જ હલશે. અનાક્રમક સ્વભાવની વ્યક્તિની આંખો તેના શ્રોતા સમક્ષ નમેલી હોય છે, તેના ચહેરા પર સહેજ સ્મિત હોય છે, કપાળ પર કરચલીઓ નથી હોતી અને આંખોનાં પોપચાં કમાનાકાર વળેલાં હોય છે.

કોઈ વ્યક્તિ સાથેની અથડામણભરી પરિસ્થિતિમાં ચહેરા પર એક સાથે ઘણાબધા ભાવો ધસી આવતા હોય છે. ચહેરો તણાયેલો હશે, ભવાં નીચે ધસી આવ્યાં હશે, ખાસ કરીને ઉપરના છેડેથી. સાથોસાથ હોઠ તણાશે અને સહેજ આગળ ધસી આવશે અને દાંત તે પાછળ ઢંકાઈ જશે. હડપચી ઉપર અને આગળ તરફ ધકેલાશે અને આંખો પ્રતિસ્પર્ધીની સામે પડકાર ફેંકતી તાકી રહેશે.

દુકાનમાં પ્રવેશીને કાઉન્ટર આગળ ઊભા રહેતા ગ્રાહકના ચહેરા પર કાઉન્ટર પાછળનો સેલ્સમેન ઘણાબધા ભાવો વ્યક્ત થતા વાંચી શકે છે. નીચી આંખો અને અન્ય દિશામાં ફેરવી લીધેલ ચહેરો જે ચીજની વાત થઈ રહી છે તેમાં નિરસતાનો સંકેત આપે છે. સાહજિક સ્મિત, તાણ વગરનું મોં અને આગળ ધસી આવેલ હડપચી એવો અશાબ્દિક સંદેશો આપે છે કે સેલ્સમેને જે વાત કરી છે તેના પર વિચાર કરવામાં આવી રહ્યો છે. સેલ્સમેનના મસ્તક સાથે તેનું મસ્તક પણ સહેજ ત્રાંસું કરતો અને શાંતિથી ઉત્સાહપૂર્વક હસતો ગ્રાહક સેલ્સમેનની દરખાસ્ત સાથે સંમત થવાના સંકેતો આપે છે.

ચહેરા પર લાલી ધસી આવવાની ક્રિયા વ્યક્તિની ઊર્મિશીલતાને પ્રગટ કરે છે. ચહેરા પર લાલી ધસી આવવાની ઘટના અનિયંત્રિત છે, વ્યક્તિ તેને રોકી શકતી નથી. શરમાળ વ્યક્તિ પર ટોળાના બધા લોકોનું ધ્યાન કેન્દ્રિત થાય છે ત્યારે તેના ચહેરા પર લાલી ધસી આવે છે. અસ્વસ્થ વ્યક્તિને કે આત્મવિશ્વાસના અભાવવાળી વ્યક્તિને જ્યારે જાહેરમાં બોલવાનું કહેવામાં આવે છે ત્યારે તેનો ચહેરો રાતોચોળ થઈ જાય છે. લોકો શરમ, મૂંઝવણ કે ગુસ્સો અનુભવે છે ત્યારે પણ તેમના ચહેરા પર રતાશ ધસી આવતી હોય છે.

ચહેરાની સમાનતા, સપ્રમાણતા

ચહેરાની વિવિધ લાક્ષણિકતાઓ આપણને તે ચહેરા પાછળ રહેલા વ્યક્તિત્વની ઘણીબધી ખબર આપી દેતી હોય છે. આપણી આસપાસની વ્યક્તિઓના વ્યક્તિત્વ વિશે આપણા મનમાં કેટલાક ખ્યાલો વિવિધ અનુભવોના પરિણામે સમય જતાં સ્થિર થઈ ગયા હોય છે, આપણા મનમાં તેમના સ્વભાવ વિશે એક અંદાજ બંધાઈ ગયો હોય છે. હવે જ્યારે આપણે કોઈ અપરિચિત વ્યક્તિને પ્રથમવાર મળીએ છીએ અને તેનો ચહેરો જ્યારે આપણી પરિચિત કોઈ વ્યક્તિ સાથે મળતો આવે છે ત્યારે આપણે આપણા તે અંદાજને તેના પર લાદીએ છીએ અને તેના તરફથી પેલી પરિચિત વ્યક્તિ જેવા જ પ્રતિભાવો મળશે તેવી ધારણા રાખી આગળ વધીએ છીએ.

ચહેરાની કેટલીક લાક્ષણિકતા એવી હોય છે કે આપણે સહજ રીતે જ તે પરથી કેટલાંક અનુમાનો કરવા પ્રેરાઈએ છીએ. દા.ત. ઊંચું કપાળ ધરાવતી વ્યક્તિ મોટા કદનું મગજ ધરાવતી હશે, ચશ્માં પહેરતી વ્યક્તિ વાંચવાની અને

બૌદ્ધિક પ્રવૃત્તિ સાથે સંકળાયેલી હશે વગેરે. કેટલીકવાર વ્યક્તિના રૂપ-રંગ તેના સ્વભાવના અનુમાન કરવા તરફ દોરી જતા હોય છે. દા.ત. બરછટ ચામડી અને મેલાઘેલા અસ્તવ્યસ્ત વાળ ધરાવતી વ્યક્તિ રીતભાતમાં બરછટ અને આક્રમક હોવાનું માનવામાં આવતું હોય છે.

ચહેરાનું સૌંદર્ય વ્યક્તિના આંતરિક સૌંદર્યના અનુમાન કરવા તરફ પ્રેરી જાય છે. સૌંદર્ય એટલે સપ્રમાણતા. ઊર્ધ્વ તેમજ સમક્ષિતિજ દિશામાં સપ્રમાણતા અને સપ્રમાણતા ધરાવતો ચહેરો સૌંદર્યમય લાગે છે. સામાન્ય રીતે સૌંદર્યવાન વ્યક્તિ વર્તનમાં પણ તેટલી જ સૌજન્યશીલ અને વિવેકભરી હશે એવું વિચારવામાં આવે છે, એવું ધારી લેવામાં આવે છે.

ચહેરાનો ઘાટ અને ચહેરા પરના ભાવોનો અભ્યાસ ઘણાં રસપ્રદ તારણો તરફ દોરી ગયો છે. બાળક જેવો ચહેરો ઓછી પરિપક્વતાવાળા વ્યક્તિનો સંકેત આપતો હોય તેમ માનવામાં આવે છે. નાની ગોળ હડપચી, મોટી ગોળ આંખો, ઊંચાં ભવાં, વિશાળ કપાળ અને સુંવાળી ચામડી હૂંફાળા, આજ્ઞાંકિત, પરાવલંબી, નબળા, ભોળા, પ્રમાણિક, ઓછા ધમકીરૂપ અને ઓછા પરિપક્વ વ્યક્તિત્વના અનુમાન તરફ દોરી જાય છે.

ચહેરા હકારાત્મક અને નકારાત્મક પણ હોય છે. હકારાત્મક ચહેરા આપણને આકર્ષે છે, જ્યારે નકારાત્મક ચહેરા આપણને દૂર ધકેલે છે. નકારાત્મક ચહેરો આક્રમક ભાવ ધરાવે છે. હકારાત્મક ચહેરા પર નમ્રતાનો ભાવ હોય છે. નકારાત્મક ચહેરા પર અણગમાનો ભાવ હોય છે, જ્યારે હકારાત્મક ચહેરાની આંખમાં આવકારનો ભાવ હોય છે.

સ્ત્રીના ચહેરા પરના ભાવોના પ્રકાર

મીઠડો ચહેરો : સહેજ ખૂલતા હોઠ, ભાગ્યે જ દેખાતા દાંત, હૂંફાળી, એકસરખી અને સુચારુ લાક્ષણિકતાઓ, અનન્યતા અને પોતાપણાનો અભાવ.

આવકાર આપતો ચહેરો : એક તરફ ઘૂમેલું મસ્તક કે પાછળ જોતી નજર, ચહેરા પર માત્ર સહેજ સ્મિત, જોનારના ધ્યાનને આકર્ષતી આંખો; આ પ્રકારની ઊભા રહેવાની મુદ્રા ટીખળ કે રહસ્યનો સંકેત આપે છે, એવું બને કે કદાચ તેમાં જાતીય સંબંધ શરૂ કરવા માટેનો ઈશારો રહેલો હોય.

હસમુખો ચહેરો : દાંત દેખાય તેવું સમગ્ર ચહેરા પર ફેલાયેલું સ્મિત,

આગળ ધસી આવતું કે પાછળ ધકેલાયેલું મસ્તક, મોટેભાગે હવામાં ફરફરતા વાળ; આવો ચહેરો આક્રમક મિજાજ છતો કરે છે, તે વ્યક્તિ ઇચ્છે છે કે તેના તરફ કોઈક જુએ.

રંગીલો કે ઉન્માદી ચહેરો : ભારે પોપચાંવાળી આંખો, ચહેરા પરના ભાવો સ્વપ્નિલ, ચહેરા પર સ્મિતનો અભાવ કે વધુ પડતો ઉન્માદી ભાવ.

વધારે આભૂષણોથી સજ્જ, મોંઘાંદાટ વસ્ત્રો ધારણ કરેલી સ્ત્રીઓ સામાન્ય રીતે સ્મિત કરવામાં કંજૂસ હોય છે અને તેમના ચહેરા પર ક્યારેક અહંકાર - તિરસ્કાર - સ્પષ્ટ તરી આવતો હોય છે. આમ કરીને તેઓ સામેવાળી વ્યક્તિને તેમના મોભાનું ભાન કરાવવા પ્રયત્ન કરતી હોય છે.

સ્મિત

ચહેરાની બે મહત્ત્વની અભિવ્યક્તિ સ્મિત અને ભવાં તંગ કરવાં તે છે. સ્મિત હકારાત્મક ભાવોને વ્યક્ત કરે છે, જ્યારે ભવાં તંગ કરવાની ક્રિયા નકારાત્મક ભાવો વ્યક્ત કરે છે. સ્મિત વડે સામાન્ય રીતે સ્વીકાર અને સંમતિના સંકેતો આપવામાં આવે છે, જ્યારે ભવાં તંગ કરવાની ક્રિયા અસ્વીકાર અને અસંમતિનો સંકેત આપે છે. ખરા હૃદયના સ્મિતનો સામાન્ય રીતે અર્થ થાય છે કે 'મને તમારા વિચારો સ્વીકાર્ય છે', 'હું તમારી દરખાસ્ત સાથે સંમત થાઉં છું', 'હું તમારી વાતની કદર કરું છું', 'હું તમારા પક્ષે છું' વગેરે. તંગ ભવાં તેથી વિરુદ્ધનો સંદેશો આપે છે કે 'મને તમારા ખ્યાલો સ્વીકાર્ય નથી', 'હું તમારા પ્રસ્તાવ સાથે સંમત નથી થતો', 'મને તમે કંઈક રહસ્યમય લાગો છો' વગેરે.

સમગ્ર જગતમાં સ્મિત એ એક એવો અશાબ્દિક સંકેત છે કે જેનો અર્થ લગભગ એકસરખો જ થાય છે. આ એક ખૂબ તાકાતવાન અશાબ્દિક સંકેત છે. તેનાથી તાણયુક્ત પરિસ્થિતિ હળવી બને છે, ગ્રાહકો સાથે સુમેળભર્યો વ્યવહાર થઈ શકે છે, જૂથની કાર્ય કરવાની ક્ષમતા વધારી શકાય છે અને વિચારોની મૈત્રીપૂર્ણ આપલે થઈ શકે છે. હૃદયમાંથી સ્ફુરતું સ્મિત ખુશી, સ્વીકૃતિ અને કદર જેવી આનંદદાયક ઊર્મિઓને સામેવાળી વ્યક્તિ સુધી પહોંચાડે છે. ચહેરા પર સદાયે ફરકતું રહેતું વિવેકપૂર્ણ સ્મિત તમને અને તમારી આસપાસના વાતાવરણને ખુશનૂમા રાખે છે.

એવું કહેવાય છે ને કે "ભવાં તંગ કરવા માટે તમારે તેંતાલીસ

સ્નાયુઓને તકલીફ આપવી પડે છે, જ્યારે સ્મિત કરવા માટે માત્ર સત્તર સ્નાયુઓને તકલીફ આપવી પડે છે ! તો પછી ભવાં તંગ કરીને શા માટે વધારે પરેશાન થાઓ છો ?"

સ્મિત કરતી વખતે આટલા ઓછા સ્નાયુઓ હલાવવા પડતા હોવા છતાં તેમાં છુપાયેલો સંદેશો શોધી કાઢવાનું કામ અત્યંત જટીલ અને અટપટું છે. વળી ચેષ્ટાસમૂહથી તેને અલગ કરીને તેનું અર્થઘટન કરવા જતાં તો ઑર મુશ્કેલીનો અનુભવ થાય છે.

સ્મિત અને હાસ્ય હંમેશાં ખુશનૂમા ઊર્મિઓને જ વ્યક્ત કરે છે તેવું નથી. મનોચિકિત્સકો કહે છે કે સ્મિત અને હાસ્યમાં ભય, હતાશા, ક્ષમા અણગમો, મૂંઝવણ, મૂર્ખાઈ, ઘેલછા, છાવરવું વગેરે પણ પ્રગટ થઈ શકે છે. સ્મિત બનાવટી, કૃત્રિમ કે આદતરૂપ હોઈ શકે. જેમ વિવિધ દેખાવના સ્મિતનાં અર્થઘટન વિવિધ હોઈ શકે તેમ એક જ દેખાવના સ્મિતનાં વિવિધ અર્થઘટન પણ હોઈ શકે. સંદર્ભ બદલાતાં કે ચેષ્ટાસમૂહ બદલાતાં એકના એક દેખાવના સ્મિતનો અર્થ બદલાઈ જાય છે.

રોજબરોજના વ્યવહારમાં સ્મિત

ઊંજણ તેલની માફક સ્મિત આપણા રોજબરોજના વ્યવહારોને ઊંજવાનું કામ કરે છે. સ્મિત આપણા અવાજની ગુણવત્તાને બદલી નાખે છે. રિસેપ્શનિસ્ટને સલાહ આપવામાં આવે છે કે ભલે સામે વાત કરનાર વ્યક્તિ તેને ન જોતી હોય, પરંતુ તે સ્મિત કરતાં કરતાં જ ફોન પર વાત કરે. તમારા અવાજમાં રહેલો રણકાર તમારા સ્મિતને, તમારી પ્રસન્નતાને તેની સુધી પહોંચાડી દેશે. તમે પ્રસન્ન છો અને મદદ કરવા આતુર છો તેવું સામેવાળી વ્યક્તિને લાગે તે માટે તમારા ચહેરા પર સ્મિત હોવું આવશ્યક છે.

સ્મિત તમારા દરેક કામને સરળ બનાવી દે છે. સ્મિત સાથે કરેલી આલોચના પણ આવકાર પામે છે. ઓછામાં ઓછું તે સામેવાળી વ્યક્તિને એટલું તો ભાન કરાવે જ છે કે તમે મૈત્રીપૂર્ણ છો અને તેનું ભલું ઇચ્છો છો. તમારી તરફથી મળનાર અશુભ સમાચારને પણ તે સહ્ય બનાવી દે છે. પ્રસન્ન ચહેરા સાથે થતી વાતને સાંભળવા સૌ કોઈ આતુર હોય છે અને તેનો સાનુકૂળ પ્રતિભાવ મળે છે.

સદાયે વિવેકયુક્ત સ્મિત આપવા તૈયાર રહો.

સ્મિતના પ્રકાર

ખુશમિજાજ સ્મિત : આ પ્રકારના સ્મિત દ્વારા ખુશી, આવકાર, કદર, સ્વીકાર, સંમતિ, આનંદ, સંતોષ વગેરે વ્યક્ત થાય છે.

બદમિજાજ સ્મિત : આ પ્રકારનું સ્મિત ભય, ક્ષમા, બચાવ, અણગમો વગેરે સૂચવે છે.

દુઃખી સ્મિત : આ પ્રકારના સ્મિતને ગૂંચવાડા, હતાશા, મૂર્ખાઈ અને બુદ્ધિના જડત્વ સાથે સંબંધ હોય છે.

બદમિજાજ સ્મિત ખુશમિજાજ સ્મિત કરતાં એ રીતે જૂદું પડે છે કે તેમાં ચહેરા પરના કેટલાક સ્નાયુઓ ગતિમાન નથી થતા અને પરિણામે તેમાં આંખો અને ગાલ સામેલ નથી થતાં. આ બન્ને પ્રકારનાં સ્મિત પ્રતિભાવ આપવામાં વિદ્યુતવેગી છે.

વ્યંગાત્મક સ્મિત : ચહેરા પરના સ્નાયુઓના બે જૂથ વચ્ચે જ્યારે અથડામણ થાય છે ત્યારે આવું સ્મિત સર્જાય છે.

સાદું સ્મિત : આ સ્મિતમાં દાંત નથી દેખાતા. આપણે જ્યારે કોઈ રસપ્રદ કે મજાની બાબત નીરખી રહ્યા હોઈએ પરંતુ તે ક્રિયામાં સામેલ ન હોઈએ ત્યારે મોં પર આવું સ્મિત ફરકાવીએ છીએ. મનોમન થતું સ્મિત.

ઉપરના હોઠથી થતું સ્મિત : આ સ્મિતમાં ઉપરની દંતપંક્તિ ખૂલી થાય છે. આપણે જ્યારે કોઈને અભિનંદન આપીએ છીએ ત્યારે આવું મિત્રાચારીભર્યું સ્મિત કરતાં હોઈએ છીએ. સાથોસાથ આંખોનો સંપર્ક પણ થતો હોય છે.

મન મૂકીને થતું સ્મિત : બન્ને દંતપંક્તિઓ ખુલ્લી થાય છે, મોં ખૂલે છે, હોઠ પાછળ તરફ વળે છે. સામાન્ય રીતે સાથે હાસ્ય પણ ઉદ્‌ભવે છે. નજરોનો સંપર્ક ન થાય તેવું બને. આનંદજનક ઉત્તેજક પળોમાં આ પ્રકારનું સ્મિત થતું હોય છે.

લંબગોળ સ્મિત : ઉપરનો હોઠ ઉપર તરફ અને નીચેનો હોઠ નીચે તરફ ખેંચાઈ લંબગોળાકાર રચાતો હોય છે. ઉપરના તેમજ નીચેના દાંત ખુલ્લા

થાય છે. આ પ્રકારનું સ્મિત નમ્રતા ખાતર થતું હોય છે. તેમાં કોઈ ઊંડાણ નથી હોતું. કોઈ રમૂજી ટૂચકાને સાંભળતાં થતું આ એક ઢોંગી સ્મિત છે.

'કેમ છો ?' સ્મિત : માત્ર ઉપરના દાંત જ ખુલ્લા થાય છે અને સામાન્ય રીતે મોં ભાગ્યે જ ખુલતું હોય છે. (*જુઓ ઉપરના હોઠથી થતું સ્મિત*)

લાક્ષણિક અર્થહીન સ્મિત : હોઠ પાછળ તરફ વળે છે ખરા, પરંતુ જુદા નથી પડતા, પરિણામે દાંત નથી દેખાતા. ખુશ વ્યક્તિ એકલી અને મનોમન હસતી હોય છે ત્યારે તેના ચહેરા પર આ સ્મિત હોય છે. (*જુઓ સારું સ્મિત*)

અંદર હોઠવાળું સ્મિત : ઉપરના હોઠથી થતા સ્મિત જેવું જ આ સ્મિત હોય છે, તફાવત માત્ર એટલો છે કે નીચેના હોઠને દાંત વચ્ચે ખેંચવામાં આવે છે. તે લજ્જાશીલ છોકરીના ચહેરા પર અવારનવાર જોવા મળતું હોય છે.

સ્મિત વિશે આટલું જાણો

- *સ્મિત કરવા માટે આપણે એક પણ પૈસો નથી ખર્ચવો પડતો અને તે સામે બદલો આપણને અનંતગણો મળતો હોય છે. તેને મેળવનાર સમૃદ્ધ થાય છે, ખુશહાલ થાય છે, જ્યારે આપનાર જરા પણ ગરીબ નથી બનતો.*
- *તે ઘટના તો ક્ષણિક છે, પરંતુ તેની યાદ કેટલીકવાર મનમાં હંમેશને માટે રહી જતી હોય છે.*
- *એવી કોઈ વ્યક્તિ નથી કે એટલી શક્તિશાળી અને ધનવાન હોય કે જેને તેના વિના ચાલે અને એવી કોઈ વ્યક્તિ નથી કે જે એટલી બધી ગરીબ અને કંગાળ હોય કે જે તેના વડે સમૃદ્ધ ન બને.*
- *સ્મિત ઘરમાં સુખ લાવે છે, ધંધા-વ્યવસાયમાં શુભકામનાને પોષે છે, મિત્રાચારીનું જ તે બીજું રૂપ છે.*
- *થાકેલાનો તે વિસામો છે, નિરાશની આશ છે, ઉદાસ માટે આશાકિરણ છે અને તકલીફનો તે ઉત્તમ નૈસર્ગિક ઈલાજ છે.*
- *તેમ છતાંય તેને ખરીદી નથી શકાતું, માગી નથી શકાતું, ઉછીનું*

નથી લઈ શકાતું કે ચોરી નથી શકાતું કારણ કે તે એક એવી ચીજ છે કે જે જ્યાં સુધી અન્યને નથી અપાતી ત્યાં સુધી કોઈ માટે કશા જ મૂલ્યની નથી હોતી.

➪ *કેટલાક લોકો એટલા બધા થાકી ગયા હોય છે કે તમને સ્મિત નથી આપી શકતા. તેમને તમારું સ્મિત આપો, તેમને જ તેની સૌથી વધારે જરૂર છે કારણ કે તેમની પાસે આપવા માટે કંઈ જ બચતું નથી.*

હાસ્ય

રોજબરોજ આપણે જે ખડખડાટ હાસ્ય કરીએ છીએ તેનાથી આપણે સૌ પરિચિત છીએ. ખડખડાટ હાસ્ય કરતી વખતે મોં ખુલ્લું હોય છે અને દાંત દેખાતા હોય છે, વ્યક્તિનું મસ્તક સમક્ષિતિજ સીધું રહેલું હોય છે કે જેથી તે હાસ્ય જે મજાકભર્યા સ્રોતથી ઊપજ્યું છે તેને નીરખી શકે. શરીરની કેટલીયે ચેષ્ટાઓ અને વિવિધ પ્રકારના અવાજો મળીને હાસ્યને નિપજાવતા હોય છે. સ્મિત જ્યારે વધારે પડતું પ્રગટ બને છે અને તે સાથે જ્યારે અવાજ ભળે છે ત્યારે તે સ્મિત મટીને હાસ્ય બને છે. ત્યારે મોં સહેજ વધારે ખૂલે છે, હોઠ સહેજ વધારે પાછા ખેંચાય છે અને તેમાં સહેજ ખિલખિલાટ ભળે છે. મૂછમાં હસવું એટલે સહેજ મોં ખુલ્લું રાખીને ચૂપચાપ હસવું. તે સમયે મોંના ખૂણા ઉપર તરફ ઊંચકાયેલા હોય છે અને નાકમાંથી આંચકા ખાતાં લય સાથે હવામાં બહાર આવતી હોય છે.

હાસ્યનું અર્થઘટન કરવા માટે આપણે એ સંદર્ભને તપાસવો પડે કે જેમાંથી હાસ્ય ઉદ્ભવ્યું છે. એવું બને કે હાસ્યના કારણને વિનોદ સાથે કશી લેવાદેવા ન હોય. વ્યક્તિ એકલી હોય છે ત્યારે કદી પણ નથી હસતી, અરે, વાંચતી વખતે કે ટીવી જોતી વખતે પણ નથી હસતી ને ! સ્મિત એકલા મનોમન થતું હોય છે, પરંતુ હાસ્ય તો અન્ય વ્યક્તિની હાજરીમાં જ થતું હોય છે. તેના વિનોદને અન્ય વ્યક્તિ સાથે વહેંચી શકાય તે સંજોગોમાં જ એટલે કે અન્યની હાજરીમાં જ વ્યક્તિ હસતી હોય છે, કોઈ પાગલ વ્યક્તિ એકલી એકલી હસે તેની તો વાત જ અલગ છે !

આપણે જે મૂંઝવણ, ઉત્તેજના કે વિનોદ અનુભવતા હોઈએ છીએ

તેના પ્રતિભાવમાં હાસ્ય ઉદ્ભવતું હોય છે. ઢીલું હાસ્ય, પરાણે થતું હાસ્ય, હાંસી ઉડાવવા થતું હાસ્ય, હૃદયમાંથી આવતું હાસ્ય; હાસ્યનાં આવાં કેટલાંયે સ્વરૂપો છે અને તેને વર્ણવતા શબ્દોની એક લાંબી યાદી બની શકે.

હાસ્યને તેની સાથે સંકળાયેલા વિવિધ પ્રકારના અવાજોથી ઓળખી શકાય.

'હા-હા' અવાજથી ઓળખાતું હાસ્ય સીધું જ હૃદયમાંથી સ્ફુરે છે અને નિર્દોષ હોય છે. તે શુદ્ધ આનંદ અને આત્મસંતોષને વ્યક્ત કરે છે.

'હે-હે' અવાજ સાથે સંકળાયેલ હાસ્ય મશ્કરી ઉડાવતું હાસ્ય છે. કોઈ વ્યક્તિની મજાક કરતાં કે તેને ઉતારી પાડતી ટીકામાંથી તે જન્મે છે.

'હી-હી' પ્રકારનું ચાળા પાડતું હાસ્ય જ્યારે વ્યક્તિ માનવદ્વેષી બને છે કે અન્યને નિમ્નભાવે જુએ છે ત્યારે કરે છે.

'હો-હો' અવાજયુક્ત હાસ્ય આશ્ચર્યનો ભાવ, નવાઈ લાગ્યાનો ભાવ વ્યક્ત કરે છે. આલોચના કરતી, વિરોધ વ્યક્ત કરતી કે પડકાર ફેંકતી વ્યક્તિ હો-હો હાસ્ય કરતી હોય છે.

દરેકને આ જુદાજુદા પ્રકારનાં હાસ્ય કરવાની પોતાની રીત હોય છે. કેટલાક લોકો એવા હોય છે જે ખાસ પ્રસંગોએ જ હસવાનું પસંદ કરે છે. હાસ્ય આપણને મળતાવડા બનાવે છે અને આપણા સુખનું કારણ બને છે. હાસ્ય અભાન રીતે જ આપણી ઊર્મિઓને છતી કરી દે છે.

અન્ય સૌ ચેષ્ટાઓની જેમ હાસ્યનું પણ તેના સામાજિક સંદર્ભમાં જ અર્થઘટન થવું જોઈએ, એકલી અટૂલી હાસ્યની ચેષ્ટાનો કશો અર્થ નથી.

વિવિધ પ્રકારનાં હાસ્યો

વિનોદી હાસ્ય : આપણે જે સમાજમાં જીવી રહ્યા છીએ તેની કેટલીયે આચારસંહિતા અને રીતરિવાજો સામે આપણો વિરોધ હોય છે અને છતાંય આપણે તે પ્રમાણે જીવવું પડતું હોય છે. આવા રીતરિવાજો અને આચારના આગ્રહો સામે જો કોઈ વ્યક્તિ હળવાશભરી ટીકા કરી વિનોદવૃત્તિનો આશરો લે તો આપણે પણ તેની સાથે હાસ્ય કરવામાં સામેલ થતા હોઈએ છીએ. આમ કહીને આપણે એવું સૂચવવા માગતા હોઈએ છીએ કે આપણને પણ તેમની જેમ

તે રીતરિવાજ કે આચાર રમૂજી લાગે છે, આપણને પણ તે સામાજિક પરંપરા કે દબાણ સતત મૂંઝવી રહ્યા છે કે હતાશ કરી રહ્યા છે.

સામાજિક હાસ્ય : આ પ્રકારનું હાસ્ય કોઈ રમૂજી ઘટનાને પરિણામે નથી થતું, પરંતુ તે દ્વારા આપણે મિત્રતા અને કોઈક બાબતના ગમવાના ભાવને વ્યક્ત કરીએ છીએ. આ એવું હાસ્ય છે કે જેની ઔપચારિકતા જૂથની સંઘભાવના વધારે છે. તે વ્યક્તિના મળતાવડાપણાનું અને ભલા સ્વભાવનું સૂચક છે. વાતચીતને નિયંત્રિત કરવા માટે તેમજ સુચારુ સામાજિક વ્યવહાર માટે તે આવશ્યક છે. વક્તાએ કોઈ રમૂજી વાત કહી છે તે ખાતર નહીં પરંતુ આપણે તેની વાત સાંભળી રહ્યા છીએ તથા તે પર ધ્યાન આપી રહ્યા છીએ તથા તેની કદર કરી રહ્યા છીએ તે દર્શાવવા આ પ્રકારનું નમ્રતા દર્શાવતું હાસ્ય કરવામાં આવે છે.

એક એવી કલ્પના કરો કે વક્તા આ પ્રકારનું સામાજિક હાસ્ય કરીને વાત કરી રહ્યો હોય અને તેની સામે વાત કરતી વ્યક્તિ ચહેરા પર સહેજ પણ હાસ્ય ન લાવે તો કેવું લાગે? તે વ્યક્તિ વક્તાને રીતભાતવિહોણી અને નમ્રતાના અભાવવાળી લાગશે !

અજ્ઞાનીનું હાસ્ય : આપણે તેને એક બાઘી વ્યક્તિનું હાસ્ય પણ કહી શકીએ. એક રમૂજી ટૂચકો કહેવામાં આવ્યો છે, પરંતુ આપણને તે સમજાયો નથી. આવા સંજોગોમાં આપણું અજ્ઞાન - ટૂચકાને સમજવાની આપણી અસમર્થતા - છુપાવવા આપણે પણ સૌ સાથે હસવા લાગીએ છીએ, રખેને આપણને કોઈ બુદ્ધુ સમજી બેસે !

મૂંઝવણભર્યું હાસ્ય : વ્યક્તિએ કયા ઈરાદાસર ટીકા કરી છે તેની જ્યારે આપણને ચોક્કસ ખાતરી નથી હોતી અથવા તો તે આપણા પ્રત્યે શત્રુતાભર્યો કે મિત્રતાભર્યો ભાવ ધરાવે છે તે બાબતે આપણે અચોક્કસ હોઈએ છીએ ત્યારે આપણી તે મૂંઝવણને છુપાવવા આપણે ચહેરા પર આ પ્રકારનું હાસ્ય ધારણ કરતા હોઈએ છીએ.

બનાવટી હાસ્ય : આપણા કોઈ મિત્ર કે સ્નેહીની ગેરહાજરીમાં તેના પર શાબ્દિક હુમલો કરવામાં આવે કે તેની હાંસી ઉડાવવામાં આવે ત્યારે કાં તો આપણે તેનો બચાવ કરીએ છીએ અથવા તો સમયને પારખીને સૌ સાથે

હાંસી ઉડાવવામાં જોડાઈએ છીએ કે જેથી કરીને સૌથી જુદા ન પડી જવાય. આ સમયનું આપણું હાસ્ય એવી છાપ ઊભી કરે છે કે આપણે હાંસી ઉડાવવામાં સૌ સાથે છીએ, પરંતુ વાસ્તવમાં તેમ નથી હોતું. તે સમયનું હાસ્ય માત્ર એક મહોરું હોય છે જે પાછળ આપણી ખરી લાગણી છુપાયેલી પડી હોય છે.

વ્યાકુળતા-મુક્તિનું હાસ્ય : સામાજિક વ્યવહારોમાં વ્યાકુળતા અને મૂંઝવણને પરિણામે તાણ સર્જાય છે. આવે સમયે વ્યક્તિ જે હાસ્ય કરીને થોડી હળવી થઈ જતી હોય છે તે ચિંતામુક્ત હાસ્ય છે, એવું હાસ્ય કે જેમાં વ્યાકુળતામુક્તિનો ભાવ રહેલો હોય છે. તીવ્ર તાણના સમયનો જ્યારે અંત આવે છે ત્યારે આપણે છુટકારાનો દમ લેતાં જે હાસ્ય કરીએ છીએ તે આ પ્રકારનું હાસ્ય છે.

માફી માગતું હાસ્ય : કોઈને અશુભ સમાચાર આપતી વખતે આપણે કેટલીકવાર આઘાતને હળવો બનાવવા સાથોસાથ હસતા પણ હોઈએ છીએ, પરંતુ તે હસવામાં આવા સમાચાર આપવાના નિમિત્ત બનવાનું દુઃખ પણ ભળેલું હોય છે, પરિણામે તેમાં માફી માગવાનો ભાવ પણ રહેલો હોય છે.

જે કૃત્યના સફળ કે નિષ્ફળ થવા બાબત આપણે ચોક્કસ નથી તેને શરૂ કરતા અગાઉ આપણે અગાઉથી માફી માગતું હાસ્ય ચહેરા પર લાવી દઈએ છીએ અને પરિસ્થિતિને અગાઉથી જ હળવી બનાવી દઈએ છીએ - અગંભીર બનાવી દઈએ છીએ. જાણે આપણે તે હાસ્ય દ્વારા એવું સૂચવવા ન માગતા હોઈએ કે 'જોજો, હું કંઈ જાણતો નથી, કદાચ નિષ્ફળ પણ જાઉં. હું આ કામ પહેલીવાર કરી રહ્યો છું.'

ઉતારી પાડતું હાસ્ય : એક વ્યક્તિ જ્યારે બીજી વ્યક્તિ કરતાં શ્રેષ્ઠ હોય છે કે હોવાનો સંદેશો પહોંચાડવા માગે છે ત્યારે આ પ્રકારનું હાસ્ય થતું હોય છે. એક બાળક બીજા બાળકની તેની શારીરિક કે માનસિક ખામી બદલ હાંસી ઉડાવતું હોય છે ત્યારે આ પ્રકારનું હાસ્ય કરે છે. મોટી ઉંમરના માણસોમાં શારીરિક કે માનસિક બાબતોને નહીં પરંતુ વર્તણૂક, રીતભાત, વલણ અને અણઆવડત જેવી બાબતોને લક્ષ્ય બનાવી ઠેકડી ઉડાવવામાં આવતી હોય છે અને એક વ્યક્તિથી બીજી વ્યક્તિ શ્રેષ્ઠ છે તેવું ભાન કરાવવાનો સંદેશો પહોંચાડવામાં આવતો હોય છે.

જૂથમાંની કોઈ એક વ્યક્તિના અવાજ, બોલવાની ઢબ, ઉંમર, શરીરનો બાંધો, કપડાં પહેરવાની રીતભાત વગેરેમાંથી કોઈ બાબતને લક્ષ્ય બનાવી જૂથના અન્ય સૌ સભ્યો તે વ્યક્તિની હાંસી ઉડાવી તેને એકલી પાડી દેવા માટે પણ આ હાસ્યનો ઉપયોગ કરતા હોય છે.

આનંદભર્યું હાસ્ય : રમતાં બાળકોનું ખિલખિલાટ હાસ્ય આ પ્રકારનું છે. ઉત્તેજનાની તે શુદ્ધ અભિવ્યક્તિ છે. આનંદજનક અને પ્રસન્ન કરી મૂકતી પરિસ્થિતિ પ્રત્યેનો તે એક આકસ્મિક અને સાહજિક પ્રત્યાઘાત છે.

મેલું હાસ્ય : આને આપણે મીંઢું હાસ્ય પણ કહી શકીએ. આ હાસ્ય કરતી વખતે હોઠ બિડાયેલા હોય છે અને હસવાની ક્રિયા પર અંકુશ હોય છે. ભલે તેમાં આપણને કોઈ નકારાત્મક છાંટ જોવા ન મળતી હોય, પરંતુ ક્યારેક ક્યારેક તેમાં દુર્ભાવ ડોકિયાં કરી જતો હોય છે. ક્યારેક ક્યારેક આ હાસ્ય પાછળનું કારણ માત્ર તેનો કરનાર જ જાણતો હોય છે - ત્યારે તે એક ગુપ્ત, રહસ્યમય હાસ્ય બની જતું હોય છે.

મહોરું પહેરવું

આપણે અન્ય વ્યક્તિ સમક્ષ આપણો જે ચહેરો રજૂ કરીએ છીએ તે ભાગ્યે જ આપણો મૂળ ચહેરો હોય છે. અપવાદરૂપ કિસ્સાઓમાં જ વ્યક્તિ તેની સાચેસાચી લાગણી વ્યક્ત થવા દેતી હોય છે, બાકી તો તેણે તેના ચહેરા પર કોઈ ને કોઈ મહોરું પહેરેલું હોય છે. બૉડી લેંગ્વેજનો અભ્યાસ કરનાર વ્યક્તિએ આ બાબતને અવશ્ય ધ્યાન પર લેવી જોઈએ; ચહેરા પરના ભાવોને વાંચતી વખતે તેની ખૂબ કસોટી થતી હોય છે કારણ કે તેને મળતા ખોટા સંદેશા પરથી તેણે સાચાં અનુમાનો પર પહોંચવાનું હોય છે. આપણે આપણી જાતને કાળજીભર્યા નિયંત્રણમાં રાખવાની છે, રખેને આપણું મન જે સંદેશાઓને છૂપાવવા ખૂબ બેદરકાર છે તેને આપણું શરીર વિવિધ ચેષ્ટાઓ વડે પોકારી પોકારીને છતા કરી દે !

સ્મિતનો આપણે એક મહોરા તરીકે ઉપયોગ કરીએ છીએ તેનું જ ઉદાહરણ લઈએ. આપણે સતત સ્મિત કરતા રહેતા હોઈએ છીએ. સ્મિત કંઈ વિનોદ અને ખુશી જ વ્યક્ત કરે છે તેવું નથી, ક્યારેક તેની પાછળ માફી માગવાના, બચાવ કરવાના કે બહાનું કાઢવાના ભાવો પણ છુપાયેલા હોય છે.

કેટલીકવાર આપણે ક્રોધિત અને નારાજ હોઈ એ છીએ ત્યારે પણ રોજબરોજના વ્યવહારમાંથી સ્મિત કરતા પસાર થઈએ છીએ. વ્યવસાયની જગ્યા પર આપણે ગ્રાહકો સામે, આપણા શેઠ સામે, આપણા સહકાર્યકરો સામે સ્મિત કરીએ છીએ; ઘરે આપણે બાળકો સામે, પતિ સામે, પત્ની સામે, પાડોશીઓ સામે સ્મિત કરીએ છીએ, પરંતુ આ બધા સ્મિતના ભાગ્યે જ કોઈ સૂચિતાર્થ હોય છે. તે બધા માત્ર આપણે આપણા ચહેરા પર પહેરેલાં મહોરાં છે.

આપણે બાળક હોઈએ છીએ ત્યારથી જ આપણને આવા પ્રકારની શિસ્તમાં ઢાળવામાં આવે છે અને સમાજમાં આપણી બાહ્ય વર્તણૂકને ખૂબ કાળજીપૂર્વક અંકુશમાં રાખવાનું શીખવવામાં આવે છે. તેમાંની એક બાબત આપણા વ્યક્તિગત દેખાવની છે. આપણાં કપડાં, પગરખાં, વાળ અને આભૂષણોની સજાવટ આપણે આપણી આસપાસના સમાજમાંથી અપનાવતા હોઈએ છીએ. મોટે ભાગે આપણે પરંપરાગત રીતે જે વર્તણૂકની અપેક્ષા રખાતી આવી હોય છે તેનું જ અનુસરણ કરતા હોઈએ છીએ. આપણે કપડાં ચોખ્ખાં રાખીએ છીએ, દાઢી કરેલો ચહેરો હોય છે, સરસ રીતે સજાવેલા વાળ હોય છે અને અમુક પ્રકારનાં પગરખાં પસંદ કરીએ છીએ વગેરે. સામાજિક રીતભાત નક્કી કરે છે કે બૉડી લેંગ્વેજની દૃષ્ટિએ કઈ બાબત યોગ્ય છે અને કઈ બાબત યોગ્ય નથી. પાર્ટીમાં આપણે એક ચહેરો બતાવીએ છીએ જ્યારે કોઈને આશ્વાસન આપતી વખતે આપણો ચહેરો જુદો હોય છે.

આપણા અનૈચ્છિક પ્રત્યાઘાતોને મ્હોરું પહેરાવવું અશક્ય છે. એવું બને કે તાણ નીચે આપણને પરસેવો વળે - તો તે આપણા અંકુશ બહારની વાત છે. આપણે જ્યારે શ્રોતાગણ સમક્ષ ઉપસ્થિત થવાનું હોય તો ત્યારે એવું બને કે આપણે અસ્વસ્થતા અનુભવીએ, આપણા હાથ કાંપવા લાગે અને પગ ધ્રૂજવા લાગે. આવી પરિસ્થિતિમાં આપણે આવાં લક્ષણોને છુપાવવાનો પ્રયત્ન કરતાં આપણા હાથ ખિસ્સામાં નાખીએ છીએ કે ટેબલ-ખુરશીનો ટેકો લઈએ છીએ કે તેની પાછળ ઊભા રહીએ છીએ.

તાણ કે અતિશય થાકના સંજોગોમાં આપણે જો કે આવી કોઈ કાળજી લેવાનું ચૂકી જઈએ છીએ અને આપણે જેવા હોઈએ છીએ તેવા ખુલ્લા પડી જઈએ છીએ. ઉદાહરણ તરીકે અતિવ્યસ્ત રીતે પસાર થયેલા દિવસને અંતે જ્યારે આપણે અત્યંત થાકી ગયેલા હોઈએ છીએ ત્યારે બસમાં કે લિફ્ટમાં

પ્રવેશતી વખતે આપણાથી કોઈને જો હાનિ પહોંચે છે તો આપણે આટલા થાક અને કંટાળા વચ્ચે પણ ચહેરા પર દિલગીરી વ્યક્ત કરતું એક સ્મિત સહજ રીતે જ ફરકાવી દઈએ છીએ. સ્મિત એ એક ઉત્તમ મ્હોરું છે.

આપણી ઈચ્છા હોય કે ન હોય, ખાનગીમાં કે જાહેરમાં અવારનવાર મહોરાં પહેરવાની જરૂર પડતી રહે છે અને સમય જતાં તે આપણો બીજો સ્વભાવ બની જાય છે. મહોરાં ધારણ કરવાની આ રીતભાતમાં જુદીજુદી સંસ્કૃતિ પ્રમાણે તફાવત હોઈ શકે, પરંતુ સમાજના દરેક સ્તરે અને બધા જ સાંસ્કૃતિક પરિવેશમાં તે અસ્તિત્વ ધરાવે છે.

આપણે કેટલીક વ્યક્તિઓને વ્યક્તિ જ નથી ગણતા અને તેમની સાથે જેમ ફાવે તેમ વર્તીએ છીએ અને આપણા ચહેરા પરનું મહોરું દૂર થઈ જાય છે અને આપણે હોઈએ તેવા દેખાઈ રહીએ છીએ. આપણે બાળકો સાથે અને નોકરો સાથે આ જ રીતે વર્તતા હોઈએ છીએ. આપણે તેમના પ્રત્યે એટલા લાગણીહીન થઈ ગયા હોઈએ છીએ કે આવા વર્તન બદલ આપણો અંતરાત્મા સહેજ પણ નથી ડંખતો. તે આપણું કશું જ બગાડી નથી શકવાના તેની આપણને પૂરી ખાતરી હોવાથી આપણે આપણા બધાં જ તેવર બતાવી દેતાં સહેજ પણ અચકાતા નથી.

આ જ રીતે ઉચ્ચવર્ગની વ્યક્તિ નિમ્નવર્ગની વ્યક્તિ સાથે વર્તતી હોય છે, માલિક તેના નોકરમંડળ આગળ વર્તતો હોય છે. તેમની આગળ તેઓ તેમનાં મહોરાં ઉતારીને વર્તતા હોય છે, તેથી તેઓના સામાજિક મોભાના ખ્યાલને ટેકો મળતો હોય છે. ગૃહિણી તેની નોકરાણી સાથે સ્વાભાવિક રીતે વર્તશે, મહોરું ધારણ કર્યા વિના વર્તશે. માતાપિતા તેમનાં સંતાનો આગળ સ્વાભાવિક રીતે વર્તતાં હોય છે. મહોરું ઉતારીને વર્તતાં હોય છે.

જો કે ભિખારી આપણા કરતાં નિમ્ન સ્થાને હોવા છતાં રસ્તા પર તેનો ભેટો થઈ જતાં આપણે જાણે તેને જોયો જ નથી તેવો ભાવ ધારણ કરી લેતા હોઈએ છીએ કારણ કે આપણે તેને કંઈ આપવા નથી માગતા. આપણે આ ભાવને બરાબરનો પકડી રાખીએ છીએ, દૂર નજર કરીએ છીએ અને ઝડપથી પસાર થઈ જઈએ છીએ. આમ કરવાથી નથી તો આપણો અંતરાત્મા પરેશાની અનુભવતો કે નથી તો આપણે કોઈ મૂંઝવણ અનુભવવી પડતી.

આપણે આગળ જોયું કે સ્મિત એ એક ઉત્તમ મહોરું છે. આપણે હસમુખો ચહેરો સર્જવા માટે સદાયે પ્રયત્નશીલ રહેવું જોઈએ. સ્મિત ચહેરાના સ્નાયુઓ દ્વારા સર્જાતું હોય છે, તેમાં કશું રહસ્યમય નથી. ચહેરાના સ્નાયુઓની કસરત દ્વારા તમે સ્મિતને સર્જવાની આદત પાડી શકો છો. હોઠને ઉપર તરફ ખેંચીને નહીં પરંતુ ગાલના સ્નાયુઓને ઉપર તરફ ખેંચીને સ્મિત કરવાનો મહાવરો કરો. તમારા સ્મિતને હોઠથી નહીં પરંતુ ગાલના સ્નાયુથી થવા દો. મૃત સ્મિતનો કશો અર્થ નથી, સ્મિત જીવંત હોવું જોઈએ, તે તમારી આંખો સુધી વિસ્તરેલું જોઈએ. તમારી આંખો પણ હસતી હોવી જોઈએ. બનાવટી સ્મિતનો કશો અર્થ નથી, તે બીનઅસરકારક પુરવાર થતું હોય છે.

✠

૮

આંખો

આંખો આત્માની બારીઓ છે, આંખો તમારા હ્રદયનું દર્પણ છે. આંખો જીભ જેટલી જ બોલકણી છે, આંખોની બોલીને કોઈ શબ્દકોશની જરૂર નથી પડતી અને તેમ છતાંય જગતસમગ્ર તેની બોલી સમજી જતું હોય છે. સામે ધરી રાખેલી કોઈ બંદૂક જેટલી આંખો તમને ગભરાવી શકે છે કે લાત માર્યા જેટલું અપમાન કરી શકે છે કે એક હૂંફાળી નજર તમારા હ્રદયને આનંદવિભોર કરી શકે છે. આંખ જ એ કેન્દ્રબિંદુ છે કે જે તમારા સમગ્ર વ્યક્તિત્વને સંદેશાવ્યવહાર દરમ્યાન પ્રક્ષેપિત કરે છે.

આકૃતિ - ૪ : આંખો આત્માની બારીઓ છે

આંખો ચહેરાનો જ એક અંશ છે, પરંતુ તે અશાબ્દિક સંદેશાવ્યવહારમાં એટલી બધી મહત્ત્વની ભૂમિકા ભજવે છે કે આપણે એક અલગ જ મુદ્દા તરીકે તેની ઊંડાણભરી ચર્ચા કરીશું.

આંખો સમગ્ર શરીરનું કેન્દ્રબિંદુ છે, કોઈપણ વ્યક્તિને જોતાં આપણી નજર સૌ પ્રથમ તેની આંખો પર જ સ્થિર થાય છે. મનુષ્ય તેના શરીર વડે જે

સંદેશાઓ આપે છે તેમાં આંખો વડે મળતા સંદેશાઓ સૌથી વધુ બોલકણા અને ચોક્કસ હોય છે, વળી આંખોની કીકીઓ સ્વતંત્ર રીતે કામગીરી બજાવતી હોવાથી મનના કોઈ ભાવને છુપાવવો અશક્ય બની જાય છે.

આંખોની આસપાસના ચહેરાના વિસ્તાર પર ડોળાના ફરવાની જે અસર થાય છે તે એક ખૂબ ઊંડી ભાવુક અસર નિપજાવે છે. આંખો વડે મળતા સંદેશાને વાંચવાનું એટલા માટે મૂંઝવણભર્યું છે કે જુદાજુદા સમયગાળા સુધી નજરનું ટકી રહેવું, પોપચાનું ઊઘડવું, આંખોનાં ઝીણાં થવું તથા ચામડી અને આંખોનાં ડઝનબંધ હલનચલનો લગભગ દરેક પ્રકારના અર્થ ધરાવતા સંદેશાઓ પાઠવી શકે છે.

આંખો આગ ઓકી શકે છે, આંખો ઠંડીગાર નિર્મમ હોઈ શકે છે, આંખો તમને ઘાયલ કરી શકે છે ! આંખો નિરસ અને સુસ્ત હોઈ શકે છે, આંખોમાં આમંત્રણ હોઈ શકે છે અને તે તમને ભયથી કંપાવી પણ શકે છે. આંખો શાણપણ અને જ્ઞાનની ખબર આપી શકે છે. આંખો અમી વરસાવી શકે છે કે ખંજર અને તીર ચલાવી શકે છે. આંખો તમારાં હથિયાર હેઠાં પાડી શકે છે કે તમને હથિયાર ઉપાડવા મજબૂર પણ કરી શકે છે.

મસ્તકમાં થતો ભાગ્યે જ કોઈ એવો સળવળાટ હશે કે જે આંખોમાં પ્રતિબિંબિત ન થતો હોય. માણસની આંખોનું કાળજીપૂર્વકનું અવલોકન તમને તેના ચારિત્ર્ય અને રસ-રુચિની ખબર આપી દે છે, તેના વલણની ખબર આપી દે છે. આંખો જાણીજોઈને કે અજાણતાં કેટલાય વિવિધ પ્રકારના સંદેશા પાઠવી શકે છે. તે ટીખળ, આનંદ, આત્મીયતા, ચિંતા, આનંદ, માયામમતા અને પ્રેમ, જિજ્ઞાસા, દયા માટેની આજીજી, બનાવટ કરવાના પ્રયાસો, સંમતિની અપેક્ષા વગેરે ભાવોને વ્યક્ત કરતા સંદેશા આપી શકે છે. આંખો માણસના સાચુકલા મિજાજને, તેના વ્યક્તિત્વને, તેની તંદુરસ્તીની અવસ્થા વગેરેને ખુલ્લા પાડી દે છે.

નજરથી નજર મેળવવાનું ટાળીને નીચે જોઈ જવાની ચેષ્ટા શરમ સૂચવી શકે. નજરથી નજર મેળવવાનું ટાળીને દૂર જોવાની ચેષ્ટા અપ્રમાણિકતાનો સંકેત આપે છે. આંખોમાં આંખો પરોવીને જોવાની ચેષ્ટા આત્મવિશ્વાસ અને પ્રમાણિકતાનો નિર્દેશ કરે છે. ઉત્તેજના પામેલા માણસની આંખો પહોળી થઈ જાય છે અને ગભરાયેલો માણસ આંખ ઝીણી કરે છે.

આંખો શરીરનો સૌથી વધુ બોલકણો અવયવ છે, મનના ભાવો ઊઠતાંની સાથે આંખોમાં તરી આવે છે. તેના વડે ઊર્મિઓ અને માનસિક વલણોની અત્યંત સૂક્ષ્મ અને ગૂઢ રંગછટાઓ વ્યક્ત થતી હોવાથી અશાબ્દિક સંદેશાવ્યવહારનું તે સૌથી મહત્ત્વનું ઓજાર છે.

'નજર' (look)ની બે ખાસિયતો છે, એક તો એ કે તે પ્રકાશના કિરણ જેમ સીધી હોય છે અને બીજું એ કે સીધી જ નિશાની પર તકાયેલી હોય છે, મતલબ કે તકાયેલી બંદૂકની ગોળીનાં લક્ષણો ધરાવે છે. આંખના સ્નાયુઓ ચમત્કારી કહેવાય તેટલા ગૂઢ છે, તે એક નાનકડા એવા સૂક્ષ્મ હલનચલન વડે સંદેશાનો અર્થ બદલી નાખવાને સમર્થ છે. એકએક નજર અન્ય નજરથી જુદી પડે છે અને પરિણામે અનેક ભાવો વ્યક્ત કરતી અનેક નજરોનો એક ખજાનો સર્જાય છે : ક્ષણિક નજર અને એકધારી નજર, ચીજ પર થોભતી નજર અને તેને પોતાની પકડમાં લેતી નજર, સીધી નજર અને ત્રાંસી નજર, ટીકી ટીકીને જોઈ રહેતી નજર (gaze) અને તરત પસાર થઈ જતી અછડતી નજર (glance) વગેરે.

દરેક નજર આપણને કોઈક અને કોઈક સંદેશો આપે છે અને તેમાંયે જ્યારે નજર કરનાર નજર કરવાની ક્રિયાથી સભાન નથી હોતો ત્યારે જે સંદેશો મળે છે તે તો સાવ નિર્ભેળ અને અસ્સલ હોય છે. વ્યક્તિની નજર પરથી આપણે જાણી શકીએ છીએ કે તેના મનમાં શું ચાલી રહ્યું છે.

વાણી દ્વારા થતા સંદેશાવ્યવહારમાં ૮૭ ટકા માહિતી આંખો દ્વારા, ૯ ટકા માહિતી કાન દ્વારા અને ૪ ટકા માહિતી અન્ય જ્ઞાનેન્દ્રિયો દ્વારા મેળવવામાં આવે છે.

ફરી એકવાર આપણે એ યાદ કરી લઈએ કે સંદર્ભ વિના, ચેષ્ટાસમૂહથી અળગી પાડીને એકલીઅટૂલી ચેષ્ટા આપણને કોઈ નક્કર અને સ્પષ્ટ અર્થઘટન થઈ શકે તેવો સંદેશો પૂરો નથી પાડતી, એટલે કે સમગ્ર પરિસ્થિતિના સંદર્ભને ખ્યાલમાં લીધા વિના માત્ર નજર તમને કોઈ ચોક્કસ અર્થઘટન થઈ શકે તેવો સંદેશો ન આપી શકે.

હવે આપણે આંખો અને નજર સાથે સંબંધ ધરાવતા મુદ્દાઓનો એક પછી એક અભ્યાસ કરીશું.

કીકીઓ

આપણી વાતચીત દરમ્યાન આપણે કેટલીકવાર કીકીનો ઉલ્લેખ કરતા હોવા છતાં આપણામાંથી મોટાભાગના એવા હશે કે જેમણે વાસ્તવમાં કદી કીકીને ધારીને નહીં જોઈ હોય. આંખના ડોળાના કેન્દ્રમાં આવેલા કાળા ટપકાને કીકી કહે છે. તે આંખમાં જતા પ્રકાશને નાની મોટી થઈને ઓછો - વધારે કરે છે. તમે એક આવો નાનકડો એવો પ્રયોગ કરી શકો. તમારી પરિચિત કોઈ વ્યક્તિને તમારી સામે ઊભી રાખો અને તેની કીકીનું અવલોકન કરો અને તેના કદને ધ્યાન પર લો. હવે તે કીકી પર ટોર્ચ વડે પ્રકાશ પાડો. તમે જોશો કે તેમ કરતાં જ કીકી નાની થઈ જાય છે અને વધારે પ્રકાશને અંદર જતો અટકાવે છે. હવે ટોર્ચ વડે પડતા પ્રકાશને બંધ કરો. કીકી ફરીવાર ધીમે ધીમે મોટી થઈને તેના મૂળ કદની બની જશે.

જેમ પ્રકાશના વધારે-ઓછા થવાથી કીકી નાની-મોટી થાય છે તેમ વ્યક્તિનો મિજાજ અને માનસિક વલણ બદલાતાં પણ કીકી નાની-મોટી થતી હોય છે. વાતચીત દરમ્યાન વ્યક્તિની તેટલી નજીક જઈને કીકીનું અવલોકન કરવું શક્ય નથી તેમ છતાંય એ જાણવું જરૂરી છે કે આવું કંઈક બનતું હોય છે. આ ક્રિયા આપોઆપ બનતી હોય છે, તે વ્યક્તિના નિયંત્રણમાં નથી. વ્યક્તિ ઉત્તેજિત થતાં કીકી મોટી થતી જતી હોય છે અને વ્યક્તિ નિરસ અને સુસ્ત થતાં તેની કીકી નાની થઈ જતી હોય છે. હકારાત્મક લગણીઓ કીકીને મોટી કરે છે (કેટલાક સંજોગોમાં ચારગણી) જ્યારે ગુસ્સો, કંટાળો અને નિરસતા જેવી નકારાત્મક લાગણીઓ તેનું કદ સારું એવું નાનું કરી દેતી હોય છે. આમ તમે જુઓ કે કીકી સાચુકલી લાગણીઓને છતી કરી દે છે. વ્યક્તિની આંખમાં આંખ પરોવીને વાત કરતી વખતે કીકીનું અવલોકન કરીને આપણે કળી શકીએ છીએ કે તેના મનમાં શું ચાલી રહ્યું છે, પરંતુ વાતચીત દરમ્યાન કીકીનું અવલોકન કરવું એટલું સરળ નથી.

ચીનાઓ કે જેઓ તેમના ચહેરાના ભાવો છુપાવવા માટે પ્રખ્યાત છે તેઓ પણ તેમની કીકીઓને નિયંત્રણમાં નથી રાખી શકતા. ચીનના કેટલાક ચાલાક વેપારીઓની વેપાર કરવાની એક રીત જાણવા જેવી છે. તેમની દુકાનમાં કોઈ મહત્ત્વનો ગ્રાહક આવે છે ત્યારે તેઓ તેમને વિવિધ કીમતી ચીજો દર્શાવે છે. આ ગ્રાહક તેના ચહેરા પર તો જે તે ચીજ તેને કેટલી ગમી છે તે કળાવા

નથી દેતો પરંતુ પેલો વેપારી તેની કીકીઓનું નિરીક્ષણ કરે છે અને તેના મોટા થવા પરથી પકડી પાડે છે કે તેને કઈ ચીજમાં રસ પડ્યો છે. અને પછી તે ચીજના ધાર્યા દામ ઉપજાવવા તે પોતાની વેપારી કુનેહનો ઉપયોગ કરે છે. તે જાણે છે કે તે ચીજના થોડા વધારે પૈસા માગતાં પણ તે ગ્રાહક તે ચીજ ખરીદવાનો છે કારણ કે તેમાં તેને રસ પડ્યો છે.

માટે જ કેટલાક લોકો રંગીન ચશ્મા પહેરતા હોય છે કે જેથી તેમની આંખો તેમની લાગણીઓને છતી ન કરી દે.

શિશુઓ અને બાળકોની કીકીઓ પુખ્તવયની વ્યક્તિઓ કરતાં મોટી હોય છે. તેમની આસપાસ સતત ફરતા રહેતા લોકોને જોઈને તેમની કીકીઓ ઉત્તેજનાને લીધે સતત મોટી થતી રહે છે. યુવાન પ્રેમીઓ એકબીજાની આંખોમાં ઊંડે સુધી નીરખવાની વૃત્તિ ધરાવતાં હોય છે, તેઓ સભાન નથી હોતાં પરંતુ તેમ કરીને તેઓ કીકીઓના પ્રત્યાઘાત તાગવાનો પ્રયત્ન કરી રહ્યાં હોય છે, બન્ને કે બેમાંથી કોઈ એક જણ ઉશ્કેરાતાં કીકીઓ પહોળી થાય છે.

સંશોધનોએ એવું પુરવાર કર્યું છે કે ઉત્તેજનાને વ્યક્તિ કેવો પ્રતિભાવ આપે છે તે તેની કીકીઓના નાના-મોટા થવા પરથી અત્યંત ચોકસાઈપૂર્વક જાણી શકાય છે. ઉદાહરણ તરીકે, પુરુષ જ્યારે અશ્લીલ ચલચિત્રો જુએ છે ત્યારે તેની કીકીઓ સામાન્ય કરતાં બમણી મોટી થઈ જાય છે, જ્યારે સ્ત્રીની કીકીઓ સામાન્ય કરતાં ત્રણગણી મોટી થઈ જાય છે. અણગમતી કે અપાકર્ષક ઉત્તેજનાઓ સામે આવતાં કીકીઓ નાની થઈ જાય છે. આ પરથી સૌંદર્યલક્ષી ફોટોગ્રાફીના વ્યવસાયમાં રોકાયેલા ફોટોગ્રાફરો પોતાના મોડેલને આકર્ષક બનાવવા કેવી કેવી ઉત્તેજનાઓ જરૂરી છે તે જાણી શકે છે અને તેના મોડેલને વધારે આકર્ષક બનાવી શકે છે.

આંખોનું સંયુક્ત હલનચલન

જ્યારે વ્યક્તિ તેની પાસેની વિવિધ માહિતીનું અવલોકન કરી રહી હોય છે, ત્યારે તેની આંખો ડાબી કે જમણી તરફ ઘૂમતી રહે છે. તમે સાધારણ એવું પણ આ બાબત પર ધ્યાન આપ્યું હશે તો તમે જાણતા હશો કે બન્ને આંખો કોઈ એક જમણી કે ડાબી તરફ એક સાથે ઘૂમે છે. આને ટેન્ડમ(સંયુક્ત) હલનચલન કહે છે. બન્ને આંખ પોતપોતાની રીતે અલગઅલગ દિશામાં નથી ઘૂમી શકતી.

આ એક અનૈચ્છિક રીતે ઘટતી ઘટના છે.

આંખના આ સંયુક્ત હલનચલન વિશે એક અન્ય બાબત પણ ધ્યાન પર લેવા યગ્ય છે. સંશોધનોને અંતે એવું જાણવા મળ્યું છે કે ૭૫ ટકા લોકો કોઈ એક જ - એટલે કે માત્ર ડાબી કે જમણી - દિશામાં તેમની આંખોને વધારે પ્રમાણમાં ઘુમાવવાનું વલણ ધરાવતા હોય છે. કેટલાક લોકો તેમની આંખોને મોટેભાગે ડાબી તરફ જ ઘુમાવતા હોય છે તો કેટલાક લોકો તેમની આંખોને મોટેભાગે જમણી તરફ જ ઘુમાવતા હોય છે. આંખોના આ પ્રકારના હલનચલનને ટૂંકમાં 'ક્લેમ' તરીકે ઓળખવામાં આવે છે.

ટીકીટીકીને જોવું

ટીકીટીકીને જોવું એટલે કોઈક ગણતરીપૂર્વક જોવું, તાકી રહેવું. સામેવાળી વ્યક્તિ આપણી વાતમાં ખરેખર રસ ધરાવે છે કે નહીં તે જાણવા આપણે ખાસ કરીને તો તેના ચહેરા પરના ભાવોને વાંચવા પ્રયત્ન કરીએ છીએ, અને તે માટે તેને ટીકીટીકીને જોઈએ છીએ. આ સમયે જેમ આપણે અન્ય તરફથી તેના ચહેરા પરના ભાવો વડે કંઈક સંદેશો મેળવીએ છીએ તેમ આપણી નજર પણ કેટલાક પ્રતિભાવો આપીને સંદેશો આપતી હોય છે. આપણે કેટલાક સમય માટે જોઈએ છીએ તેના વડે એક અશાબ્દિક સંદેશો પાઠવતા હોઈએ છીએ - જાણતાં કે અજાણતાં. સંદેશાની ખરી આપલે તો ત્યારે થાય છે કે જ્યારે બન્ને વ્યક્તિઓ એકબીજાની આંખોમાં આંખો પરોવે છે.

આ રીતે ટીકીટીકીને જોવા સામે વિવિધ પ્રકારના પ્રતિભાવો મળતા હોય છે. આ પ્રતિભાવો કેવા મળશે તેનો આધાર ટીકીટીકીને જોઈ રહેતી નજર કેવી છે તેના પર તેમજ તે નજરને ઝીલતી વ્યક્તિના વ્યક્તિત્વ પર રહે છે. એવા પણ લોકો હોય છે કે જેમની આંખોમાં નજર કરતાં તેઓ અસુવિધા તથા મૂંઝવણ અનુભવે છે કે તેમને કોઈક નીરખી રહ્યું છે, એક જીવતી વ્યક્તિ તરીકે નહીં પરંતુ એક નિર્ભય ચીજ તરીકે તેમનું અવલોકન થઈ રહ્યું છે. જ્યારે કેટલાક લોકો એવા હોય છે કે જેમની નજર આપણને શાતા બક્ષે છે. એક વ્યક્તિ બીજી વ્યક્તિ સામે કેટલો લાંબો સમય જોઈ રહે છે તે પરથી આવા બધા સંદેશાઓ મળતા હોય છે.

ટીકીટીકીને જોઈ રહેવાનો સમયગાળો

એક વ્યક્તિ જ્યારે બીજી વ્યક્તિ સાથે વ્યવહાર કરે છે ત્યારે તે વ્યવહારનો ૩૦થી ૬૦ ટકા સમય એકબીજાને જોવામાં પસાર થતો હોય છે. વ્યક્તિએ વ્યક્તિએ અને સંસ્કૃતિએ સંસ્કૃતિએ આ સમયનું પ્રમાણ બદલાતું રહેતું હોય છે. રૂબરૂ મુલાકાત દરમ્યાન જો આથી વધારે સમય એકબીજા સામે જોવામાં આવે તો આપણે તેનું એવું અર્થઘટન કરી શકીએ કે તેઓને એકબીજામાં કે એકબીજાના શબ્દોમાં રસ પડ્યો છે. જો આ રસ મિત્રતાભર્યો હશે તો કીકીઓ પહોળી થશે અને જો આ રસ શત્રુતાભર્યો હશે તો કીકીઓ સંકોચાઈને નાની થશે. આત્યંતિક કહેવાય તેવા બે કિસ્સાઓમાં આવું બનતું હોય છે; કાં તો બે પ્રેમીઓ ગાઢ પ્રેમની ક્ષણોમાં આ રીતે એકબીજા સામે તાકી રહેતાં હોય છે અથવા તો લડવા માટે તૈયાર બે વ્યક્તિઓ આ રીતે એકબીજા સામે તાકી રહેતી હોય છે.

બે મીટર જેટલે દૂર રહેલા અજાણ્યા શ્રોતાઓ સામે વક્તા ૪૦ ટકા જેટલો સમય જોતો હોય છે. આ અંતર વધતાં કે શ્રોતા સાથે કંઈક સંબંધ સ્થપાતાં આ સમયમાં વધારો થાય છે. દરેક ઊડતી નજર ત્રણેક સેકન્ડની હોય છે અને તેમાંથી એકાદ સેકન્ડ માટે બન્નેની નજરો મળતી હોય છે.

કોઈની આપણા પર સ્થિર થતી નજર આપણામાં ઊર્મિઓની એક જોરદાર હલચલ મચાવી દે છે. તેથી લોકો એકબીજા સામે ત્રણ સેકન્ડથી વધારે સમય જુએ તેટલામાં તો તેમનામાં નજર ફેરવી લેવાની તીવ્ર ઈચ્છા થઈ આવતી હોય છે અને બન્ને કે બેમાંથી એક વ્યક્તિ નજરનો સંપર્ક તોડી નાખે છે અને અન્ય દિશામાં જોવા લાગે છે. આંખોનો સંપર્ક તૂટતાં તાણ ઓછી થાય છે, જેનો સંકેત આપણને શ્વસન-દર, હૃદયના ધબકારાના દર અને પરસેવાથી ભીની થઈ જતી હથેળીઓ પરથી મળે છે.

સંશોધનો પુરવાર કરે છે કે જો આંખોનો સંપર્ક ૬૦થી ૭૦ ટકા સમય માટે જળવાઈ રહે તો વક્તાનો શ્રોતા સાથે અસરકારક સંબંધ સ્થપાય છે. ગભરૂ અને બેચેન વક્તા એક તૃતીયાંશ કરતાં ઓછા સમય માટે નજર મિલાવતો હોય છે. નજરને આ રીતે ટાળવાની ચેષ્ટા શ્રોતાને ખોટા સંકેત આપે તેવું બને, તેથી કદાચ તે એવા તારણ પર આવે કે વક્તા જે બોલી રહ્યો છે તે બાબતે તે ચોક્કસ

નથી અને ખચકાટ અનુભવે છે, જ્યારે હકીકતમાં એવું હોય કે વક્તા જે કહી રહ્યો હોય તે બાબતે તે પૂરેપૂરો પ્રમાણિક અને નિષ્ઠાવાન હોય. ઢચુપચુ અને બહાનાંબાજ લોકો કરતાં આત્મવિશ્વાસુ લોકો વધારે વાર નજર મિલાવતા હોય છે અને તેમની નજર વધારે લાંબો સમય મળેલી રહેતી હોય છે. આત્મવિશ્વાસુ વ્યક્તિની આંખોનો પટપટવાનો દર ઓછો હોય છે અને તે એક વધુ સારા શ્રોતા તરીકેની છાપ ઉપસાવે છે.

વ્યક્તિગત સંદેશાવ્યવહાર દરમ્યાન આપણી સામાન્ય નજર પાંચથી પંદર સેકન્ડ સુધીની હોવી જોઈએ, જ્યારે કોઈ જૂથ સાથે વાત કરી રહ્યા હોઈએ ત્યારે આપણી નજર કોઈ એક વ્યક્તિ પર ચારથી પાંચ સેકન્ડ માટે સ્થિર થવી જોઈએ.

નજરના પ્રકાર

અન્યોન્ય નજર : આ પ્રકારની નજરમાં વ્યવહાર કરતી બે વ્યક્તિઓ એકબીજાના ચહેરા સામે લાંબો સમય જોઈ રહે છે. તે આત્મીયતાની, અન્યોન્ય પ્રત્યેના આકર્ષણની અને એકબીજાની વાત ધ્યાનપૂર્વક સાંભળી રહ્યાની લાગણીનું ભાન કરાવે છે.

વ્યક્તિને આવકારવી કે તેનું સ્વાગત કરવું અને તેનાથી જુદા પડવું કે તેને વિદાય આપવી તે એક ખૂબ અટપટો અશાબ્દિક સંદેશાવ્યવહાર છે. તેમાં અન્યોન્ય નજર ખૂબ મહત્ત્વની ભૂમિકા ભજવતી હોય છે. વિદાય આપતી વેળાએ આ નજરનો સહેજ વહેલો અંત આવી જતાં તેમાં ઔપચારિકતાનો ભાવ પ્રવેશી જાય છે. આ પ્રસંગોમાં નજરનો સંપર્ક થવાની અને તૂટવાની પળોનું ‘ટાઈમિંગ’ મહત્ત્વનું હોય છે.

વ્યાવસાયિક, સામાજિક અને આત્મીય નજરો વિશે સૂચના આપતાં એલન પીઝ જણાવે છે કે જે રીતે નજરોના વ્યવહારમાં નજરના ટકી રહેવાનો સમયગાળો મહત્ત્વની ભૂમિકા ભજવે છે તે રીતે નજર શરીરના અને ચહેરાના કયા અંગ પર ઠેરાય છે તે પણ ઘણું સૂચવી જાય છે.

નજર કેટલો વખત લંબાય છે અને ક્યાં પડે છે તે ઉપરાંત તે કેટલી તીવ્ર છે તે પ્રમાણે તેનાં ત્રણ સ્વરૂપો નક્કી થાય છે : (૧) *તીક્ષ્ણ નજર* : સામેવાળી વ્યક્તિની આંખ પર કેન્દ્રિત થતી નજર, (૨) *સ્પષ્ટ નજર :* સામેવાળી

વ્યક્તિના મસ્તક અને ચહેરા પર કેન્દ્રિત થતી નજર અને (૩) *પરીઘ પર ઘૂમતી નજર :* સામેવાળી વ્યક્તિને દૃષ્ટિક્ષેત્રમાં સમાવતી પરંતુ મસ્તક કે ચહેરા પર કેન્દ્રિત ન થતી નજર.

જુદી જુદી સંસ્કૃતિના લોકોનો અભ્યાસ કરીને વૉટ્સને દર્શાવ્યું છે કે સૌથી તીક્ષ્ણ નજર આરબ લોકો ધરાવે છે અને ત્યારબાદ લૅટિન અમેરિકન લોકોનો તથા દક્ષિણ-યુરોપિયનોનો ક્રમ આવે છે. સૌથી વધારે પરીઘ પર ઘૂમતી નજર ઉત્તર-યુરોપિયનોની હોય છે અને ત્યારબાદ ભારતીયોનો, પાકિસ્તાનીઓનો અને અન્ય એશિયાવાસીઓનો ક્રમ આવે છે.

આત્મીય નજર : આ પ્રકારની નજર આંખો પર થઈને હડપચી પર થઈને નીચે શરીરના અન્ય ભાગો પર વિસ્તરે છે. વધારે આત્મીયતા દર્શાવતો ત્રિકોણ બે આંખો અને બે પગ જ્યાંથી એકબીજાથી અલગ પડે છે ત્યાં સુધીના શરીરના ભાગને આવરી લે છે (જુઓ આકૃતિ-૫). આવી નજરનો ઉપયોગ કરતાં લોકો એકબીજામાં રહેલો રસ સૂચવે છે. સામેવાળી વ્યક્તિના શરીરના જે વિસ્તાર પર આપણે આપણી નજર ઘુમાવીએ છીએ તે આપણા પ્રત્યક્ષ વ્યવહાર પર ખૂબ ઊંડી અસર નિપજાવે છે. લઘરવઘર અને સુસ્ત કર્મચારીને તેની સુસ્તીમાંથી બહાર કાઢવા માટે તેનો શેઠ આવી નજર ન વાપરી શકે, તે માટે

આકૃતિ - ૫ : *આત્મીય નજર*

તો તેણે વ્યવસાયિક નજરનો જ ઉપયોગ કરવો પડે.

સામાજિક નજર : સામાજિક વાતાવરણ ઊભું કરવા નજરે સામેવાળી

વ્યક્તિની માત્ર આંખો પૂરતી મર્યાદિત ન રહેતાં સહેજ નીચે મોં સુધી ઊતરવું પડે છે. આ વખતે ત્રિકોણ બે આંખો અને મોં વડે રચાય છે, નજર આટલા વિસ્તારમાં ઘૂમતી હોય છે (જુઓ આકૃતિ -૬). આપણે જ્યારે આપણી નજર આ વિસ્તારમાં ઘુમાવીએ છીએ ત્યારે આપણી નજર ગંભીર બની જાય છે અને

આકૃતિ - ૬ : *સામાજિક નજર*

આકૃતિ - ૭ : *વ્યાવસાયિક નજર*

સામેવાળી વ્યક્તિને સંદેશો મળી જાય છે કે વાસ્તવમાં આપણો હેતુ ધંધા-વ્યવસાયનો છે. જ્યાં સુધી આપણે આ પ્રકારની નજરને જાળવી રાખીએ છીએ ત્યાં સુધી તે વ્યવહાર આપણા નિયંત્રણમાં રહે છે.

વ્યાવસાયિક નજર : ધંધા-વ્યવસાયની ચર્ચા કરતાં એલન પીઝ

એવો પ્રસ્તાવ મૂકે છે કે તમે સામેવાળી વ્યક્તિના કપાળ પર એક ત્રિકોણની કલ્પના કરો (જુઓ આકૃતિ - ૭). આપણે જ્યારે આપણી નજર આ વિસ્તારમાં ઘુમાવીએ છીએ ત્યારે આપણી નજર ગંભીર બની જાય છે અને સામેવાળી વ્યક્તિને સંદેશો મળી જાય છે કે વાસ્તવમાં આપણો હેતુ ધંધો-વ્યવસાયનો છે. જ્યાં સુધી આપણે આ પ્રકારની નજરને જાળવી રાખીએ છીએ ત્યાં સુધી તે વ્યવહાર આપણા નિયંત્રણમાં રહે છે.

"આત્મીયતા", "ધમકી" અને "સામેલગીરી"ની નજરો વચ્ચેનો ભેદ આપણે પારખવો જોઈએ. પ્રથમની બન્ને નજરો લાંબી નજરો છે, તે દસ સેકન્ડ કે એક મિનિટથી વધારે લાંબી હોય છે, પરંતુ જોવાનો માત્ર દસ ટકા સમય તે પાછળ વપરાતો હોય છે. મોટાભાગનો - લગભગ ૯૦ ટકા - જોવાનો સમય તો સામેલગીરીની નજર પાછળ જ વપરાતો હોય છે.

સામેલગીરી દર્શાવતી નજરો આ પ્રમાણે છે :

સ્વાભાવિક નજર : કોઈ વ્યક્તિ સાથે જ્યારે આપણે ઉત્તેજના, ઉત્સાહ અને આત્મવિશ્વાસપૂર્વક વાત કરતા હોઈએ છીએ ત્યારે આ નજરનો ઉપયોગ કરતા હોઈએ છીએ. આ નજર પાંચથી દસ સેકન્ડ લાંબી હોય છે. બે વ્યક્તિ વચ્ચે થતી રૂબરૂ વાતચીત દરમ્યાન આ પ્રકારની નજર સ્વાભાવિક છે. પાંચ સેકન્ડનો સમયગાળો શ્રોતા માટે સુવિધાપૂર્ણ રહે છે.

આમતેમ ફેંકાતી નજર : વ્યક્તિની નજર આમતેમ બધી જ દિશામાં ફેંકાતી રહે છે. જ્યારે વ્યક્તિ કોઈ દબાણ કે તાણ નીચે હોય છે ત્યારે આમ બને છે. નજર જ કહી આપે છે કે વ્યક્તિ અસ્વસ્થ છે, બેચેન છે અને તેની આ તાણ શ્રોતા પર સંક્રમિત થાય છે અને શ્રોતા પણ બેચેની અનુભવવા લાગે છે, અસુવિધા અનુભવવા લાગે છે. આવા સંજોગોમાં શું કરવું તેની સલાહ આપતાં ગુપ્તચર વિભાગના એક અધિકારી એક જાસૂસને કહે છે કે : 'જ્યારે તમને કોઈ આશ્ચર્યમાં નાખી દે ત્યારે તમે શાંત અને સ્વસ્થ રહો. સીધા જ તેની આંખોમાં જોઈ રહો - સતત નજરનો સંપર્ક જાળવી રાખો. તેથી તમે અસ્થિર નજરના તો નહીં જ દેખાવો, પરંતુ તેના કરતાં તો વધારે મહત્ત્વનું એ હશે કે સામેવાળી વ્યક્તિ તમારી નજર સાથે ચોંટી રહેશે અને માત્ર તમારી આંખોને જ જોશે.'

ધીમેથી પટપટતી નજર : વાતચીત દરમ્યાન વ્યક્તિ સામાન્ય રીતે

તેની આંખો મિનિટમાં છથી આઠ વખત પટપટાવતી હોય છે. કેટલીક વ્યક્તિઓ ચાલુ વાતચીતે અવારનવાર બે-ત્રણ સેકન્ડ માટે તેની આંખો બંધ કરી દેતી હોય છે. આમ કરીને તે એક રીતે પ્રવર્તમાન પરિસ્થિતિ માટે પોતાનો અણગમો પ્રગટ કરતી હોય છે, જાણે કે તે પરિસ્થિતિમાં મુકાવા બદલ તે નારાજ છે તેમ સૂચવવા ન માગતી હોય. વળી આમ કરીને તે સામેવાળી વ્યક્તિને ક્ષણેક માટે પોતાની નજર સમક્ષથી થોડો સમય હટાવી દેતી હોય છે, તેથી શ્રોતાને વાતચીતમાંથી બાદ થઈ ગયાની લાગણી થતી હોય છે અને વક્તા તથા શ્રોતા વચ્ચે એક અંતર સર્જાતું હોય છે. સામેવાળી વ્યક્તિથી પોતાની જાતને જે વ્યક્તિ શ્રેષ્ઠ સમજે છે તે આંખો વડે આવો અવરોધ સર્જે છે, પછી મસ્તકને પાછળ તરફ ધકેલે છે અને પોતાના નાક પર થઈને એક લાંબી નજર સામેવાળી વ્યક્તિ પર નાખે છે.

જો કોઈ સેલ્સમેનને નજરના આવા અવરોધનો સામનો કરવાનું બને તો તેણે સમજી લેવું જોઈએ કે તેણે તેની ચેષ્ટા વડે કોઈક નકારાત્મક સ્પંદનો સર્જ્યાં છે અને જો તેણે તેના ગ્રાહકને જીતવો હોય તો તેણે તેના અભિગમમાં પરિવર્તન લાવવાની જરૂર છે - તે સિવાય છૂટકો નથી.

નજર અને ઊર્મિઓ

નજર અને ઊર્મિઓ વચ્ચેના સંબધ વિશે કેટલાયે વિવિધ સિદ્ધાંતો અસ્તિત્વમાં છે. કેટલાક એવું માને છે કે ઊર્મિઓના બદલાવા સાથે નજર બદલાય છે, તો વળી કેટલાક એવું માને છે કે હૂંફ અને પ્રસન્નતા જેવા હકારાત્મક મિજાજો ઉચ્ચપ્રકારની નજરને સર્જે છે જ્યારે હતાશા, દીનતા અને વ્યાકુળતા જેવા નકારાત્મક મિજાજો નિમ્નપ્રકારની નજરને સર્જે છે. આશ્ચર્ય, ઉત્તેજના, આનંદ અને તિરસ્કાર ઉચ્ચપ્રકારની નજરના ઉદ્ભવનું કારણ બને છે જ્યારે મૂંઝવણ, ક્રોધ, નારાજગી, ચીડ, ઉદાસી અને હતાશા નિમ્નપ્રકારની નજરના ઉદ્ભવનું કારણ બને છે.

સામેવાળી વ્યક્તિ નજરનો સંપર્ક સ્થાપવા માગે છે કે નહીં તે ચેષ્ટા આપણને તે વ્યક્તિની લાગણીઓ - સ્વભાવ - વિશે ઘણુંબધું કહી જાય છે. રૂબરૂ મુલાકાતના પ્રસંગે આપણી આંખો સામેવાળી વ્યક્તિને સંદેશો આપી દે છે કે આપણે કેવા મિજાજમાં છીએ; આપણે કંટાળેલા છીએ કે આપણું મન બીજે

ક્યાંક રોકાયેલું છે, આપણને રસ છે કે નહી, આપણે ધ્યાન આપી રહ્યા છીએ કે નહીં, વગેરે. વળી આંખો ભય, ક્રોધ, આત્મવિશ્વાસ, રાંકભાવ, લજ્જા અને સત્તા જેવા ભાવોને પણ છતા કરતી હોય છે. આંખોનો સંપર્ક તેનો જે રીતે ઉપયોગ કરવામાં આવે છે તે પ્રમાણે વ્યવહારને પ્રોત્સાહિત કરી શકે છે, તેને જાળવી રાખે છે અને તેનો સુખદ અંત લાવે છે અથવા તો તેને નિરુત્સાહિત કરે છે, તેને નુકસાન પહોંચાડે છે.

ઊર્મિ જન્માવતી ચીજ જ્યારે વ્યક્તિની બહાર હોય છે ત્યારે વ્યક્તિ વધારે સમય તાકી રહે છે અને જ્યારે ઊર્મિનું કારણ વ્યક્તિની પોતાની અંદર રહેલ હોય છે ત્યારે તે ઓછો સમય તાકીને જુએ છે. એકધારી નજર સામેવાળી વ્યક્તિને મૂંઝવણમાં મૂકી દે છે.

તેમના વિદ્યાર્થીઓ તરફ લાંબા સમય સુધી જોઈ રહેવાની ટેવ ધરાવતા શિક્ષકો તેમના વિદ્યાર્થીઓને વધારે પ્રતિભાવ આપવા માટે પ્રોત્સાહિત કરી શકે છે અને તેમ કરીને શીખવાની પ્રક્રિયાને વધારે કાર્યક્ષમ બનાવી શકે છે. વધારે સમય સુધી તાકી રહેનાર વ્યક્તિ સામેવાળી વ્યક્તિને મનાવવા-પટાવવામાં સફળ થઈ શકે છે. ઉચ્ચપ્રકારની નજર ધરાવતી વ્યક્તિ આબરૂદાર અને વિશ્વાસ કરવાને લાયક ગણાય છે.

સામાજિક પ્રસંગોએ આપણને ગમતી વ્યક્તિ સામે આપણે વધારે વાર જોઈ રહેતા હોઈએ છીએ અને તેના પર આપણી નજર વારંવાર જતી હોય છે. જો સામેવાળી વ્યક્તિ પાસેથી હકારાત્મક પ્રત્યાઘાત મળશે તેવો અણસાર આવે તો લોકો વધારે વાર જોતા હોય છે, તેમના ચહેરાના ભાવોને તાગતા હોય છે, પરંતુ જો તેઓને નકારાત્મક પ્રત્યાઘાતનો અણસાર મળે તો તેઓ તેમની નજર ફેરવી લેતા હોય છે. એકબીજા સાથે સહકારથી કામ કરતી વ્યક્તિઓ એકબીજા સાથે સ્પર્ધા કરતી વ્યક્તિઓ કરતાં વધારે લાંબીવાર સુધી જુએ છે.

બૉડી લેંગ્વેજની અન્ય ચેષ્ટાઓની માફક આંખનાં હલનચલનોનો અભ્યાસ કરતી વખતે પણ સાંસ્કૃતિક પરિબળોને અને પરિસ્થિતિના સંદર્ભને ખ્યાલમાં રાખવાં પડે છે. આપણા સૌનો અનુભવ છે કે નાનેરાઓ મોટેરાઓ સામે મોટેભાગે આંખમાં આંખ પરોવીને વ્યવહાર નથી કરતા હોતા, વળી કેટલીક વ્યક્તિઓ શરમાળ હોવાને કારણે આંખનો સંપર્ક કરવાનું ટાળે છે અથવા

તો સામેવાળી વ્યક્તિ સામે બને તેટલું ઓછું જુએ છે. એવું બને કે તેઓ પ્રમાણિક અને નિખાલસ હોવા છતાં તેમની આંખોનો સંપર્ક ટાળવાની આ ચેષ્ટા અજાણતાં જ તેમની એવી છાપ ઊભી કરે કે તેઓ અસ્થિર અને ઢચુપચુ છે.

નજરની વર્તણૂક

વિવિધ પરિસ્થિતિમાં નજરની વર્તણૂક બદલાતી રહે છે.

જ્ઞાતિવાદી, કોમવાદી કે કટ્ટરપંથીની નજરની વર્તણૂક સામેવાળી વ્યક્તિની જ્ઞાતિની કે કોમની જાણ થતાં તરત જ બદલાઈ જાય છે, તેની નજરમાં આદર કે તિરસ્કાર છતા થાય છે. પહોળી આંખો અને મોટી થતી આંખો આદર સૂચવે છે, ઝીણી થતી આંખો અને નાની બનતી કીકીઓ તિરસ્કાર સૂચવે છે. નજરમાં વેધકતા પણ ઉમેરાય છે. રંગભેદી માનસ ધરાવતો ગોરો અમેરિકન કંઈક તિરસ્કારપૂર્ણ નજરે કાળી વ્યક્તિ તરફ એકધારું તાકી રહે છે. આ પ્રકારની નજર આક્રમક વલણ પ્રદર્શિત કરે છે.

જ્યારે બે વ્યક્તિઓ એકબીજા સાથે અથડામણ અનુભવતી હોય છે ત્યારે તેઓ લાક્ષણિક રીતે વર્તતી હોય છે. તેમનાં ભવાં નાક તરફના છેડેથી નીચા નમે છે અને તંગ થાય છે; સાથોસાથ તેમના હોઠ ભિડાય છે અને આગળ તરફ ધકેલાય છે, જો કે દાંત નથી દેખાતા; તેમનાં મસ્તકો અને તેમની હડપચીઓ જાણે પડકાર ફેંકતી હોય તેમ આગળ તરફ ધકેલાય છે અને તેમની આંખો એકબીજાની આંખો સામે વેધક રીતે તાકી રહે છે. આવી પરિસ્થિતિમાં બેમાંથી કોઈ વ્યક્તિ આંખોનો સંપર્ક તોડવાની, નજરને હટાવવાની પહેલ નથી કરતી કારણ કે જે વ્યક્તિ પહેલાં તેની નજર હટાવે છે તે તેની હારનો કે તેના મનમાં રહેલા ભયનો સંકેત આપી દે છે, ઊલટાની આંખો તીવ્ર એકાગ્રતા સાથે જાણે સંમોહિત કરવા ન માગતી હોય તેમ એકબીજા સામે તાકી રહે છે.

નજરની બાબતમાં સ્ત્રીઓ એક બાબતે ગેરફાયદામાં છે અને તે માટે પુરુષોની ઈર્ષ્યા કરે તે સ્વાભાવિક છે. પુરુષ જેટલી છૂટથી તેની નજરનો ઉપયોગ કરી શકે છે તેટલી છૂટથી સ્ત્રીઓ તેમની નજરનો ઉપયોગ નથી કરી શકતી. પુરુષ તેની નજર વધારે સમય કોઈ વ્યક્તિ પર સ્થિર રાખી શકે છે, સ્ત્રીએ તેની નજર તરત હટાવી લેવી પડે છે.

સામાન્ય રીતે આંખનો સંપર્ક ટાળતી વ્યક્તિનું વ્યક્તિત્વ નિરસ, ગૂંચવાયેલું, શરમાળ, ઉદાસ, શોકગ્રસ્ત, અંતર્મુખી, મૂંઝાયેલું, દીન કે બહાનાંબાજ હોવાનું અનુમાન થઈ શકે. જે લોકો સામેવાળી વ્યક્તિની નજરને ટાળે છે તેઓ બેચેન, અસ્વસ્થ, તાણમુક્ત, આત્મવિશ્વાસના અભાવયુક્ત કે બહાનાંબાજ હોઈ શકે, જ્યારે સતત જોઈ રહેતા લોકો મૈત્રીપૂર્ણ કે આત્મવિશ્વાસુ હોઈ શકે.

આપણે જ્યારે કોઈ વ્યક્તિને જણાવવા માગતા હોઈએ કે આપણને તેનામાં રસ છે ત્યારે આપણે તેને એક ટૂંકી ઊડતી નજર વડે પણ સહેજ રોકાઈને સંકેત આપી દેતા હોઈએ છીએ. વ્યક્તિના ધ્યાનને આકર્ષવાનો એક ઉપાય એ છે કે સીધું જ તેની આંખમાં જોવામાં આવે. આ રીતે પડતી સીધી નજરનો સામાન્ય અર્થ એવો થાય કે તે વ્યક્તિ રસ ધરાવે છે અને પ્રમાણિક, બહિર્મુખ, મૈત્રીપૂર્ણ તથા વળતા પ્રતિભાવ માટે તૈયાર છે અને કેટલાક કિસ્સાઓમાં પ્રભાવ પાડવાનો ઈરાદો રાખે છે. બોલતી વખતે કે સાંભળતી વખતે કેટલાક લોકો સામેવાળી વ્યક્તિ સામે નથી જોતા હોતા, આવા લોકો કંઈક ગુપ્ત રાખતા હોવાની આપણે તેમના પર શંકા કરી શકીએ.

કેટલીકવાર વક્તા શ્રોતાઓનું ધ્યાન આકર્ષવા તેના હાથમાં વક્તવ્યને અનુરૂપ ચીજો રાખતો હોય છે અને રજૂ કરતો હોય છે. આ ચીજોમાં શ્રોતાને જેટલા પ્રમાણમાં રસ પડે છે તેટલા પ્રમાણમાં તેમના તરફથી પ્રતિભાવ મળે છે. હાથમાં રાખેલી પેન કે લાકડીનો જો અસરકારક રીતે ઉપયોગ કરવામાં આવે તો તેથી પણ પ્રતિભાવમાં વધારો થઈ શકે છે. શ્રોતાગણની નજરને વક્તા પોતાની નજર સાથે જોડાવા કે એકાગ્ર કરવા પેન કે લાકડીને પોતાની આંખો નજીક લાવી શકે છે (જુઓ આકૃતિ - ૮, ૯).

જ્યારે કોઈ વ્યક્તિને એવો પ્રશ્ન પૂછવામાં આવે કે જેનો જવાબ આપવા તેણે સારો એવો વિચાર કરવાની જરૂર પડે છે ત્યારે તેની આંખો હંમેશાં જમણી કે ડાબી કોઈ એક દિશામાં એકધારી ઘૂમવા લાગે છે. એવું અવલોકન કરવામાં આવ્યું છે કે જમણી તરફ ઘૂમતી આંખોવાળી વ્યક્તિઓ વધારે રમૂજપ્રિય, મિલનસાર અને સામાજિક હોય છે, જ્યારે ડાબી તરફ ઘૂમતી આંખોવાળી વ્યક્તિઓ અંતર્મુખી, એકાંતપ્રિય, શાંત અને ઉદાસ પ્રકૃતિની હોય છે, તેઓ તેમની તીવ્ર ઊર્મિનું દમન કરવાનું વલણ ધરાવતા હોય છે અને સ્વાર્થી હોય છે.

આકૃતિ - ૮ : નજર જોડવા પેનનો ઉપયોગ

આકૃતિ - ૯ : નજર એકાગ્ર કરવા પેનનો ઉપયોગ

આંખો જમણી કે ડાબી કઈ દિશામાં ઘૂમતી રહે છે તેને અને વ્યક્તિના ડાબેરી કે જમણેરી હોવાને કોઈ સંબંધ નથી તેવું કસોટીઓ દ્વારા પુરવાર થયું છે.

નજર કરવાની રીતભાત

બે વ્યક્તિ વચ્ચે કયા પ્રકારનો સંબંધ રહેલો છે તે આપણે તેમની આંખોનું અવલોકન કરીને કહી શકીએ છીએ. વાતચીત દરમ્યાનના આંખના સંપર્ક, દિશા અને હલનચલન પરથી આપણે જાણી શકીએ છીએ કે કઈ વ્યક્તિ પ્રભાવશાળી ભૂમિકા ભજવી રહી છે. શક્તિશાળી વ્યક્તિત્વ ધરાવતી વ્યક્તિઓ ઝડપથી આંખનો સંપર્ક કરે છે, તેમની નજર વધારે વાર પડે છે અને પડતી રહે છે. જોવાની વિવિધ રીતભાતો કેવી હોય છે તેની હવે આપણે ચર્ચા કરીએ.

સીધો દૃષ્ટિપાત : વાતચીત કરતી વખતે એક કે બન્ને વ્યક્તિ સ્પષ્ટ ખુલ્લી આંખો સાથે એકબીજા સામે સીધી જ દૃષ્ટિ કરતા હોય છે, નજર નાખતા હોય છે. આવી નજર સામેવાળી વ્યક્તિ પ્રત્યેના પૂર્ણ ધ્યાન, હૃદયપૂર્વકના પૂરા રસ અને નિષ્કપટ આદર દર્શાવે છે.

છાનોછપનો દૃષ્ટિપાત : આને આપણે ‘ત્રાંસી નજર’ તરીકે પણ ઓળખીએ છીએ. જોવાની ક્રિયામાં પકડાઈ ન જવાય તે માટે વ્યક્તિ સીધી નજરે ન જોતાં ત્રાંસી નજરે જુએ છે. ચહેરાની દિશા કંઈ ઑર હોય છે અને જોવાની દિશા કંઈ ઑર હોય છે. આ પ્રકારે જોવાની ક્રિયા ત્યાં સુધી ચાલુ રહે છે જ્યાં સુધી જે વ્યક્તિને જોવાઈ રહી છે તેને તેની જાણ નથી થતી, જાણ થવાની ક્ષણ આવતાં જ અથવા તો નજરોનો સહેજમાત્ર સંપર્ક થતાં જ અવલોકનકર્તા તેની નજર ફેરવી લે છે. ત્રાંસી નજરે અવલોકન કરતાં આવડવું એ એક કૌશલ્ય છે.

આ પ્રકારની નજર કેટલીકવાર ઈરાદપૂર્વક કે ગણતરીપૂર્વક પણ કરવામાં આવે છે. તેમ કરીને આવી દૃષ્ટિ કરનાર વ્યક્તિ સામેવાળી વ્યક્તિને જાણ કરવા માગતી હોય છે કે તેના મનમાં શંકા છે, અવિશ્વાસ છે.

વેધક દૃષ્ટિ : આ પ્રકારની નજર કલાકારો અને પ્રેમીઓની હોય છે. તેઓ આંખોનાં પોપચાં નીચાં લાવીને બારીક અને એકાગ્ર નજરે સામેના પદાર્થને (કે પ્રેમીની આંખોમાં) આ રીતે જોતા હોય છે, તેમાં ડૂબી જતા હોય છે.

એકધારો દૃષ્ટિપાત : આમાં સામેવાળી વ્યક્તિ પર નજરને સ્થિર કરી દેવામાં આવે છે. આપણે કોઈનો તિરસ્કાર કરવો હોય કે તે વ્યક્તિ કંઈ જ

નથી તેવું તેને ભાન કરાવવું હોય ત્યારે આ પ્રકારની નજરનો ઉપયોગ કરી શકીએ. વ્યક્તિને અપમાનિત કરવા, તેને નીચું દેખાડવા પ્રથમ આપણે તેની નજર સામે નજર મિલાવીએ છીએ અને પછી લાંબો સમય તાકી રહીએ છીએ. પ્રાણીઓ કે પદાર્થો સામે આ રીતે તાકી રહેવામાં વાંધો નથી, પરંતુ મનુષ્ય સામે તેમ જોવું અનાદરસૂચક છે અને તેથી જ આપણે કોઈ વ્યક્તિ સામે આ રીતે જોવાનું ટાળીએ છીએ

રિક્ત નજર - શૂન્ય દૃષ્ટિ : આ દૃષ્ટિ કંટાળાની સૂચક છે. વ્યક્તિ શૂન્ય અને વિકેન્દ્રિત નજરે તેની સામેના અવકાશમાં તાકી રહે છે, તેની આંખો તો વક્તા પર સ્થિર હોય છે પરંતુ જે કંઈ કહેવાઈ રહ્યું હોય છે તેના પર તેનું ધ્યાન નથી હોતું. રસના અભાવનો એક ઑર સંકેત એ છે કે તે વ્યક્તિ તેની આંખો નથી પટપટાવવાની.

ચમકતી-દમકતી દૃષ્ટિ : ફૂલ વરસાવતી દૃષ્ટિ. બે પ્રેમીઓની નજર આવી હોય છે. બેમાંથી એક પ્રેમીને અન્ય પ્રેમી વિશે પૂછતાં તેની આંખોમાંથી ફૂલ ઝરવા લાગે છે, આંખોની ચમક-દમક જ બદલાઈ જાય છે અને તેમની વચ્ચેના હૃદયપૂર્વકના પ્રેમની ખબર મળી જાય છે.

પ્રસન્નચિત્ત અને ચિત્તાકર્ષક વ્યક્તિઓની નજરમાં પણ આવી ચમક-દમક જોવા મળતી હોય છે. આંખોમાં આ ચમક-દમક ક્યાંથી આવે છે તે એક રહસ્ય જ છે.

વ્યક્તિ આંખને કેટલીવાર પટપટાવે છે તે પરથી ખબર પડે છે કે વ્યક્તિ કેટલી બેચેન કે ચિંતાગ્રસ્ત છે. આંખો જો પટપટતી જ ન હોય તો તે એ દર્શાવે છે કે તે ઉઘાડી આંખની ઊંઘની મુદ્રામાં છે, યા તો તેને મનમાં અત્યંત શત્રુભાવ છે યા તો તે અત્યંત બેપરવા છે.

સામાન્ય રીતે પ્રેમચેષ્ટાના મિજાજનું લક્ષણ એવું આંખનાં પોપચાંનું ફરકવું વધતી જતી હતાશાનું સૂચક છે.

આંખનો સંપર્ક

આંખોનું મળવું એ જાગૃતિ અને સ્વીકૃતિનું સૂચક છે. આંખના મળવાનો અભાવ રસનો અભાવ સૂચવે છે. વાતચીત શરૂ થતાં અગાઉ કે કોઈ બાબતમાં સામેલ થતાં અગાઉ કેટલીકવાર આંખો મળતી હોય છે. સંદેશાવ્યવહારને સફળ

બનાવવા નજરોનું મળવું આવશ્યક છે.

આંખના સંપર્કના વિવિધ પ્રકારો

નમ્ર બેધ્યાન : આપણે જ્યારે કોઈ અપરિચિત વ્યક્તિને મળીએ છીએ ત્યારે આપણે તેની પર નજરને સ્થિર કરવાનું ટાળીએ છીએ, પરંતુ આપણે તેની અવગણના કરવાનું પણ ટાળીએ છીએ. આવી પરિસ્થિતિમાં આપણે શું કરીએ છીએ ? આપણે પ્રયત્નપૂર્વકની એક નમ્ર બેધ્યાન નજર તેના પર ફેંકીએ છીએ. આપણો ઈરાદો તે વ્યક્તિને માત્ર એટલું ભાન કરાવવાનો જ હોય છે આપણે તેને જોયેલ છે - આપણે તેને આપણા ધ્યાન પર લીધેલ છે. આપણો આ સંદેશો વ્યક્તિ સુધી પહોંચી ગયો છે તેવું લાગતાં આપણે આપણી નજરને ફેરવી લઈએ છીએ. નથી તો આપણે તેની નજરને ઝીલતા કે નથી તો આપણે તેની નજર સાથે ચોંટી જતા. આપણી આ અછડતી નજર સામેવાળી વ્યક્તિને માત્ર એટલું ભાન કરાવવા પૂરતી હોય છે કે આપણે તેની હાજરીથી અવગત છીએ પરંતુ તેને ઓળખતા નથી કે તેના અંગત જગતમાં ચંચૂપાત કરવા નથી માગતા.

આપલે કરતી અછડતી નજરો : સામસામી દિશામાંથી આવતા અને એકબીજાની બાજુમાંથી પસાર થતા બે વટેમાર્ગુની આ નજર છે. આ પ્રસંગે તેમની વચ્ચે આઠેક ફૂટનું અંતર રહેતાં તેઓની નજર એકબીજાને આંખોના હલનચલન વડે સંકેત આપી દે છે કે તે કઈ દિશામાં જવા માગે છે, પછી તેઓ દૂર નજર નાખતા રહી એકબીજાની બાજુમાંથી પસાર થઈ જાય છે. અગાઉ આંખો વડે દિશાસૂચન થઈ ગયું હોવાથી બન્ને એકબીજા સાથે અથડાતાં અટકે છે. બાજુમાંથી પસાર થતાં, અછડતી નજર અને નીચે ઝૂકી જતી આંખોની બૉડી લેંગ્વેજ કહે છે કે 'મને તમારા પર વિશ્વાસ છે. હું તમારાથી નથી ગભરાતો.' અને તેમાંયે જો આપણે દૂર નજર કરતાં અગાઉ એક સીધી નજર તેના ચહેરા પર કરી લઈએ તો તો આ ભાવ બરાબર સંક્રમિત થઈ જતો હોય છે.

જોવું અને નજર ફેરવી લેવી : આપણી આસપાસ ફરતી કેટલીક વ્યક્તિઓ તરફ આપણું ધ્યાન ખેંચાય જ. દા.ત. કોઈ નામાંકિત વ્યક્તિ, કોઈ અપંગ વ્યક્તિ, વિચિત્ર ઢબે વાળ સજાવેલ વ્યક્તિ, છેલ્લામાં છેલ્લી ફેશનનાં વસ્ત્રો પહેરેલ વ્યક્તિ, સાવ ટૂંકું સ્કર્ટ પહેરેલ છોકરી વગેરે; આવે સમયે આપણે તરત જ આપણી નજર હટાવી લેતા હોઈએ છીએ અને તેમને એવો સંકેત

આપતા હોઈએ છીએ કે અમે તમારા અંગત જગતમાં ચંચૂપાત કરવા નથી માગતા, અમે તમારી અંગત બાબતનો આદર કરીએ છીએ. આવે સમયે વધારે પડતા લાંબા સમય માટે તાકી રહેતી નજર સામેવાળી વ્યક્તિને મૂંઝવણમાં મૂકી દે છે.

આથી ઊલટું પણ બને. વિચિત્ર ઢબનાં વસ્ત્રોમાં સજ્જ થઈને આવેલ વિદ્યાર્થી સામે શિક્ષક એકધારું જરૂર કરતા વધારે તાકી રહીને તેને પોતાના અણગમાનો સંદેશો આપી શકે, તેને ઉતારી પાડી શકે.

ચાલુ વાતચીતે દૂર નજર કરવાની ચેષ્ટા કંઈક છુપાવવાનો સંકેત આપે છે. ચાલુ વાતે દૂર નજર કરતી વ્યક્તિ સંકેત આપે છે કે હજુ તેનું કહેવાનું પૂરું નથી થયું. વાત કરતાં અટકવું અને સામેની વ્યક્તિની નજર સામે નજર મેળવવાનું વાત પૂરી થયાનો સંકેત આપે છે.

રઝળતી નજર : કેટલીકવાર આપણી નજરને ક્યાં સ્થિર થવું તે સૂઝતું નથી ત્યારે તે આમથી તેમ રઝળ્યા કરે છે. બાલ્યાવસ્થામાંથી કિશોરાવસ્થામાં પ્રવેશતા બાળકને ઘણીવાર રાત્રે સૂતી વખતે મૂંઝવણ થતી હોય છે કે તેના હાથને તેણે ક્યાં રાખવા, જાણે કે તે તેના શરીરનાં વધારાનાં અંગો ન હોય ! તે જ રીતે ઘણીવાર લિફ્ટમાં એકલા મુસાફરી કરતાં અપરિચિત પુરુષ અને સ્ત્રીને પણ મૂંઝવણ થતી હોય છે કે નજરને ક્યાં સ્થિર કરવી. રેલવેની ડાઈનિંગ કારમાં જમવાના ટેબલ પર સામસામે બેઠેલા બે મુસાફરોની નજરનું વર્ણન કરતાં કોર્નેલિયા સ્કિનર તેના એક નિબંધમાં આ રીતે વર્ણન કરે છે : 'તેઓ ફરીફરી મેનુ વાંચે છે, તેઓ પ્યાલા, ચમચી, ડીશ વગેરે સાથે રમત કરે છે, તેઓ જાણે પ્રથમ જ વાર જોતાં હોય તેમ તેમની આંગળીઓના નખને જોતા રહે છે. આખરે એક એવી ક્ષણ આવી પહોંચે છે કે તેમની નજર મળે છે, પરંતુ મળતાંની સાથે જ તે ત્યાંથી દૂર ફેંકાય છે અને બારી બહારના પસાર થતા દશ્યને જોઈ રહે છે.'

આવી રઝળતી નજર દ્વારા આપણે એ સંદેશો પહોંચાડવા માગતા હોઈએ છે કે આપણે સામેની વ્યક્તિની હાજરી પ્રત્યે જાગ્રત છીએ, પરંતુ આપણે તેને જાણતા ન હોવાથી એક નજીકની - આત્મીય - ચીજ તરીકે તેની સામે તાકી રહેવાની ઈચ્છા નથી રાખતા. એવું બને કે આપણે એક વિકેન્દ્રિત નજર ફેંકીએ કે જે આંખના સીધા સંપર્કમાં આવવાનું ટાળીને મસ્તક, મોં કે શરીર પર સ્થિર થાય. છતાંય કદાચ છે ને જો આંખોનો સંપર્ક થઈ જાય તો આપણે સહેજ સ્મિત

કરીને અશાબ્દિક રીતે માફી માગતો સંદેશો આપી શકીએ - આપતા હોઈએ છીએ.

શયનખંડની આંખો : આવી નજર અત્યંત અસરકારક, અત્યંત સૂચક, અત્યંત સ્વાદિષ્ટ, મીઠી અને સંમોહક હોય છે. આ નજર અત્યંત અટપટી હોય છે કારણ કે તે સાવ ક્ષોભ-સંકોચ વિનાની હોય છે, કશું જ છુપાવવાનો જોનાર કોઈ પ્રયત્ન નથી કરતો. પોપચાંઓ પોણાભાગનાં બંધ હોય છે, પરંતુ તેથી માત્ર નજર ઘનિષ્ઠ બને છે અને તીર જેમ છૂટે છે એટલું જ, જોવાનું તો કંઈ જ ચૂકાતું નથી. તે એક ઊંઘથી ઘેરાઈ હોય તેવી, ગણતરીબાજ અને માપી લેતી નજર છે. 'આંખોનો દેખાવ તે ઊંઘતી હોય તેવો છે, પરંતુ તે મીઠી ઘેનભરી આંખોની પાછળ પૂર્ણ જાગૃતિ રહેલી હોય છે.'

લીંબુનાં ફાડિયાં જેવી આંખો : ગુસ્સો, આશ્ચર્ય અને ભયની અત્યંત તીવ્ર લાગણીઓની પરિસ્થિતિમાં આંખો અનૈચ્છિક રીતે જ નાટ્યાત્મક કહેવાય તેટલી પહોળી થઈ જતી હોય છે. આંખોનાં પોપચાં મહત્તમ પહોળાં થઈ જાય છે અને આંખના ડોળા બહાર ધસી આવે છે. બહાર ધસી આવેલી આવી લીંબુનાં ફાડિયાં જેવી રાતીચોળ આંખો ગુસ્સે થયેલી વ્યક્તિ તરફથી તોળાઈ રહેલા શાબ્દિક કે શારીરિક હુમલાની ચેતવણી ઉચ્ચારે છે.

ચેતાતંત્ર અને આંખોનું હલનચલન

આપણે અગાઉ જોઈ ગયા કે પાંચ જ્ઞાનેન્દ્રિયો દ્વારા મેળવવામાં આવતી માહિતીને મગજમાં તે માટે આવેલાં અલગ અલગ કેન્દ્રો પર પહોંચાડવામાં આવતી હોય છે, ત્યાં તેમના પર પ્રક્રિયા થાય છે અને તેમનો સંગ્રહ કરવામાં આવે છે.

આપણે એ પણ જોઈ ગયા કે બહારના જગતની ૮૭ ટકા માહિતી આપણે આંખો વડે મેળવતા હોઈએ છીએ. આ માહિતી મેળવતી વખતે આંખો અમુક ચોક્કસ રીતે હલનચલન કરતી હોય છે. આપણે વિચારતા હોઈએ છીએ, યાદ કરતા હોઈએ છીએ કે વાત કરતા હોઈએ છીએ ત્યારે આપણે આપણા મગજમાંથી પણ માહિતી મેળવતા હોઈએ છીએ. આવે વખતે આપણી આંખો આદતવશ અમુક ચોક્કસ રીતે હલનચલન કરે છે - જાણે મગજમાં પડેલી વવિધ પ્રકારની માહિતીને જે તે માહિતી પ્રમાણે વિવિધ રીતે વાંચતી ન હોય ! આંખોના

આ હલનચલનનું બારીક અવલોકન આપણને સંકેત આપી શકે છે કે કયા પ્રકારની માહિતીનું આંખો પ્રત્યક્ષીકરણ કરવા પ્રયત્ન કરી રહી છે.

વળી મગજની શરીરના વિવિધ અવયવો પાસેથી કામ લેવાની પદ્ધતિ વિશે પણ જાણવું જરૂરી છે. ખોપરીમાં મોટા મગજના ઊભા બે ભાગ પડે છે. ડાબી તરફનો ભાગ શરીરના જમણી તરફના અવયવોને આદેશ આપી ચલાવે છે અને જમણી તરફનો ભાગ શરીરના ડાબી તરફના અવયવોને આદેશ આપી ચલાવે છે. મગજનો ડાબો ભાગ તાર્કિક પ્રક્રિયાઓ કરે છે જ્યારે જમણો ભાગ લાગણી, ભાવ અને વૃત્તિ સાથે સંબંધિત પ્રક્રિયાઓ કરે છે. જ્યારે જે પ્રકારની પ્રક્રિયા થતી હોય ત્યારે તે પ્રકારનું આંખનું હલનચલન થતું હોય છે.

જુદા જુદા પ્રસંગે આપણી આંખો ખાસ પ્રકારનાં હલનચલનો કરતી હોય છે. અહીં આપણે તે હલનચલનોનો અભ્યાસ જમણેરી વ્યક્તિના સંદર્ભમાં કરીશું. (ડાબેરી વ્યક્તિ માટે તેથી ઊલટી રીતે સમજવું) સામાન્ય રીતે લોકો માહિતીને શોધવા માટે 'આંતરિક' નજર કરતા હોય છે, મતલબ કે તે સમયે તેઓ બાહ્ય દૃશ્ય ઉત્તેજનાથી સભાન નથી હોતા. તેઓનું ધ્યાન મગજમાં સંગૃહિત માહિતી પર કેન્દ્રિત હોય છે અથવા તો તે સમયે પેદા થતી છાપો, ધ્વનિઓ, શબ્દો અને લાગણીઓ પર કેન્દ્રિત હોય છે.

ઉપર જમણી તરફ જોવું : અવલોક્ય વ્યક્તિ વાસ્તવિક સ્મૃતિને ઢંઢોળવાનો પ્રયત્ન કરી રહી છે. વ્યક્તિ તેણે રચેલી દૃશ્ય છાપોને કે ચિત્રોને મેળવી રહી છે. આ છાપો જૂની રચેલી છાપો કે નવી મળેલી માહિતીના

આકૃતિ - ૧૦ : જમણી
તરફ ઉપર જોતી નજર

પ્રતિભાવમાં રચાયેલી નવી છાપો પણ હોઈ શકે. આ રીતે રચાયેલી છાપોમાં ઊંડાઈ અને રંગોનો અભાવ હોય છે, તે સપાટ હોય છે (આકૃતિ-૧૦).

ઉપર ડાબી તરફ જોવું : અવલોક્ય વ્યક્તિ આગળ વધતી જાય છે અને માહિતી મેળવતી જાય છે. તે દશ્ય છાપોને, ભૂતકાળના પ્રસંગો કે અનુભવોની છાપોને અથવા તો સ્વપ્નો કે રચેલી છાપોને મેળવે છે. આ છાપો ઊંડાઈ, ગતિ અને રંગ ધરાવતી હોય છે.

સમક્ષિતિજ જમણી તરફ જોવું : વ્યક્તિ સ્મૃતિમાં પડેલ ધ્વનિને પ્રતિભાવ આપે છે. આ ધ્વનિ કોઈ જાહેરાતનું જિંગલ હોઈ શકે, કોઈ ફોન નંબર હોઈ શકે કે કોઈ અપશબ્દ પણ હોઈ શકે. તે સંગીતમય અને લયબદ્ધ ટૂંકા ટેપ કે ફોન સંદેશાઓના ધ્વનિ પણ હોઈ શકે કે જે વારંવાર સાંભળવાથી અવચેતન મનમાં ઊતરી ગયા હોય છે.

નીચે જમણી તરફ જોવું : વ્યક્તિ મગજમાં સંગૃહિત ઊર્મિઓ અને સ્પર્શગમ્ય સ્મૃતિઓને મેળવે છે. આવે પ્રસંગે તેની અંગભંગિમા હતાશ વ્યક્તિ જેવી બની જાય છે; તેનું મસ્તક નમી જાય છે અને શરીર સંકોચાઈને ખૂંધું થઈ જાય છે. આવી જ સ્થિતિ કેટલાક માટે નીચે ડાબી તરફ જોતી વખતે થાય છે.

નીચે ડાબી તરફ જોવું : 'મનોમન સ્વગત સંવાદ'નો આશરો લેતી વ્યક્તિ આ રીતે વર્તે છે, કદાચ તે તેના ઊંડા વિચારોને મનોમન બોલી પણ રહી હોય. પ્રસંગોપાત્ત શબ્દો અને ઉદ્દગારો વ્યક્તિને ખબર પણ ન રહે એ રીતે બહાર ધસી આવે તેવું બને. આવી જ સ્થિતિ કેટલાક લોકો માટે નીચે જમણી તરફ જોતી વખતે સર્જાતી હોય છે.

બેધ્યાન આંખો : ઉપર વર્ણવેલી આંખની બધી જ સ્થિતિમાં ઘણીવાર રૂબરૂ વ્યવહાર વખતે આંખો બેધ્યાન - વિકેન્દ્રિત - બનતી હોય છે, ખાસ કરીને તો ત્યારે કે જ્યારે સાંભળતી વખતે વ્યક્તિ વક્તાની સામે જોવાનું વલણ ધરાવતી હોય છે. આ સમયે ઊંડાઈ, ગતિ અને રંગ ધરાવતી યા તો રચી કાઢેલ દશ્ય છાપો મેળવાતી હોય છે.

બંધ આંખો : સામાન્ય રીતે વ્યક્તિ કોઈ વિશિષ્ટ સ્વાદ કે ગંધને યાદ કરવા આંખો બંધ કરતી હોય છે. તે વ્યક્તિની આંખોનાં પોપચાં તો બંધ

હોય છે, પરંતુ જો બારીકાઈથી નિરીક્ષણ કરવામાં આવે તો તેની પાછળ હલનચલન થતું જોવામાં આવે છે. આ હલનચલન ઉપર વર્ણવેલાં હલનચલનોમાંથી કોઈપણ પ્રકારનું હોઈ શકે અને તેનું અર્થઘટન પણ તે પ્રમાણે થતું હોય છે.

આંખની ડાબે-જમણે ઉપર-નીચે ઘુમાવાની વિવિધ ભાતો વ્યક્તિ જ્ઞાનેન્દ્રિયોના મગજમાં રહેલાં કેન્દ્રોમાંથી કયા કેન્દ્રનો ઉપયોગ કરી રહી છે તેની તત્કાલ અને ચોક્કસ માહિતી પૂરી પાડે છે. આ પરથી તે વ્યક્તિ કઈ રીતે વિચારી રહી છે તેનો પણ ખ્યાલ આવી શકે છે. આંખનાં આ હલનચલનોની સાથેસાથે જો શ્વસન અને અંગભંગિમાનું અર્થઘટન કરવામાં આવે તો તે વ્યક્તિના શરીરમાં દર્દ પેદા કરતી જે વર્તણૂકો છે તેનાથી તે વ્યક્તિને જાગ્રત કરવામાં મદદ કરી શકાય છે અને તેને બદલી શકાય છે.

એકવાર આપણને ખ્યાલ આવી જાય કે વ્યક્તિ કયા પ્રકાર - દૃશ્ય, શ્રાવ્ય કે સ્પર્શ - ની છે તો પછી તેની સાથે સુમેળમાં આવીને આપણે વધારે સારી રીતે સંદેશાવ્યવહાર કરી શકીએ છીએ.

વ્યવહારમાં આંખોનું વર્તન

શ્રોતાના ચહેરા પરના ભાવોનો વળતો પ્રતિભાવ વક્તા માટે ખૂબ મહત્ત્વનો હોય છે.

- ઊંચો મોભો ધરાવતી વ્યક્તિને નીચો મોભો ધરાવતી વ્યક્તિ સામે વધારે સમય જોઈ રહેવાનો, અરે, તેને ઉપરથી નીચે સુધી ઘૂરીઘૂરીને જોવાનો હક છે, જ્યારે નીચો મોભો ધરાવતી વ્યક્તિ પાસે એવી અપેક્ષા રાખવામાં આવે છે કે તે તેની નજર ઘુમાવી લે.
- વાતચીતના વ્યવહાર દરમ્યાન વધારે સમય જોઈ રહેતી વ્યક્તિ એ સૂચવે છે કે તે ધ્યાન આપી રહી છે અને તેને રસ પડી રહ્યો છે.
- વક્તવ્ય આપતી વ્યક્તિ તરફથી નજર ફેરવી લેવાની ચેષ્ટા સૂચવે છે કે શ્રોતા તે બાબતે કોઈ અલગ મંતવ્ય ધરાવે છે.
- લગભગ વાતચીતના વ્યવહારના ૭૦થી ૭૫ ટકા સમય માટે શ્રોતા વક્તા સામે જોતો હોય છે. આમ કરવા પાછળનો તેનો હેતુ વાણી અને સાથે થતા અશાબ્દિક સંદેશાવ્યવહારને ઝીલવાનો હોય છે.

- સારો વક્તા શ્રોતા સામે લાંબે સુધી સ્થિર રીતે તાકી રહેવાનું ટાળે છે કારણ કે તેમ કરવાથી શ્રોતા પર વક્તાને સાંભળવાનું દબાણ આવે છે જે નકારાત્મક પ્રતિભાવ જન્માવે છે.
- ઊંચો મોભો ધરાવતા લોકો બોલતી વખતે વધારે સમય સુધી જોઈ રહેવાનું, પરંતુ સાંભળતી વખતે ઓછો સમય જોવાનું વલણ ધરાવતા હોય છે.
- બોલતી વખતે કરતાં સાંભળતી વખતે આંખોનો સંપર્ક વધારે થાય છે.
- દર મિનિટે આપણે ૬૫૦થી ૭૦૦ શબ્દો સાંભળી શકીએ છીએ, જ્યારે ૧૫૦થી ૧૬૦ શબ્દો બોલી શકીએ છીએ. આનો અર્થ એ થાય કે શ્રોતા તેનો ત્રણ ચતુર્થાંશ સમય જે કંઈ કહેવાઈ રહ્યું હોય છે તેનું મૂલ્યાંકન કરવામાં, માહિતીનો સ્વીકાર કે અસ્વીકાર કરવામાં યા તો ટીકા કરવામાં વાપરતો હોય છે.
- ઘણીવાર લાગણીસભર મુદ્દાના વક્તવ્ય દરમ્યાન શ્રોતાને વચ્ચે જ વક્તાને ખલેલ પહોંચાડવાનો આવેગ આવી જતો હોય છે.
- મોં અને આંખો સંકેત આપી દેતા હોય છે કે શ્રોતાને વક્તાની વાત સમજમાં આવી રહી છે કે નહીં, તેને કોઈ મૂંઝવણ તો નથી થઈ રહી ને ? તે વક્તાની વાત સાથે સંમત છે કે નહીં, તે વક્તાની વાતથી ખુશ છે કે નારાજ, તે તેની વાતમાં વિશ્વાસ ધરાવે છે કે પછી ગુસ્સે થાય છે વગેરે.
- બોલતી વખતે જો વક્તા તેના શ્રોતા સામે જોતો રહે તો તે એવું સૂચવે છે કે વક્તા જે કંઈ બોલી રહ્યો છે તે બાબતે તે આત્મવિશ્વાસ ધરાવે છે, જ્યારે દૂર જોઈ જવાનું એવું સૂચવે છે કે તે તેની લાગણીઓને છુપાવી રહ્યો છે, ખાસ તો એવી વ્યક્તિ સમક્ષ કે જે આલોચનાત્મક છે કે અપમાન કરવાની વૃત્તિ ધરાવે છે.
- દર ચાર રુકાવટે એક રુકાવટના શરૂ થતાં તરત અગાઉ કે તરત પછી દૂર નજર નાખે છે. તેઓ જે કંઈ વિચારી રહ્યા હોય છે તે પર એકાગ્ર થવા માટે અને તે સમયે શ્રોતાઓ તેમના પ્રત્યાઘાતો

કે તેમની અશાબ્દિક વર્તણૂકો વડે તેમની એકાગ્રતામાં ભંગ ન પાડે તે ખાતર તેઓ આમ કરતા હોય છે.

- બોલતી વખતે દૂર જોઈ જતા લોકો સામાન્ય રીતે એવું સૂચવે છે કે હજુ તેમની વાત પૂરી નથી થઈ અને કોઈ વચ્ચે ખલેલ પાડે તેવું તેઓ નથી ઈચ્છતા.

  જ્યારે તેઓ શ્રોતાઓ સાથે નજર પરોવીને થોભી જાય છે ત્યારે સંકેત મળે છે કે હવે શ્રોતા વચ્ચે બોલી શકે છે.

  જો તેઓ બોલવાનું થોભાવીને દૂર જુએ તો તેનો અર્થ એવો થાય કે તેમણે જે તે મુદ્દા પર બોલવાનું પૂરું ન કર્યું હોવા છતાં તે ક્ષણે તેઓ પ્રતિભાવની રાહ જોઈ રહ્યા છે.

- પ્રત્યક્ષ મુલાકાત સમયે વિદ્યાર્થીઓને તેમની અંગત બાબતો વિશે પૂછવામાં આવતાં તેઓએ મુલાકાતકર્તા સામે એટલી વાર નહોતું જોયું જેટલી વાર મનોરંજનના વિષયો પર પ્રશ્નો પૂછતી વખતે જોયું હતું.

- બહુ બોલતા લોકો તેમના સાથીઓ તરફ ખૂબ ઓછું જુએ છે, જ્યારે બહુ સાંભળતા લોકો તેમના સાથીઓ તરફ પુષ્કળ જુએ છે.

- લોકો જ્યારે બોલવાનું શરૂ કરે છે ત્યારે તેઓ તેમના સાથીઓથી નજર દૂર કરે છે. બોલવામાં, સાંભળવામાં, જોવામાં અને દૂર નજર કરવામાં એક જાતની સમયસૂચકતા હોય છે.

- પુરુષો કરતાં સ્ત્રીઓ મુલાકાતકર્તા સામે વધારે વખત જુએ છે.

- મૂંઝવણમાં મૂકતા, કફોડી પરિસ્થિતિમાં મૂકતા કે અપરાધભાવની લાગણી જન્માવતા પ્રશ્નો પૂછતાં લોકો દૂર જોઈ જતાં હોય છે.

- સંરક્ષણાત્મક, આક્રમક કે શત્રુતાભરી લાગણી જન્માવતા પ્રશ્નો પૂછતાં કે તેવાં વિધાનો કરવામાં આવતાં આંખોનો સંપર્ક નાટ્યાત્મક રીતે વધી જાય છે, તે એટલી હદે વધી જાય છે કે આપણે સ્પષ્ટ રીતે કીકીને પહોળી થતી જોઈ શકીએ છીએ.

➪ વક્તા પ્રત્યે શ્રેષ્ઠતાનું વલણ ધારણ કરતા શ્રોતા તેના મસ્તકને પાછળ તરફ ધકેલે છે. નાક પરથી વક્તા તરફ દૃષ્ટિ ફેંકે છે અને આંખો બંધ કરે છે.

➪ સાંભળતી વખતે કેટલા પ્રમાણમાં જોવામાં આવે છે તેમાં મોભો અને આધિપત્ય પ્રતિબિંબિત થાય છે.

➪ ઉચ્ચ-સત્તાધારી વ્યક્તિ એ બાબતે ચોક્કસ થવાની ઇચ્છા રાખતી હોય છે કે તે બોલતી હોય ત્યારે લોકો તેને સાંભળે અને ધ્યાન આપે.

નિમ્ન-સત્તાધારી વ્યક્તિ એ બાબતે ચોક્કસ થવાની ઇચ્છા રાખતી હોય છે કે અન્ય લોકો જે બોલે તેને તે પોતે બરાબર સમજે.

➪ નજરને અવરોધતી ચેષ્ટા વક્તાને સામાન્ય રીતે એવો સંકેત આપે છે કે તેણે તેનો અભિગમ બદલવાની જરૂર છે કે જેથી કરીને તેને નકારાત્મક રીતે જોવામાં ન આવે.

ચશ્મા

નજીક અને દૂર એમ બન્ને અંતરે રહેલી ચીજોને જોવા માટેના બાયફોકલ ચશ્માને બદલે માત્ર નજીકનું જ જોવા માટેના ચશ્મા પહેરેલી વ્યક્તિ કેટલીકવાર દૂરની ચીજ જોવા માટે આ ચશ્માને ઉતારવાને બદલે તેને નીચે નાક પર ધકેલે છે અને તેની ઉપરથી દૂર નજર કરે છે (જુઓ આકૃતિ-૧૧). આવી નજરનું નિશાન

આકૃતિ - ૧૧ : ચશ્મા ઉપર થઈને તાકવામાં આવતી નજર

બનતી વ્યક્તિને એવું લાગે છે કે જાણે તેનું બારીકાઈથી નિરીક્ષણ કરવામાં આવી રહ્યું છે, જાણે તેને માપવામાં આવી રહી છે. આથી આવી નજર પડતાંની સાથે વ્યક્તિ પોતાનો બચાવ કરવાની સ્થિતિમાં આવી પડે છે અને નકારાત્મક વલણ અપનાવે છે, તે સામાન્ય રીતે અદબ વાળવાની અને પગને આંટી મારવાની ચેષ્ટા કરે છે.

જે લોકો ચશ્મા પહેરે છે તેઓ વાતચીત કરતી વખતે - ઓછામાં ઓછું બોલતી વખતે તો ખરું જ - ચશ્મા ઉતારી નાખે છે તો ઠીક રહે છે, સાંભળતી વખતે તેઓ પાછા તેને પહેરી શકે છે. આથી સામેની વ્યક્તિ કંઈક હળવાશ અનુભવશે. આથી ચશ્માધારી વ્યક્તિ વાતચીત પર અંકુશ પણ રાખી શકશે, જ્યાં સુધી તે ચશ્મા નહીં ઉતારે ત્યાં સુધી શ્રોતાએ વચ્ચે તેને ખલેલ નથી પહોંચાડવાની તેવો સંકેત મળશે અને શ્રોતાએ તેને ક્યારે પ્રતિભાવ આપવાનો છે તેનો પણ સંકેત મળશે.

કેટલાક લોકો તેમની સાચી લાગણીઓને છુપાવવા રંગીન ચશ્મા પહેરતા હોય છે. આવા લોકો આવા ચશ્માને આંખો પરથી ઉતારી નાખતાં ગભરામણ અનુભવે છે, તેમને તેમ કરવાથી ખુલ્લા પડી જવાની બીક લાગતી હોય છે, તેઓ આંખોમાં આંખો પરોવીને વાત કરતા જતાં બેચેની અનુભવે છે. ઘણા લોકો એવા હોય છે કે તેમની આંખોમાં આંખો પરોવી વાત કરવા જતાં તેઓ બેચેની અનુભવે છે. કોઈ માહિતી છુપાવવાનો પ્રયત્ન કરતી વખતે કે કોઈ અપ્રમાણિકતા આચરતી વખતે વ્યક્તિ આંખોનો સંપર્ક કરવાનું ટાળતી હોય છે.

કેટલીકવાર એક વિરોધાભાસી ઘટના પણ બને છે. રંગીન ચશ્મા પહેરેલી વ્યક્તિ તેને પૂર્ણ સુરક્ષિત સમજે છે અને તે એવું માની લે છે કે હવે તેને મન ફાવે તેમ તેની નજર ઘુમાવવાની કે કોઈની સામે તાકી રહેવાની છૂટ મળી જાય છે. જો કે સંદેશો કંઈક વિપરીત મળે છે, આથી તો ઊલટાની સામેની વ્યક્તિ ચેતી જાય છે, તેને સતત એવું લાગ્યા કરે છે કે સામેની વ્યક્તિ તેને ઘૂરીઘૂરીને જોઈ રહી છે.

ચશ્માધારકની તેના ચશ્મા સાથેની ચેષ્ટા : ક્લાર્ક તેની પેન સાથે રમતો હોય છે, યુવતી તેની લટ સાથે રમતી હોય છે, કોઈ તેની ચાવીઓના

આકૃતિ - ૧૨ : *નિર્ણયને પાછો ઠેલવા માટે સમય મેળવવાની ચેષ્ટા*

ઝૂડા સાથે રમતું હોય છે તેમ ચશ્માધારી વ્યક્તિ પણ તેના ચશ્મા સાથે રમત કરતી હોય છે.

ચશ્માધારીની સૌથી સામાન્ય ચેષ્ટા તેના ચશ્માની એક દાંડીના છેડાને મોંમાં મૂકવાની છે (જુઓ આકૃતિ-૧૨). આ ચેષ્ટાનો ઉપયોગ નિર્ણયને રોકવા કે ઠેલવા માટે થઈ શકે છે. આથી આ ચેષ્ટા સામાન્ય રીતે વાતચીતના અંતે ઘટતી હોય છે.

કેટલીકવાર વ્યક્તિ જરૂર ન હોવા છતાં ચશ્માને વારંવાર ઉતારી કાળજીપૂર્વક સાફ કરતી રહે છે. આમ કરીને તે કોઈ નિર્ણય પર પહોંચવા માટે સમય મેળવવા માગતી હોય છે કે ઢીલાશ કરવા માગતી હોય છે અથવા તો ચિંતન કરવા થોભવા માગતી હોય છે. જો તે ચશ્મા પાછા પહેરી લે તો ઘણીવાર

તેનો અર્થ એવો થઈ શકે કે તે જે તે મુદ્દા પર ફેરવિચારણા કરવા માગે છે, જો તે ચશ્મા સંકેલી લે અને મૂકી દે તો એવો સ્પષ્ટ સંકેત મળે છે કે તે ચર્ચાનો અંત લાવવા માગે છે.

જ્યારે વ્યક્તિ ચશ્માને નાકની અણી પર ખસેડે છે ત્યારે તે અસંમતિ સૂચવે છે અથવા તો વ્યક્તિને વિદાય થવા સૂચવે છે. જ્યારે વ્યક્તિ તેના બન્ને હાથ વડે ચશ્મા ઉતારે અને તેને તેમ જ પકડી રાખે ત્યારે તેનો અર્થ એ થાય કે તેને વાતચીતમાં રસ છે પરંતુ કોઈ નિર્ણય પર આવવા તૈયાર નથી. જો વ્યક્તિ તેના ચશ્મા અતિઝડપે કે ભારપૂર્વક ઉતારી લે અને તેને ટેબલ પર ફેંકે તો તે લાગણીના ઊભરાનો સંકેત આપે છે. તેથી કદાચ તે અશાબ્દિક રીતે એવો સંદેશો આપવા માગતી હોય કે સામેવાળી વ્યક્તિ તેની મર્યાદા ઓળંગી રહી છે, અથવા તો અશાબ્દિક રીતે એવો સંદેશો આપી રહી હોય કે સામેવાળી વ્યક્તિએ વધારે ધીરજ રાખવાની છે. આ ચેષ્ટા સ્પષ્ટ રીતે એવું સૂચવે છે કે જે કંઈ કહેવાઈ રહ્યું છે તે સામે તે વ્યક્તિને વિરોધ છે.

વિવિધ પ્રકારની આંખો

આંખો કેટલાંક એવાં ભૌતિક લક્ષણો ધરાવતી હોય છે કે જે આપણને વ્યક્તિના અપ્રગટ સ્વભાવનો સંકેત આપતી હોય છે.

રકાબી જેવી વિશાળ સપાટ આંખો : એવી આંખો કે જેનો કીકી આસપાસનો રંગીન ભાગ એટલો વિસ્તરેલો હોય છે કે સફેદ ભાગ ખૂબ ઓછો દેખાય છે. આવી વ્યક્તિ માયાળુ અને લાગણીશીલ હોય છે. તેની બધી જ લાગણી તીવ્ર હોય છે અને સપાટી પર દેખાઈ આવતી હોય છે. આવી વ્યક્તિ ખૂબ સરળતાથી હસી પડે છે, ખૂબ સરળતાથી રડી પડે છે, તેનો ગુસ્સો તાદૃશ્ય હોય છે, હતાશાને સાવ છતી કરી દે છે, અતિ આનંદની પળો પણ તે અત્યંત હર્ષપૂર્વક માણે છે. આવી આંખોવાળા લોકો બારીક અવલોકનકાર હોય છે. તેમના પ્રત્યે અન્ય લોકો કઈ રીતે વર્તે છે તે બાબતે તેઓ ખૂબ સંવેદનશીલ હોય છે. અંગત વાતોમાં ઊતરી જવા સામે તેઓ કોઈ વાંધો નથી ઉઠાવતા. તેઓ કોઈપણ વિષય પર ભાવવિભોર થઈને વાત કરી શકે છે.

નાની લખોટી જેવી આંખો : આવી આંખોમાં વ્યવસાયીપણું હોય છે, તેમાં માયાળુતા નથી હોતી. આવી આંખો ધરાવતી વ્યક્તિ અંગત વાતો

કરવાથી અને અંગત રહસ્યો વહેંચવાથી દૂર રહેતી હોય છે. નાની આંખો ધરાવતી વ્યક્તિ ભાગ્યે જ તેના ભાવોને વ્યક્ત થવા દે છે, સપાટી પર આવવા દે છે. તેમની લાગણી કંઈક કઢંગી રીતે વ્યક્ત થતી હોય છે.

ચુંબકીય આંખો : આવી આંખો રત્નોની જેમ ઝગારા મારતી હોય છે, ચમકતી હોય છે. આવી આંખો ધરાવતી વ્યક્તિઓ સતર્ક અને તરવરાટભરી હોય છે અને તેઓ જ્યાં જાય છે ત્યાં પોતાની આસપાસ શ્રોતાઓને આકર્ષતી હોય છે. તેઓનો સંગાથ રમૂજી હોય છે, તેઓ ટોળામાં અલગ તરી આવે છે, તેમની મોહકતા સૌને આકર્ષે છે અને તેઓ યાદ રહી જાય છે. આવા લોકો રિસેપ્શનિસ્ટો તરીકે અને લોકસંપર્ક અધિકારીઓ તરીકે ખૂબ સફળ થાય છે.

દુઃખી-ઉદાસ આંખો : કીકી આસપાસના રંગીન ભાગ અને આંખનાં નીચેનાં પોપચાં વચ્ચે સફેદ ભાગ દેખાતો હોય છે. આવા લોકો સમસ્યાઓથી ઘેરાયેલા રહેતા હોય છે. તેઓ હળવા હૃદયના અને પ્રસન્ન નથી હોતા. તેમને સહાનુભૂતિપૂર્વક સાંભળવા જરૂરી છે કે જેથી તેઓના મન પરનો ભાર હળવો થાય.

સતત ઘૂમતી રહેતી આંખો : કેટલાંક કારણોસર આવા લોકો આંખોનો સંપર્ક ટાળે છે. કાં તો તેઓ જે વ્યવહાર થઈ રહ્યો છે તેથી નાખુશ છે, યા તો વધારે પડતા આત્મ-સભાન છે, યા તો તેઓ તેમાં રસ નથી ધરાવતા. દેખીતું છે કે આવા લોકોને કોઈ શંકાની નજરથી જુએ અને તેના પર આધાર રાખતા પહેલાં વિચાર કરે.

આલોચનાત્મક આંખો : આવી આંખો ધરાવતી વ્યક્તિઓ લોકો કે વસ્તુના નકારાત્મક ગુણો પર આધાર રાખીને દોસ્તીને તોડી નાખે છે. શું ગડબડ છે અને તમે ક્યાં નિષ્ફળ ગયા છો, તમે કેટલા કઢંગા અને લઘરવઘર છો તેવી બાબતો તરફ આવા લોકો હંમેશાં તમારું ધ્યાન દોર્યા કરતા હોય છે.

કાર્ય કરવાને તત્પર આંખો : આવી આંખોનાં ઉપરનાં પોપચાં સારાં એવાં ખુલ્લાં હોય છે. આવી આંખો ધરાવતા લોકો કાર્ય કરવાને સદાય તત્પર હોય છે, તેઓ નજર નાખતાં એક બાજુ બેઠા નથી રહેતાં, કામને મુલતવી નથી રાખ્યા કરતા. તેઓ અત્યંત કાર્યક્ષમ હોય છે. કાર્ય શરૂ કરવા માટે તેમને કોઈ ઉત્તેજનાની જરૂર નથી હોતી. જો તેમને સીધોસટ બેધડક પ્રશ્ન પૂછવામાં

આવે છે તો તેમનો જવાબ પણ સીધોસટ અને બેધડક હોય છે.

આંખો તરફથી મળતો વળતો પ્રતિભાવ :

સામેવાળી વ્યક્તિની આંખો આપણને ઘણીબધી રીતે વળતો પ્રતિભાવ (feedback) આપતી હોય છે.

વાટાઘાટ દરમ્યાન જો સામેવાળી વ્યક્તિ નીચેના પોપચાને સખત કરે અને તેમ જ રહેવા દે તો આપણે અનુમાન કરી શકીએ કે આપણે તેને મનાવી શકતા નથી, તે આપણી આગળ નમતું નહીં જોખે.

વાતચીત દરમ્યાન જો સામેવાળી વ્યક્તિની આંખો ઓરડામાં આમતેમ ઘૂમવા લાગે તો, અથવા તો તે તેની ઘડિયાળમાં જોવા લાગે તો સમજવું કે તેણે વાતચીતમાંથી રસ ગુમાવી દીધો છે.

જો સામેવાળી વ્યક્તિની આંખો ઝાંખી પડી જાય તો સમજવું કે આપણે એવું કંઈક કહ્યું છે કે જે તે વ્યક્તિ નથી સમજતી અથવા તો તેને તે વાત જચતી નથી.

સામેવાળી વ્યક્તિની આંખોમાં ખોટું લાગવાનો ભાવ એવો સંકેત આપે છે કે આપણે કોઈક એવી બાબતને સ્પર્શ્યા છીએ કે જે પ્રત્યે તે વ્યક્તિ સંવેદનશીલ છે. આપણે તે વ્યક્તિને પૂછવું જ જોઈએ કે કઈ બાબતનું તેને ખરાબ લાગી રહ્યું છે. જો આપણને ખબર હોય કે તે આપણે કંઈક કહ્યું છે કે કર્યું છે તેને કારણે છે તો આપણે તેની માફી માગવી જ જોઈએ.

આમ આપણે જોયું કે આંખ કેટલાય વિવિધ પ્રકારના અશાબ્દિક સંદેશાઓ પાઠવે છે કે જે આપણી શાબ્દિક અભિવ્યક્તિને ટેકો આપે છે અને તેને જોશીલી બનાવે છે. જે વ્યક્તિ સાથે આપણે વિચારોની આપલે કરી રહ્યા છીએ તેની સાથે સંબંધ પ્રસ્થાપિત કરવામાં આંખોનો ઉપયોગ એ એક પાયાનું પગલું છે. આંખ વડે થતો એકએક સંપર્ક આપણા આત્મવિશ્વાસને અને આપણી ઘણબધી વ્યક્તિગત લાક્ષણિકતાઓને પ્રતિબિંબિત કરે છે. આ ઉપરાંત તેના વડે આશ્ચર્ય, આનંદ, દુઃખ, હતાશા, ઉદાસી, ક્રોધ જેવા અનેક ભાવો પણ અભિવ્યક્તિ પામે છે.

બે વ્યક્તિ વચ્ચે થતા વ્યવહાર દરમ્યાન આંખના સંપર્ક બાબતે કેટલીક આચરવા જેવી અને નહીં આચરવા જેવી બાબતોનો ખ્યાલ રાખવો જરૂરી છે, ફાયદાકારક છે.

➭ કોઈ જૂથ સમક્ષ વાત કરતી વખતે દરેક જણ પર નજર નાખતા રહો.

➭ તે ઘટના તો ક્ષણિક છે, પરંતુ તેની યાદ કેટલીકવાર મનમાં હંમેશને માટે રહી જતી હોય છે.

➭ પ્રત્યાઘાત આપે તેવા શ્રોતા તરફ જુઓ.

➭ જો કોઈ શ્રોતા સાથે નજર પરોવવામાં તમને તકલીફ વર્તાય તો તેની આંખ તરફ ન જોતાં તેના ચહેરાના અન્ય કોઈ અંગ તરફ જુઓ.

➭ આંખોને કોઈ એક શ્રોતા પર વધારે વાર સ્થિર ન કરો.

➭ તમને બેધ્યાન કરે તેવા શ્રોતા તરફ ન જુઓ.

➭ જૂથની આગળ પડતી વ્યક્તિ તરફ જુઓ.

➭ શ્રોતા તરફથી તમારા મસ્તકને અન્ય દિશામાં ઘુમાવે તેવી ચેષ્ટા ન કરો; ફરસ તરફ કે હાથમાંની હસ્તપ્રત તરફ ન જુઓ.

➭ શ્રોતાગણ પર નજરને લયબદ્ધ રીતે ઘુમાવો, જેમતેમ તરંગી રીતે નહીં.

✠

૯

હાથ

વાતચીત કરતી વખતે આપણી નજર સામાન્ય રીતે સામેવાળી વ્યક્તિના ચહેરા પર અને બન્ને હાથના પંજા પર ખાસ અને સતત ઘૂમ્યા કરતી હોય છે. જેમ નજર તેમ વ્યક્તિના પંજા સતત કંઈ ને કંઈ ચેષ્ટા કરતાં જ રહેતાં હોય છે. વ્યક્તિના પંજા, આંગળીઓ કે તેનાં બાવડાં જે હલનચલન કરતાં રહે છે તે સતત તેના મનમાં શું ચાલી રહ્યું છે તેના સંકેત આપતાં રહે છે. આમ જોવા જઈએ તો પંજાના લગભગ એકએક હલનચલન પાછળ કંઈક ને કંઈક અર્થ છુપાયેલો હોય છે. જો કોઈ વ્યક્તિ બોલતી કંઈ હોય અને તેના મનમાં વિચાર કંઈ ઑર ચાલતો હોય તો તેના પંજાનું હલનચલન તરત જ તેની ચાડી ખાઈ જતું હોય છે.

મનુષ્યનો પંજો એ શરીરનું એક બેચેન અવયવ છે. માણસની જાગ્રત અવસ્થાના મોટાભાગના સમય દરમ્યાન તે એકધારો હલનચલન કર્યા કરતો હોય છે; તે અટકે છે અને ચીજને અનુભવે છે, તે ચીજને પકડે છે અને તેના વડે કંઈક કામ કરે છે અથવા તો બસ હવામાં આકૃતિઓ રચ્યા કરે છે.

વૈજ્ઞાનિક સંશોધનો એવું જણાવે છે શરીરના કોઈ પણ અંગ કરતાં પંજા અને મગજ વચ્ચે જ્ઞાનનું વહન કરતા સૌથી વધુ તંતુઓ રહેલા છે, અસંખ્ય 'ટેલિફોન લાઇનો વડે' પંજા મગજ સાથે જોડાયેલા હોય છે. આથી જ પંજા

આપણને મગજમાં ચાલતા વિચારોની ખબર આપી દેતા હોય છે. તે માટે આપણને પંજા, હથેળી, આંગળીઓની ચેષ્ટાઓને વાંચતાં આવડવી જોઈએ.

પંજા વડે મળતા સામાન્ય સંકેતો

પંજાના સ્પષ્ટ અને સરળ સંકેતો વડે આપણે આપણા પંજાની વિવિધ ચેષ્ટાઓના અભ્યાસની શરૂઆત કરીશું. અત્યારે આપણે આ ચેષ્ટાઓનો અલગઅલગ અભ્યાસ કરીએ છીએ, આગળ જતાં આ ચેષ્ટાઓ કોઈ ચેષ્ટાસમૂહના એક અંગ તરીકે એક પૂરો અર્થ નિષ્પન્ન કરવામાં કઈ રીતે તેનો સહયોગ આપે છે તે પણ જોઈશું.

સુસ્ત લબડતા પંજા : સુસ્ત અને ઢીલોઢફ લબડતો પંજો થાક, બેચેની કે કંટાળો સૂચવે છે. સંદર્ભ બદલાતાં તે હતાશા કે ઘૃણા પણ સૂચવી શકે. કેટલાક સંજોગોમાં તેનો ઉપયોગ તિરસ્કાર, દંભ કે ગુમાનનો નિર્દેશ પણ આપતો હોય છે. ક્યારેક વ્યક્તિ વચ્ચે પડી અપયશ ન લેવા માગતી હોય ત્યારે આમ પંજાને સુસ્ત લબડતા રાખી ઊભી રહી જતી હોય છે.

સપાટ પંજા : ''શા માટે'', ''મને શી ખબર'' કે ''વિશ્વાસ ન આવતો હોય તો મને તપાસી લો'' એવા ભાવ વ્યક્ત કરવા વ્યક્તિ ઉપર કે આગળ હથેળી સપાટ ખુલ્લી રહે તે રીતે હાથ આગળ કરતી હોય છે. ક્યારેક આ વખતે ખભા પણ સહેજ ઊંચા થતા હોય છે (જુઓ આકૃતિ-૧૩)

આકૃતિ - ૧૩ : *વિશ્વાસ ન આવતો હોય તો તપાસી લો !*

નિરાંતવા પંજા : ઓછું હલનચનલ કરતા અને સહજ રીતે સ્થિર પંજા વ્યક્તિની શાંત, આત્મવિશ્વાસુ અને નિરાંતભરી મનો-અવસ્થાને સૂચવે છે. એવું બને કે તેની બાજુઓ પર તે લબડતા હોય અથવા તો જો તે વ્યક્તિ બેઠેલી હોય તો આરામથી એકબીજા પર પડેલા હોય અથવા તો વ્યક્તિ વિચારમાં ડૂબેલી હોય અને પંજાઓ આંગળીઓ સામે આંગળી આવે તેવી સાફ રીતે ગોઠવાયેલા હોય - કોઈ નિશાળિયાની જેમ. જો પંજા કંઈક કરવામાં વ્યસ્ત હોય તો તેના હલનચલન અને ગતિ સ્થિર, હળવાશભર્યા અને સહજ હોય છે. નિરાંતવા પંજા વ્યક્તિના આત્મવિશ્વાસ, સ્વીકૃતિ અને સાજા-નરવા હોવાનો અશાબ્દિક સંદેશો પાઠવે છે. વ્યક્તિના પંજાનું અવલોકન વ્યક્તિના મિજાજની ખબર આપી દે છે.

બેચેન પંજો : બેચેન, અસ્વસ્થ અને ગભરાટ અનુભવતી વ્યક્તિના પંજા સતત કંઈ ને કંઈ કર્યા કરતા હોય છે. આવા સંજોગોમાં વ્યક્તિ તેનાં આંગળાંઓને ખેંચે છે, કરડે છે કે ચૂસે છે.

આકૃતિ - ૧૪ : *હવામાં ઊંચી કરેલી મુઠ્ઠી*

ઊંચો કરેલો પંજો : વર્ગખંડમાં કે સભામાં કે સેમિનાર અને મીટિંગમાં વક્તાનું ધ્યાન ખેંચવા વ્યક્તિ તેનો પંજો હવામાં ઊંચો કરતી હોય છે. વક્તાએ પૂછેલા પ્રશ્નના જવાબ આપવાના પ્રતિભાવમાં પણ શ્રોતા આ ચેષ્ટા કરતો હોય છે. જવાબ આપવા માગતા શ્રોતાઓ હવામાં તેના હાથ ઊંચા કરતા હોય છે.

વિરોધ રેલીઓ દરમ્યાન લોકો તેમની અકળામણને, તેમની ફરિયાદોને વ્યક્ત કરવા હવામાં મૂઠીઓ વાળેલા પંજા ઊંચા કરતા હોય છે. કેટલીકવાર આ સાથે સૂત્રોચ્ચાર પણ કરવામાં આવતો હોય છે (આકૃતિ-૧૪).

વિદાય લેતી વખતે હથેળી બહારની બાજુ રહે તેમ પંજાને હવામાં ફરકાવવામાં આવે છે.

રાજકારણીઓ અને ખ્યાતનામ વ્યક્તિઓ લોકોનું અભિવાદન ઝીલવા તેમના પંજા હવામાં ઊંચા કરી હલાવતા હોય છે.

ભારતમાં ગુરુઓ તેમના શરીર સામે હાથ લાંબો કરી હથેળીને ઊર્ધ્વ દિશામાં બહારની તરફ રાખતા હોય છે; આમ કરી તેઓ તેમના શિષ્યોને શાંતિ રાખવા કે ધરપત રાખવા કહેતા હોય છે અને આશીર્વાદ પણ આપતા હોય છે. ઘણીવાર સામેવાળી વ્યક્તિને આવી ચેષ્ટા વડે આગળ ન વધવાનો સંકેત પણ આપવામાં આવતો હોય છે, તેમાં ધમકી અને પડકારના ભાવ રહેલા હોય તેવું બને.

ખુલ્લા પંજા : વાતચીત કે વ્યવહાર કરતી વખતે વ્યક્તિ સામાન્ય રીતે આ પ્રમાણે હથેળીને ખુલ્લી રાખવાની ચેષ્ટા કરતી હોય છે. તે વિશ્વાસનો સંકેત આપે છે અને સામેવાળી વ્યક્તિને જણાવે છે કે તે જે કોઈ અભિપ્રાય ધરાવે છે તેમાં તેને રસ છે. આ ચેષ્ટા વડે એક વ્યક્તિ બીજી વ્યક્તિને તેના મંતવ્યમાં ભાગીદારી કરવા આમંત્રણ આપી શકે.

આ જ ચેષ્ટા બન્ને હાથ વડે હથેળી ઉપર આકાશ તરફ રહે તેમ કરવામાં આવે ત્યારે તે પ્રાર્થનાની ચેષ્ટા બની જાય છે.

આંગળીઓ પરોવેલા પંજા : આંગળીઓ પરોવવી - આંકડા ભીડવા - એટલે બન્ને પંજાની આંગળીઓને ચુસ્ત રીતે એકબીજામાં પરોવવી અથવા તો ચુસ્ત રીતે પકડવી. જેવો વ્યક્તિનો મિજાજ તેવો આ ચેષ્ટાનો અર્થ થતો હોય છે, વળી સંદર્ભ બદલાતાં આ ચેષ્ટા વિવધ અર્થ ધારણ કરતી હોય છે.

ફ્રાંસિસ બેકનના કહ્યા પ્રમાણે આંગળીઓ પરોવેલા પંજા અત્યંત ભાર, તડ ને ફડ જાહેરાત, ઝનૂની કૃતનિશ્ચયતા અને મરણિયા નિર્ધારનું સૂચન કરે છે. તે ઘણીવાર તાણ, હતાશા અને ગુસ્સાનો પણ નિર્દેશ આપે છે. કેટલીકવાર એવું બને છે કે લોકો તેમની ખરી લાગણીઓ છુપાવવા ચહેરા પર ખુશમિજાજ સ્મિતને ધારણ કરી લેતા હોય છે, પરંતુ તેમના આંકડા ભીડેલા પંજા તેમના મનમાં શું ચાલી રહ્યું છે તેની ચાડી ખાઈ જતા હોય છે.

આંગળીઓ પરોવેલા પંજા મુખ્યત્વે ત્રણ સ્થિતિમાં જોવા મળે છે : (૧) ચહેરા સામે આંગળી પરોવેલા પંજા, (આકૃતિ-૧૫) (૨) બેઠા હોઈએ ત્યારે ટેબલ પર કે ખોળામાં આંગળીઓ પરોવેલા પંજા (આકૃતિ-૧૬) અને (૩) ઊભા હોઈએ ત્યારે પેટથી નીચે આંગળીઓ પરોવેલા પંજા.(આકૃતિ-૧૭)

આકૃતિ - ૧૫ : *ચહેરા સામે આંગળીઓ પરોવેલા પંજા*

આ ચેષ્ટા વ્યક્તિની નકારાત્મકતાને લાગણીને છતી કરે છે. આ નકારાત્મકતાની આ લાગણી કેટલી તીવ્ર છે તેની જાણ આપણને પંજા ચહેરા સામે કેટલી ઊંચાઈએ રહેલા છે તેના પરથી થઈ શકે. જ્યારે તે ઊંચાઈ પર રહેલા હોય છે ત્યારે જોરદાર નકારાત્મક વલણનો સંકેત મળે છે. આવી સ્થિતિમાં

આકૃતિ - ૧૬ : ટેબલ પર
આંગળીઓ પરોવેલા પંજા

આકૃતિ - ૧૭ : પેટથી નીચેના ભાગે
આંગળીઓ પરોવેલા પંજા

રહેલી વ્યક્તિને કોઈના મંતવ્ય સાથે સંમત થવા મનાવવું કંઈક મુશ્કેલ હોય છે, તેની સાથે કોઈ વ્યવહાર પતાવવો મુશ્કેલ હોય છે.

ટેબલ પર કે ખોળામાં રહેલા આંગળીઓ પરોવેલા પંજાના અંગૂઠાને એકબીજા સાથે ઘસવાની કે અંગૂઠાની ચામડીને ખોતરવાની ચેષ્ટા એવું સૂચવે છે કે તે વ્યક્તિને ધરપતની જરૂર છે. તે વ્યક્તિ તેના મનમાં ઢચુપચુ છે અને સમસ્યાને કઈ રીતે હલ કરવી કે કઈ રીતે સમાધાન સાધવું તે પર વિચાર કરવા સમય મેળવી રહી છે. હાર-જીતની પરિસ્થિતિમાં આક્રમક સાથીદાર તરફથી ધમકી અનુભવતી વ્યક્તિ તાણમાં આવી જાય છે અને તેના બન્ને પંજાની આંગળીઓને એકબીજામાં ચુસ્ત રીતે પરોવે છે. તે વ્યક્તિ શાબ્દિક રીતે ભલે ખુલ્લી ચર્ચા કરવાનો ડોળ કરતી હોય, પરંતુ તેનો પ્રતિસ્પર્ધી તેના આંગળીઓ ભીડેલા પંજા પરથી તેના સંકુચિત વલણનું અવલોકન કરી શકે છે. ચુસ્ત રીતે આંગળીઓ ભીડેલા પંજાવાળી વ્યક્તિ તાણમાં હોય છે, તેની સાથે સંબંધ પ્રસ્થાપિત કરવો ખૂબ મુશ્કેલ હોય છે. આવી વ્યક્તિઓ જ્યાં સુધી તેની તાણને ખંખેરીને હળવી નથી થતી, કંઈક સ્વીકારવા જેટલી ખુલ્લી નથી થતી ત્યાં સુધી તેમને મનાવીને અનુકૂળ પ્રતિભાવ આપે તેવી નથી કરી શકાતી. આવી વ્યક્તિઓ તેમની આંગળીઓ છૂટી કરે અને હથેળીઓ ખુલ્લી કરે તે માટે એક યુક્તિ એવી છે કે તેમને કોઈક ચીજ પકડવા આપવી. બીજી અસરકારક યુક્તિ એવી છે કે તેમના તરફ નમીને વાત કરવી.

ઢાંકેલા પંજા : જ્યારે વ્યક્તિ ચેષ્ટા દરમ્યાન તેના એક કે બન્ને પંજાની પાછળના ભાગને પ્રદર્શિત કરે છે ત્યારે તે વ્યક્તિની અસલામતીનો કે તેની લાગણીઓને છુપાવવાના પ્રયત્નનો સંકેત આપે છે.

વળગી રહેતા પંજા : વ્યક્તિ જ્યારે મૂંઝાયેલી હોય છે કે અસલામતી અનુભવતી હોય છે ત્યારે તે ટેબલ, ખુરશીનો હાથો કે તેની પાસે રહેલી તેની ફાઈલને વળગી રહીને તેનો ભૌતિક આધાર લેવાનું ઈચ્છે છે. આથી એવો સ્પષ્ટ નિર્દેશ મળે છે કે તે પરિસ્થિતિનો સામનો કરવામાં કોઈક પ્રકારની અનિશ્ચિતતા અનુભવે છે.

કેટલાક રમતવીરો સફળતા મેળવ્યા બાદ, જીતી ગયા બાદ બન્ને હાથની આંગળીઓ ભીડવાની ચેષ્ટા કરતા હોય છે, દા.ત. ફૂટબોલમાં ગોલ કર્યા બાદ કે ટેનિસમાં સફળ ફટકો માર્યા બાદ ખેલાડી જીત મેળવતાં ઘૂંટણભેર

થાય છે અને તેના કપાળ પર તેના ચુસ્ત રીતે આંગળીઓ ભીડેલા બન્ને પંજાને દબાવે છે. આ ચેષ્ટા ઊંડી પ્રાર્થનામાં ડૂબેલી કોઈ વ્યક્તિને મળતી આવે છે.

મસળવામાં આવતા પંજા : પંજાને મસળવા એટલે પંજાને વાળવા, ઘુમાવવા અને પીડા થાય તેટલા સખત દબાવવા. પંજાને મસળવાની ચેષ્ટા વ્યક્તિ કોઈક અસુવિધા કે તાણ અનુભવી રહી છે તેનું સૂચન કરે છે. જ્યારે કોઈ કસોટીરૂપ પરિસ્થિતિ કે પ્રભાવશાળી વ્યક્તિનો સામનો કરવાનું બને છે ત્યારે આવું બનતું હોય છે

વ્યક્તિ ભીંસમાં આવી પડે તો અને તેને કોઈ ઠપકો કે આક્ષેપનો સામનો કરવાનું બને તો બન્ને પંજાની આંગળીઓ પરોવાયેલી ચેષ્ટા બન્ને પંજાને મસળવાની ચેષ્ટામાં બદલાઈ જાય તેવું બને. સેવક જ્યારે તેના પ્રભાવશાળી બોસ સમક્ષ હાજર થાય છે ત્યારે આવું બનતું હોય છે; સેવક નતમસ્તકે તેના પંજા મસળતો રહે છે, જ્યારે તેનો શેઠ નાક પર થઈને તેના પર નીચે નજર નાખતો રહે છે. જો શેઠ સમજુ હોય તો હાથ મસળવાની ચેષ્ટા તેના ધ્યાન પર આવતાં પરિસ્થિતિ બદલાઈ શકે છે. શેઠ તેની નજીક જાય છે અને તેને ધરપત આપતો હોય તેવી ચેષ્ટામાં તેના તરફ ઝૂકે છે અને સેવકનું હાથ મસળવાનું બંધ થાય છે.

તાળીઓ પાડવી : તાળીઓ પાડી કોઈને વધાવવા ઉપરાંત કોઈને બોલાવવા માટે, કોઈનું ધ્યાન ખેંચવા માટે પણ તાળી પાડવામાં આવતી હોય છે.

મૂઠીઓ વાળવી : બન્ને પંજાની આંગળીઓ એકબીજામાં પરોવવાની ચેષ્ટા જેવી જ આ મૂઠી વાળવાની ચેષ્ટા છે. સામાન્ય રીતે પુરુષો મૂઠી વાળતા હોય છે, સ્ત્રી માટે વાતચીત દરમ્યાન મૂઠી વાળવાની ચેષ્ટા સામાન્ય રીતે જોવામાં આવતી નથી. ડાર્વિનનું અવલોકન કહે છે કે મૂઠી વાળવાની ક્રિયા કૃતનિશ્ચયતા, ક્રોધ અને ઝળુંબી રહેલા શત્રુતાભર્યા કૃત્યની સૂચના આપે છે. બગાસાની જેમ આ ચેષ્ટા પણ કંઈક અંશે ચેપી છે. એક વ્યક્તિ મૂઠી વાળતાં તેની સામેની વ્યક્તિ પણ મૂઠી વાળવા પ્રેરાય છે અને પછી ગરમાગરમ દલીલબાજી થાય છે અને દુશ્મનાવટના અન્ય સ્વરૂપો અને ચેષ્ટાઓ પણ બહાર આવે છે.

મૂઠીનું વળવું ઉત્તેજના સૂચવે છે, ગુસ્સો સૂચવે છે. સરઘસમાં જેમ વિરોધકર્તાઓ મૂઠીઓ હવામાં ઊંચી કરે છે તેમ રમતના મેદાનમાં રમતવીરને

પ્રોત્સાહન આપવા મૂઠીઓ હવામાં ઊંચી કરવામાં આવે છે. મૂઠી મનનો ધૂંધવાટ, વ્યાકુળતા અને નારાજગી કે અસંમતિને વ્યક્ત કરે છે. બંધ મૂઠી સત્તા, વિજય તેમજ બળ, વજન અને ધમકીને અભિવ્યક્ત કરતી એક સાર્વત્રિક ચેષ્ટાઓ, જગત સમસ્તમાં સમજવામાં આવતી ચેષ્ટા છે.

કેટલીકવાર વ્યક્તિ ખિસ્સામાં કે અદબ વાળીને બગલમાં પંજા રાખીને મૂઠી વાળતી હોય છે અથવા તો પીઠ પાછળ હાથ લઈ જઈ મૂઠી વાળતી હોય છે. આમ કરી તેની તે ચેષ્ટાને તે છુપાવવા માગતી હોય છે. આવું એ સંજોગોમાં બનતું હોય છે કે કે જે સંજોગોમાં વ્યક્તિ અભિવ્યક્ત થવા ન-થવા બાબતે દ્વિધા અનુભવતી હોય છે, મૂંઝવણ અનુભવતી હોય છે.

તાણ નીચે વ્યક્તિ તેની મૂઠીને ચુસ્ત કરે છે, કોઈ સંજોગોમાં જો તાણ અસહ્ય બને છે તો તે ટેબલ પર મૂઠી પછાડે છે અથવા કોઈ તીવ્ર શારીરિક પ્રત્યાઘાત આપે છે.

આંગળીઓનાં હલનચલનો

મગજનો જે વિસ્તાર વાણીનું નિયમન કરે છે તે વિસ્તાર સાથે આંગળીઓના ચેતાતંતુઓ જોડાયેલા હોય છે. વાણી વિચારોની અભિવ્યક્તિ છે. આમ આંગળીઓનાં હલનચલન અને મનમાં ચાલતા વિચારો ગાઢ રીતે સંકળાયેલાં છે. વાણી અને આંગળીઓનાં હલનચલન એકબીજા સાથે સુમેળભરી રીતે ચાલતાં હોય છે. તે એક સહજ રીતે ઘટતી ઘટના છે.

આંગળી વડે થતી ચેષ્ટાઓ ખૂબ વૈવિધ્યપૂર્ણ છે. સામાન્ય રીતે તે મનમાં ઉદ્ભવતા નકારાત્મક ભાવોને અભિવ્યક્તિ આપે છે. આપણે આ ચેષ્ટાઓમાંથી માત્ર બહુ સામાન્ય હોય તેવી કેટલીક ચેષ્ટાઓની જ ચર્ચા કરીશું.

સહેજ ઊંચકાયેલી આંગળીઓ : વ્યક્તિ બેઠેલી અવસ્થામાં હોય તો કોણીથી નીચેનો ભાગ ટેબલ પર સહજ રીતે આરામ લેતો પડ્યો હોય છે અને જો વ્યક્તિ ઊભી હોય તો તે કોણીએથી આગળ તરફ વળેલો હોય છે, પરંતુ આ બન્ને સ્થિતિમાં તે જડવત્ લાગતો હોય છે અને પ્રથમ બે આંગળીઓ કંઈક દર્શાવવા માંડમાંડ ઇચ્છાઓ કરીને સહેજ ઊંચકાયેલી હોય છે.

જૂથ-ચર્ચા સમયે વ્યક્તિ આ ચેષ્ટા કરતી જોવામાં આવે છે. આવી વ્યક્તિ જાણે કંઈક કહેવા ન માગતી હોય તેમ લાગે છે, તે જાણે કંઈક કહેવા જઈ

રહી હોય તેમ તેની આંગળી સહેજ ઊંચકે છે. વ્યક્તિ કંઈક કહેવા જઈ રહી હોય અને પછી કોઈક કારણસર એકાએક અટકી જાય ત્યારે પણ આ પ્રકારની ચેષ્ટા થતી હોય છે. આ ચેષ્ટાઓનો ઉપયોગ ભીરુ લોકો વડે થતો હોય છે, તે તેમના મનમાં રહેલા ભય અને અનિશ્ચિતતાનો નિર્દેશ કરે છે. તેનો સ્પષ્ટ શાબ્દિક અર્થ એવો થતો હોય છે કે : 'મને શી ખબર. મને પાકી ખાતરી નથી.' જો આ ચેષ્ટા કોઈ આક્રમક પ્રકૃતિની વ્યક્તિના ધ્યાન પર આવી જાય તો એવું બને કે તે સામેવાળી વ્યક્તિની ભીરુતાનો અને નબળી ઇચ્છાશક્તિનો ગેરલાભ ઉઠાવે અને તેને ભીંસમાં લેવાનો પ્રયત્ન કરે.

આ ચેષ્ટાનો ઉપયોગ ઘણીવાર મિત્રો વચ્ચે ઇશારા કરવામાં થતો હોય છે. જ્યારે બે મિત્રો એક ત્રીજી પરાયી વ્યક્તિ સાથે કોઈ મુદ્દા પર ચર્ચા કરી રહ્યા હોય ત્યારે કોઈ એક પળે એક મિત્ર અજાણતાં જોખમી પુરવાર થનાર કોઈ બાબત છતી કરવાની અણી પર આવી ગયો હોય ત્યારે બીજો મિત્ર સાવ હળવેથી આ ચેષ્ટા કરી તેને આગળ ન બોલવાનો ઇશારો કરીને બોલતો અટકાવી શકે છે.

ઝડપથી ભારપૂર્વક આંગળીને સહેજ ઊંચી કરવાની ચેષ્ટા એક જુદા સંદર્ભમાં 'તેમ ન કર !'ની ચેતવણી ઉચ્ચારતી હોય છે. ચેતવણીની આ ચેષ્ટા સાર્વત્રિક છે, તેનો ઉપયોગ બધે જ થતો જોવામાં આવે છે. સામાન્ય રીતે ઉચ્ચ સ્થાને રહેલી મા-બાપ, પોલીસમેન, શેઠ કે સુપરવાઇઝર જેવી વ્યક્તિઓ આ ચેષ્ટાનો ઉપયોગ કરતી હોય છે.

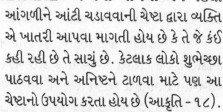

આંટી ચડાવેલી આંગળીઓ : વચ્ચેની આંગળી અને પહેલી આંગળીને આંટી ચડાવવાની ચેષ્ટા દ્વારા વ્યક્તિ એ ખાતરી આપવા માગતી હોય છે કે તે જે કંઈ કહી રહી છે તે સાચું છે. કેટલાક લોકો શુભેચ્છા પાઠવવા અને અનિષ્ટને ટાળવા માટે પણ આ ચેષ્ટાનો ઉપયોગ કરતા હોય છે (આકૃતિ - ૧૮).

ચીંધતી પ્રથમ આંગળી (તર્જની) : કોઈ ચીજ ક્યાં પડી છે તે દર્શાવવા કે પછી દિશા ચીંધવા પ્રથમ આંગળીને તે તરફ સીધી કરી ચીંધવામાં આવતી હોય છે. ઘણીવાર આ રીતે આંગળી ચીંધીને ચેતવણી કે ધમકી પણ

આકૃતિ - ૧૮

આકૃતિ - ૧૯ : ચેતવણી કે ધમકી આપતી તર્જની

આપવામાં આવતી હોય છે. ગરમાગરમ ચર્ચા થતી હોય તે સમયે કેટલીકવાર જાણે સામેવાળી વ્યક્તિ કોઈ અણીદાર હથિયાર વડે છેદી ન નાખતી હોય તેમ તર્જનીને તેની તરફ તીક્ષ્ણ નજર સાથે તાકવામાં આવતી હોય છે. જો કે હસતા ચહેરે કરેલી આવી ચેષ્ટા ધમકીને હળવી બનાવતી હોય છે.

કેટલીકવાર આની આ ચેષ્ટા તર્જની વડે કરવાને બદલે વ્યક્તિ ચશ્માની દાંડી વડે કરતી હોય છે અને સલાહ, ચેતવણી કે ઠપકો આપતી હોય છે.

ઉપદેશકો, રાજકારણીઓ અને મા-બાપ જેવી સત્તાવાહી વ્યક્તિઓ ઠપકો આપવા, શિસ્ત પળાવવા કે કોઈ બાબતને બરાબર ઠસાવવા પ્રથમ આંગળીને સામેવાળી વ્યક્તિ તરફ ચીંધવાની ચેષ્ટા કરતા હોય છે.

સમૂહને સંબોધન કરતી વખતે આ ચેષ્ટા કારગત નથી નીવડતી કારણ કે દરેક જણ એવું સમજે છે કે તેની બાજુની વ્યક્તિ તરફ આંગળી ચીંધાઈ રહી છે, તેની પોતાની તરફ નહીં !

સામાન્ય રીતે કોઈને પોતાની તરફ આંગળી ચીંધાય તે નથી ગમતું. તેથી કેટલાક લોકો નારાજ થઈ જતા હોય છે અને એવું બને કે તેઓ આંગળી

ચીંધનાર વ્યક્તિ પ્રત્યે નારાજગી અનુભવે અને કોઈપણ પ્રકારનો પ્રતિભાવ આપવાનું જ બંધ કરી દે.

છાપરું રચતી આંગળીઓ : બન્ને પંજાની આંગળીઓનાં ટેરવાંને સામસામે ગોઠવી છાપરા જેવો, 'Λ' જેવો આકાર રચવો; આંગળીઓ વચ્ચે વધારે-ઓછું અંતર રહેતું હોય છે. આ ચેષ્ટા વ્યક્તિની આત્મવિશ્વાસુ, આત્મસંતુષ્ટ, અહંકારી, ગર્વિષ્ઠ કે કોઈ ધર્માધ્યક્ષ જેવી - તમારા કરતાં વધારે પવિત્ર છું તેવી - મનની અવસ્થાઓનો સંકેત આપે છે. આ ચેષ્ટા તરત જ આપણને એવું ભાન કરાવતી હોય તેમ લાગે છે કે જાણે તે વ્યક્તિને તે જે કંઈ કહી રહી છે તેની પૂરી ખાતરી છે.

કેટલીક એવી ચેષ્ટાઓ છે કે જે ચેષ્ટાસમૂહથી સાવ જ સ્વતંત્ર રીતે પોતાનો અર્થ ધરાવી શકે છે. આવી ચેષ્ટાઓના આપણે અન્ય ચેષ્ટાઓથી સ્વતંત્ર રીતે જ અર્થઘટન કરી શકીએ. આ ચેષ્ટા પણ તેવી ચેષ્ટાઓમાંની એક ચેષ્ટા છે.

આકૃતિ - ૨૦ : *આંગળીઓ વડે ચહેરા સમક્ષ છાપરું રચવું*

આકૃતિ - ૨૧ : આંગળીઓ વડે ખોળામાં કે કમરની ઊંચાઈએ છાપરું રચવું

ઊંચું અને નીચું પદ ધરાવતી વ્યક્તિઓ વચ્ચે થતા વ્યવહાર સમયે ઊંચું પદ ધરાવતી વ્યક્તિ વડે આ ચેષ્ટા થતી હોય છે, તે દ્વારા તે વ્યક્તિ તેની શ્રેષ્ઠતાનો નિર્દેશ કરતી હોય છે. આવી વ્યક્તિઓની એક અન્ય ખાસિયત એ હોય છે કે તે ઓછામાં ઓછું કે જરૂર પૂરતું જ હલનચલન કરતી હોય છે.

આંગળીઓ વડે રચાતું આ છાપરું સામાન્ય રીતે બોલતી વખતે કે પોતાનો અભિપ્રાય કે ખ્યાલ વ્યક્ત કરતી વખતે ઊંચું હોય છે, જ્યારે સાંભળવાની ક્રિયા કરતી વખતે નીચું હોય છે. સ્ત્રીઓ સામાન્ય રીતે નીચું છાપરું રચતી ચેષ્ટાનો ઉપયોગ વધારે પ્રમાણમાં કરતી હોય છે. ઊંચું છાપરું રચતી ચેષ્ટા સાથે જ્યારે મસ્તકને પાછળ તરફ નમાવવાની ચેષ્ટા જોડાય છે ત્યારે તે વ્યક્તિની

ઉદ્ધત અને બેપરવા મનો-અવસ્થાનો સંકેત આપે છે.

આંગળીઓ વડે રચાતા છાપરાની આ ચેષ્ટા અગાઉ જો અન્ય હકારાત્મક ચેષ્ટાઓની શૃંખલા રચાઈ હોય તો તે વ્યવહારનું પરિણામ હકારાત્મક આવે છે, પરંતુ આંગળીઓ વડે છાપરું રચાવાની આ ચેષ્ટા અગાઉ જો નકારાત્મક ચેષ્ટાઓની શૃંખલા રચાઈ હોય તો તે વ્યવહારનું પરિણામ નકારાત્મક આવે છે. બૉડી લૅંગ્વેજના આપણા અત્યાર સુધીના અભ્યાસ પરથી આપણે હકારાત્મક અને નકારાત્મક ચેષ્ટાઓનો ખ્યાલ હોવો જોઈએ. પરિણામ હકારાત્મક કે નકારાત્મક જે હોય તે પરંતુ દરેક સંજોગોમાં આ ચેષ્ટા વ્યક્તિના આત્મવિશ્વાસને પ્રદર્શિત કરતી હોય છે.

બન્ને પંજાની આંગળીઓ વડે છાપરું રચવાની આ ચેષ્ટા સ્પષ્ટ રીતે જોઈ શકાય તે રીતે પણ બનતી હોય છે અને જલદી નજરમાં ન આવે તેમ પણ બનતી હોય છે. આ ચેષ્ટા કેટલી પ્રગટ રીતે થાય છે તેના પરથી તે વ્યક્તિના આત્મવિશ્વાસના પ્રમાણને જાણી શકાય છે. ઓછી પ્રગટ ચેષ્ટા વખતે જો વ્યક્તિ બેઠેલી હોય તો તેના પંજા તેના ખોળામાં હોય છે અને વ્યક્તિ જો ઊભેલી હોય તો કમરપટ્ટાની ઊંચાઈએ હોય છે અને આંગળીઓ સહેજ જેટલી જ એકબીજાને અડકેલી હોય છે.

આવી ચેષ્ટા કરનાર વ્યક્તિ જેટલી તેની જાતને વધારે મહત્ત્વની સમજશે તેટલા તેના પંજા વધારે ઊંચા જશે અને છાપરું રચશે. એક સમય એવું બને કે વ્યક્તિ એટલો બધો આત્મવિશ્વાસ અનુભવી રહી હોય કે તેના પંજા છેક આંખ સુધી ઊંચા થાય, છાપરું રચે અને તે આંગળીઓ વચ્ચેથી સામે નજર કરે. શ્રેષ્ઠ-કનિષ્ઠ પદ ધરાવતી વ્યક્તિઓના સંબંધમાં આવું બનતું હોય છે.

આ ચેષ્ટા સાવ પ્રગટથી માંડીને તે સાવ સૂક્ષ્મ સ્વરૂપે બનતી હોય છે. તેના સૂક્ષ્મ અને ગૂઢ સ્વરૂપોને અનુભવી નજર તરત પકડી પાડતી હોય છે.

વીંટી ઘુમાવતી આંગળીઓ : કેટલીકવાર વ્યક્તિ તેની આંગળી પર રહેલી વીંટીને સ્પર્શતી હોય છે અને તેને ઘુમાવતી હોય છે. આ ચેષ્ટા તેની માનસિક બેચેનીને છતી કરે છે. મનમાં કંઈક અપરાધભાવ હોય ત્યારે પણ વ્યક્તિ આ ચેષ્ટા કરતી હોય છે.

બધું 'ઠીકઠાક' સૂચવતી ચેષ્ટા : આ ચેષ્ટાને 'વીંટીચેષ્ટા' પણ

કહી શકાય. આ ચેષ્ટામાં પહેલી આંગળી અને અંગૂઠાના ટેરવાને એકબીજા સાથે જોડી વીંટી (રિંગ) રચવામાં આવે છે. તે બધું ઠીકઠાક(OK) છે તેવો સંકેત આપે છે. કોઈ ચીજ આપણને બરાબર પસંદ આવી હોય ત્યારે પણ આપણે આવો ઈશારો કરતા હોઈએ છીએ. ફોટોગ્રાફરો પણ 'બરાબર', 'તૈયાર' એમ સૂચવવા આ ચેષ્ટાનો ઉપયોગ કરતા હોય છે. અંગ્રેજી ભાષા બોલતા જગતમાં આ ચેષ્ટાનો અર્થ 'બધું બરાબર' એવો થાય છે, ફ્રાંસમાં તેનો અર્થ 'શૂન્ય' કે 'કશું જ નહીં' એવો થાય છે, જાપાનમાં તે 'પૈસા' સૂચવે છે, ભૂમધ્ય સમુદ્ર

આકૃતિ - ૨૨ : *બધું ઠીકઠાક છે*

આસપાસના કેટલાક દેશોમાં તેનો અર્થ 'બાકોરું' એવો થાય છે.

'વી' સંકેત : તર્જની અને વચ્ચેની આંગળી 'V' જેવો આકાર રચે છે અને હથેળી બહારની તરફ રહે છે. આ ચેષ્ટા વિજયનો સંદેશો આપે છે. બીજા વિશ્વયુદ્ધ દરમ્યાન તે સમયના ઈંગ્લેંડના વડાપ્રધાન ચર્ચિલે આ સંજ્ઞાને લોકપ્રિય બનાવી હતી. આની આ ચેષ્ટામાં સહેજ ફેરફાર કરવામાં આવે તો એટલે કે હથેળી જો ચેષ્ટા કરનાર તરફ રહે તો તેનો અર્થ 'બે' એવો થાય છે. વ્યવહાર દરમ્યાન બેની સંખ્યાને સૂચવવા આ ચેષ્ટાનો વપરાશ સામાન્ય છે.

આકૃતિ - ૨૩ : *વિજયસંદેશ*

અંગૂઠાની ચેષ્ટાઓ : અંગૂઠાને ઊંચો કરવાની ચેષ્ટા. તેનો ઉપયોગ આધિપત્ય, શ્રેષ્ઠતા કે આક્રમકતા પ્રદર્શિત કરવામાં થાય છે. અંગૂઠા વડે થતી ચેષ્ટાઓ સહાયક ચેષ્ટાઓ છે. તે અન્ય ચેષ્ટાઓ સાથે મળીને ચેષ્ટાસમૂહ રચે છે. અંગૂઠા વડે થતી ચેષ્ટાઓ હકારાત્મક છે. મોટે ભાગે નવાં કપડાં કે મોભાદાર કપડાં પહેરેલ વ્યક્તિ આ ચેષ્ટાનો ઉપયોગ વધારે કરતી હોય છે.

બંડીના ખિસ્સામાં પંજા નાખીને અંગૂઠા બહાર રાખવા કે પેન્ટના આગળના ખિસ્સામાં પંજા નાખી અંગૂઠા બહાર રાખવાની ચેષ્ટા વ્યક્તિના પ્રભાવી વલણનો નિર્દેશ કરે છે. પેન્ટના આગળના ખિસ્સામાં અંગૂઠા બહાર રહે તેમ પંજા નાખવાની ચેષ્ટા હવે સ્ત્રીઓએ પણ અપનાવી છે, તે તેનાથી પ્રભાવી કે આક્રમક સ્વભાવની ચાડી ખાય છે. પેન્ટના પાછળના ખિસ્સામાં આ રીતે અંગૂઠા બહાર રહે તેમ પંજા નાખવાની ચેષ્ટા પાછળ પ્રભાવી વલણને છુપાવવાનો ભાવ રહેલો હોય છે.

ઉપર ઊઠેલ અંગૂઠાવાળી અદબ એક સાથે બે વિરોધી ભાવોને વ્યક્ત કરે છે. અંગૂઠાની ચેષ્ટા આધિપત્યનું વલણ સૂચવે છે જ્યારે અદબ

આકૃતિ - ૨૪ : *બંડીના ખિસ્સામાં પંજા નાખીને અંગૂઠા બહાર રાખવા*

આકૃતિ - ૨૫ : પેન્ટના આગળના ખિસ્સામાં પંજાને નાખીને અંગૂઠા બહાર રાખવા

આકૃતિ - ૨૬ : પેન્ટના પાછળના ખિસ્સામાં પંજા નાખીને અંગૂઠા બહાર રાખવા

વાળવાની ચેષ્ટા વ્યક્તિની સંરક્ષણાત્મક સ્થિતિ સૂચવે છે.

જ્યારે અંગૂઠાનો ઉપયોગ અન્ય વ્યક્તિને ચીંધવા માટે થાય છે ત્યારે તેનો ઉપયોગ કોઈની હાંસી ઉડાવવા કે અનાદર વ્યક્ત કરવા થાય છે. મિત્ર સાથે વાત કરતાં તેની તરફ નમીને બંધ મૂઠીનો ખુલ્લો અંગૂઠો પાછળ પત્ની તરફ ચીંધતો પતિ તેની પત્નીની હાંસી ઉડાવી રહ્યો હોય છે. માટે મોટાભાગની સ્ત્રીઓ માટે અંગૂઠો ચીંધવાની ચેષ્ટા ચીડરૂપ હોય છે, વિશેષ કરીને તો ત્યારે કે જ્યારે તે ચેષ્ટાનો ઉપયોગ પુરુષ કરતો હોય. ચીંધવા માટે અંગૂઠાનો ઉપયોગ સ્ત્રીઓ માટે સામાન્ય નથી.

ઊભા કે ઊંચા અંગૂઠાની ચેષ્ટા : વાહનમાં લિફ્ટ મેળવવા વાહનને

આકૃતિ - ૨૭ : *ઉપર ઉઠેલ અંગૂઠાવાળી અદબ*

ઊભું રાખવા આ ચેષ્ટાનો ઉપયોગ થતો હોય છે. જો આ રીતે ઉપર ઊઠેલા અંગૂઠાવાળી બંધ મૂઠીને એકાએક ઉપર ઝાટકો મારવામાં આવે તો તે અપમાનસૂચક ચેષ્ટા બને છે. અન્ય ચેષ્ટાઓ સાથે સત્તા અને શ્રેષ્ઠતાના સંકેત તરીકે અંગૂઠાની ચેષ્ટાનો ઉપયોગ થતો હોય છે. અન્ય વ્યક્તિને પ્રભાવ નીચે લાવવા તેનો ઉપયોગ થતો હોય છે.

તર્જની અને અંગૂઠાને એકબીજા સાથે ઘસવાની ચેષ્ટા : આ ચેષ્ટામાં તર્જની અને અંગૂઠાને એકબીજા સાથે ઘસી 'પૈસા'નો ઈશારો કરવામાં આવતો હોય છે. આટલો ઈશારો કરવા માત્રથી સામેવાળી વ્યક્તિને ખબર પડી જતી હોય છે કે આ ઈશારો કરનાર વ્યક્તિ પૈસાની વાત કરી રહી છે કે તેને પૈસાની અપેક્ષા છે. આ એક ખૂબ સામાન્ય ચેષ્ટા છે જેનો ઉપયોગ સામાન્ય વ્યવહારમાં અવારનવાર થતો જોવામાં આવે છે. દા.ત. તે ઈશારો કરીને ક્લાર્ક

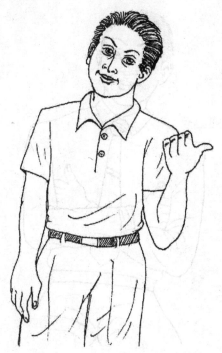

આકૃતિ - ૨૮ : પત્નીની હાંસી ઉડાવતા પતિનો ઉપર ઉઠાવેલ અંગૂઠો

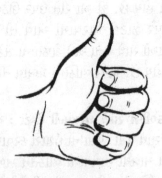

આકૃતિ - ૨૯ : વાહનમાં લિફ્ટ મેળવવા માટે ઊંચો કરવામાં આવેલ અંગૂઠો

અસીલને પૈસા આપવા જણાવી દેતો હોય છે.

ચૂંટલી ખણવી : હાથના ચરબીવાળા ગાદીદાર ભાગને ચૂંટલી ખણવાની ચેષ્ટા સામેવાળી વ્યક્તિને ધરપત બંધાવવા થતી હોય છે. પુરુષ પણ

આ ચેષ્ટાનો ક્યારેક ઉપયોગ કરતો હોય છે, પરંતુ આ ચેષ્ટા સ્ત્રીઓમાં વધારે સામાન્ય છે.

માપ દર્શાવવા આંગળીઓ વડે થતી ચેષ્ટાઓ : વિવિધ સંખ્યાનો નિર્દેશ કરવા આંગળીઓની ચેષ્ટાનો ઉપયોગ થતો હોય છે. વધારે કે ઓછો જથ્થો બતાવવા આંગળીઓની ચેષ્ટાનો ઉપયોગ થતો હોય છે - આ માટે આંગળીઓને વધારે કે ઓછી દબાવવાની કે સંકોચવા - ફેલાવાની ચેષ્ટા કરવામાં આવતી હોય છે. કોઈ ચીજના કદનો ખ્યાલ આપવા માટે પણ આંગળીઓ વડે મોટા-નાનાનો ભાવ પહોંચાડવાની ચેષ્ટા કરવામાં આવતી હોય છે. કોઈ સપાટી સુંવાળી છે કે ખરબચડી તે દર્શાવવા માટે પણ આંગળીઓ અને અંગૂઠા વડે ચેષ્ટા કરવામાં આવતી હોય છે. કોઈ ચીજને સ્પર્શતા તે ચીકણી છે કે ગરમ છે તે દર્શાવતી ચેષ્ટાઓ પણ છે.

ટચાકિયા ફોડવા : આ ચેષ્ટા વ્યક્તિની વ્યગ્રતા, વ્યાકુળતા, અસ્વસ્થતા, કંટાળો, બેચેની અને અનિર્ણાયક મનોસ્થિતિની ખબર આપે છે.

ચપટી વગાડવી : કોઈનું ધ્યાન આકર્ષવા આ ચેષ્ટા કરવામાં આવતી હોય છે. કયારેક કોઈક ઘણા વખતથી ઈચ્છિત બાબતનો એકાએક ઉકેલ મળી આવતાં વ્યક્તિ ચપટી વગાડી ઊઠતી હોય છે. ક્યારેક મનમાં એકાએક પ્રસન્નતાનો ભાવ થઈ આવતાં વ્યક્તિ ચપટી વગાડવા લાગતી હોય છે.

હથેળીઓ

સમગ્ર માનવ-ઈતિહાસ જણાવે છે કે ખુલ્લી હથેળી સચ્ચાઈ, પ્રમાણિકતા, નિષ્ઠા, આજ્ઞાંકિતતા અને સમર્પણ સાથે સંકળાયેલ છે. ઘણા શપથ હૃદય પર હથેળી ધરી રાખીને લેવામાં આવતા હોય છે, અદાલતમાં જ્યારે કોઈ પુરાવો આપી રહ્યું હોય છે ત્યારે તેની હથેળી હવામાં ઊંચી ધરી રાખે છે.

આપણા રોજબરોજના વ્યવહારમાં લોકો હથેળીની પાયાની બે સ્થિતિનો ઉપયોગ કરતા હોય છે. પ્રથમ સ્થિતિમાં વ્યક્તિ હથેળીને ઉપરની તરફ રાખે છે(આકૃતિ - ૩૧). પૈસા કે ખોરાક માગતા ભિખારીની આ લાક્ષણિક સ્થિતિ છે. બીજી સ્થિતિમાં વ્યક્તિ હથેળીને નીચેની તરફ રાખે છે જાણે કે તે કોઈ ચીજને દબાવી કે કાબૂમાં ન રાખી રહી હોય(આકૃતિ - ૩૦).

કોઈ વ્યક્તિ આપણી સાથે મુક્ત અને નિખાલસ રીતે વર્તી રહી છે કે

આકૃતિ – ૩૦ : *નીચે તરફ હથેળી*

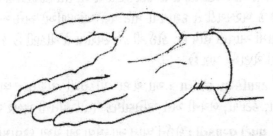

આકૃતિ – ૩૧ : *ઉપર તરફ હથેળી*

નહીં તે જાણવાનો સૌથી મૂલ્યવાન ઉપયોગ એ છે કે તેની હથેળીની સ્થિતિને જાણવી, તેનું અવલોકન કરવું. ઉદાહરણ તરીકે વ્યક્તિ જ્યારે સાવ નિખાલસ કે પ્રમાણિકતાપૂર્વક વર્તવા માગતી હોય છે ત્યારે તે એક કે બન્ને હથેળી સામેવાળી વ્યક્તિ તરફ આગળ ધરે છે અને આવું કંઈક કહે છે, "જો સાવ નિખાલસ રીતે કહું તો..." જ્યારે કોઈ વ્યક્તિ નિખાલસ કે પ્રામાણિક થવા માગતી હોય છે ત્યારે તે તેની હથેળીઓને સામેવાળી વ્યક્તિ સમક્ષ સાવ જ ખુલ્લી કરી દેવાની - પ્રદર્શિત કરી દેવાની ચેષ્ટા કરે છે. બૉડી લેંગ્વેજની અન્ય સૌ ચેષ્ટાઓની માફક આ એક સાવ જ સભાન ચેષ્ટા છે. તે તમને સહજ રીતે જ એવું માનવા પ્રેરે છે કે સામેની વ્યક્તિ સત્ય બોલી રહી છે. બાળક જ્યારે જૂઠ બોલી રહ્યું હોય છે કે કંઈક સંતાડવાની કોશિશ કરે છે ત્યારે તેની હથેળીઓ પાછળ પીઠ તરફ જતી રહે છે. તે જ રીતે કોઈ પુરુષ સ્પષ્ટતા આપવા દરમ્યાન કંઈક છુપાવવા જતાં તેની હથેળીઓ ખિસ્સામાં નાખી દે છે કે પછી અદબ વાળે છે. આ રીતે સંતાડેલી હથેળીઓ સહજ રીતે જ તેની પત્નીને ઇશારો કરી દે છે કે તે કંઈક છુપાવી

આકૃતિ - ૩૨ : "જો સાવ નિખાલસ રીતે કહું તો..."

રહ્યો છે.

વેચાણનું કામ કરતા લોકોને ઘણીવાર એ શીખવવામાં આવતું હોય છે કે ગ્રાહક જ્યારે તેમને તેમની વસ્તુ ખરીદવાની ના પાડે અને તે માટેનાં કારણો આપવા લાગે ત્યારે તેઓ જુએ કે તેમની હથેળીઓ ખુલ્લી છે કે નહીં, કારણ કે સાચાં કારણો માત્ર ખુલ્લી હથેળીઓ સાથે જ આપી શકાય છે. ખુલ્લી હથેળીઓ સાથે જૂઠું વર્તન કરવા માટે તો વ્યક્તિએ તાલીમ લેવી પડતી હોય છે ! અને માણસની તે સહજ અવસ્થા નથી.

સાચી રીતે જો ઉપયોગ કરવામાં આવે તો મનુષ્યની હથેળી તેને એક છૂપી સત્તા બક્ષતી હોય છે, તેને એક છૂપું બળ આપતી હોય છે.

આદેશ આપતી હથેળી મુખ્યત્વે ત્રણ પ્રકારની ચેષ્ટા કરતી હોય છે : ઉપર તરફ હથેળીવાળી સ્થિતિ, નીચે તરફ હથેળીવાળી સ્થિતિ, મૂઠી વાળેલી આંગળી ચીંધેલી સ્થિતિ. આ ત્રણ સ્થિતિ વચ્ચે શો તફાવત રહેલો છે તેને આપણે એક ઉદાહરણથી સમજીએ.

ધારો કે તમે કોઈકને એક પેટી ઉપાડવા અને તેને તે જ ઓરડામાં

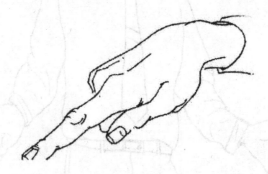

આકૃતિ - ૩૩ : *મૂઠી વાળેલી આંગળી ચીંધતી હથેળી*

બીજે ઠેકાણે મૂકવા કહો છો. આપણે એવું પણ ધારી લઈએ કે તમે તમારા અવાજનો સૂર તેનો તે રાખો છો, શબ્દો કે ચહેરા પરના ભાવો પણ બદલતા નથી, માત્ર તમારી હથેળીની સ્થિતિ જ બદલો છો.

હથેળીની ઉપર તરફની સ્થિતિ રાંકભાવ અને ભય ન જન્માવતા ભાવનો સંકેત આપે છે, તેમાં રસ્તા પરના પેલા ભિખારીના આજીજી કરતા ભાવની છાંટ રહેલી હોય છે. પેટી ખસેડવાનું કહેવામાં આવેલ વ્યક્તિને એવું નહીં લાગે કે વિનંતી ભારપૂર્વક કરવામાં આવી છે કે ઊંચા-નીચા પદનો ખ્યાલ રાખીને કરવામાં આવી છે અને તેથી તે આ વિનંતીને ફફડાટપૂર્વક કે ગંભીરતાપૂર્વક નહીં લે.

હવે જ્યારે બીજી સ્થિતિમાં હથેળીને નીચે તરફ રાખીને આદેશ આપવામાં આવશે ત્યારે તેમાં વિનંતીનો કે આજીજીનો ભાવ નહીં હોય પરંતુ તેમાં સત્તાવાહિતાનો ભાવ આવ્યો હશે. તમે જેને આદેશ આપ્યો છે તે વ્યક્તિને

લાગશે કે તમે તેને તે પેટી ખસેડવા હુકમ કર્યો છે, પછી તો તમારા સંબંધો પર આધાર રહે છે કે તે તમારી સાથે કેવી કડવાશ સાથે આગળ વધે છે. દા.ત. જો તે તમારો સમોવડિયો સહકાર્યકર હશે તો તે તમારા આ આદેશને નહીં પાળે, તે કરતાં તો તેણે તમારી ઉપર હથેળીવાળી વિનંતીને પાળવાનું પસંદ કર્યું હોત. જો તમે તેનાથી ઉચ્ચ પદ ધરાવતા હશો તો આ નીચે તરફની હથેળીવાળી સ્થિતિ તે સ્વીકારશે કારણ કે તમારી પાસે સત્તા છે.

મૂઠી વાળેલી આંગળી ચીંધતી હથેળી એક હથિયાર તકાઈ રહ્યું હોય તેવો ભાવ જન્માવે છે(આકૃતિ - ૩૩). તે સામેવાળી વ્યક્તિને જાણે તાબે થવા ન જણાવતી હોય ! આ ચેષ્ટા સામેવાળી વ્યક્તિમાં નકારાત્મક ભાવ જન્માવે છે અને પરિણામે તેની પાસેથી કામ લેવાનું મુશ્કેલ બનાવે છે. આ એક ખૂબ નારાજ કરી મૂકતી, અપાકર્ષણ જન્માવતી ચેષ્ટા છે. જો તમને આ ચેષ્ટાનો ઉપયોગ કરવાની આદત હોય તો એકવાર ઉપર હથેળીવાળી ચેષ્ટા કે નીચે હથેળીવાળી ચેષ્ટાનો ઉપયોગ કરી જુઓ. તમે જોશો કે આમ કરવાથી તમે એક વધુ હળવાશભર્યું વલણ વિકસાવશો અને અન્ય લોકો પર વધારે હકારાત્મક પ્રભાવ પાડશો.

ઉપર તરફ ખુલેલી ત્રાંસી અને કાપવાનો ઈશોરો કરતી હથેળી માર પડવાનો ઈશારો કરે છે. ચહેરા સમક્ષ બહારની તરફ આગળ ધરેલી હથેળી સામેવાળી વ્યક્તિને દૂર રહેવાનો ઈશારો કરે છે. પંજાની બધી આંગળીઓનાં ટેરવાં ભેગાં કરી તેને આગળ તરફ ઝાટકો આપી છૂટા કરવાની ચેષ્ટા દક્ષિણ ભારતમાં તિરસ્કાર સૂચવવા માટે વપરાય છે.

હથેળીઓ ઘસવી

તમે સ્પર્ધા વખતે રમતના મેદાન પર જોયું હશે કે રમતવીર લાંબી-કૂદ કે ઊંચી-કૂદ માટે દોડવાનું શરૂ કરતાં અગાઉ તેની બન્ને હથેળીઓને એકબીજી સાથે ઘસતો હોય છે. કેરમનો ખેલાડી તેની જીતનું આખરી નિશાન લેતાં અગાઉ તેની બન્ને હથેળીઓને એકબીજી સાથે ઘસતો હોય છે. રમતવીર કે ખેલાડી જાણે છે કે તે તે પ્રયત્નમાં સફળ થવાનો જ છે, તેની આવી ચેષ્ટા દ્વારા તેના મનમાં હકારાત્મક પરિણામની અપેક્ષામાં જે ભાવ રહેલો છે તે સૂચવાય છે.

કેટલીકવાર વ્યક્તિ કોઈ ખુશ થવાય તેવી જાહેરાત કરતાં અગાઉ

પણ તેની બન્ને હથેળી ઘસતી હોય છે. આ ચેષ્ટા આકસ્મિક અને અભાન હોય છે. બાળક તેના માતાપિતાને કોઈ શુભ સમાચાર આપતાં અગાઉ તેની હથેળી

આકૃતિ - ૩૪ : ઉત્તેજના સહ હથેળીઓ ઘસવી

ઘસતું હોય છે (આકૃતિ - ૩૪). ટીવી પર વિડીયો જોકી (વીજે)ને તમે વિવિધ જાહેરાતો કરતી વખતે અવારનવાર તેમની હથેળીઓને ઘસતા જોયા જ હશે.

રેસ્ટોરન્ટમાં નાસ્તાપાણી કરી લીધા બાદ વેઈટર બિલ ચૂકવીને વધેલી રકમ પાછી લાવ્યા બાદ તેની હથેળીઓ ઘસતો સહેજ દૂર ઊભો રહેતો હોય છે. તેની આ ચેષ્ટા કોઈક અપેક્ષાનો - ટીપનો - અશાબ્દિક સંદેશો આપતી હોય છે. હથેળીઓ ઘસવાની ચેષ્ટાની ગતિ અપેક્ષા માટે વ્યક્તિ કેટલી બેચેન છે તે સૂચવે છે.

મેં એક એવા ટીવી રિપેરરને જોયો હતો કે જે રિપેરિંગનું કામ કરતાં કરતાં વારંવાર જાણે તેની હથેળીને સાફ કરતો હોય, ધોતો હોય તેવી ચેષ્ટા કર્યા કરતો હતો. આ પ્રકારની ચેષ્ટા વ્યક્તિ તેના કામમાં, તેની પ્રવૃત્તિમાં ખૂબ ઓતપ્રોત થઈ ગઈ છે તેવો અશાબ્દિક સંદેશો આપે છે.

પરસેવાવાળી ભીની હથેળીઓને તેમનાં કપડાં સાથે ઘસતી વ્યક્તિઓ તેમની આ ચેષ્ટા વડે તેમની બેચેનીનો અને આત્મવિશ્વાસના અભાવનો અશાબ્દિક સંદેશો આપતી હોય છે. પુરુષો સામાન્ય રીતે તેમની હથેળીઓ લૂછવા તેમના ટ્રાઉઝરનો ઉપયોગ કરતા હોય છે. જ્યારે સ્ત્રીઓ સામાન્ય રીતે હાથરૂમાલનો ઉપયોગ કરતી હોય છે.

બાવડાં

સામાન્ય રીતે કાં તો આપણને આપણાં બાવડાં કોણીએથી વળેલાં જોવામાં આવે છે અથવા તો અદબ વાળેલાં જોવા મળે છે. બન્ને બાવડાંને પીઠ પાછળ લઈ જઈને બન્ને પંજા જોડેલા હોય તેવી ચેષ્ટા પણ જોવા મળે છે. બાવડાંને વાળવાની કે તેની અદબ વાળવાની ચેષ્ટામાં ઘણી વિવિધતા રહેલી છે અને તે પ્રમાણે તે વિવિધ અશાબ્દિક સંદેશાઓ પાઠવતી હોય છે.

મનુષ્યના અસ્તિત્વ સાથે આ ચેષ્ટા શરૂઆતથી જ જોડાયેલી છે. છાતી આગળ બન્ને બાવડાં વડે અદબ વાળવાનો મૂળ હેતુ હૃદય કે ધડના ઉપરના ભાગની રક્ષા કરવાનો હતો. અદબ એક આડશનું એક બખ્તરનું કામ કરે છે કે જે વ્યક્તિને તોળાઈ રહેલા જોખમ સામે રક્ષણ આપે છે. બાળક જ્યારે નાનું હોય છે ત્યારે તેની જાતને બચાવવા તેની મા પાછળ કે બારણા અને ટેબલ જેવી ચીજો પાછળ દોડી જતું હોય છે - અદબ વાળવાની આ ચેષ્ટા તે ચેષ્ટાનું જ અભાન અનુસરણ છે. આમ અદબ વાળેલાં બાવડાં એ આવી રહેલા આક્રમણ સામેની રક્ષણાત્મક તૈયારીનો નિર્દેશ કરે છે. આ ચેષ્ટાને અન્ય ચેષ્ટાઓ જો દૃઢતાનો ભાવ બક્ષતી હોય તો તેનો અર્થ એવો થાય કે વ્યક્તિએ પરિસ્થિતિનો સામનો કરવાનું નક્કી કરી લીધું છે, પછી ભલે પરિણામ ગમે તે આવે.

એ બાબત પણ નોંધવા જેવી છે કે આ અંગભંગિમા વ્યક્તિને સુવિધા બક્ષતી હોય છે અને તેમ તે નિરાંતનું, હળવાશનું પણ સૂચન કરે છે.

સમોવડી વ્યક્તિઓ એકબીજાના સંગાથમાં હોય છે ત્યારે અદબ વાળીને ઊભી રહેલી જોવા મળે છે. તો વળી બાળકો તેમના વડીલોની સૂચનાઓ સામે આ ચેષ્ટા કરીને પડકાર ફેંકતા હોય છે.

બહારના જોખમ સાથે પોતાની જાતને રક્ષવા માટે કરવામાં આવતી

આ રક્ષણાત્મક ચેષ્ટાની તીવ્રતા જુદી જુદી ઉંમર પ્રમાણે જુદી જુદી હોય છે. છ વર્ષનું બાળક સંતાડવાના કશા જ પ્રયત્ન વિના સાવ ખુલ્લંખુલ્લા તેની છાતી આગળ ચુસ્ત અદબ વાળતું હોય છે. જ્યારે કિશોરાવસ્થામાં પહોંચી ગયેલ વ્યક્તિ જલદી નજરે ન ચડે તેમ હળવેકથી અદબ વાળે છે અને સાથોસાથ પગની પણ આંટી મારે છે. મોટી ઉંમરના લોકો સાવ સહજ રીતે અદબ વાળતા હોય છે અને તેમાં કોઈને કશું અસ્વાભાવિક પણ નથી લાગતું.

આ ચેષ્ટા ચેપી છે. જૂથમાં એક સરખું વલણ ધરાવતી વ્યક્તિઓમાંથી કોઈ એક વ્યક્તિ અદબ વાળતાં તે વલણ ધરાવતી અન્ય સૌ વ્યક્તિઓ પણ અદબ વાળે છે અને આપોઆપ જ વક્તા સાથે સંમત થતું કે અસંમત થતું એક જૂથ રચાઈ જાય છે. એક જ સમૂહમાં પડી ગયેલા આ બે ભાગ (પેટા જૂથ) કોઈક રીતે કોઈ સમાધાન પર નથી આવતા ત્યાં સુધી તે સમૂહની પ્રવૃત્તિનું સંચાલન સુચારુ રીતે નથી થતું, કોઈક રીતે આ તાણને દૂર કરવી જ પડે છે.

અદબ વાળવાની ચેષ્ટાનું અર્થઘટન સાર્વત્રિક છે. જગતસમગ્રમાં તેને એક સંરક્ષણાત્મક ચેષ્ટા તરીકે સમજવામાં આવે છે. ફાસ્ટ કહેવા પ્રમાણે અદબ વાળવાની ચેષ્ટા 'બંધ મન'ને પ્રતિબિંબિત કરે છે. આ ચેષ્ટા કરનાર વ્યક્તિ તેના મનના દરવાજા બંધ કરી દીધા હોય છે, તે વક્તાની દલીલો સાંભળવા કે તેનાં મંતવ્યો સાથે સંમત થવા રાજી નથી.

એલન પીઝના માનવા પ્રમાણે અદબ વાળવાની ચેષ્ટા વ્યક્તિના અસ્વસ્થ, નકારાત્મક અને સંરક્ષણાત્મક વલણનો નિર્દેશ કરે છે. દેખીતું છે કે આવી વ્યક્તિ ભયથી પ્રેરાઈને વર્તી રહી છે, માટે જ તે અદબ વાળેલાં બાવડાંનો એક બફર તરીકે ઉપયોગ કરે છે અને ભય પેદા કરતા કામ કે વ્યક્તિથી બચવા અદબ પાછળ રક્ષણ મેળવે છે.

વાતચીત દરમ્યાન છૂટા અને નિરાંતમાં રહેલા હાથ-પગ શ્રોતાના ખુલ્લા મનનું સૂચન કરે છે. તે વક્તાની વાત ધ્યાનથી સાંભળશે અને મનમાં ઉતારશે. જ્યારે ચુસ્ત રીતે અદબ વાળેલી વ્યક્તિ બંધ મનનું સૂચન કરે છે. આવી વ્યક્તિ વક્તા પ્રત્યે નકારાત્મક વલણ ધરાવતી હોય છે અને વક્તા જે બોલી રહ્યો હોય છે તે પર ઓછું ધ્યાન આપે છે. ખુલ્લું મન ધરાવતી વ્યક્તિ વક્તાને સારો પ્રતિભાવ આપે છે જ્યારે બંધ મન ધરાવતી વ્યક્તિ વક્તાને ખાસ પ્રતિભાવ નથી આપતી. વાતચીતને સફળ બનાવવા વિવિધ ઉપાયો

યોજી સામેવાળી વ્યક્તિને હળવાશભરી પરિસ્થિતિમાં લાવવી જોઈએ.

કોઈ જો એમ કહેતું હોય કે અદબ વાળવાની ચેષ્ટા તેમને સુવિધા બક્ષે છે, તો તે તો દરેક ચેષ્ટા માટે સાચું છે. દરેક ચેષ્ટા વ્યક્તિને કોઈક ને કોઈક સુવિધા બક્ષતી હોય છે તેથી તો તે વ્યક્તિ તે ચેષ્ટા કરતી હોય છે ! તેનો અર્થ એવો નથી થતો કે તે ચેષ્ટા દ્વારા સૂચવાતું વલણ હકારાત્મક જ છે

બાવડાંને વાળવાની કે અદબ વાળવાની વિવિધ ચેષ્ટાઓ-મુદ્રાઓ

સામાન્ય અદબ : છાતી આગળ વાળેલા બંને હાથ બચાવ અને નકારાત્મકતાને સૂચવતી વૈશ્વિક ચેષ્ટા છે. તેના દ્વારા પ્રતિકૂળ પરિસ્થિતિથી જાતને સંતાડવાના પ્રયત્નનો સંકેત મળે છે. સામાન્ય રીતે લોકો જે સ્થળોમાં અસલામતી અને અનિશ્ચિતતા અનુભવતા હોય છે ત્યાં એટલે કે જાહેર સ્થળોએ

આકૃતિ - ૩૫ : સામાન્ય અદબ

કતારો અને લિફ્ટ્સમાં, બસ કે રેલવેમાં અથવા તો અજાણ્યા લોકોના સંગાથમાં આ ચેષ્ટા થતી જોવા મળે છે. આ ચેષ્ટા કેટલીકવાર અસુવિધા, અસંમતિ કે અસંતોષનો સંદેશો પણ પહોંચાડતી હોય છે. આવી પરિસ્થિતિમાં આ લાગણીઓને છુપાવવા ક્યારેક મરજીવિરુદ્ધ સ્મિત કરવામાં આવતું હોય છે. સામૂહિક ચર્ચાની પરિસ્થિતિમાં યા તો જાહેરસભામાં જ્યારે લોકો વક્તા સાથે સંમત ન થતા હોય ત્યારે અદબ વાળવાની મુદ્રા ધારણ કરતા હોય છે. જ્યાં સુધી તેઓ આવું વિરોધી મંતવ્ય કે વલણ ધરાવતા હોય છે ત્યાં સુધી તેઓ આ જ મુદ્રાને ધારણ કરી રાખતા હોય છે. શ્રોતાઓની વિવિધ ચેષ્ટાઓ પ્રત્યે સંવેદનશીલ વક્તા આવો વળતો નકારાત્મક પ્રતિભાવ મળતાં જ ચેતી જાય છે, તેની વ્યૂહરચના બદલે છે અને શ્રોતાગણને વધારે અનુકૂળ કરવા - તેમના ઠંડાગાર કે શત્રુતાભર્યા વલણને બદલવા - કોઈક યુક્તિ કરે છે.

જ્યારે બે જ વ્યક્તિઓ વચ્ચે વાતચીત ચાલી રહી હોય ત્યારે જો તેમાંની એક વ્યક્તિ અદબ વાળે તો તે વક્તા જે કંઈ કહી રહ્યો છે તે સાથે અસંમત છે તેવો અશાબ્દિક સંદેશો પાઠવે છે. આ વલણ અને ચેષ્ટામાં પરિવર્તન લાવવા આપણે કેટલાક ઉપાયો યોજી શકીએ. એક ઉપાય એ છે કે આવી વ્યક્તિને આપણે પુસ્તક, ફાઇલ કે પેન એવી કોઈ ચીજ પકડવા આપી શકીએ કે જેથી કરીને તેની અદબ ખૂલે. અથવા તો તેને સીધો જ એવો પ્રશ્ન પૂછી શકીએ કે "તમે કંઈક કહેવા માગતા હોવ તેમ લાગે છે, બોલો શું છે ?" અને પછી તેના મનમાં શું ચાલી રહ્યું છે તે જાણવા ચૂપચાપ થોભીએ. આ પ્રશ્ન પૂછતી વખતે પ્રશ્નકર્તા પોતાની નિખાલસતા અને પ્રમાણિકતાનો અશાબ્દિક સંદેશો આપવા ખુલ્લી હથેળીઓની ચેષ્ટા કરી શકે.

વધારે ચુસ્ત અદબ : આ ચેષ્ટામાં વ્યક્તિએ સામાન્ય અદબ જ વાળેલી હોય છે પરંતુ સાથોસાથ બન્ને પંજા વડે ચુસ્ત મૂઠી પણ વાળેલી હોય છે(આકૃતિ - ૩૬). તે આક્રમક કે દુશ્મનાવટભર્યા વલણનો સંદેશો આપે છે. ગાલ પર રતાશ ધસી આવવી અને દાંત કચકચાવવાની ચેષ્ટાઓ તેની સાથે ચેષ્ટાસમૂહ રચી શકે અને તે વ્યક્તિ શારીરિક નહીં તો ઓછામાં ઓછો શાબ્દિક હુમલો કરવાની તૈયારીમાં છે તેવો સંકેત આપે છે.

આંશિક અદબ : આ કંઈક વધારે પ્રચ્છન્ન ચેષ્ટા છે. તેના મનમાં

આકૃતિ - ૩૬ : *મૂઠ્ઠી વાળેલી અદબ, ચુસ્ત અદબ*

આકૃતિ - ૩૭ : *આંશિક અદબ*

રહેલો ભય સાવ ખુલ્લંખુલ્લા બહાર ન પડી જાય તે માટે વ્યક્તિ સાવ પ્રગટ રીતે અને પૂરેપૂરી અદબ ન વાળતાં માત્ર એક જ હાથ વડે અરધી અદબ વાળે છે(આકૃતિ-૩૭), હળવેથી અને સંકોચ સાથે. અજાણી વ્યક્તિને મળતી અને આત્મવિશ્વાસનો અભાવ અનુભવતી વ્યક્તિ આ રીતની ચેષ્ટા કરતી હોય છે. નીચા પદધારી વ્યક્તિ ઉચ્ચ પદધારી વ્યક્તિ સમક્ષ પૂરી કે અરધી અદબ વાળેલી મુદ્રામાં ઊભી રહેતી હોય છે.

બાવડાં અને અંગૂઠા : આ ચેષ્ટામાં અદબ વાળેલી હોય છે,

આકૃતિ - ૩૮ : ગુરુતાનો ભાવ દર્શાવતી બગલમાં
આંગળીઓ અને બહાર અંગૂઠાવાળી અદબ

આંગળીઓ બગલમાં હોય છે અને અંગૂઠાઓ બહાર હોય છે. પોતાના ઉપરી અધિકારીને પોતાની સમકક્ષ ગણતો નીચી પાયરીનો અધિકારી આવી ચેષ્ટા કરતો હોય છે. તેના બહાર રહેલા અંગૂઠાઓ સૂચવે છે તે વ્યક્તિ સ્વસ્થ-શાંત અને ઠંડી છે અને તે તેના ઉપરી અધિકારીની રૂબરૂમાં આત્મવિશ્વાસ અનુભવે છે. આ ચેષ્ટા તેને સલામતીની લાગણી બક્ષે છે અને તેના આત્મવિશ્વાસને પ્રદર્શિત કરે છે (આકૃતિ - ૩૮).

છાની-છપની અદબ : આ એક અત્યંત શિષ્ટ-સંસ્કૃત-ચેષ્ટા છે. જે લોકો સતત અન્ય લોકોના સંપર્કમાં આવતા હોય છે તેઓ આ ચેષ્ટાનો ઉપયોગ કરતા હોય છે. રાજકારણીઓ, સેલ્સનું કામ કરતા લોકો, અભિનેતા - અભિનેત્રીઓ જાહેર હસ્તીઓનો તેમાં સમાવેશ થાય છે. આવા લોકો એવું નથી ઇચ્છતા કે તેમનો શ્રોતાગણ એ જાણી જાય કે તેઓ કેટલા અસ્વસ્થ છે

અથવા તો તેઓ આત્મવિશ્વાસનો કેટલો અભાવ અનુભવી રહ્યા છે. અન્ય સૌ અદબ વાળવાની ચેષ્ટા માફક એક બાવડું બીજા બાવડાને પકડવા શરીરની આગળ આવે છે પરંતુ બન્ને બાવડાં અદબ વાળવા માટે વળવાને બદલે એક પંજો બીજા બાવડા પર કે બાવડા નજીક રહેલા હેન્ડબૅગ, ઘડિયાળ, બંગડી, કડું અને અન્ય કોઈ ચીજને સ્પર્શે છે(આકૃતિ - ૩૯,૪૦). આમ થતાં શરીર આગળ ફરી એકવાર આડશ કે અવરોધ રચાઈ જાય છે અને વ્યક્તિ સલામતીની લાગણી અનુભવે છે. જો કે કોઈ તાલીમબદ્ધ અવલોકનકર્તા સમજી જાય છે કે આ ચેષ્ટાઓનો કશો જ અર્થ નથી કારણ કે તેનાથી કશો હેતુ સિદ્ધ નથી થતો સિવાય કે તેનાથી બેચેની છુપાય છે.

આવી ચેષ્ટાઓને નીરખવાની ઉત્તમ પરિસ્થિતિ એ છે કે જ્યારે વ્યક્તિ પ્રેક્ષકો આગળથી પસાર થવાની હોય. ઉદાહરણ તરીકે, એક યુવતીને તેની સાથે નૃત્ય કરવાનું કહેવા જતો અને મંચ પર સૌની આગળથી પસાર થતો યુવક અથવા તો સૌની નજર સમક્ષ ખુલ્લી જગ્યામાંથી પસાર થતી મંચ પર ઈનામ લેવા જતી વ્યક્તિ.

બાવડાં વડે રચાતી આ છૂપી આડશને રચવાનું પુરુષ કરતાં સ્ત્રી માટે

આકૃતિ - ૩૯ : છૂપી અસ્વસ્થતા

આકૃતિ - ૪૦ : હેન્ડબૅગનો આડશ તરીકે ઉપયોગ

આકૃતિ - ૪૧ : *ફૂલગુચ્છનો આડશ તરીકે ઉપયોગ*

વધુ સરળ છે કારણ કે તેઓ જ્યારે અસ્વસ્થ છે ત્યારે તેમની પાસે હાથમાં પકડવા માટે હેન્ડબૅગ કે પર્સ જેવી કોઈ ચીજ હાજર હોય છે. આ ચેષ્ટાની સાવ સામાન્ય અભિવ્યક્તિ બન્ને હાથમાં પીણાના પ્યાલાને પકડી રાખવાની છે. પ્યાલાને પકડી રાખવા માટે માત્ર એક હાથ પૂરતો છે ! બે હાથનો ઉપયોગ અસ્વસ્થ, બેચેન કે ગભરાયેલી વ્યક્તિઓ પણ તાણભરી પરિસ્થિતિમાં આ છૂપી ચેષ્ટાનો ઉપયોગ કરતી હોય છે અને તેની તેમને ખબર પણ નથી હોતી !

બાવડાંને પકડવા વાળેલાં : આ ચેષ્ટામાં અદબ (ચુસ્ત અદબ) બાવડાંના પંજા બાવડાંના કોણીથી ઉપરના ભાગને પકડી રાખે (આકૃતિ - ૪૨) છે, જેથી અદબ ચુસ્ત બને છે અને બાવડાંને નિરાંતભરી સ્થિતિમાં સરકી પડતાં અટકાવે છે. ક્યારેક બાવડાં પરની પંજાની આ પકડ એટલી બધી ચુસ્ત હોય છે કે આંગળીઓમાં ફરતું લોહી બંધ થઈ જાય છે અને પંજા ફિક્કા પડી જાય છે. આ ચેષ્ટા દબાવેલા નકારાત્મક વલણનો નિર્દેશ કરે છે. તોળાઈ રહેલા જોખમથી જન્મતો ભય આવો પ્રતિભાવ પેદા કરે છે. ડૉક્ટરના વેઈટિંગરૂમમાં કે ઍરપોર્ટની સેક્યુરિટી લોન્જમાં રાહ જોઈ રહેલી વ્યક્તિ આપણને ઘણીવાર આ મુદ્રામાં જોવા મળતી હોય છે.

પીઠ પાછળ બાવડાં : આંતરિક સંઘર્ષ અનુભવતી વ્યક્તિ આ ચેષ્ટાનો આશરો લેતી હોય છે. આ ચેષ્ટામાં વ્યક્તિ એક હાથની મૂઠી વાળતી હોય છે અને તે મૂઠીવાળા હાથના કાંડાને પકડતી હોય છે અથવા તો આખા હાથને તેની પીઠ પાછળ પકડી રાખતી હોય છે. વ્યક્તિ ઊભી હોય છે ત્યારે આમ બને છે, પરંતુ કાંડાને પકડી રાખવાની ક્રિયા તો વ્યક્તિ ઊભી હોય કે બેઠી

આકૃતિ - ૪૨ : બાવડાંને પંજા વડે પકડતી ચુસ્ત અદબ

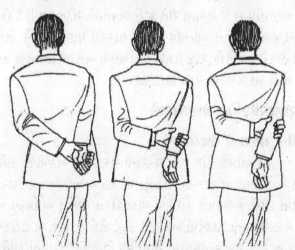

આકૃતિ - ૪૩ : પીઠ પાછળ બાવડાંને પંજા વડે પકડવાની ચેષ્ટા - જુઓ કે દરેક આકૃતિમાં પંજો બાવડાંને જુદી જુદી ઊંચાઈએથી પકડે છે

હોય બન્ને સ્થિતિમાં બને છે.

કોઈ આક્રમક કૃત્ય કરતાં પોતાની જાતને રોકતી વ્યક્તિ કાં તો મૂઠી વાળે છે અને કાંડાને પકડે છે અથવા તો આખા હાથને તે પીઠ પાછળ સજ્જડ રીતે રોકી રાખે છે.

હળવી મૂઠી વાળેલાં બાવડાંને પીઠ પાછળ રાખી જ્યારે બીજો હાથ તેને કાંડા કે બાવડાં આગળથી પકડી રાખે છે ત્યારે વ્યક્તિ તેની ગુસ્સો, હતાશા કે ભય જેવી લાગણીઓને છુપાવી રહી હોય છે. આ આત્મસંયમની ચેષ્ટા છે. શેઠની ઑફિસ બહાર રાહ જોતો ઊભો રહેલો કામદાર કે સેલ્સમેન બેચેનીનો માર્યો આવી ચેષ્ટા કરતો હોય છે.

જેમ જેમ કાંડુ પકડેલો પંજો બાવડાં પર ઉપર તરફ ખસતો જાય છે તેમ તેમ વધારે અને વધારે ક્રોધનો સંકેત મળતો જાય છે. તે વ્યક્તિ તેના વધુ અને વધુ ક્રોધને કાબૂમાં રાખી રહી હોય છે.

ખુલ્લા પંજા વડે પંજા કે કાંડાને પકડીને બાવડાને પીઠ પાછળ રોકી રાખવાની ચેષ્ટા શ્રેષ્ઠતા કે આત્મવિશ્વાસનો સંદેશો આપતી હોય છે. આમ કરવાથી વ્યક્તિના શરીરના હુમલો થઈ શકે તેવા પેટ, હૃદય કે ગળાના ભાગો ખુલ્લા થતા હોય છે જે સભાન રીતે જ નિર્ભયતાનો સંકેત આપી દે છે. આથી વ્યક્તિને હળવાશ અને આત્મવિશ્વાસની લાગણી થાય છે, તેને તેની સત્તા ચાલતી હોય તેમ લાગે છે. રાજવી ઘરાનાના સભ્યો અને ઉમરાવો તથા સત્તાસ્થાને રહેલા લોકો આ પ્રકારની ચેષ્ટા કરતા હોય છે.

હાથ સાથે સંબંધિત ચેષ્ટાસમૂહો

હાથથી - ચહેરાની ચેષ્ટાઓ

હવે આપણે હાથ અને ચહેરાની ચેષ્ટાઓને એકબીજા સાથે જોડતા કેટલાક ચેષ્ટાસમૂહોનો અભ્યાસ કરીશું. આપણે અગાઉ અવારનવાર ઉલ્લેખ કરી ગયા છીએ કે આપણે કોઈપણ એકલદોકલ ચેષ્ટાનું અર્થઘટન ન કરતાં સમગ્ર ચેષ્ટાસમૂહના સંદર્ભમાં અર્થઘટન કરવું જોઈએ. હાથ એ શરીરનો એવો અવયવ છે કે જે બધા અવયવોમાં સૌથી વધુ વિવિધતા ધરાવતાં કાર્યો કરે છે. શરીરના અન્ય ભાગોની ચેષ્ટાઓ સાથે તે અનેકવિધ ચેષ્ટાસમૂહો રચે છે. અગાઉ આપણે સમજવાની સરળતા ખાતર હાથની ચેષ્ટાઓને અલગઅલગ સમજી

ગયા, હવે આપણે તે બધી ચેષ્ટાઓને ચેષ્ટાસમૂહોના સંદર્ભમાં સમજીશું. સૌ પ્રથમ આપણે હાથ ચહેરાને તથા શરીરનાં અન્ય કેટલાંક અંગોને સ્પર્શીને જે વિશિષ્ટ ચેષ્ટાસમૂહો રચે છે તેની ચર્ચા કરીશું.

હાથ અને ચહેરાની મોટાભાગની ચેષ્ટાઓ શંકા, છેતરપિંડી, અતિશયોક્તિ, ભય અને અનિશ્ચિતતા જેવા નકારાત્મક ભાવો ધરાવે છે. ચેષ્ટાઓ ગૂઢ અને દુર્બોધ હોવાથી અને આ ભાવો વચ્ચે ભેદરેખા ખાસ સ્પષ્ટ ન હોવાથી હાથ અને ચહેરા વડે રચાતા ચેષ્ટાસમૂહોનું ચોક્કસ અર્થઘટન કરવું મુશ્કેલ છે. તે માટે બારીક અવલોકન-કૌશલ્ય અને ધૈર્ય જરૂરી છે. વળી દરેક ચેષ્ટાને આપણે તેના સંદર્ભમાં જોવાની છે તથા તે ચેષ્ટા સમગ્ર ચેષ્ટાસમૂહના ઘટનાક્રમમાં ક્યાં ગોઠવાયેલી છે, ક્યાં સ્થાન પામેલી છે તેનો પણ ખ્યાલ રાખવાનો છે, નહીંતર આપણે ખોટા તારણ પર આવીએ તેવું બને અને તે ચેષ્ટાનું ખોટું અર્થઘટન કરીએ.

મોં સાથે સંબંધિત ચેષ્ટાઓ

મોં ઢાંકવું : વાતચીત દરમ્યાન વ્યક્તિ જ્યારે મોં ઢાંકે છે ત્યારે એવો સંદેશો મળે છે કે વ્યક્તિ જૂઠ બોલી રહી છે. એવું પણ બને કે તે તેની કોઈક લાગણીને છુપાવવા માગતી હોય. વ્યક્તિ એકવાર કંઈ બોલી તો જાય

છે, પરંતુ પછી તેને જ તેણે જે કંઈ કહ્યું હોય છે તે બાબતે શંકા થાય છે ત્યારે તે તેનું મોં ઢાંકી દે છે. કેટલીકવાર વ્યક્તિ તેમ કરી પોતાની જાતને બોલતી અટકાવવા માગે છે કારણ કે તેને એવું લાગે છે કે તે જે મંતવ્ય કે અભિપ્રાય આપવા માગે છે તે કદાચ વક્તાની વિરુદ્ધમાં જાય. એવું પણ બને કે વ્યક્તિ મોં આગળ પંજો કપ આકારનો કરીને માત્ર તેની બાજુની જ વ્યક્તિને ગુસપૂસ અવાજે કંઈ કહેવા જઈ રહી હોય અને અન્ય કોઈ

આકૃતિ - ૪૪ : *મોં ઢાંકવાની ચેષ્ટા*

સાંભળી ન જાય તેની કાળજી રાખવા માગતી હોય.

કેટલીકવાર કોઈક શારીરિક તકલીફને કારણે પણ વ્યક્તિ તેના મોં આગળ હાથને લઈ જતી હોય છે. દા.ત.. તેનું ચોકઠું ઢીલું હોય અને તેને સંભાળવા હાથ મોં નજીક રહેતો હોય અથવા તો મોંમાંથી બહાર આવતી દુર્ગંધના કારણસર વ્યક્તિ મોં આગળ હાથ રાખતી હોય. કેટલીક વ્યક્તિ આદતવશ મોં આગળ હાથ રાખતી હોય તેવું પણ બને. જે તે હકીકતની પાકી ખાતરી કર્યા બાદ જ આપણે યોગ્ય અર્થઘટન કરી શકીએ.

કેટલીકવાર વ્યક્તિથી કોઈ ખોટી ટીકા થઈ જાય છે, બસ એમ જ તેના મોંમાંથી શબ્દો સરી પડે છે. આવા સંજોગોમાં વ્યક્તિને પસ્તાવો કે આશ્ચર્ય થતું હોય છે અને તે પોતાના મોં આગળ હાથ લાવી દે છે. બાળક જ્યારે કંઈક ખોટું કૃત્ય કરતાં પકડાઈ જાય છે ત્યારે ખોટું બોલતી વખતે અવશ્ય તેનો હાથ તેના મોં આગળ લઈ જાય છે. તેઓ જૂઠ બોલવા માગતા હોય અને ભૂલથી સાચું બોલાઈ જાય ત્યારે તરત જ તેઓ તેમના મોંને બન્ને પંજા વડે ઢાંકી દે છે. આકસ્મિક રીતે એકાએક મોટેથી હસી પડતી વ્યક્તિ તેનું ભાન થતાં મૂંઝવણ અનુભવે છે, ક્ષોભ અનુભવે છે અને તેના મોંને હાથ વડે ઢાંકી દે છે.

વક્તાની વાતમાં વિશ્વાસ ન ધરાવતી અને તેના તે મનોભાવને છુપાવવા માગતી વ્યક્તિ તેની બન્ને કોણી ટેબલ પર ટેકવે છે અને બન્ને પંજાને ભેગા કરીને અને વાળીને મોં આગળ રાખે છે. આવી વ્યક્તિ બોલતી કે સાંભળતી વખતે સામેવાળી વ્યક્તિ સાથે સંતાકૂકડીની રમત રમતી હોય છે : જ્યારે તે સામેવાળી વ્યક્તિના મંતવ્ય સાથે સંમત થાય છે ત્યારે તેના હાથ નીચા કરે છે અને કદાચ હથેળીઓ પણ ખુલ્લી કરે; જ્યારે તે સામેવાળી વ્યક્તિના મંતવ્ય સાથે સંમત નથી થતી ત્યારે તે પાછા પોતાના હાથ ઊંચા કરે છે અને મોં આગળ લાવી દે છે. જો આવી વ્યક્તિ તેના આ ખોટા વલણને નહીં છુપાવવાનું નક્કી કરે છે તો તે તેના હાથ નીચે કરે છે અને તેના ચહેરા પર જેવા છે તેવા ભાવને વક્તા આગળ સ્પષ્ટ રીતે ખુલ્લા થવા દે છે.

મોંની રક્ષા કરતી ચેષ્ટા : જૂઠ બોલી રહેલી વ્યક્તિ તેના જૂઠને દબાવવા આ ચેષ્ટા કરે છે. કાં તો તેના પંજા વડે તેના મોંને ઢાંકે છે અને તેનો અંગૂઠો ગાલ પર દબાયેલો હોય છે અથવા તો બે-ત્રણ આંગળી મોંમાં મૂકે છે અથવા તો પંજાની મૂઠી વળી મોંમાં ધકેલે છે. કેટલાક ચાલાક લોકો પકડાઈ ન

આકૃતિ - ૪૫ : *મોંની રક્ષા કરતી ચેષ્ટા*

જવાય તે રીતે આ ચેષ્ટા જરા જુદી રીતે કરતા હોય છે : તેઓ હળવેકથી તેમના હાથ તેમના મોં આગળ લઈ જાય છે અને બનાવટી ઉધરસ ખાય છે. વક્તા જ્યારે મોંને રક્ષવાની ચેષ્ટા કરે છે ત્યારે વક્તા કંઈ મૂંઝવણભરી પરિસ્થિતિમાં મુકાઈ જતો હોય છે. જો આવી પરિસ્થિતિ ઊભી થાય જ તો વક્તા માટે શાણપણ એમાં છે કે તે પોતાના વક્તવ્યને થોભાવે અને તેણે જે કંઈ કહ્યું હોય તે વિશે શ્રોતાઓનો પ્રતિભાવ માગે અને તેમ કરીને વાંધા-વિરોધની સ્પષ્ટતા આપવાનું એક વાતાવરણ સર્જે.

મોંમાં કોઈ ચીજ મૂકવાની ચેષ્ટા : કામ કરતી વખતે વ્યક્તિ તેના મોંમાં કોઈક ચીજ મૂકતી હોય, અથવા તો કોઈક ચીજને ચૂસતી કે ચાવતી હોય તેવાં દશ્યો આપણને અવારનવાર જોવા મળતાં હોય છે. આ ચેષ્ટા આપણને એવો સંદેશો આપે છે કે વ્યક્તિ સખત દબાણ નીચે છે અને કોઈક મોકાની રાહ જોઈ રહી છે. બોલતી વખતે જ્યારે વ્યક્તિ આ ચેષ્ટા કરે છે ત્યારે તેનો અર્થ એવો થઈ શકે કે તે વ્યક્તિ જાણી જોઈને વાર લગાડી રહી છે, તે કોઈક વધારે વિગતો મળવાની અપેક્ષા રાખી રહી છે.

વ્યક્તિ મોંમાં કેવી કેવી વિવિધ ચીજો નાખતી હોય છે ? હૂંફ અને ધરપતની ઈચ્છા રાખતું બાળક તેનો અંગૂઠો ચૂસે છે, પરીક્ષાની ચિંતામાં ડૂબેલા વિદ્યાર્થી તેના નખ કરડે છે, સમયસર તેના હિસાબ રજૂ કરવાની ચિંતામાં ડૂબેલો હિસાબનીશ તેની આંગળીઓનાં નહિયાં ત્યાં સુધી કરડતો હોય છે કે તે લાલચોળ થઈ જતા હોય છે. વ્યક્તિને જ્યારે તેની અંદરથી ધરપતની જરૂર જણાતી હોય ત્યારે તેનું ખુલ્લું પ્રગટીકરણ મોંમાં આંગળી નાખવાની ચેષ્ટા વડે થતું હોય છે. પુખ્તવયની વ્યક્તિઓ આંગળીને બદલે મોંમાં પેન, પેન્સિલ, હૂકલી કે ચશ્માની દાંડી જેવી ચીજો નાખતી હોય છે. કેટલાક તેનાં વસ્ત્રોનો કોઈક છેડો ચાવતા હોય છે અથવા તો નિર્ણય લેવામાં ઢીલ કરી રહી છે.

આકૃતિ - ૪૬ : *મોંમાં કોઈ ચીજ મૂકવાની ચેષ્ટા*

હોઠ સંબંધિત ચેષ્ટાઓ

હોઠને દબાવવા : કેટલીકવાર આપણે આપણી તર્જની (પહેલી આંગળી) હોઠ પર દબાવી દેતા હોઈએ છીએ, જાણે કે તેમાંથી બહાર આવતા શબ્દોને અટકાવી દેવા ન માગતા હોઈએ. આ ચેષ્ટા દ્વારા આપણે સામેવાળી વ્યક્તિને ચૂપ રહેવાનો ઈશારો કરીએ છીએ (આકૃતિ - ૪૭). શિક્ષકો શાળામાં આ ચેષ્ટા દ્વારા વિદ્યાર્થીઓને 'શાંતિ જાળવો'નો સંદેશો આપતા હોય છે, વાતચીતમાં વ્યસ્ત માતાપિતા કે વડીલો બાળકોને આ ચેષ્ટા દ્વારા ખલેલ ન પહોંચાડવાનો આદેશ આપતાં હોય છે. કેટલીકવાર વ્યક્તિ અંગૂઠા અને તર્જની વડે

આકૃતિ - ૪૭ : *હોઠ પર તર્જની મૂકી ચૂપ રહેવાનું કહેતી ચેષ્ટા*

રચાતી ચપટીમાં બન્ને હોઠને ભીડે છે અને શાંતિ-મૌન જાળવવા કહે છે.

નાક સંબંધિત ચેષ્ટા

નાકને ચપટી ભરવી : વ્યક્તિ જ્યારે ઊંડા વિચારમાં ડૂબેલી હોય છે કે કોઈક નિર્ણય લઈ રહી હોય છે ત્યારે તે તેના નાકને બે આંખને જોડતા સેતુ આગળથી ચપટી ભરે છે. આવે વખતે ખાસ કરીને વ્યક્તિ જો ખૂબ તીવ્ર આંતરિક સંઘર્ષ અનુભવતી હોય તો સામાન્ય રીતે તેનું મસ્તક નીચું નમેલું હોય છે અને આંખો બંધ હોય છે. આ ચેષ્ટા માટેનો એક સાવ સરળ ખુલાસો એવો છે કે વ્યક્તિ જે વિકટ પરિસ્થિતિમાં છે તે કોઈ કલ્પના, સ્વપ્ન કે અવાસ્તવિકતા તો નથી ને તેની ખાતરી કરવા પોતાની જાતને અભાન રીતે જ ચપટી ભરીને - ચૂંટલી ખણીને - જગાડવાની ચેષ્ટા કરતી હોય છે.

અંગૂઠા અને તર્જની વડે નસ્કોરાંઓને દબાવવાની ચેષ્ટા દુર્ગંધની હાજરીનું પણ સૂચન કરે છે અથવા તો સામેવાળી વ્યક્તિ એવો સંકેત આપે છે કે તે દુર્ગંધ મારે છે અથવા તો તે અણગમો ઊપજે તેવી વાત કરી રહી છે.

ગરદન સંબંધિત ચેષ્ટા

ગરદન ખોતરવી : આ ચેષ્ટામાં વ્યક્તિ જમણા હાથની તર્જની વડે કાનની બૂટ નીચેના ભાગને કે ગરદનની બાજુને ખોતરે છે. સંશોધકોનું સંશોધન એક મજાની હકીકત છતી કરે છે. તર્જની વડે ગરદનને ખોતરવાની આ ક્રિયા બરાબર પાંચ વખત બને છે, નહીં ઓછી કે નહીં વધારે ! આ ચેષ્ટા શંકા કે અનિશ્ચતતાનો સંકેત આપે છે, જાણે કે વ્યક્તિ એમ ન કહેવા માગતી હોય કે 'મને ખાતરી નથી કે હું તમારી સાથે સંમત થાઉં છું કે નહીં.' આ ચેષ્ટા સાવ ધ્યાન પર તો ત્યારે આવે છે કે જ્યારે વ્યક્તિ એવું વિરોધી વાક્ય બોલે છે કે 'તમારા પર શી વીતતી હશે તે હું સમજી શકું છું.' વ્યક્તિની શાબ્દિક

આકૃતિ - ૪૮ : *ગરદન ખોતરવી*

અભિવ્યક્તિ એક સંકેત આપે છે, જ્યારે તેની અશાબ્દિક અભિવ્યક્તિ વળી કોઈ ઑર સંકેત આપે છે.

વ્યક્તિ હળવેથી એકધારું મસ્તક, ગરદન, હડપચી કે ગાલ ખજવાળી રહી હોય અને સાથોસાથ તેની નજર ઉપર કે નીચે ઢળેલી હોય કે દૂર ખેંચાયેલી હોય તો તેનું અર્થઘટન એવું થાય કે વ્યક્તિ કંઈક યાદ કરવાનો પ્રયત્ન કરી રહી છે. આ જ ચેષ્ટા જો ઝડપથી થઈ હોય અને સાથે મસ્તક ખાસ રીતે ધુણાવવામાં આવ્યું હોત તો તેનો અર્થ એવો થાય કે વ્યક્તિ કોઈક પ્રકારની મૂંઝવણ અનુભવી રહી છે. અથવા તો તે અન્ય સૌ આગળ મૂર્ખ બની ગઈ છે તેનું તેને ભાન થયું છે.

ગરદન પર હાથ ફેરવવો : વક્તાની વાતમાં શ્રોતા પૂરેપૂરો વિશ્વાસ ન ધરાવતો હોય ત્યારે તેનો સંકેત આપણને તેની ગરદન પર પંજો ફેરવવાની ચેષ્ટા પરથી મળતો હોય છે. આ ચેષ્ટા સ્ત્રીઓ કંઈક વિચિત્ર રીતે કરતી હોય છે અને છુપાવતી હોય છે. તેને અસુવિધાદાયક કોઈ બાબત બોલતી કે સાંભળતી વખતે તે હળવેથી અને લાલિત્યભરી રીતે તેનો પંજો તેના ગળા પર લાવે છે અને ગળામાં ધારણ કરેલ કોઈ આભૂષણ પર ફેરવે છે, જાણે કે તે આભૂષણ હજુ પણ ત્યાં છે કે નહીં તેની ખાતરી ન કરી રહી હોય.

ગરદનના પાછળના ભાગ પર હથેળી લઈ જવી : વ્યક્તિ જ્યારે તેની હથેળી તેની ગરદનના પાછળના ભાગ પર મૂકે છે ત્યારે તે ચેષ્ટા એવું સૂચવે છે કે તે તેનો બચાવ કરવાની સ્થિતિમાં આવી પડી છે અથવા તો દલીલબાજીમાં તેણે તેની હાર સ્વીકારી લીધી છે. સ્ત્રીઓ આ ચેષ્ટાને વાળ ઠીક કરવાના બહાના પાછળ છુપાવી લેતી હોય છે.

ચોળવાની-ઘસવાની ચેષ્ટાઓ

આંખ ચોળવી : આંખમાં આંખ પરોવીને જૂઠ બોલવું અશક્ય છે. જૂઠને જોવું સાહજિક નથી. જૂઠ જોતાંની સાથે આંખો બંધ થઈ જાય છે. શાણો વાંદરો તેની આંખો બંધ કરી કહે છે, 'બૂરું ન જુઓ.'

સામાન્ય રીતે લોકો આંખમાં ખજવાળ આવવાથી આંખોને ચોળતા હોય છે, પરંતુ આ ચેષ્ટા તેઓને મનમાં શંકા હોય કે તેઓ કોઈને છેતરવાનો પ્રયત્ન કરી રહ્યા છે ત્યારે પણ કરતા હોય છે.

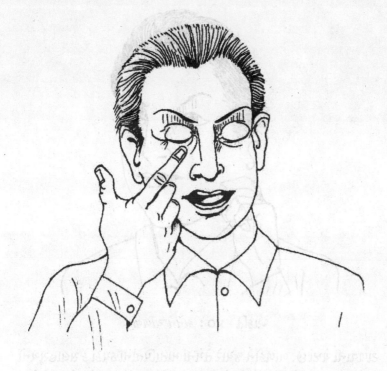

આકૃતિ - ૪૯ : આંખ ચોળવી

પુરુષો સામાન્ય રીતે તેમની આંખો બરાબરની ચોળતા હોય છે અને જો તેઓ વડે બોલાતું જૂઠ હળાહળ હોય તો તેઓ નીચે કે દૂર જોઈ જતા હોય છે. સ્ત્રીઓ આંખ નીચેના ભાગમાં હળવેકથી સહેજ ચોળતી હોય છે, તે માટે કાં તો તેમને તેવી આદત પાડવામાં આવી છે અથવા તો તેઓ તેમના મેકઅપનો ખ્યાલ કરતી હોય છે. વળી તેઓ છત તરફ નજર કરીને શ્રોતાની સામે નજર મિલાવવાનું ટાળતી હોય છે.

જૂઠ બોલતી વખતે આંગળી વડે આંખને બંધ કરવાની ચેષ્ટાથી વ્યક્તિ સરળતાથી તેની નજરને સામેવાળી વ્યક્તિથી બચાવી શકતી હોય છે.

કાનને ચોળવો : શાણો વાંદરો કહે છે, 'બૂરું ન સાંભળો.'

કાન ફરતે કે કાન પર હાથ મૂકવાની ચેષ્ટા અશુભ શબ્દોને સાંભળવાને

આકૃતિ - ૫૦ : *કાનને ચોળવો*

ટાળવાની ચેષ્ટા છે. બાળકોને જ્યારે તેમનાં માતાપિતાના ઠપકા કે સલાહસૂચનો નથી સાંભળવા હોતાં ત્યારે તેઓ તેમના બન્ને કાનને પંજાઓ વડે ઢાંકી દેતાં હોય છે. આ જ ચેષ્ટાનું મોટી ઉંમરે ભદ્ર રૂપાંતરણ એટલે કાન ચોળવાની કે કાન ફરતે હાથ મૂકવાની ચેષ્ટા. કાનને પાછળના ભાગને ચોળવો, કાનમાં આંગળી નાખી ઘુમાવવી, કાનની બૂટને ખેંચવી; તે બધાં આ જ ચેષ્ટાનાં વિવિધ સ્વરૂપો છે : આખા કાનને વાળીને કાનના છિદ્રને ઢાંકી દેવાની ક્રિયા સંકેત આપે છે કે 'બહુ સાંભળ્યું' કે 'હવે મારી પણ વાત સાંભળો'. હવે વ્યક્તિ તેની ધીરજ ગુમાવી રહી છે.

કાનમાં આંગળીઓ નાખવી : જ્યારે કોઈ વ્યક્તિ ખૂબ મોટેથી બોલી રહી હોય છે ત્યારે તેનું તે તરફ ધ્યાન દોરવા સાંભળનાર વ્યક્તિ તેના બન્ને કાનમાં આંગળીઓ નાખી દે છે. અણગમતા શબ્દો સાંભળતી વખતે તે પ્રત્યે પોતાની નારાજગી દર્શાવવા પણ વ્યક્તિ આ ચેષ્ટા કરતી હોય છે અને તેમ કરીને સામેવાળી વ્યક્તિને બોલવાનું બંધ કરવાનો અશાબ્દિક સંદેશો આપતી

હોય છે.

કેટલીકવાર વ્યક્તિ ખૂબ ધીમેથી બોલી રહી હોય ત્યારે તેને મોટેથી બોલવાનો સંકેત આપતો ઇશારો સાંભળનાર વ્યક્તિ પોતાના બન્ને કાન પાછળ પોતાના બન્ને પંજા ઊભા રાખવાની ચેષ્ટા દ્વારા કરતી હોય છે.

તર્જની અને અંગૂઠા વડે કાનની બૂટો પકડવી : વ્યક્તિ તેની ભૂલ બદલ દિલગીરી વ્યક્ત કરવા પોતાના કાનની બૂટને ખેંચતી હોય છે અને જીભ બહાર કાઢતી હોય છે, તેની આંખો પણ સહેજ પહોળી થતી હોય છે. ભારતમાં જોવા મળતી આ એક લાક્ષણિક ચેષ્ટા છે. ઘણીવાર હાથની અદબ રચી જમણા હાથ વડે ડાબા કાનની બૂટને અને ડાબા હાથ વડે જમણા કાનની બૂટને એકસાથે પકડવાની કે ખેંચવાની ચેષ્ટા વડે પણ આ દિલગીરીના ભાવને વ્યક્ત કરવામાં આવે છે.

નાકને સ્પર્શવું : આમ જોવા જઈએ તો નાકને સ્પર્શવાની ચેષ્ટા મોંને સ્પર્શવાની ચેષ્ટાનું જ વધારે છૂપું અને વધારે ભદ્ર સ્વરૂપ છે. તેમાં વ્યક્તિ

આકૃતિ - ૫૧ : *તર્જની અને અંગૂઠા વડે કાનની બૂટને પકડવી*

હળવેકથી નાક નીચે બે-ચાર વાર સ્પર્શી લેતી હોય છે અથવા જલદી નજરે ન ચડે તેવો એક ઝડપી સ્પર્શ કરી લેતી હોય છે. તો વળી કેટલીક સ્ત્રીઓ તેમના

આકૃતિ - ૫૨ : *નાકને સ્પર્શવું*

ચહેરાના મેકઅપ(રંગરોગાન)ને નુકસાન ન થાય, તે રેળાઈ ન જાય તે માટે આ ચેષ્ટા ખૂબ કાળજીપૂર્વક હળવેકથી કરતી હોય છે અને બે-ચાર વાર નાક નીચે અડકી લેતી હોય છે.

નાકને સ્પર્શવાની ચેષ્ટાના ઉદ્ભવ વિશે એક સ્પષ્ટતા એવી છે કે જેવો નકારાત્મક વિચાર મનમાં પ્રવેશે કે અવચેતન મન હાથને મોં ઢાંકી દેવાની સૂચના આપે છે; પરંતુ છેલ્લી ઘડીએ, આ ચેષ્ટા સ્પષ્ટ રીતે ખુલ્લી પડી ન જાય તે માટે હાથ ચહેરાથી દૂર જાય છે અને નાકને સ્પર્શે છે. ત્રીજો એક ખુલાસો એવો છે કે ખોટું બોલવાની ક્રિયા નાકમાં આવેલા જ્ઞાનતંતુઓને ઉત્તેજિત કરે છે અને નાકમાં એક ઝણઝણાટીની લાગણી થાય છે અને હાથ તે તરફ ગતિ કરી જાય છે અને નાકને ઘસે છે.

પરંતુ આવું તો નાકમાં ખંજવાળ આવે તો પણ બને, તેનું શું ? વ્યક્તિને જ્યારે નાકમાં ખજવાળ આવે છે ત્યારે તે નાકને પ્રયત્નપૂર્વક ઘસે છે અથવા તો ખોતરે છે, જ્યારે ઝણઝણાટી વખતે નાકને સ્પર્શવાની ચેષ્ટા તો

સાવ મૃદુ હોય છે, જલદી નજરે ન ચડે તેવી પણ હોય.

નાકને સ્પર્શવાની આ ચેષ્ટા વક્તા તેમજ શ્રોતા બન્ને વડે થતી હોય છે; વક્તા તેની છેતરપિંડીને છુપાવવા માટે તેનો ઉપયોગ કરે છે, શ્રોતા તેના મનમાં વક્તાના શબ્દો માટે ઊભી થતી શંકાનો અશાબ્દિક સંકેત આપવા માટે તેનો ઉપયોગ કરે છે .

ગરદનને ચોળવી : તેમની ગરદનના પાછળના ભાગને ચોળવાની આદત ધરાવતા લોકો નકારાત્મક કે આલોચનાત્મક હોવાનું વલણ ધરાવતા હોય છે, જ્યારે જેઓ ભૂલનો અશાબ્દિક સંદેશો આપવા માટે તેમના કપાળને આદતવશ ચોળતા હોય છે તેઓ પ્રમાણમાં વધારે નિખાલસ અને બેફિકર હોય છે.

કોલરને ખેંચવો : જૂઠું બોલતા લોકો પર જે સંશોધનો થાય છે તેનું એક તારણ એવું છે કે વ્યક્તિ જ્યારે જૂઠ બોલે ત્યારે તેના ચહેરા અને ગરદનની માંસપેશીઓમાં એક હળવી ઝણઝણાટી વ્યાપી જાય છે અને તે કારણસર વ્યક્તિને ગરદનને ચોળવી કે ખોતરવી પડતી હોય છે. કેટલાક લોકો જૂઠ બોલે છે અને

આકૃતિ - ૫૩ : *કૉલરને ખેંચવો*

તેમને શંકા પડે છે કે તેઓ પકડાઈ ગયા છે ત્યારે તેઓ તેમનો કૉલર ખેંચે છે તે માટેનો ખુલાસો આ તારણમાંથી મળતો લાગે છે. જાણે એવું બનતું હોય તેમ લાગે છે કે આવી પરિસ્થિતિમાં વ્યક્તિની ગરદન પર સહેજ પરસેવો ફૂટી નીકળે

છે અને તેમાંથી રાહત મેળવવા તેને તેનો કૉલર ખેંચવો પડે છે. વ્યક્તિ જ્યારે ક્રોધિત અને હતાશ હોય છે ત્યારે પણ તેને તેનો કૉલર તેની ગરદનથી દૂર ખેંચવાની જરૂર પડે છે, તેથી ઠંડી હવાની અવરજવર થાય છે અને રાહત મળે છે. આ ચેષ્ટા કરતી ઠગ વ્યક્તિને તમે 'મહેરબાની કરીને જરા ફરી કહેશો ?' કે 'જરા કૃપા કરીને મને તમારી વાત સમજાવશો ?' જેવા પ્રશ્નો પૂછીને ઠેકાણે લાવી શકો છો.

ગાલ અને હડપચી પર જતો પંજો

સારો વક્તા એ છે કે જે સહજ રીતે જ જાણી જાય કે તેનો શ્રોતાગણ ક્યારે રસપૂર્વક સાંભળી રહ્યો છે અને ક્યારે નિરસ થઈ ગયો છે અને કંટાળો અનુભવવા લાગ્યો છે. તે જ રીતે સારો સેલ્સમેન એ છે કે જેને સહજ રીતે જ એ ખબર પડી જાય છે કે તેના ગ્રાહકનો રસ કઈ કઈ બાબતોમાં રહેલો છે. પંજાથી-ગાલની અને પંજાથી-હડપચીની કેટલીક ચેષ્ટાઓ એવી છે કે જે સદ્નસીબે સેલ્સમેનને એ માહિતી આપે છે કે તેના ગ્રાહકના મનમાં શું ચાલી રહ્યું છે.

કંટાળો અને અધીરાઈ દર્શાવતી ચેષ્ટાઓ : શ્રોતા જ્યારે તેના મસ્તકને ટેકો આપવા તેના પંજાનો ઉપયોગ કરવા લાગે ત્યારે સમજવું કે કંટાળો આવવાની શરૂઆત થઈ છે અને તેનો પંજો તેના મસ્તકને ઊંઘમાં પડી ન જવાય તે માટે ટેકો આપી રહ્યો છે(આકૃતિ - ૫૪). તેનું બાવડું અને પંજો તેના મસ્તકને કેટલા પ્રમાણમાં ટેકો આપી રહ્યો છે તેના પરથી વક્તા જાણી શકે છે કે તેનો શ્રોતા કેટલો કંટાળ્યો છે. જ્યારે શ્રોતા તેના મસ્તકનો સમગ્ર ભાર તેના પંજા અને બાવડાં પર નાખી દે ત્યારે સમજવું કે તે સાવ જ નિરસ થઈ ગયો છે અને કંટાળી ગયો છે અને જ્યારે તે ટેબલ પર મસ્તક ટેકવીને નસ્કોરાં બોલાવવા લાગે ત્યારે તો સમજી લેવું કે તેની સાંભળવાની સહનશક્તિની હદ આવી ગઈ છે.

શ્રોતા જ્યારે તેની આંગળીઓ વડે ટેબલ પર અને પગ વડે ફરસ પર તાલ દેવા લાગે ત્યારે એમ ન સમજવું કે તે કંટાળી ગયો છે, પરંતુ તેનો અર્થ એવો થાય છે કે તે અધીરો થયો છે. આંગળીઓ અને પગ વડે અપાતા આ તાલની ઝડપ અધીરાઈની તીવ્રતા સૂચવે છે. જેમ તાલ ઝડપી તેટલી અધીરાઈ

આકૃતિ - ૫૪ : *કંટાળો દર્શાવતી ચેષ્ટા*

વધારે. આવા શ્રોતાના આ નકારાત્મક વલણનો ચેપ અન્ય શ્રોતાઓને ન લાગે તે માટે વક્તાની નજરમાં આવો સંકેત આવે કે તરત તેણે કોઈ કુનેહભરી ચાલ ચાલીને તે શ્રોતાને તેની વાતમાં રસ લેતો કરવો જોઈએ. કંટાળો અને અધીરાઈનો સંકેત આપતો શ્રોતાગણ વક્તાને એવો અશાબ્દિક સંદેશો પાઠવી રહ્યો છે કે હવે તેણે તેના વક્તવ્યનો અંત લાવવો જોઈએ.

મૂલ્યાંકન થઈ રહ્યું છે તેમ સૂચવતી ચેષ્ટા : વ્યક્તિ વાત કરી રહી હોય ત્યારે કેટલીકવાર એવી પરિસ્થિતિ હોય છે કે એક વ્યક્તિ બીજી વ્યક્તિ જે કંઈ કહી રહી હોય છે તેનું મૂલ્યાંકન કરતી હોય છે અને તેના પર પોતાની આગળની હિલચાલને નક્કી કરતી હોય છે.

ગાલ પર મૂઠી વાળેલો પંજો હોય અને તર્જની ઉપર તરફ ચીંધાઈ રહી હોય તેવી ચેષ્ટા સંકેત આપે છે કે તે વ્યક્તિ શ્રોતાનું મૂલ્યાંકન કરી રહી છે (આકૃતિ - ૫૫).જો શ્રોતા વક્તાના વક્તવ્યમાંથી રસ ગુમાવે છે અને માત્ર ઔપચારિકતા ખાતર રસ હોવાનો ડોળ કરે છે તો આ મુદ્રામાં સહેજ ફરક પડે

આકૃતિ - ૫૫ : *મૂલ્યાંકન કરવામાં આવી રહ્યું છે તેમ સૂચવતી ચેષ્ટા*

છે, તે સંજોગોમાં તેનું મસ્તક હથેળીના કાંડાવાળા ભાગ પર ટેકો લેવા લાગે છે. કોઈ કંપનીના પ્રેસિડેન્ટ તેમનું નિરસ અને કંટાળાજનક ભાષણ આપી રહ્યા હોય ત્યારે તે કંપનીના નીચેની પાયરી પર આવેલા મેનેજરોની દશા આવી થતી હોય છે, પરંતુ જો તેમનો પ્રેસિડેન્ટ ચતુર હોય તો આ ચેષ્ટા તેના ધ્યાન પર આવતાં તરત જ તે તેનું વક્તવ્ય ટૂંકાવી દે છે અને સાથોસાથ એ સમજી પણ જાય છે કે તેના કેટલાક મેનેજરો નિષ્ઠાવાન નથી અથવા તો ખોટી ખુશામતનો આશરો લઈ રહ્યા છે.

ખરા રસનો સંકેત ત્યારે મળે છે કે જ્યારે પંજો ગાલ પર હોય છે અને તેનો ઉપયોગ મસ્તકને ટેકો આપવામાં નથી થતો હોતો. ભાષણ વખતે કંપનીનો પ્રેસિડેન્ટ સૌને સતર્ક રાખવા એમ કહી શકે કે, 'તમે સૌ મને રસપૂર્વક સાંભળી રહ્યા છો તેથી મને ખૂબ આનંદ થઈ રહ્યો છે, થોડી જ ક્ષણો બાદ હું તમને કેટલાક પ્રશ્નો પૂછવાનો છું.' આથી તરત જ તેના શ્રોતાગણમાં એક ફફડાટ વ્યાપી જાય છે અને સૌને તેને ધ્યાનપૂર્વક સાંભળવા લાગે છે.

આ મુદ્રામાં જ્યારે તર્જની સીધી ઉપર તરફ ચીંધાયેલી હોય અને અંગૂઠો હડપચીને ટેકો આપતો હોય ત્યારે તેનું અર્થઘટન એવું થાય કે શ્રોતા વક્તા પ્રત્યે નકારાત્મક કે આલોચનાત્મક દૃષ્ટિ ધરાવી રહ્યો છે

આકૃતિ - ૫૬ : *મૂલ્યાંકન વત્તા નકારાત્મક અને આલોચનાત્મક દૃષ્ટિ*

(આકૃતિ - ૫૬). નકારાત્મક વિચારો ચાલુ રહેતાં કેટલીકવાર તર્જની આંખ નજીક જ્યાં તેનો સંપર્ક થયો હોય ત્યાં ચોળે છે કે ખેંચે છે. કોઈ પણ ચેષ્ટા કે મુદ્રા લાંબો સમય ટકી રહેતાં તે વ્યક્તિના વલણ પર અસર કરે છે. આ મુદ્રા લાંબો સમય ટકી રહેતા આલોચનાત્મક દૃષ્ટિ પણ લાંબો સમય ટકી રહેશે. વક્તાએ શ્રોતાની આ મુદ્રાને કોઈક યુક્તિ કરી બદલવી જોઈએ અથવા તેનું વક્તવ્ય બંધ કરવું જોઈએ. મુદ્રા બદલવાનો એક સરળ ઉપાય એ છે કે વક્તાએ શ્રોતાના હાથમાં કોઈક ચીજ પકડાવી દેવી. તેની મુદ્રા બદલાતા તેનું વલણ પણ બદલાશે. આ મુદ્રાને કેટલીકવાર ભૂલથી રસ પડવાની મુદ્રા તરીકે સમજી લેવામાં આવતી હોય છે, પરંતુ અંગૂઠા પર મસ્તકનો ટેકો આલોચનાત્મક દૃષ્ટિનું સૂચન કરે છે.

હડપચી પર પંજો ફેરવવો : તમે જ્યારે કોઈ શ્રોતાસમૂહ આગળ કોઈ ખ્યાલને રજૂ કરો તે સમયે તમારા શ્રોતાઓનું કાળજીપૂર્વક નિરીક્ષણ કરશો તો એક મજાની બાબત તમારા ધ્યાન પર આવશે. શ્રોતાગણના મોટાભાગના સભ્યો મૂલ્યાંકન-મુદ્રા ધારણ કરવા તેમનો એક પંજો તેમના ચહેરા પર લઈ જશે. તમારી વાત પૂરી થતાં શ્રોતાગણને જ્યારે તમે તેમના અભિપ્રાયો અને સૂચનો માટે પૂછશો કે તરત આ મૂલ્યાંકન-મુદ્રામાં સહેજ ફેરફાર થશે અને પંજો હડપચી પર ફરવા લાગશે. હડપચી પર પંજો ફેરવવાની આ ચેષ્ટા સંકેત આપે છે કે શ્રોતા કોઈક નિર્ણય લઈ રહ્યો છે. આ સંજોગોમાં શ્રોતા હકારાત્મક નિર્ણય લઈ રહેલ છે કે નકારાત્મક નિર્ણય લઈ રહેલ છે તેની જાણ તેના હલનચલન પરથી થાય છે. શ્રોતા, ગ્રાહક કે અસીલ જ્યારે આ નિર્ણય લેવાની મુદ્રામાં હોય

આકૃતિ - ૫૭ : *હડપચી પર પંજો ફેરવવો, નિર્ણય લેતી મુદ્રા*

ત્યારે સમજુ સેલ્સમેન તેને ખલેલ નથી પહોંચાડતો પરંતુ તેના હલનચલનનું અવલોકન કરે છે. નિર્ણય લેવાની મુદ્રા બાદ શ્રોતા વડે કરવામાં આવતાં હલનચલનો વક્તા માટે અત્યંત મહત્ત્વનાં છે. તેનું અવલોકન વક્તાને હવે આગળ શું કરવું તેનું માર્ગદર્શન આપે છે. જો હડપચી પર હાથ ફેરવવાની ચેષ્ટા બાદ શ્રોતા અદબ વાળીને અને પગની આંટી ચડાવીને ખુરશીને પાછળ તરફ ટેકો દઈને બેસવાની ચેષ્ટા કરે તો વક્તાએ સમજવું કે તેને નકારનો અશાબ્દિક સંદેશો મળી ગયો છે. આ સંજોગોમાં વક્તાએ (સેલ્સમેને) શ્રોતાને (ગ્રાહકને) શાબ્દિક રીતે 'ના' પાડવાની તક ન આપતાં ફરીવાર તેમની આગળ તેની વાત જરૂરી ફેરફાર સાથે રજૂ કરવી જોઈએ.

હડપચી પર હાથ ફેરવવાની ચેષ્ટા બાદ જો ગ્રાહક તરફથી આતુરતાનો - વાત સ્વીકારવાનો - કોઈ સંકેત મળે તો વક્તાએ તરત ગ્રાહકને એ પૂછવું જોઈએ કે ગ્રાહક કઈ રીતે રકમ ચૂકવવા માગે છે. આ પ્રશ્ન પૂછતાં જ ગ્રાહક ખરીદી માટેનું આગળનું પગલું ભરે છે. ગ્રાહક તરફથી 'તૈયારી દર્શાવતી ચેષ્ટા'ના સંકેત માટે જુઓ આકૃતિ.

'નિર્ણય લેતી મુદ્રા'માં વિવિધતા : કેટલાક લોકો નિર્ણય લેતી વખતે હડપચી પર હાથ ફેરવવાને બદલે જો તેઓ ચશ્મા પહેરતા હોય તો ચશ્મા ઉતારીને તેની એક દાંડી તેમના મોંમાં મૂકતા હોય છે, હૂકલી પીનાર વ્યક્તિ તેની હૂકલીના છેડાને મોમાં મૂકતી હોય છે. તેને નિર્ણય માટે પૂછ્યા બાદ વ્યક્તિ જ્યારે પેન કે આંગળી જેવી કોઈ ચીજને તેના મોંમાં મૂકે છે ત્યારે એવો સંકેત આપે છે કે તે વ્યક્તિને હજુ શો નિર્ણય લેવો તેની પૂરી ખાતરી નથી અને માટે તે મોંમાં કોઈ ચીજને રાખીને તે માટેનો સમય મેળવી રહી છે. મોંમાં કોઈ ચીજ હોય અને બોલવું તે ખરાબ રીતભાત હોવાથી ગ્રાહક આવી ચેષ્ટા કરીને તે ક્ષણ પૂરતું તો નિર્ણય જાહેર કરવાનું ટાળી શકે છે.

કેટલીકવાર કંટાળો, મૂલ્યાંકન અને નિર્ણય લેવાની મુદ્રાઓ એક સાથે અભિવ્યક્ત થતી હોય છે અને શ્રોતાનાં વિવિધ વલણોનો એક સાથે સંકેત આપતી હોય છે (આકૃતિ -૫૮). તેમાં મૂલ્યાંકન-મુદ્રા ગાલ પરથી ખસીને હડપચી પર આવી છે, સાથોસાથ હાથ હડપચી પર ફરી રહ્યો છે. વ્યક્તિ પ્રસ્તાવનું મૂલ્યાંકન કરી રહી છે અને સાથોસાથ નિર્ણય પણ લઈ રહી છે. જ્યારે વ્યક્તિ વક્તામાં રસ ગુમાવવા લાગે છે ત્યારે મસ્તક હાથનો ટેકો લેવા લાગે છે

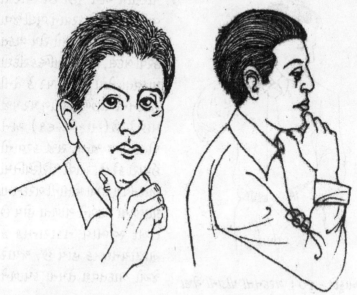

આકૃતિ - ૫૮ : *મૂલ્યાંકન, નિર્ણય ચેષ્ટાસમૂહ*

આકૃતિ - ૫૯ : *મૂલ્યાંકન, નિર્ણય, કંટાળો ચેષ્ટાસમૂહ*

(આકૃતિ - ૫૯). વ્યક્તિ મૂલ્યાંકન-મુદ્રામાં છે અને તેના હાથના અંગૂઠા પર મસ્તક ટેકો લઈ રહ્યું છે.

મસ્તક ચોળવું અને મસ્તક પર ટપલી મારવાની ચેષ્ટા : કૉલરને ખેંચવાની ચેષ્ટાની જ આ એક વધુ અતિશયોક્તિભરી ચેષ્ટા છે. વ્યક્તિ જાણે ડોકમાં કોઈ પીડા ન થઈ રહી હોય તેમ તે પોતાની ગરદનના પાછળના ભાગને તેની હથેળી વડે ચોળે છે(આકૃતિ-૬૦). ખોટું બોલતી વખતે જે વ્યક્તિ આ ચેષ્ટાનો ઉપયોગ કરે છે તે તમારી નજર સાથે નજર નથી મેળવતી અને નીચે જોઈ જાય છે. આ ચેષ્ટા ક્રોધ અને હતાશાનો પણ સંકેત આપે છે. જ્યારે તેમ હોય છે ત્યારે વ્યક્તિ પ્રથમ તેની ગરદનના પાછળના ભાગને તેના પંજા વડે ફટકારે છે અને પછી ચોળવા લાગે છે. આવી ચેષ્ટા આપણને એક આવી પરિસ્થિતિમાં જોવા મળતી હોય છે : ધારો કે તમે તમારા હાથ નીચેની વ્યક્તિને કોઈક કામ પતાવવાનું સોંપ્યું છે અને તે વ્યક્તિ તેને કરવાનું ભૂલી જાય છે અથવા તો સમયસર નથી પતાવી શકતી. તમે જ્યારે તે વ્યક્તિને તે કામના

આકૃતિ - ૬૦ : *ગરદનની પીડાની ચેષ્ટા*

પરિણામ અંગે પૂછો છો ત્યારે તે વ્યક્તિ તે કામને કરવાનું ભૂલી જવા બદલ, તે પ્રત્યે પોતાનો રોષ વ્યક્ત કરવા બદલ, તેનો અશાબ્દિક સંદેશો પાઠવતાં તેના કપાળ પર કે તેની ગરદનના પાછળના ભાગ પર પંજો પછાડે છે (આકૃતિ-૬૧) અને પોતાની જ જાતને સજા કરવાનો ઈશારો કરે છે. આવી પરિસ્થિતિમાં આદતવશ જેઓ પોતાની ગરદનના પાછળના ભાગને ચોળતા હોય છે તેઓ સ્વભાવે નકારાત્મક કે આલોચનાત્મક હોય છે, જ્યારે જેઓ આદતવશ તેમના કપાળને

આકૃતિ - ૬૧ : *કપાળ પર કે મસ્તક પર ટપલી મારવાની ચેષ્ટા*

ચોળતા હોય છે તેઓ ખુલ્લા મનના, મળતાવડા અને બેફિકર હોય છે.

હાથથી મસ્તકની ચેષ્ટાઓ

આકૃતિ - ૯૨ : *પંજામાં મસ્તક*

પંજામાં મસ્તક : એક કે બન્ને પંજા પર ગાલ આગળથી ટેકવેલ મસ્તક હતાશા, શોક અથવા તો લાંબી વિચારણાનો કે કંટાળાનો સંકેત આપે છે, તે ઊંડો રસ પણ સૂચવે છે. જે તે ભાવનો સંદેશો આંખોમાં રહેલા ભાવ પરથી નક્કી થતો હોય છે. જો મસ્તકને હથેળીઓ પર સાવ જ ટેકવી દેવામાં આવેલ હોય તો તે અત્યંત કંટાળાનો અને રસના અભાવનો સંદેશો આપે છે. અડધી ઢંકાયેલી આંખો અને નમી ગયેલી નજર શોક સૂચવે છે.

પંજામાં ઢંકાઈ ગયેલ મસ્તક : વ્યક્તિનું મસ્તક ગાલ આગળથી બન્ને હથેળીઓ પર ટેકો લઈ રહ્યું હોય, પંજાની આંગળીઓ મસ્તક પર ફેલાયેલી હોય અને બન્ને કોણીઓ ટેબલ પર ટેકવેલ હોય તો એવું બને કે વ્યક્તિ ઊંડા વિચારમાં ડૂબેલી હોય અથવા તો કટોકટીભરી પરિસ્થિતિમાં આવી પડી હોય.

મસ્તક પાછળ હાથ : આ ચેષ્ટાનો ઉપયોગ મોટેભાગે વકીલો, મેનેજરો, સેલ્સમેનો, હિસાબનીશો જેવા આત્મવિશ્વાસ ધરાવતા, પ્રભાવશાળી કે ઉચ્ચપદાધિકારી લોકો કરતા હોય છે. આવા લોકોના મનમાં જો તમે પ્રવેશી શકો અને વાંચી શકો તો 'બધી જ સમસ્યાઓના ઉકેલ મારી પાસે છે', 'એક દિવસ તમે પણ મારા જેવા ચતુર બનશો' કે 'બધું જ નિયંત્રણ હેઠળ છે' જેવાં વાક્યો સતત રમ્યા કરતાં હોય છે. 'હું બધું જ જાણું છું' તેવો ભાવ ધરાવતી વ્યક્તિની આ ચેષ્ટા છે. માટે જ સૌ તેના પ્રત્યે ચીડભર્યો ભાવ ધરાવતા

આકૃતિ - ૯૩ : *મસ્તક પાછળ પંજા*

હોય છે. વ્યક્તિ આવી ચેષ્ટા પોતાના ઉપરી આગળ કદી નથી કરતી, પરંતુ પોતાના હાથ નીચેના માણસો સમક્ષ કે ક્યારેક પડકારનો ભાવ વ્યક્ત કરવા પોતાની સમોવડી વ્યક્તિ આગળ આ ચેષ્ટા કરતી હોય છે.

આવી પરિસ્થિતિમાં હકારાત્મક પ્રતિભાવ મેળવવા કેટલાક ઉપાય યોજી શકાય. વ્યક્તિના આવા શ્રેષ્ઠતાના વલણ પાછળ રહેલા કારણને જાણવા તમે ઉપર તરફ ખુલ્લી હથેળીઓ રાખી આગળ તરફ નમીને કહી શકો કે, 'હું જાણું છું કે તમે આ વિશે જાણો છો. કંઈક કહેવા કૃપા કરશો?' અને પછી હથેળી સાવ સ્પષ્ટ દેખાય તેમ રાખી જવાબની રાહ જોતા બેસી રહો. બીજો ઉપાય એ છે કે વ્યક્તિને તેની મુદ્રા બદલવા ફરજ પાડો. તેની મુદ્રા બદલાતાં તેનું વલણ બદલાશે. આ માટે તમે તેનાથી દૂર કોઈ ચીજ મૂકી શકો અને પછી કહી શકો કે 'તમે આ જોયું છે?' આથી તેને તે જોવા આગળ તરફ નમવાની ફરજ પડશે. એક અન્ય ઉપાય એ છે કે તમે સામેવાળી વ્યક્તિની આ ચેષ્ટાની નકલ કરો. તેમાંયે જો સામેવાળી વ્યક્તિ ઠપકો આપવાના મિજાજમાં આ ચેષ્ટા કરી રહી હશે તો તેને સામે પડકાર ખડો થયેલો લાગશે. હવે જો બન્ને વ્યક્તિ સમોવડી - દા.ત. બે વકીલો - હશે તો સામેવાળી વ્યક્તિ આ ચેષ્ટા વડે મળતા અશાબ્દિક સંદેશાને સમજી જશે અને ઢીલી પડશે, પરંતુ જો આ નકલ કરવાની ચેષ્ટા કોઈ વિદ્યાર્થી તેના શિક્ષક કે આચાર્ય આગળ કરવા જશે તો તે ઉદ્ધતાઈનો અશાબ્દિક સંદેશો આપશે.

ઘણીવાર આ ચેષ્ટાની નકલ દ્વારા સામેવાળી વ્યક્તિને એવો અશાબ્દિક સંદેશો પાઠવવામાં આવતો હોય છે કે 'હું તમારી સાથે સંમત છું.'

લમણા પર આંગળીઓના વેઢા અથડાવવા : સામાન્ય રીતે વાટાઘાટો કે વિચારોની આપલેમાં આવેલા ભંગાણને કારણે ઉદ્‌ભવતી અકળામણને સૂચવતી તે એક ચેષ્ટા છે. આ ચેષ્ટા એક કે બન્ને હાથે કરવામાં આવે છે. સામેવાળી વ્યક્તિને તે દ્વારા એવો અશાબ્દિક સંદેશો પાઠવવામાં આવે છે કે તે તેનાં મંતવ્યો, દૃષ્ટિ કે પ્રતિભાવમાં જિદ્દી છે, જડ છે.

લમણા આગળ તર્જનીને ધરીને સ્ક્રૂની જેમ ઘુમાવવાથી એવો અશાબ્દિક સંદેશો મળે છે કે સામેવાળી વ્યક્તિ મગજની ચસ્કેલ છે કે જડબુદ્ધિ વર્તન કરી રહેલ છે (આકૃતિ - ૬૪).

આકૃતિ - ૬૪ : *લમણા આગળ તર્જની ઘુમાવવાની ચેષ્ટા*

લમણાને આંગળીના ટેરવા વડે ટપકારવું : આ ચેષ્ટા સામેવાળી વ્યક્તિને અશાબ્દિક સંદેશો આપે છે કે 'ભેજું છે કે નહીં ?' એક કે બન્ને હાથ વડે આ ચેષ્ટા થાય છે. સામેવાળી વ્યક્તિ ઓછી બુદ્ધિની કે જડબુદ્ધિની છે તેવું પણ તેનાથી સૂચવાય છે. આગળ ચર્ચી ગયા તે જ ચેષ્ટાનું આ એક અન્ય સ્વરૂપ છે.

પંજાથી ગરદન પરની ચેષ્ટા

રોજબરોજના વ્યવહાર દરમ્યાન વ્યક્તિ પોતાની વાત સાચી છે તે સોગંદપૂર્વક દર્શાવવા ગરદન પર ત્રાંસો ખુલ્લો પંજો રાખવાની ચેષ્ટા કરતી હોય છે. આ ઉપરાંત ગળાની હૈડિયા નજીકની ચામડીને ચપટીમાં પકડીને વ્યક્તિ પોતે સાચુ બોલે છે તેવા સોગંદ ખાવાની ચેષ્ટા કરતી હોય છે.

પંજાથી છાતીની ચેષ્ટા

પંજાને છાતી પર લઈ જવાની ચેષ્ટા મોટેભાગે પુરુષોની ચેષ્ટા છે (આકૃતિ - ૬૫). સ્ત્રીઓ સામાન્ય રીતે આ ચેષ્ટા તેમના વક્ષસ્થળને રક્ષવા માટે કરતી હોય છે, ઢાંકવા માટે કરતી હોય છે. બન્ને સંજોગોમાં તે

આકૃતિ - ૬૫ : છાતી પર પંજો રાખવાની ચેષ્ટા

પ્રમાણિકતાનું સૂચન કરે છે. સદીઓથી લોકો તેમના વફાદારી, પ્રમાણિકતા અને સમર્પણના ભાવોને વ્યક્ત કરવા તેમના હાથને તેમની છાતી પર મૂકતા આવ્યા છે. રોમન લોકો એક હાથ તેમની છાતી પર રાખીને અને બીજો હાથ તેઓ જે વ્યક્તિને આદર આપવા માગતા હોય તેમની તરફ લાંબો કરીને સલામી ભરતા હતા. બાળકો વચન આપતી વખતે કે તેમની વાતની સચ્ચાઈની ખાતરી કરવા તેમનો જમણો ખુલ્લો પંજો હવામાં ઊંચો કરતા હોય છે અને બીજો હાથ તેમની છાતી પર મૂકતા હોય છે. આ એક બાલિશ હરકત છે, મોટાઓ તેનો ઉપયોગ નથી કરતા.

નિતંબ પર પંજા

આકૃતિ - ૬૬ : નિતંબ પર પંજા

આ એક સાવ ખુલ્લી ચેષ્ટા છે કે જે તરત જ નજરે પડતી હોય છે. સ્થિરતા માટે વ્યક્તિ પગ પહોળા રાખી ઊભી રહે છે અને નિતંબ પર બન્ને પંજા હોય છે. વ્યક્તિ જાણે કંઈક કરવા માટે તૈયાર હોય કે પછી કોઈક કાર્ય કરવાને તે સમર્થ છે કે પછી જાણે આક્રમણ કરવા ન માગતી હોય તેવો અશાબ્દિક સંદેશો આ મુદ્રા વડે પાઠવે છે.

રમતના મેદાનમાં ખેલાડી કોઈ સ્પર્ધામાં ભાગ લેવા તૈયાર હોય ત્યારે આ મુદ્રામાં ઊભો હોય છે. વ્યવસાયિક કે ધંધાની પરિસ્થિતિમાં વ્યક્તિ જ્યારે આ મુદ્રામાં

ઊભી હોય છે ત્યારે તે અન્ય સૌ સાથીદારોને એવો અશાબ્દિક સંદેશો પાઠવી રહી હોય છે કે તે સૌ તેની સૂચનાઓને અનુસરે. માતાપિતાને પડકાર ફેંકતું બાળક પણ આ મુદ્રામાં ઊભું રહેતું હોય છે.

આ મુદ્રામાં ઊભી રહેલી સ્ત્રી એવું સૂચવી રહી છે કે તે કંઈક ઇચ્છે છે અથવા તો તે નારાજ છે અને વધુ સારા પ્રતિભાવની અપેક્ષા રાખે છે.

આ મુદ્રા સિદ્ધિલક્ષી લોકો સાથે પણ સંકળાયેલ છે. તેઓ તેમના લક્ષ્યને હાથ ધરવા તૈયાર હોય છે ત્યારે આ મુદ્રામાં ઊભા રહેતા હોય છે.

કેટલીકવાર પક્ષી જેમ તેનાં પીંછાંને પહોળાં કરી મોટું દેખાતું હોય છે તેમ વ્યક્તિ આ મુદ્રા ધારણ કરી મોટી દેખાવાનો પ્રયત્ન કરતી હોય છે અથવા તો અન્યને તે દ્વારા અશાબ્દિક પડકાર ફેંકતી હોય છે.

આ મુદ્રાની એક અન્ય વૈવિધ્યપૂર્ણ ચેષ્ટામાં વ્યક્તિ ખુરશી પર બેઠી હોય છે, તેનો એક પંજો સાથળ પર ટેકવેલો હોય છે અને બીજો હાથ પાછળ નિતંબ પર હોય છે અને ધડ આગળ તરફ નમેલું હોય છે જાણે તે વ્યક્તિ ઊભી થવા ન જઈ રહી હોય.

હથેળીથી હથેળી

હથેળીથી હથેળી ટકરાવવી : આ ચેષ્ટા રમતના મેદાન પરની

આકૃતિ - ૬૭ : *હવામાં હથેળીથી હથેળી ટકરાવવી*

સાવ સામાન્ય ચેષ્ટા છે વિજેતા રમતવીરો અવારનવાર એકબીજા સાથે તેમની હથેળીઓ હવામાં અફળાવતા રહેતા હોય છે. ફૂટબૉલમાં ગોલ થતાં કે વૉલીબોલમાં પોઈન્ટ મળતાં ખેલાડીઓ સામેસામે હવામાં ઉપર તેમની હથેળીઓ એકબીજા સાથે અફળાવતા હોય છે. અન્ય સામૂહિક રમતોમાં પણ આ ચેષ્ટા કરવામાં આવતી હોય છે. અમેરિકન લોકો આ ચેષ્ટાને 'હાઈ ફાઈવ' તરીકે ઓળખાવે છે.

તાળી દેવી : આ એક લાક્ષણિક ભારતીય ચેષ્ટા છે. વાતચીત દરમ્યાન કોઈ વ્યક્તિ જો કોઈ ચતુર ટીકાત્મક વિધાન કરી દે તો તે તરત જ તેનો જમણો હાથ આગળ લંબાવે છે અને સામેવાળી વ્યક્તિ તેમાં પોતાનો સાથ પુરાવતાં કે તેની કદર કરતાં તે પંજામાં તાળી આપે છે. વ્યક્તિ જ્યારે પોતાના કોઈ પ્રસ્તાવ બદલ સૌની સંમતિ ઈચ્છે છે ત્યારે પણ આ રીતે તાળી મેળવીને તેની ખાતરી કરતી હોય છે. કેટલીકવાર આ ચેષ્ટા બન્ને વ્યક્તિ દ્વારા આકસ્મિક રીતે આપોઆપ જ ઘટતી હોય છે. ઔપચારિકતા ખાતર, 'હા' માં 'હા' મિલાવવા ખાતર આપવામાં આવતી તાળી ધીમી અને ઉત્સાહ વિનાની હોય છે જ્યારે હૃદયપૂર્વક આપવામાં આવતી તાળી જોરદાર અને હૂંફાળી હોય છે.

હસ્તધૂનન

હસ્તધૂનન એ ગુફાવાસી માનવની વર્તણૂકનો અવશેષ છે. આ ગુફાવાસી માનવો જ્યારે જ્યારે એકબીજાને મળતા ત્યારે ત્યારે તેમની પાસે કોઈ હથિયાર નથી તેની ખાતરી કરવા તેમના હાથ લંબાવતા, પંજો ખુલ્લો કરતા અને હથેળી બતાવતા. સદીઓ પસાર થઈ અને હવામાં હથેળી ફેલાવવાની આ ચેષ્ટા ઉત્ક્રાંત થઈ અને તેણે હવામાં ઊંચી કરેલી હથેળી, હૃદય પર હથેળી ધરવી અને તેવી અસંખ્ય ચેષ્ટાઓનાં વૈવિધ્યસભર સ્વરૂપો ધારણ કર્યાં. એકબીજાનું અભિવાદન કરવાની તે પ્રાચીન વિધિએ આંગળીઓમાં આંગળીઓ પરોવવાનું અને પંજાથી પંજા મિલાવવાનું આધુનિક સ્વરૂપ ધારણ કર્યું. અંગ્રેજી બોલતા બધા જ દેશોમાં મળતી અને વિદાય લેતી વેળાએ હસ્તધૂનન કરવામાં આવે છે. પંજાને સામાન્ય રીતે પાંચથી સાત વખત હલાવવામાં આવતા હોય છે.

હસ્તધૂનન એ એક આવકાર આપતી ચેષ્ટા છે, સુસ્વાગત કરતી

ચેષ્ટા છે. સંસ્કૃતિએ સંસ્કૃતિએ હસ્તધૂનનના રિવાજમાં વૈવિધ્ય રહેલું છે. ફ્રાંસમાં મળતી તેમજ વિદાય થતી એમ બન્ને વખતે હસ્તધૂનન કરવામાં આવે છે. જ્યારે જર્મનીમાં બેમાંથી માત્ર એક જ પ્રસંગે હસ્તધૂનન કરવામાં આવે છે. એક સ્ત્રી જ્યારે બીજી સ્ત્રી પ્રત્યે સહાનુભૂતિ વ્યક્ત કરવા માગે છે ત્યારે તે તેની સાથે હસ્તધૂનન નથી કરતી, પરંતુ તેનો હાથ પોતાના હાથમાં લઈ લે છે અને બાકીનું કામ આંખોને કરવા દે છે. સ્ત્રીઓ ભાગ્યે જ પુરુષો સાથે હસ્તધૂનન કરતી હોય છે. પરંપરાગત ભારતીય સમાજમાં એવું બને કે સ્ત્રી પુરુષ સાથે હસ્તધૂનન ન કરે અને બન્ને હાથ જોડી 'નમસ્તે'ની ચેષ્ટા વડે તેનું અભિવાદન કરે. પાશ્ચાત્ય પરિવેશમાં સ્ત્રી અને પુરુષ એકબીજાને મળતાં પુરુષ તેનો હાથ સ્ત્રી તરફ લંબાવવાની પહેલ નથી કરતો, જો સ્ત્રી તેનો હાથ હસ્તધૂનનની ચેષ્ટા માટે પ્રથમ લંબાવે તો જ પુરુષ તે ચેષ્ટા કરવાની દિશામાં આગળ વધતો હોય છે.

બે મિત્રો વચ્ચે ઘટતી હસ્તધૂનનની ઘટના આકસ્મિક અને સહજ હોય છે, બન્ને જણ એક સાથે જ હસ્તધૂનન માટે તેમના હાથ લંબાવતા હોય છે. જ્યાં જ્યાં ઔપચારિક રીતે મળવાની ઘટના બને છે ત્યાં ત્યાં ઉપરી વ્યક્તિને જ હસ્તધૂનન માટે પહેલ કરવાની તક આપવામાં આવતી હોય છે. વેચાણનું કામ કરતા સેલ્સમેનોને એવી તાલીમ આપવામાં આવે છે કે તેઓ જે ગ્રાહકોને પ્રથમ જ વાર મળતા હોય તેમની સાથે હસ્તધૂનન કરવાની પહેલ તેમના તરફથી ન કરે. આમ કરવા જતાં કદાચ એવું બને કે તેની અસર ગ્રાહક પર નકારાત્મક પડે અને તેની સાથે આગળ વધવું મુશ્કેલ બની જાય. જો ગ્રાહક તેના પક્ષે હસ્તધૂનનની પહેલ ન કરે તો સેલ્સમેને માત્ર તેનું મસ્તક હલાવીને અભિવાદનની ચેષ્ટા કરી આગળ વધવું.

પ્રભાવી કે નમ્ર હસ્તધૂનન : અગાઉ આપણે હથેળીની ચેષ્ટાઓનો અભ્યાસ કરતી વખતે એ વિચારી ગયા છીએ કે હથેળી ઉપર તરફ હોય ત્યારે તેની અસર કેવી થતી હોય છે અને તે જ્યારે નીચે ફરસ તરફ હોય છે ત્યારે તેની અસર કેવી થતી હોય છે. હવે આપણે એ જોઈએ કે હથેળીની આ બન્ને સ્થિતિ અને હસ્તધૂનન વચ્ચે શો સંબંધ રહેલો છે.

તમે જ્યારે કોઈ વ્યક્તિને સૌ પ્રથમવાર મળો છો અને તેની સાથે હસ્તધૂનન કરો છો ત્યારે તમારી હથેળી જુદીજુદી સ્થિતિ પ્રમાણે મૂળભૂત કહેવાય

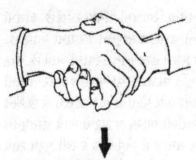

તેવાં ત્રણ પ્રકારનાં વલણોમાંથી કોઈ એકનો તે હસ્તધૂનન દ્વારા સામેની વ્યક્તિને સંદેશો આપતા હોવ છો. તે ત્રણ વલણો આ પ્રમાણે છે : (૧) પ્રભાવી વલણ : 'આ વ્યક્તિ મારા પર આધિપત્ય જમાવવા પ્રયત્ન કરી રહી છે, મારે માટે સાવચેત રહેવું વધારે હિતાવહ છે.' (૨) નમ્ર વલણ : 'હું આ વ્યક્તિ પર આધિપત્ય જમાવી શકું તેમ છું; તે મારી ઈચ્છા પ્રમાણે જ વર્તશે.' (૩) સમોવડિયું વલણ : 'મને આ વ્યક્તિ ગમે છે. અમે સારી રીતે સાથે આગળ વધી શકીશું.'

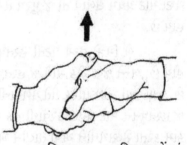

આકૃતિ - ૬૮ : *આધિપત્ય ધરાવતું હસ્તધૂનન*

આ વલણો અભાન રીતે જ પ્રસારિત થતાં હોય છે અને મહાવરા તથા સભાન અમલીકરણથી નીચે પ્રમાણેની હસ્તાધૂનનની પ્રયુક્તિઓ અન્ય વ્યક્તિ સાથેની રૂબરૂ મુલાકાત સમયે અસરકારક નીવડતી હોય છે

આકૃતિ - ૬૯ : *આધિપત્ય સોંપતું હસ્તધૂનન*

આકૃતિ - ૭૦ : *સમોવડિયું હસ્તધૂનન*

હસ્તધૂનન સમયે તમારા હાથને એ રીતે ઘુમાવો કે તમારી હથેળી ફરસ તરફ તકાયેલી રહે, આમ કરતાં તમારો આધિપત્યનો ભાવ સામેવાળી વ્યક્તિ પર અસર કરશે (જુઓ આકૃતિ - ૬૮). એ જરૂરી નથી કે તમારી હથેળી સાવ જ ફરસ પર તકાયેલી રહે, પરંતુ સામેવાળી વ્યક્તિની હથેળીની દિશાના પ્રમાણમાં તમારી હથેળી ફરસ પર તકાયેલી રહે તે જરૂરી છે કે જેથી સામેવાળી વ્યક્તિને એક અશાબ્દિક સંદેશો

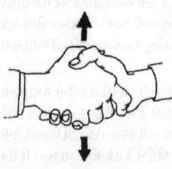

મળી જાય કે પરિસ્થિતિ પર તમે નિયંત્રણ રાખવા માગો છો.

જે રીતે કોઈ કૂતરો તેના પ્રતિસ્પર્ધી વિજેતા સમક્ષ આળોટીને અને તેની ગરદન તેની આગળ ખુલ્લી ધરીને તાબે થયાનો ભાવ વ્યક્ત કરે છે તે જ રીતે મનુષ્ય બીજાઓ આગળ તેનો તાબે થયાનો ભાવ વ્યક્ત કરવા હસ્તધૂનનનો ઉપયોગ કરતો હોય છે. જો તમારે તાબે થવાનો ભાવ વ્યક્ત કરવો હોય તો, તેવો અશાબ્દિક સંદેશો આપવો હોય તો તમે આનાથી ઊલટી ક્રિયા કરો છો એટલે કે તમારી હથેળીને હવે ફરસ તરફ ન ફેરવતાં ઉપર તરફ ફેરવો છો, ઉપર તરફ તાકો છો (જુઓ આકૃતિ -૬૯). આ ચેષ્ટા વિશેષ કરીને ત્યારે અસરકારક છે કે જ્યારે તમે સામેવાળી વ્યક્તિને પરિસ્થિતિનો અંકુશ સોંપી દેવા માગતા હોવ છો અને તેને એવી પ્રતીતિ કરાવવા માગતા હોવ છો કે પરિસ્થિતિનો અંકુશ હવે તેના હાથમાં છે.

આપણે અગાઉ જોઈ ગયા છીએ કે આવી પરિસ્થિતિમાં વાના રોગી, ચિત્રકાર, સર્જન, સંગીતકાર વગેરેના પંજાનો સ્પર્શ શરૂઆતમાં ખોટા તારણ પર લઈ જાય તેવું બને, પરંતુ અવલોકનકર્તા જો સજાગ હોય તો હસ્તધૂનન બાદ ઘટનારી ચેષ્ટાઓ પરથી સામેવાળી વ્યક્તિના પ્રભાવ કે નમ્ર વલણના સંકેતો મેળવી શકે છે - હસ્તધૂનન બાદની નમ્ર વ્યક્તિની ચેષ્ટાઓ નમ્ર હશે અને પ્રભાવી વ્યક્તિની ચેષ્ટાઓ પ્રભાવી હશે, વધારે આક્રમક હશે.

જ્યારે બે પ્રભાવી વ્યક્તિઓ હસ્તધૂનન કરે છે ત્યારે બન્ને વ્યક્તિ એકબીજાની હથેળીને નમ્ર સ્થિતિમાં લાવવાનો પ્રયત્ન કરતી હોવાથી એક પ્રતીકાત્મક લડાઈ લડાય છે. દરેક વ્યક્તિ સામેની વ્યક્તિ માટે આદર અને આત્મીયતાનો સંદેશો આપતી હોવાથી હસ્તધૂનન ભીડામાં જકડાયા જેવું સખત થાય છે અને બન્ને હથેળીઓ ઊર્ધ્વ દિશામાં ધારણ કરે છે (જુઓ આકૃતિ - ૭૦). પિતા જ્યારે તેના પુત્રને એ શીખવાડતો હોય છે કે એક પુરુષને છાજે તેવું હસ્તધૂનન કેવું હોય ત્યારે તે તેને આ હસ્તધૂનન શીખવાડતો હોય છે.

હસ્તધૂનની વિવિધ શૈલીઓ

આપણી હસ્તધૂનનની શૈલીઓ સામાન્ય રીતે આપણાં વિવિધ વલણો પર આધાર રાખતી હોય છે, અને તેમાંયે વિશેષ કરીને તો ત્યારે કે જ્યારે આપણે કોઈ વ્યક્તિને પ્રથમવાર મળી રહ્યા હોઈએ છીએ અને તેના વિશેની

'પ્રથમ છાપો' આપણા મનમાં સર્જી રહ્યા હોઈએ છીએ.

અશાબ્દિક સંદેશાવ્યવહારના નિષ્ણાતોએ હસ્તધૂનનની શૈલીઓને વિવિધ નામો આપ્યાં છે. આપણે તે સૌની ટૂંકમાં ચર્ચા કરીશું.

પૌરુષભર્યું હસ્તધૂનન : આ પ્રકારના હસ્તધૂનનમાં વ્યક્તિનો પંજો પકડવામાં આવે છે, દઢ રીતે દબાવવામાં આવે છે અને પછી છોડી દેવામાં આવે છે.

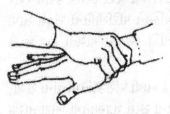

હથેળી નીચે તરફ અને ધક્કો : આ પ્રકારના હસ્તધૂનનમાં તમે સામેવાળી વ્યક્તિનો પંજો જ્યારે તમારા હાથમાં લો છો ત્યારે તેની હથેળી ઉપર તરફ રહે તેમ તેને ઘુમાવો છો અને તમારી હથેળી ભલે ફરસને સમાંતર નીચે તરફ ન રહેતી હોય પરંતુ સામેવાળી વ્યક્તિની હથેળીના સંદર્ભમાં નીચે તરફ ફરેલી - તકાયેલી રહે તેમ કરો છો. તમારી આ ચેષ્ટા તમારા પ્રભાવી કે આક્રમક વલણને સૂચવે છે. તે સામેવાળી વ્યક્તિને તમારી સમકક્ષ રહેવાની ભાગ્યે જ કોઈ તક આપે છે. તમારી આ પ્રકારની ચેષ્ટા સામેવાળી વ્યક્તિને એવો અશાબ્દિક સંદેશો પાઠવે છે કે હવે પછી થનાર તમારી વચ્ચેના વ્યવહારમાં સમગ્ર પરિસ્થિતિ પર તમારો જ અંકુશ રહેવાનો છે, કારણ કે નીચે તરફ ફરેલી હથેળીવાળું અક્કડ બાવડું સામેવાળી વ્યક્તિને નમ્ર - આજ્ઞાંકિત - સ્થિતિમાં આવવાની ફરજ પાડે છે.

આકૃતિ - ૭૧ : *નીચે તરફની હથેળી ખાળવી*

તમે તથા સામેવાળી વ્યક્તિ એમ બન્ને જ્યારે પ્રભાવી વલણ ધરાવતા હોવ ત્યારે બન્ને વ્યક્તિ તેમની હથેળીને નીચે તરફ ફેરવવાનો પ્રયત્ન કરે છે એટલે કે સામેવાળી વ્યક્તિને આજ્ઞાંકિત સ્થિતિમાં લાવવાનો પ્રયત્ન કરે છે. આવા સંજોગોમાં બન્ને જણા એકબીજાને સ્વીકારે છે, નજીક આવે છે અને બન્ને વચ્ચે એક મળતાવડાપણું વિકસે છે.

નીચે તરફની હથેળીવાળા આ ધક્કાને ખાળવાનો એક અન્ય ઉપાય પણ છે. સામેવાળી વ્યક્તિના પંજાને ઉપરથી પકડો અને તેને હલાવો (જુઓ આકૃતિ - ૭૧). આ અભિગમ તમને પ્રભાવી બનાવે છે, કારણ કે તમારા

હાથમાં માત્ર સામેવાળી વ્યક્તિના પંજાનો જ કાબૂ હોય છે તેટલું જ નહીં, પરંતુ તમારી હથેળી નીચે તરફ ફરેલી હોય છે. આ પ્રમાણેની ચેષ્ટા કરવી તમારા માટે - આક્રમક વલણ ધરાવનાર માટે - મૂંઝવણરૂપ હોવાથી તેનો ઉપયોગ ખૂબ સાવચેતીપૂર્વક અને વિવેકપૂર્વક થવો ઘટે.

સામેવાળી વ્યક્તિ તમારી આક્રમક ચેષ્ટાને ખાળી શકે તે માટે એલન

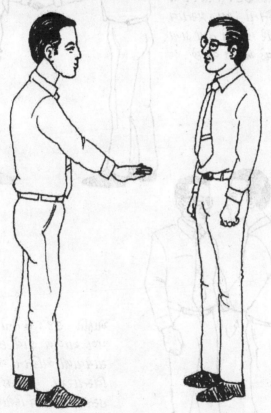

આકૃતિ - ૭૨ : *જમણી તરફના માણસ સમક્ષ આધિપત્યભર્યા હસ્તધનૂનનો પ્રસ્તાવ મૂકવામાં આવે છે*

પીઝ એક અન્ય પ્રયુક્તિ સૂચવે છે. તે સામેવાળી વ્યક્તિને તમારી 'અંગત સીમા' માં ઘૂસવાનું કહે છે. આ ક્રિયા તબક્કાવાર થવી જોઈએ. પ્રથમ, હસ્તધૂનન માટે ડાબા પગનું પગલું ભરી આગળ વધો. પછી, જમણા પગને આગળ લાવો

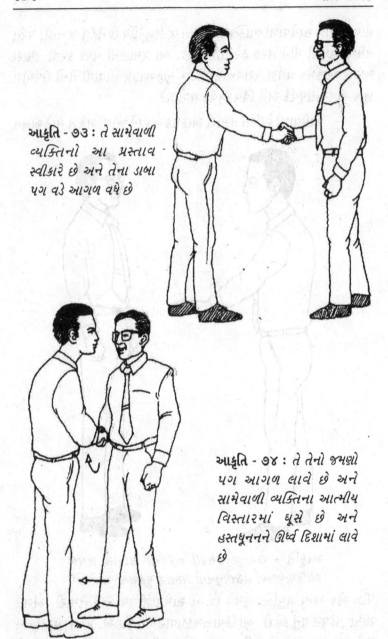

આકૃતિ - ૭૩ : તે સામેવાળી વ્યક્તિનો આ પ્રસ્તાવ સ્વીકારે છે અને તેના ડાબા પગ વડે આગળ વધે છે

આકૃતિ - ૭૪ : તે તેનો જમણો પગ આગળ લાવે છે અને સામેવાળી વ્યક્તિના આત્મીય વિસ્તારમાં ઘૂસે છે અને હસ્તધૂનનને ઊર્ધ્વ દિશામાં લાવે છે

અને તમારી સામે તમારા જમણા પગ તરફ તમારી 'અંગત સીમા'માં ઘૂસવાનું કહે છે. પછી તમે હસ્તધૂનન કરતા હોવ ત્યારે તેને તેનો ડાબો પગ તમારા જમણા પગની રેખામાં લાવવા કહે છે. આ સ્થિતિમાં તમે હથેળીઓને ઊર્ધ્વ દિશામાં લાવી શકશો (જુઓ આકૃતિ - ૭૨, ૭૩, ૭૪).

હથેળીની ઉપર તરફની સ્થિતિ : આ ચેષ્ટામાં તમે તમારી હથેળી ઉપર તરફ રહે તેમ તમારો પંજો લાંબો કરો છો અને તમારા પક્ષે નમ્રતાનો - આજ્ઞાંકિતતાનો - ભાવ રહેલો છે તેવો સંદેશો આપો છો. સામેવાળી વ્યક્તિના હાથમાં પરિસ્થિતિનું નિયંત્રણ સોંપવામાં આવે છે અને તેનામાં એવી લાગણી જન્માવવામાં આવે છે કે પરિસ્થિતિનો અંકુશ તેના હાથમાં છે.

હાથમોજાં પ્રકારનું હસ્તધૂનન : આ પ્રકારનું હસ્તધૂનન 'રાજકારણી હસ્તધૂનન' તરીકે પણ ઓળખાય છે. સામેવાળી વ્યક્તિ તેના

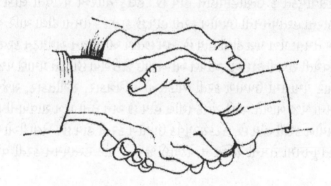

આકૃતિ - ૭૫ : *હાથમોજાં પ્રકારનું હસ્તધૂનન*

જમણા પંજા વડે તમારો પંજો પકડે છે અને તે પર તેનો ડાબો પંજો મૂકે છે અને તમને એવો સંદેશો આપવાનો પ્રયત્ન કરે છે કે તે વિશ્વાસ કરવા લાયક અને પ્રમાણિક છે. આ ચેષ્ટા સામેવાળી વ્યક્તિ માત્ર તેની પરિચિત વ્યક્તિ સાથે કરતી હોય છે. અપરિચિત વ્યક્તિ સાથે આ પ્રકારની વર્તણૂક કરવાની ચેષ્ટા સામેવાળી વ્યક્તિના ઈરાદા બાબતે શંકાશીલ અને સાવધાન બની જતી હોય છે.

મૃત માછલી પ્રકારનું હસ્તધૂનન : આ પ્રકારની ચેષ્ટામાં હસ્તધૂનન

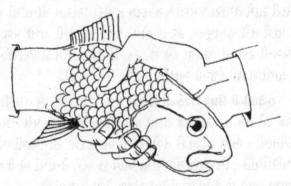

આકૃતિ - ૭૬ : *મૃત માછલી પ્રકારનું હસ્તધૂનન*

માટે આગળ કરવામાં આવતો પંજો સુસ્ત, ઠંડોગાર, નિર્મમ, નિર્જીવ, પરસેવાયુક્ત કે ઉત્સાહવિહીન હોય છે. હલકું ચારિત્ર્ય ધરાવતા લોકો આ પ્રકારના હસ્તધૂનનનો ઉપયોગ કરતા હોય છે કારણ કે તેમના ઢીલા ચારિત્ર્યની જેમ તેમના પંજા પણ ઢીલા હોય છે. તેમ છતાંય આ ચેષ્ટાનું અર્થઘટન કરવામાં સાવચેતી રાખવી જોઈએ. આપણે આ અગાઉ જોઈ ગયા છીએ તે પ્રમાણે પંજાનો વધારે પ્રમાણમાં ઉપયોગ કરતી વ્યક્તિઓ - ચિત્રકાર, સંગીતકાર, સર્જન - તેમના પંજા બાબતે વધારે સંવેદનશીલ હોય છે અને તેનો ખૂબ સાવધાનીપૂર્વક ઉપયોગ કરતી હોય છે, કરકસરપૂર્વક ઉપયોગ કરતી હોય છે. ખેલાડીઓ પણ હસ્તધૂનનમાં તેમની શક્તિ ન વેડફાઈ જાય તે માટે હસ્તધૂનન કરતી વખતે

આકૃતિ - ૭૭ : *આંગળીઓને ભીંસી નાખતું હસ્તધૂનન*

પંજાને સહેજ જ દબાવતા હોય છે.

આંગળીઓને ભીંસી નાખતું હસ્તધૂનન : આ હસ્તધૂનનમાં તમે સામેવાળી વ્યક્તિના પંજાની આંગળીઓને બરાબરની ભીંસો છો. સામેવાળી વ્યક્તિ ભાગ્યે જ તેનો સામનો કરી શકે છે. આ હસ્તધૂનન લક્ષણે બરછટ અને ખડતલ છે.

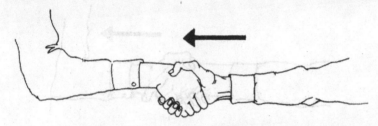

આકૃતિ - ૭૮ : *અક્કડ બાવડાંનું હસ્તધૂનન*

અક્કડ બાવડાંનું હસ્તધૂનન : આ હસ્તધૂનનમાં તમારું બાવડું અક્કડ રહે છે, પરિણામે સામેવાળી વ્યક્તિ અને તમારી વચ્ચે અંતર રહે છે, તમારી 'આત્મીય સીમા'થી તે વ્યક્તિ બહાર રહે છે. વળી આ શૈલીનો ઉપયોગ આક્રમક વલણ ધરાવતી વ્યક્તિ કરતી હોવાથી તેની હથેળી નીચે તરફ તકાયેલી રહે છે. બાવડું અક્કડ અને વચ્ચે સહેજ અંતર રહેલું હોવાથી એવું બને કે વ્યક્તિએ હાથ લંબાવતી વખતે સહેજ આગળ તરફ નમવું પડે કે તેની જાતને એક પગ પર સમતોલ કરવી પડે.

આકૃતિ - ૭૯ : *આંગળીઓનાં ટેરવાંને પકડતું હસ્તધૂનન*

આંગળીઓનાં ટેરવાંને પકડતું હસ્તધૂનન : તમે અક્કડ બાવડા સાથે પંજો તો આગળ કરો છો પરંતુ તેની અને સામેવાળી વ્યક્તિએ લંબાવેલા

પંજા વચ્ચે અંતર રહી જાય છે ત્યારે સામેવાળી વ્યક્તિ તમારી આંગળીઓનાં ટેરવાંને જ માત્ર તેના પંજામાં લઈ શકે છે. તમારા પક્ષે આ પ્રકારની ચેષ્ટા આત્મવિશ્વાસનો અભાવ સૂચવે છે. કોઈક કારણસર તમે અંતર જાળવી રાખો છો. સામેવાળી વ્યક્તિ તમારી 'આત્મીય સીમા'થી સુવિધાદાયક અંતરે દૂર રહે છે.

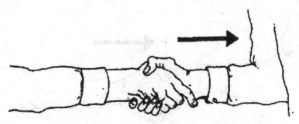

આકૃતિ - ૮૦ : *બાવડાંને ખેંચતું હસ્તધૂનન*

બાવડાંને ખેંચતું હસ્તધૂનન : આ પ્રકારના હસ્તધૂનન દરમ્યાન તમે સામેવાળી વ્યક્તિના હાથને તમારી તરફ ખેંચો છો અને તેની અને તમારી વચ્ચેનું અંતર ઓછું કરો છો. આનું અર્થઘટન બે રીતે થઈ શકે : કાં તો સામેવાળી વ્યક્તિ દૂર રહે છે તેથી તમે અસલામતી અનુભવો છો અથવા તો તમે એવી સંસ્કૃતિના સભ્ય છો કે જેમાં સંબંધો ભલે નજીકના ન હોય પરંતુ લોકો ભૌતિક

આકૃતિ - ૮૧ : *બે હાથ વડે થતું હસ્તધૂનન - કાંડાની પકડ*

આકૃતિ - ૮૨ : બે હાથ વડે થતું
હસ્તધૂનન - કોણીની પકડ

આકૃતિ - ૮૩ : બે હાથ વડે થતું
હસ્તધૂનન - ઉપરના બાવડાની પકડ

રીતે એકબીજાથી નજીક રહેવામાં સુવિધા અનુભવે છે.

બે હાથ વડે થતું હસ્તધૂનન : બે હાથ વડે કરવામાં આવતા હસ્તધૂનન પાછળનો ઈરાદો સામેવાળી વ્યક્તિને તમારી નિષ્ઠા, વિશ્વાસ કે લાગણીના ઊંડાણની પ્રતીતિ કરાવવાનો છે. આ ચેષ્ટાના બે સૂચક ઘટકોને ધ્યાન પર લો : પ્રથમ તો એ કે આ પ્રકારનું હસ્તધૂનન કરવાની દિશામાં આગળ વધતી વ્યક્તિ તેની વધારાની લાગણી વ્યક્ત કરવા માટે તેના ડાબા હાથનો ઉપયોગ કરે છે. તેનો આ ડાબો હાથ સામેવાળી વ્યક્તિના જમણા બાવડા પર જેટલો વધારે ઊંચો જાય છે તેટલી તેની લાગણીની તીવ્રતા વધુ હોય છે. કાંડાને પકડવા કરતાં કોણીને પકડવાની ચેષ્ટા વધારે લાગણી વ્યક્ત કરે છે અને કોણીને પકડવા કરતાં ખભાને પકડવાની ચેષ્ટા વધારે લાગણી વ્યક્ત કરે છે. બીજું એ કે ડાબો હાથ સામેવાળી વ્યક્તિની 'આત્મીય સીમા'માં અને 'સાવ નજીકની આત્મીય સીમા'માં ઘૂસે છે. આવું માત્ર ગાઢ મિત્રો અને સંબંધીઓમાં જ શક્ય છે. બાવડાના ઉપરના ભાગને કે ખભાને પકડવા જતાં એટલું બધું નજીક આવી જવાય કે બન્ને વ્યક્તિના શરીર એકબીજાને સ્પર્શે તેવું બને. લાગણીનું

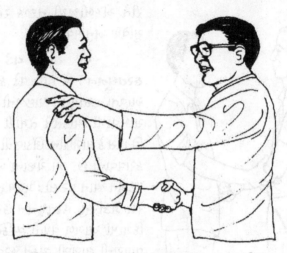

આકૃતિ - ૮૪ : બે હાથ વડે થતું હસ્તધૂનન - ખભાની પકડ

એકદમ ઘેરું બંધન ધરાવતી વ્યક્તિઓ જ આટલી તો નજીક આવી શકે. ટૂંકમાં ડાબા હાથની સ્થિતિ તે વ્યક્તિ દ્વારા વ્યક્ત થતી લાગણીનું ઊંડાણ દર્શાવે છે. જો કોઈ સેલ્સમેન નવા ગ્રાહકને મળતાં કે રાજકારણી તેના મતદાતાને મળતાં આ પ્રકારનું હસ્તધૂનન કરવા જાય તો તેને નુકસાન થાય છે કારણ કે સામેવાળી વ્યક્તિ તેની તે ચેષ્ટાને શંકાની નજરે કે દંભની નજરે જુએ છે.

આકૃતિ - ૮૫ : હસ્તધૂનન - પંજાની પકડ

પંજાની પકડ : આ પ્રકારના હસ્તધૂનનમાં બન્ને વ્યક્તિ છાતીની ઊંચાઈએ એકબીજાના પંજા ચુસ્ત રીતે પકડીને ઊભી રહે છે.

બે હાથ જોડીને કરવામાં આવતી "નમસ્તે"ની ચેષ્ટા : આ ચેષ્ટા હસ્તધૂનનની નથી પરંતુ ભારતીય સમાજમાં તેનો ઉપયોગ હસ્તધૂનનના અર્થમાં અને વિકલ્પમાં થાય છે. બન્ને પંજાને હથેળી સામસામે સ્પર્શે તેમ ઊભા જોડવામાં આવે છે અને છાતીની ઊંચાઈએ લઈ જવામાં આવે છે કે કેટલીકવાર છેક કપાળ સુધી ઊંચે લઈ જઈને કપાળને સ્પર્શ કરાવવામાં આવે છે, તે સાથે મસ્તકને પણ સહેજ આગળ તરફ નમાવવામાં આવતું હોય છે.

આકૃતિ - ૮૯ : *નમસ્તેની ચેષ્ટા*

"નમસ્તે"ની આ ચેષ્ટાની કેટલીક ખાસિયતો છે.

આ ચેષ્ટાનો ઉપયોગ પ્રાર્થના કરવામાં પણ થતો હોય છે.

ધર્મ વિશે વાર્તાલાપ આપવા મંચ પર પધારતા મહાત્માઓ આ ચેષ્ટાઓ વડે શ્રોતાગણનું અભિવાદન કરતા હોય છે. તેઓ મૌન રહીને જ આ ચેષ્ટા કરતા હોય છે.

ભારતનાં કેટલાંક શહેરોમાં માત્ર એક હાથ છાતી સુધી ઊંચો કરીને અભિવાદન કરવામાં આવે છે.

હસ્તધૂનન બે વ્યક્તિ વચ્ચે થાય છે અને તેને તેની ભૌતિક મર્યાદાઓ છે. નમસ્તેની ચેષ્ટા વડે વિશાળ શ્રોતાગણનું એકસાથે અભિવાદન થઈ શકે છે અને સામે તેનો પ્રતિભાવ પણ તે જ રીતે આપી શકાય છે. વક્તા અને શ્રોતા વચ્ચે ઘણુંબધું ભૌતિક અંતર રહેલું હોવા છતાં એક ભાવાત્મક બંધનનું નિર્માણ થાય છે. હસ્તધૂનનમાં આ શક્ય નથી.

બન્ને હાથ કોઈ વસ્તુને પકડવામાં રોકાયેલા હોય ત્યારે 'નમસ્તે'

શબ્દ બોલીને પણ સ્વાગત થઈ શકે છે. કેટલીકવાર એવું બને છે કે લોકો હાથ જોડ્યા વિના માત્ર "નમસ્તે" બોલીને પણ એકબીજાનું અભિવાદન કરતા હોય છે.

હસ્તધૂનન કરવા માટે સ્ત્રી અને પુરુષના મનમાં જે દ્વિધા જન્મે છે તેને નમસ્તેની ચેષ્ટામાં કોઈ અવકાશ નથી રહેતો.

✧

તમારા સંદેશાને બરાબર પહોંચાડવા અને તમારી જાતને અન્ય લોકોથી અલગ પડી જતી અટકાવવા નીચેની અયોગ્ય અને કઢંગી ચેષ્ટાઓ કરવાથી કાળજીપૂર્વક દૂર રહો.

- *તમારા મુદ્દા પર ભાર મૂકવા બીજી વ્યક્તિઓને અડકવાનું ટાળો.*
- *કોઈ વ્યક્તિની "વ્યક્તિગત સીમા"માં ન ધસી જાઓ.*
- *કોઈ તરફ આંગળી ચીંધવાનું ટાળો.*
- *કોઈનો વધારે પડતો પરિચય કેળવવાથી દૂર રહો.*
- *હસ્તધૂનન દરમ્યાન કોઈના હાથને થોડીક સેકન્ડોથી વધારે સમય ન પકડી રાખો.*
- *આંગળીઓ, પંજા અને શરીરનાં અન્ય અંગો વડે અશ્લીલ ચેષ્ટાઓ ન કરો.*

✠

૧૦

પગની વિવિધ સ્થિતિઓ અને હલનચલનો

વિવિધ ભંગિમાઓ ધારણ કરતાં પગ તાણ, હળવાશ, લોલુપતા, નમ્રતા વગેરેનો સંદેશો આપતા હોય છે. બન્ને પગ કાં તો પહોળા હોય છે, ભેગા હોય છે કે આંટી ચડાવેલા હોય છે. ધ્રૂજતો પગ, તાલ દેતો પગ અધીરાઈ, બેચેની કે રોષનો સંકેત આપે છે. પગને પછાડવાની ચેષ્ટા સત્તા, ઉદ્ધતાઈ કે તિરસ્કારનો સંદેશો આપે છે. ધરતી પર બરાબર સ્થિર થયેલા ઠેરાયેલા પગ એવું દર્શાવે છે કે વ્યક્તિ નક્કર ધરતી પર છે, સલામત છે, આત્મવિશ્વાસથી ભરીભરી છે.

બાવડાં વડે રચાતી આડશોની ચેષ્ટા માફક પગને આંટી મારવાની ચેષ્ટા પણ કોઈ નકારાત્મક કે સંરક્ષણાત્મક વલણનો સંદેશો આપે છે. આપણે અગાઉ જોઈ ગયા કે છાતી પર બાવડાંની અદબ વાળવાની ચેષ્ટાનું મૂળ હૃદયને કે ધડના ઉપરના ભાગને રક્ષવાની વૃત્તિમાં રહેલું છે. તે જ રીતે પગને આંટી મારવાની ચેષ્ટા મૂળ જનેન્દ્રિય વિસ્તારની રક્ષા કરવાની વૃત્તિમાં રહેલું છે. આંટી મારેલા પગ કરતાં અદબ વાળેલા હાથ વડે થતી ચેષ્ટાઓ વધારે પ્રગટ હોય છે. સ્ત્રીઓના આંટી ચડાવેલા પગની ચેષ્ટાનું અર્થઘટન કરતી વખતે સાવચેતી રાખવાની જરૂર છે કારણ કે તેમનું તે વર્તન મોટેભાગે કેળવાયેલું - સહજ નહીં -

હોવાની સંભાવના છે કારણ કે તેમને 'એક સન્નારી માફક બેસવાનું' શીખવાડવામાં આવતું હોય છે. જો કે તેમને માટે આ એક કમનસીબ બાબત છે કારણ કે તેથી તેઓ હંમેશા સંરક્ષણાત્મક સ્થિતિમાં હોય તેમ દેખાતું હોય છે.

આંટી વાળેલા પગ

પગને આંટી મારીને બેસવાની મૂળભૂત બે ભંગિમાઓ છે : (૧) પગને આંટી મારીને બેસવાની પ્રમાણિત ભંગિમા અને (૨) એક પગની ઘૂંટીને બીજા પગના ઘૂટણ પર ટેકવવાની ભંગિમા.

પગને આંટી મારીને બેસવાની પ્રમાણિત ભંગિમા

પગને આંટી મારીને બેસવાની પ્રમાણિત ભંગિમામાં પગને સહજ રીતે આંટી મારવામાં આવી હોય છે અને એક પગનો ઘૂંટણ બીજા પગના સાથળ પર હોય છે. વ્યક્તિ ખુરશીની આખી બેઠક પર બેઠી હોય છે અને તેની પીઠ ખુરશીની પીઠનો ટેકો લઈ રહી હોય છે. ભાષણ સાંભળતી વખતે પુરુષો અને સ્ત્રીઓ આ સ્થિતિમાં બેસતાં હોય છે. અથવા તો અસુવિધાજનક ખુરશીઓમાં લાંબો સમય બેસવાનું બને ત્યારે આ રીતે બેસતાં હોય છે. આ ભંગિમામાં બેઠેલી વ્યક્તિ અસ્વસ્થ, બેચેન કે નિરસ અને સુસ્ત હોઈ શકે અથવા તો સંરક્ષણાત્મક સ્થિતિમાં હોય અથવા તો તેને માત્ર ઠંડી લાગી રહી હોય તેવું બને. ઠંડી લાગતી હોય તે સ્થિતિમાં વ્યક્તિના પગ સામાન્ય રીતે સીધા, અક્કડ અને એકબીજા સાથે ભિડાયેલા હોય છે, જ્યારે તેનાથી ઊલટું સંરક્ષણાત્મક ભાવમાં રહેલી વ્યક્તિના પગ ઓછા અક્કડ અને આંટી મારેલા હોય છે.

આંટી મારેલા પગની ભંગિમા સાથે હાથની અદબ પણ વાળેલી હોય તો તેનો અર્થ એવો થાય કે તે વ્યક્તિએ તેની સંરક્ષણાત્મક સ્થિતિને ઓર દઢ બનાવી છે.

આકૃતિ - ૮૭ : પગને આંટી મારીને બેસવાની પ્રમાણિક ભંગિમા

જો વાતચીત દરમ્યાન વ્યક્તિ આવી ભંગિમામાં હોય તો તે અતડાપણાનો સંકેત આપે છે.

કોઈ વ્યવહાર કરતી વખતે જ્યારે સામેવાળી વ્યક્તિ તેના પગની આંટી મારે ત્યારે તેનો અર્થ એવો થઈ શકે કે આપણે સ્પર્ધાનો સામનો કરવાનું બનવાનું છે અને સામેવાળી વ્યક્તિ પર બારીક નજર રાખવી પડશે, તેના પર સારું એવું ધ્યાન રાખવું પડશે. તે વ્યક્તિના પગની આંટી ન ખૂલે ત્યાં સુધી અનુકૂળ પ્રતિભાવની અપેક્ષા રાખવી વાસ્તવિક નહીં ગણાય. પગની આંટી અને હાથની અદબ વાળેલી વ્યક્તિનો સામનો કરવાનું આવતાં સમજી લેવું કે આપણને કોઈ પ્રતિસ્પર્ધીનો, વિરોધીનો ભેટો થયો છે.

પગની આંટી મારેલી વ્યક્તિ જ્યારે તે સ્થિતિમાં બેઠા બેઠા હળવેકથી લાત મારવાની ચેષ્ટા કરતી હોય ત્યારે તેનું અર્થઘટન એવું થાય કે તે પ્રવર્તમાન પરિસ્થિતિથી કંટાળો અનુભવી રહી છે.

મોભાનો કશો જ ખ્યાલ કર્યા વિના ભારતીયોમાં ફરસ પર પલાંઠી વાળીને બેસવાનો રિવાજ છે. જુદી જુદી પરિસ્થિતિ કે સંજોગો પ્રમાણે આમ કરતી વખતે નાનકડા સ્ટૂલ, પાટલા, બાજોઠ, તકિયા કે ગાદીનો ઉપયોગ થતો હોય છે. પ્રાર્થના, ધ્યાન, જમણ, ધાર્મિક વિધિ, શોકસભા વગેરે પ્રસંગોએ તેઓએ આ રીતે પલાંઠી વાળીને બેસવું પડતું હોય છે.

એક પગની ઘૂંટીને બીજા પગના ઘૂંટણ પર ટેકવવાની ભંગિમા

બર્ડવ્હીસ્ટેલ જેને અંગ્રેજીના ચારના આંકડા - 4 - જેવી ભંગિમા તરીકે ઓળખાવે છે તેમાં એક પગને સમક્ષિતિજ આડો કરી, તેની ઘૂંટીને બીજા પગના ઘૂંટણ પર રાખવામાં આવે છે. તેનો સૂચિતાર્થ પણ પગને આંટી મારીને બેસવાની પ્રમાણિત ભંગિમા જેવો જ છે. કોઈ વ્યવહાર દરમ્યાન જો એક કે બન્ને વ્યક્તિ આ ભંગિમા ધારણ કરી લે તો તેનો અર્થ એવો થાય કે તે બન્ને વ્યક્તિ વાતચીત દરમ્યાન ભારે દલીલબાજીમાં પડી ગયા છે અને એકબીજાની સ્પર્ધા કરવા લાગ્યા છે. બેમાંથી એક વ્યક્તિ જ્યાં સુધી તેની આ ભંગિમાનો ત્યાગ નથી કરતી ત્યાં સુધી કોઈ ઉકેલ પર પહોંચવાની આશા નથી રાખી શકાતી. આ મડાગાંઠને તોડવા બેમાંથી એક વ્યક્તિ ખુલ્લા મને અપીલ કરવાની ચેષ્ટા - બન્ને ખુલ્લી હથેળી સાથે આગળ તરફ નમવું - કરીને સામેવાળી વ્યક્તિને

આકૃતિ - ૮૮ : એક પગની ઘૂંટીને બીજા પગના ઘૂંટણ પર ટેકવવાની ભંગિમા - અંગ્રેજી આંકડા 4 જેવી

ફેરવિચારણા કરવા કહી શકે.

કેટલીકવાર વ્યક્તિ તેની આ ભંગિમા દ્વારા વ્યક્ત થતા વલણને ઑર દૃઢ કરવા તેના એક કે બન્ને હાથ આડા સમક્ષિતિજ રહેલા પગ પર મૂકે અને તેને વધારે ચુસ્ત કરે તેવું બને. આથી આગળનો વ્યવહાર વધારે મુશ્કેલ થવાનો સંકેત મળે છે. તેનો અર્થ એવો થાય કે તે વ્યક્તિ જિદ્દી છે, અક્કડ છે. તેની આ જિદ્દને તોડવા, તેના આ પ્રતિરોધને ખાળવા વધારે પ્રયાસ અને હોશિયારીની જરૂર પડશે.

આકૃતિ - ૮૯ : *આડા સમક્ષિતિજ પગ પર બન્ને હાથ મૂકતાં વધારે દૃઢ બનતું વલણ*

પગને આંટી મારીને ઊભા રહેવાની ચેષ્ટા

તમે કોઈ સંમેલન, કાર્યક્રમ કે સમારંભમાં ભાગ લેવા જાઓ ત્યારે જો બારીક નિરીક્ષણ કરશો તો જોશો કે લોકોનાં નાનાં નાનાં જૂથો તેમના પગને આંટી ચડાવીને અને અદબ વાળીને ઊભાં હશે. વળી તમે એ પણ જોશો કે તેઓ એકબીજા વચ્ચે સામાન્ય કરતાં વધારે અંતર રાખીને ઊભા હશે, વળી જો તેઓએ જૅકેટ કે કોટ પહેર્યાં હશે તો તેનાં બધાં જ બટન બંધ હશે. જો તમે આ લોકોને પ્રશ્ન પૂછીને જાણવાની કોશિશ કરશો તો તમારા જાણવામાં આવશે કે એક કે બધી જ વ્યક્તિઓ એકબીજાથી અપરિચિત હશે. મોટાભાગના લોકો અજાણ્યા લોકો વચ્ચે આ રીતે ઊભા રહેતા હોય છે.

**આકૃતિ - ૯૦ : સંરક્ષણાત્મક
રીતે ઊભા રહેવાની ભંગિમા**

હવે એક અન્ય નાનકડા જૂથનું અવલોકન કરો. તે જૂથના બધા જ લોકોના હાથ સીધા છે, હથેળીઓ ખુલ્લી છે, કોટનાં બટન ખુલ્લાં છે, હાવભાવ હળવાશભર્યા છે, તેઓ એક પગ પર ઝૂકેલા છે અને તેમનો બીજો પગ જૂથના અન્ય સભ્યો તરફ તકાયેલો છે અને તેઓ એકબીજાની "આત્મીય સીમા"માં આવજા કરતાં રહે છે. બારીક તપાસ એ હકીકતને છતી કરશે કે તેઓ એકબીજાના મિત્રો છે અથવા તો એકબીજાથી પરિચિત છે. એક બાબત નોંધવી રસપ્રદ છે કે બંધ હાથ-પગવાળી મુદ્રામાં ઊભા રહેલા લોકોના ચહેરા પર ભલે હળવાશના ભાવો હોય અને તેમની વાતચીત ભલે મુક્ત અને સરળ લાગતી હોય પરંતુ તેમની આ મુદ્રા એવો સંદેશો પાઠવે છે કે તેઓ હળવાશભર્યા અને આત્મવિશ્વાસયુક્ત નથી.

હવે પછીને વખતે તમે એક આવો પ્રયોગ કરી જોજો. મિત્રાચારીભરી ભંગિમામાં મુક્ત રીતે ઊભા રહેલા જૂથમાં - કે જેમાં તમને કોઈ ઓળખતું નથી - તેમાં પ્રવેશો અને પગને ચુસ્ત રીતે આંટી ચડાવીને અને હાથની ચુસ્ત અદબ વાળીને ઊભા રહો. જૂથના એક

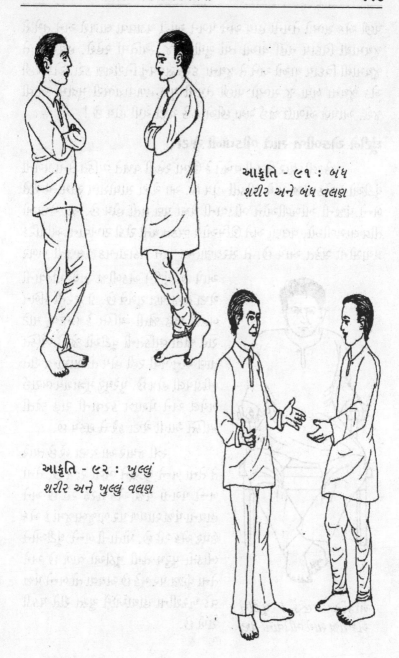

આકૃતિ - ૯૧ : બંધ
શરીર અને બંધ વલણ

આકૃતિ - ૯૨ : ખુલ્લું
શરીર અને ખુલ્લું વલણ

પછી એક સભ્યો તેમના હાથ અને પગને આંટી ચડાવવા લાગશે અને તમે તે જૂથમાંથી વિદાય નહીં થાઓ ત્યાં સુધી તે જ સ્થિતિમાં રહેશે. હવે તમે તે જૂથમાંથી વિદાય થાઓ અને તે જૂથના દરેક સભ્યનું નિરીક્ષણ કરો. એક પછી એક જૂથના બધા જ સભ્યો પાછી તેમની મૂળ હળવાશભરી મુદ્રામાં આવી જશે. આપણે અગાઉ જોઈ ગયા છીએ ને કે ચેષ્ટા ચેપી હોય છે !

ઘૂંટીને એકબીજા સાથે ભીડવાની ચેષ્ટા

કેટલીકવાર બેસતી વખતે કે ઊભા રહેતી વખતે વ્યક્તિ તેના પગની ઘૂંટીઓને એકબીજા સાથે ભીડતી હોય છે. આ ચેષ્ટા સાથોસાથ સામાન્ય રીતે બન્ને પંજાની આંગળીઓને ભીડવાની ચેષ્ટા પણ થતી હોય છે. આ ચેષ્ટાઓ તીવ્ર લાગણીઓ, વલણો અને ઊર્મિઓને વ્યક્ત થતી રોકી રાખવાના આંતરિક પ્રયાસોનો સંકેત આપે છે. તે સંરક્ષણાત્મક અને નકારાત્મક વલણની ખબર આપે છે. ઘૂંટીને એકબીજા સાથે ભીડવાની ચેષ્ટા તાણ પણ સૂચવે છે. ડૉક્ટરની કૅબિન બહાર રાહ જોતી વ્યક્તિ કે ઈન્ટર્વ્યૂ માટે રાહ જોતી વ્યક્તિની ઘૂંટીઓ જો તે વ્યક્તિ તાણ અનુભવી રહી હોય તો સામાન્ય રીતે ભીડાયેલી હોય છે. પૂરેપૂરું મૂત્રાશય ભરાઈ ગયેલ અને પેશાબ કરવાની રાહ જોતી વ્યક્તિ આવી ચેષ્ટા કરે તે શક્ય છે.

આકૃતિ - ૯૩ : *ઘૂંટીને એકબીજા સાથે ભીડવાની ચેષ્ટા*

સ્ત્રી જ્યારે આ ચેષ્ટા કરે છે ત્યારે તે તેના બન્ને ઘૂંટણને ભેગા રાખે છે, તેના બન્ને પગના પંજા એક તરફ રહે છે અને હાથના પંજા સાથળ પર બાજુબાજુમાં કે એક ઉપર એક રહે છે. પોતાની બન્ને ઘૂંટીઓને ભીડતો પુરુષ તેની મૂઠીઓ વાળે છે અને તેના ઘૂંટણ પર મૂકે છે અથવા તો બન્ને પંજા વડે ખુરશીના હાથાઓને ચુસ્ત રીતે પકડી રાખે છે.

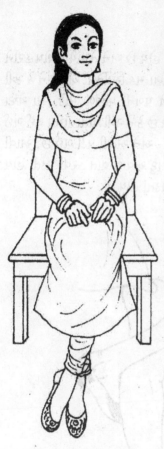

આકૃતિ - ૯૪ : *સ્ત્રી માટે ઘૂંટીને એકબીજા સાથે ભીડવાની ચેષ્ટા*

કેટલાક લોકો એવું જણાવતા હોય છે કે ઘૂંટીને ભીડવાની આ ચેષ્ટા તેમને કેટલીક સુવિધા બક્ષતી હોય છે, તેથી તેઓને થોડીક ધરપત મળતી હોય છે. એ સાચું છે કે આ ચેષ્ટા ઊભા રહેતી વખતે કે બેસતી વખતે અમુક પ્રમાણમાં સુવિધા બક્ષતી હોય છે, પરંતુ તેનો અર્થ એવો નથી થતો કે માત્ર તેટલા ખાતર જ આ ચેષ્ટા કરવામાં આવતી હોય છે, તેની સાથે કંઈક પ્રમાણમાં સંરક્ષણાત્મકતા, નકારાત્મકતા અને અતડાપણું જોડાયેલા હોય છે. આવા લોકો જ્યાં સુધી તેમની ઘૂંટીઓને અલગ નથી કરતા, તેમની મૂઠીઓને નથી ખોલતા ત્યાં સુધી વિધાયક વલણ અખત્યાર નથી કરતા અને તેના પરિણામસ્વરૂપ આત્મવિશ્વાસ નથી દર્શાવતા.

ભીડાયેલી ઘૂંટીઓને અલગ કરતાં જ હળવાશનો અનુભવ થાય છે. ઉદાહરણ તરીકે પથારીમાં ભીડાયેલી ઘૂંટીઓવાળા લાંબા કરેલા પગ સાથે સૂતેલી વ્યક્તિ તેની ઘૂંટીઓને અલગ કરતાં જ આખા શરીરમાં હળવાશ અને આરામ અનુભવવા લાગે છે.

અગાઉ આપણે જોઈ ગયા તે પ્રમાણે સંરક્ષણાત્મકતા અને નકારાત્મકતા સિવાયનાં અન્ય કારણોસર પણ સ્ત્રીઓ તેમના પગને આંટી વાળેલા કે તેમની ઘૂંટીઓને ભીડાયેલી રાખતી હોય છે. 'સન્નારીએ તેના પગ આમ રાખવા શોભનીય છે' તે સૂચનાને પરિણામે સ્થાયી થયેલ આદતને પરિણામે પણ સ્ત્રી આદતવશ તે મુદ્રામાં રહેતી હોય છે. આવે સમયે અર્થઘટન પર પહોંચવામાં સાવચેતી રાખવી જરૂરી છે. અન્ય ચેષ્ટાઓનો સંદર્ભ તપાસી આવે સમયે સાચા

અર્થઘટન પર પહોંચી શકાય.

પગના પંજાને ભીડવો

આ ચેષ્ટા માત્ર સ્ત્રીઓ જ કરતી હોય છે અને તેમાંયે વિશેષ કરીને શરમાળ અને ગભરુ સ્ત્રીઓ. અત્યંત સંરક્ષણાત્મક સ્થિતિમાં એવું બને કે સ્ત્રી તેના પગના પંજાના ઉપરના ભાગને બીજા પગની પાછળ ભીડે. આ ચેષ્ટા લગભગ હંમેશાં એવો જ સંકેત આપતી હોય છે કે તે સ્ત્રી પોતાનામય થઈ ગઈ છે - માનસિક એકાંતવાસમાં જતી રહી છે - અને અતડી પડી ગઈ છે. આવી વ્યક્તિને ધરપત બંધાવવા તેની સાથે ખૂબ મૃદુ અવાજે વાત કરવી પડતી હોય છે અને તેને હૂંફ અને આશ્વાસન આપવાં પડતાં હોય છે.

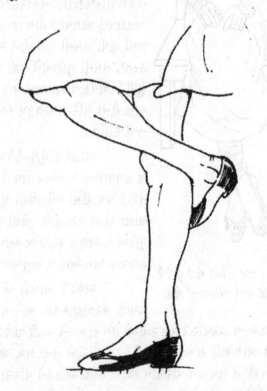

આકૃતિ - ૯૫ : ઊભા રહેવાની સ્થિતિમાં પંજાને ભીડવાની ભંગિમા

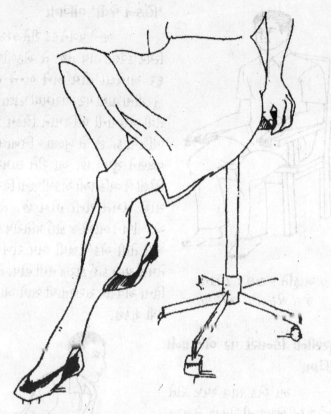

આકૃતિ - ૯૬ : બેઠેલી સ્થિતિમાં પંજાને ભીડવાની ભંગિમા

બેસવાની શૈલીઓ

બેસતી વખતે પગને કઈ રીતે રાખવામાં આવતા હોય છે તેનો વિશેષ ખ્યાલ રાખીને હવે આપણે બેસવાની કેટલીક શૈલીની ટૂંકમાં ચર્ચા કરીશું. સ્ત્રી અને પુરુષની શૈલીમાં તફાવત રહેલો હોય છે. સ્ત્રી જ્યારે બેસે છે ત્યારે તેણે પેન્ટ પહેરેલ હોય તો પણ સામાન્ય રીતે તે તેના પગને ભેગા રાખતી હોય છે.

વ્યક્તિ તેના પગ અને સાથળને કઈ રીતે ફેલાવીને બેસતી હોય છે તેના પરથી આપણને તેના હકારાત્મક કે નકારાત્મક વલણની ખબર પડતી હોય છે.

આકૃતિ - ૯૭ : *લિંકન જેવી બેસવાની ભંગિમા*

'લિંકન જેવી' ભંગિમા

બન્ને પગને દૃઢ રીતે ફરસ પર સ્થિર કરેલા હોય તથા તે એકબીજાથી દૂર આવેલા હોય અને બન્ને હાથ ખુરશીના હાથા પર આરામથી પડેલા હોય તેવી બેસવાની ભંગિમાને લિંકન જેવી ભંગિમા કહે છે. તે ખુલ્લા - નિખાલસ - વલણને સૂચવે છે. આ રીતે સામસામે બેઠેલી બે વ્યક્તિઓ એકબીજાના વિચારો સાથે સંમત થતી હોય છે. તેઓ એકબીજાને ભાગ્યે જ કોઈ પ્રતિરોધ કરશે અને તેથી એકબીજાથી ભય રાખવાનું તેમની પાસે કોઈ કારણ નહીં હોય. તેઓ વિના અવરોધ સરળતાથી સાથે આગળ વધી શકશે.

ખુરશીની કિનારી પર બેસવાની ભંગિમા

આ એક સાવ સ્પષ્ટ રીતે નજરે ચડતી બેસવાની રીત છે. તે તરત જ કંઈક કરવા તરફ દોરી જાય છે. ખુરશીની કિનારી પર ખસી આવતી વ્યક્તિ સમાધાન કરવાનો, સહકાર આપવાનો, સ્વીકાર કે સંમતિ કે વ્યવહાર પૂરો કરવાનો, છોડી દેવાનો કે પડતો મૂકવાનો નિર્દેશ આપે છે.

વ્યક્તિ જ્યારે ખુરશીમાં આગળની તરફ બેસે છે, તેના પગના પંજા આંગળીઓ પર સ્થિર થયેલા હોય

આકૃતિ - ૯૮ : *ખુરશીની કિનારી પર બેસવાની ભંગિમા*

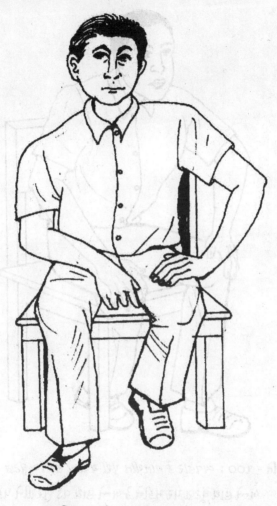

આકૃતિ - ૯૯ : આગળ વધવા તૈયાર

છે અને તે સાથે હકારાત્મક ચેષ્ટાઓ દર્શાવે છે ત્યારે તે હકારાત્મક વર્તન માટેની તેની તૈયારી બતાવે છે. જ્યારે વ્યક્તિ આવી સ્થિતિમાં જોવા મળે ત્યારે તેની સાથે સોદો પતાવવાની કે તેની પાસેથી કોઈ માગણી કરવાની તે ઉત્તમ ક્ષણ હોય છે.

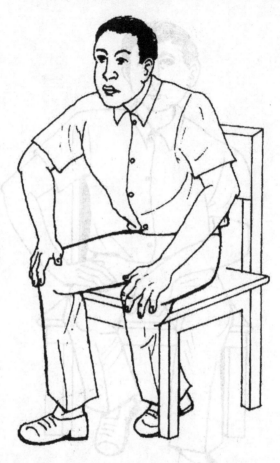

આકૃતિ - ૧૦૦ : *વ્યવહાર કે વાતચીત પૂરી થવાનો સંકેત - ઘૂંટણ પર હાથ*

બન્ને હાથ ઘૂંટણ પર મૂકીને કે બન્ને હાથ વડે ખુરશીને પકડી રાખીને વ્યક્તિ આગળ તરફ નમે છે ત્યારે તે નકારાત્મક વલણને છતી કરી રહી હોય છે. અશાબ્દિક સંદેશો પાઠવીને તે એમ કહી રહી હોય છે કે તે રૂબરૂ મુલાકાત કે વાતચીતનો અંત લાવવા માગે છે. આવા સંજોગોમાં તે વ્યક્તિ પાસેથી કોઈ અનુકૂળ પ્રતિભાવની અપેક્ષા રાખવી સાવ જ અશક્ય છે. આવે સમયે સામેવાળી વ્યક્તિએ જો તેનાં માન-આબરૂ સાચવવાં હોય તો વાતનો ત્યાં જ અંત લાવી દેવો જોઈએ અને વિદાય લેવી જોઈએ.

આકૃતિ - ૧૦૧ : *વ્યવહાર કે વાતચીત પૂરી થયાનો સંકેત - ખુરશીની કિનારી પર હાથ*

ખુરશીના હાથા પર પગ રાખવાની ભંગિમા

ખુરશીના હાથા પર પગ રાખવાની ભંગિમા એવું સૂચવે છે કે વ્યક્તિ નિરાંતમાં છે, ખુલ્લા મનવાળી છે, સહકાર આપવાનું વલણ ધરાવે છે અને અનૌપચારિક છે. જો કે આ તો આંખમાં ધૂળ નાખવા માટેનો એક દેખાડો હોય છે કારણ કે વાસ્તવમાં તેથી વિરુદ્ધનાં વલણો જ અંદરખાને અસ્તિત્વ ધરાવતાં હોય છે. આ ભંગિમા સૂચવે છે કે તે વ્યક્તિ બીજાની લાગણીઓને કે જરૂરિયાતો પ્રત્યે બેપરવા છે. અરે, તે તે પ્રત્યે દુશ્મનાવટનો ભાવ ધરાવતી હોય તેમ પણ

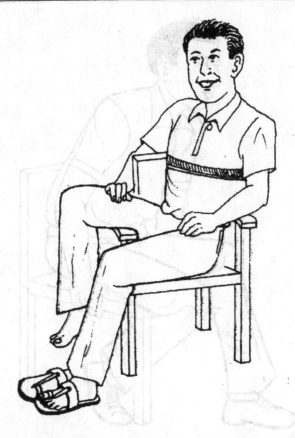

આકૃતિ - ૧૦૨ : ખુરશીના હાથા પર પગ રાખવાની ભંગિમા - બેપરવાઈ

બને. આ ઉપરાંત તેની આવી શારીરિક મુદ્રા અશાબ્દિક રીતે તેના પ્રભાવી હોવાનો કે શ્રેષ્ઠ હોવાનો સંદેશો પાઠવતી હોવાથી એવું બને કે તેની સાથે સંબંધ પ્રસ્થાપિત કરવામાં મુશ્કેલી પડે.

ખુરશીની પીઠ તરફ મોં રાખી બેસવાની ભંગિમા

ખુરશીની પીઠ તરફ મોં રાખીને અને બન્ને પગ પહોળા રાખીને બેસવાથી ખુરશીની પીઠ સામેવાળી વ્યક્તિ તરફ રહે છે. બહારથી અથવા તો ઉપરછલ્લી રીતે જોતાં તો એમ જ લાગે કે વ્યક્તિ અનૌપચારિક બનીને સહકાર

આકૃતિ - ૧૦૩ : *ખુરશીની પીઠ તરફ મોં રાખી ઘોડો પલાંગી બેસવાની ભંગિમા*

આપી રહી છે, પરંતુ વાસ્તવમાં તેની આ ચેષ્ટા પ્રભાવી અને આક્રમક વલણ સૂચવે છે. ખુરશીની પીઠ તે પર બેસનાર વ્યક્તિના ધડના આગળના ભાગની એક બક્ષરની જેમ રક્ષા કરે છે. જૂથના અન્ય સભ્યોના સંભવિત આક્રમણ સામે તેને તેનાથી રક્ષણ મળે છે. ખુરશી પર આ રીતે બેઠેલ વ્યક્તિને જ્યારે ચર્ચામાં કે વાતચીતમાં કંટાળો આવે છે ત્યારે પરિસ્થિતિનું નિયંત્રણ તે પોતાના હાથમાં લઈ લે છે. જૂથચર્ચા ચાલતી હોય ત્યારે આવી વ્યક્તિને કાબૂમાં લેવાનો, તેને મૂંઝવણમાં મૂકવાનો એક ઉપાય એ છે કે જૂથની કોઈ વ્યક્તિ આવી વ્યક્તિ પાછળ સ્થાન લે. આથી તે વ્યક્તિને તેની પાછળની બાજુએ સલામતીનો અભાવ વર્તાશે અને તે વ્યક્તિ તેની સ્થિતિ બદલશે અને તે રીતે તેની આક્રમકતા ઘટશે.

પરંતુ જો વ્યક્તિ ફરતી ખુરશી પર બેઠેલી હોય અને તેને ઘુમાવીને સતત તેની અને તેના શ્રોતા વચ્ચે ખુરશીની પીઠ રાખી શકતી હોય તો શું કરવું ? તે સંજોગોમાં શ્રોતાએ અન્ય અશાબ્દિક પ્રયુક્તિઓ પ્રયોજવી પડે. શ્રોતાએ તેની નજીક જવું જોઈએ અને તેની નજીક ઊભા રહીને નીચે તેની તરફ તાકી રહેવું જોઈએ. આથી તે અસ્વસ્થતા અનુભવશે, તેની સ્થિતિ બદલશે અને નમ્ર બનશે.

ખુરશીને ડોલાવવી, હીંચકાવવી

કેટલાક લોકોને આગળ-પાછળ કે ડાબે-જમણે ખુરશીને ઝુલાવવાની આદત હોય છે. આ પ્રકારનું હલનચલન એવો નિર્દેશ કરે છે કે વ્યક્તિ એવું અનુભવી રહી છે કે પરિસ્થિતિ તેના પૂરેપૂરા નિયંત્રણમાં છે અને તેને એવો આત્મવિશ્વાસ છે કે આખરી પરિણામ તેને પક્ષે જ આવવાનું છે.

ખુરશીમાં સળવળાટ કરવો

તાણભરી પરિસ્થિતિમાં વ્યક્તિ બેચેનીપૂર્વક તેની ખુરશીમાં આમથી તેમ તેની બેસવાની સ્થિતિ બદલ્યા કરે છે - અને આમ ત્યાં સુધી ચાલતું રહે છે કે જ્યાં સુધી તેને સુવિધાનો અનુભવ નથી થતો - ખુરશી વડે મળતી સુવિધાનો નહીં પરંતુ તાણભરી પરિસ્થિતિમાં ઊભી થતી હળવાશની સુવિધાનો અનુભવ.

વ્યક્તિ શા માટે આ રીતે ખુરશીમાં સળવળાટ કરતી હોય છે તે માટે નીરેન્બર્ગ અને કાલેરો કેટલાંક કારણો આપે છે : વ્યક્તિ થાકેલી હોય, વક્તાની વાતમાં તેને રસ ન પડતો હોય; જમવા - નાસ્તા જેવી કોઈ નિયમિત બાબતનો સમય થઈ ગયો હોય, ખુરશી આરામદાયક ન હોય યા તો તેનું મન અન્ય કોઈ બાબતમાં રોકાયેલું હોય. કેટલીકવાર એવું બનતું હોય છે કે વ્યક્તિ ઊંડા વિચારમાં ડૂબી જાય છે અને તેનો સળવળાટ બંધ પડે છે.

ટેબલનું ખાનું ખેંચવાની ચેષ્ટા

ટેબલ સમક્ષ બેસીને વાતચીત કે વ્યવહાર કરતી વખતે વ્યક્તિ ટેબલના સૌથી નીચેના ખાનાને બહાર કાઢે અને તે પર તેનો પગ મૂકે તેવું બને. આ ચેષ્ટા એવું સૂચવે છે કે પરિસ્થિતિ અંકુશમાં છે. ઘણા આક્રમક સ્વભાવના અને લક્ષ્યવેધી કાર્યકારી અધિકારીઓ આ ચેષ્ટાનો માત્ર રૂબરૂમાં જ નહીં પરંતુ ફોન પર વાત કરતી વખતે પણ ઉપયોગ કરતા હોય છે. કેટલીકવાર ટેલિફોન પર રજૂ કરવામાં કોઈ જટીલ સમસ્યા વિશે વાતચીત કરતી વખતે વ્યક્તિ ટેબલનું ખાનુ ઉઘાડ-બંધ કરતી રહે છે અને આખરે કોઈ નિર્ણય પર આવતાં હળવેકથી ખાનું બંધ કરી, ઊભા થઈ, સ્વસ્થ અને દૃઢ અવાજમાં તેનો નિર્ણય જણાવે છે.

ઊભા રહેવાની રીતભાત

આપણે જે રીતે ઊભા રહેતા હોઈએ છીએ તે રીત પણ આપણાં વલણોને અને આપણી ઊર્મિઓને છતાં કરતી હોય છે.

ધડના ઉપરના ભાગને ઊર્ધ્વ દિશામાં સીધો ઊભો રહે તેમ રાખીને ઊભા રહેવાથી 'ટટ્ટાર સીધા ઊભા રહેવા'ની મુદ્રા બને છે અને તે આત્મવિશ્વાસનો સંદેશો આપે છે. કેટલાક લોકો તેમના ખભાને સહેજ ઊંચા પાછા ખેંચીને - ચોરસ કરીને - અને પીઠને સીધી કરીને તેમની હતાશાની લાગણીને કૃતનિશ્ચયતાની

લાગણીમાં બદલી શકતા હોય છે. તેથી ઊલટું જો શરીરને ટટ્ટાર અને સીધું રાખવામાં ન આવે તો તે સામેવાળી વ્યક્તિમાં આદરની લાગણીને નથી જન્માવી શકતું. ઊભા રહેવાની મુદ્રા કેટલીકવાર આદતથી ઘડાયેલી હોય છે. કેટલાક ઊંચા લોકો નાની ઉંમરે જ ઊંચાઈ વધારે પડતી વધી જવાથી તેઓ તેમની ઉંમરના લોકો વચ્ચે અલગ ન તરી આવે તે માટે તેમના ખભાને ઝુકાવેલા રાખતા હોય છે અને વાંકા વળેલા રહેતા હોય છે. જ્યારે કેટલાક લોકો તેમની ઊભા રહેવાની મુદ્રા બાબતે બેપરવા હોય છે તેથી તેમની સુસ્ત રીતે ઊભા રહેવાની, ખભાને ઝુકાવીને ઊભા રહેવાની, નમીને ઊભા રહેવાની આદતો તેમની પુખ્ત ઉંમરના વ્યવહારમાં, ઊભા રહેવાની રીતભાતમાં ઊતરી આવે છે.

ધડના નીચેના ભાગ તરફ મોટેભાગે કોઈનું ધ્યાન નથી જતું હોતું. કેટલાક લોકો ઊભા રહીને જ્યારે વાતચીત કરતા હોય છે ત્યારે આદતવશ તેમનો એક કૂલો પાછળ તરફ ધકેલાયેલો રહે છે. ઊભા રહેવાની આ મુદ્રા સામેવાળી વ્યક્તિ પર પડતા પ્રભાવમાં ઘટાડો કરે છે. આવી વ્યક્તિ જાણે જે તે પ્રસંગે પરાણે હાજર રહી હોય તેવો અશાબ્દિક સંદેશો આપે છે અને તેની અને તેની આસપાસના અન્ય લોકો વચ્ચે અંતર ઊભું કરે છે.

ઊભા રહેવાની કે ખસવાની યોગ્ય કે અયોગ્ય રીત જેવું કંઈ જ નથી. ઊભા રહેવાની સૌથી સ્વીકૃત મુદ્રા એ છે કે જેમાં શરીર ટટ્ટાર સીધું રહે અને વ્યક્તિના આત્મવિશ્વાસને પ્રગટ કરે. કોઈની સાથે વાત કરતી વખતે આગળ તરફ સહેજ ઝૂકેલા રહેવાથી સામેવાળી વ્યક્તિને એવી પ્રતીતિ થાય છે કે તમે તેની સાથેની વાતચીતમાં ઓતપ્રોત છો અને રસ લઈ રહ્યા છો.

ચાલવાની ચેષ્ટાઓ

દરેક વ્યક્તિને તેની આગવી ચાલ હોય છે. આપણે વ્યક્તિને તેની ચાલ પરથી જ ઓળખી જતા હોઈએ છીએ. આપણી ચાલ આપણા શારીરિક બંધારણ અને આપણા ઊર્મિજગત પ્રમાણે રચાય છે. દરેક વ્યક્તિનું શારીરિક બંધારણ તેમજ ઊર્મિજગત આગવું હોવાથી તેની ચાલ પણ આગવી હોય છે. શારીરિક બંધારણ અને ઊર્મિજગત આપણી ચાલવાની ઝડપને, બે પગલાં વચ્ચેના અંતરને અને આપણી અંગભંગિમાને નિયંત્રિત કરે છે. ખુશ માણસનાં પગલાં હળવાં, ઝડપી અને જીવંત હશે, જ્યારે હતાશ માણસનાં પગલાં ભારે હશે

અને તેના ખભા ઝૂકેલા હશે.

નીચે ચાલવાની કેટલીક રીતભાતનું વર્ણન આપવામાં આવ્યું છે.

ઝૂલતાં બાવડાં : બાવડાંને ઝુલાવતી અને ઝડપી ડગલાં ભરતી વ્યક્તિ લક્ષ્ય પર સતત નજર રાખતી હોય છે અને તેની દિશા ચોક્કસ હોય છે.

ખિસ્સામાં પંજા : ખિસ્સામાં હાથ રાખીને ચાલવાનું વલણ ધરાવતી વ્યક્તિ આલોચનાત્મક સ્વભાવની હોય છે અને વાતને ગુપ્ત રાખવાનું વલણ ધરાવતી હોય છે. આવી વ્યક્તિ અવારનવાર અન્ય વ્યક્તિઓ વિશે ઘસાતું બોલતી જોવામાં આવે છે. એ સાવ શક્ય છે કે આવી વ્યક્તિઓ પોતે જ વિષાદનો ભોગ બનેલી હોય. તેવી સ્થિતિમાં તેઓ તેમના મસ્તકને નમાવીને ચાલતી હોય છે, જાણે કે ફરસને માપી રહી ન હોય. શક્ય છે કે આવી વ્યક્તિ મેલીઘેલી, સુસ્ત અને બેફિકર પણ હોય.

નિતંબ પર પંજા : કૂલા પર હાથ રાખીને ચાલવાની ચેષ્ટા ઉતાવળિયા માણસની લાક્ષણિકતા છે. સહેજ પણ સમયનો બગાડ કર્યા વિના આવી વ્યક્તિ તેના લક્ષ્ય પર પહોંચવા માગતી હોય છે. ટૂંકામાં ટૂંકા માર્ગે અને ઓછામાં ઓછા સમયમાં તેમનાં લક્ષ્યોને સિદ્ધ કરવા આવી વ્યક્તિઓ સામાન્ય રીતે અત્યંત કાર્યક્ષમ સાધનોનો ઉપયોગ કરશે. આવી વ્યક્તિઓ આવેગ આવતાં કામે વળગતી હોય છે અને ધડાધડ કામ પતાવતી હોય છે. વચ્ચે થોડો સમય પછીનાં પગલાંનું આયોજન કરવા થોભતી હોય છે અને પછી પાછી આવેગ આવતા ધડાધડ કામ પતાવતી હોય છે.

ધ્યાનમગ્ન ચાલ : કોઈ સમસ્યામાં ડૂબેલી વ્યક્તિ નત-મસ્તકે પીઠ પાછળ હાથ જોડીને ધીમી ચાલે ચાલતી હોય છે. ચાલતાં ચાલતાં તે વારંવાર જમીન પર પડેલી કોઈ ચીજને બારીકાઈથી જોવા થોભતી હોય છે, પછી ભલે જમીન પર તે કોઈ કાંકરો કે કાગળનો કોઈ ટુકડો હોય.

આત્મવિશ્વાસુ ચાલ : આ મોભાદાર વ્યક્તિની ચાલ છે. વ્યક્તિની હડપચી ઉંચકાયેલ હોય છે, બાવડાં વધારે પડતાં ઝૂલતાં હોય છે, પગ કંઈક અક્કડ હોય છે, એકએક ડગલું પ્રયત્નપૂર્વકનું, ગણતરીપૂર્વકનું પ્રભાવશાળી હોય છે. આ ચાલમાં આત્મવિશ્વાસ ઊભરાતો હોય છે.

નેતાગીરીની ચાલ : આ એ લોકોની ચાલ છે કે જેઓ ચાલની

શરૂઆત કરતા હોય છે - ચાલની આગેવાની લેતા હોય છે. તેઓનું એકએક ડગલું પ્રયત્નપૂર્વકનું હોય છે. તેઓ એક ખાસ ઇચ્છિત લક્ષ્ય તરફ ગતિ કરી રહ્યા છે તેવો સ્પષ્ટ નિર્દેશ તેમાં રહેલો હોય છે. તે પરથી અન્ય લોકોએ સંકેત ઝીલવો હોય તો ઝીલી શકે છે અને તેમની સાથે જોડાઈ શકે છે, તેમને અનુસરી શકે છે.

ડગલાં ભરવાં : માપસરનાં ડગલાં વડે અને એક વિશિષ્ટ પ્રકારના ભાવ સાથે ચાલવામાં આવતી આ એક ધીમા પગલાંની ચાલ છે. વ્યક્તિ એક મર્યાદિત વિસ્તારમાં - ઓરડા, વરંડા કે વાડામાં - આમતેમ આંટા મારતી હોય છે. કોઈ જટીલ સમસ્યાને હલ કરવાના કે મુશ્કેલ નિર્ણય લેવાના સંજોગોમાં વ્યક્તિ આ ચાલનો આશરો લેતી હોય છે. આવે સમયે વ્યક્તિ સ્વાભાવિક રીતે જ એકલા રહેવાનું પસંદ કરતી હોય છે, રખેને કોઈ વ્યક્તિ તેમની વિચારશૃંખલામાં ભંગ પાડે.

અક્કડ ચાલ : આ ચાલ ચાલતી વ્યક્તિ શરીરનો ઉપરનો ભાગ અક્કડ રાખતી હોય છે અને બાવડાં વધારે પડતાં ઝુલાવતી હોય છે. આવી ચાલ માત્ર પુરુષો જ ચાલતા હોય છે. આવી ચાલે ચાલીને અન્ય વ્યક્તિનું અભિવાદન કરવા જતી વ્યક્તિ સત્તા, તાકાત અને આધિપત્યને પ્રદર્શિત કરતી હોય છે.

✧

જો તમે આત્મવિશ્વાસના અભાવના સંદેશાને અન્ય વ્યક્તિ સુધી પહોંચાડવા ન માગતા હોવ તો તમારે નીચે આપેલી અશાબ્દિક વર્તણૂકોને ટાળવી જોઈએ :

- *ખભાને ઝુંકાવવા, સંકોચવા.*
- *ખુરશીમાં સંકોચાઈને બેસવું.*
- *બેઠાં બેઠાં કે ઊભાં ઊભાં સતત સળવળાટ કર્યા કરવો.*
- *પંજા પર હડપચીને કે મસ્તકને ટેકવીને આગળ તરફ નમીને બેસવું.*

આટલું યાદ રાખો -

- *ચાલતી વખતે અક્કડ ન રહો.*

❑ અચકાતાં અચકાતાં ન ચાલો.

❑ બગાસાં ન ખાઓ, આળસ ન મરડો, દીવાલનો ટેકો ન લો; તે અનાદર અને નિરસતાનો સંદેશો આપે છે.

❑ કોઈક વસ્તુ શોધી રહ્યા હોવ તેમ મસ્તક નીચું રાખી ન ચાલો.

❑ ચાલતી વખતે તમારાં બાવડાંને સ્વાભાવિક રીતે આગળ-પાછળ ઝૂલવા દો.

❑ એક એક ડગલું પ્રયત્નપૂર્વક ભરો, લોકો તેથી તમને એકચિત્ત અને મૈત્રીપૂર્ણ વ્યક્તિ તરીકે જોશે.

✠

૧૧

કેટલીક અન્ય ચેષ્ટાઓ

કાલ્પનિક પૂમડાને ચૂંટવાની ચેષ્ટા

અન્ય વ્યક્તિના અભિપ્રાયો કે વલણો સાથે જ્યારે કોઈ વ્યક્તિ સંમત ન થતી હોય, પરંતુ તે સાથે પોતાના દૃષ્ટિબિંદુને વ્યક્ત કરતાં જે વ્યક્તિ મૂંઝવણ અનુભવતી હોય, કંઈક બંધન જેવું અનુભવતી હોય ત્યારે તે જે અશાબ્દિક ચેષ્ટાનો આશરો લે છે તેને વૈકલ્પિક ચેષ્ટા કહેવામાં આવે છે, કારણ કે તેના મનમાં તેનું જે દૃષ્ટિબિંદુ ઘોળાઈ રહ્યું છે તેના વિકલ્પમાં તે ચેષ્ટા થતી હોય છે. આવી એક ચેષ્ટા વ્યક્તિએ પહેરેલા વસ્ત્ર પરથી કોઈ કાલ્પનિક પૂમડાને ચૂંટવાની છે. આ ગૌણ અને અપ્રાસંગિક ચેષ્ટા કરતી વખતે પૂમડું ચૂંટતી વ્યક્તિ અન્ય સૌ લોકો તરફથી તેની નજર હટાવીને નીચે ફરસ તરફ જુએ છે. અસંમતિ દર્શાવતો આ એક સાવ સામાન્ય સંકેત છે અને પૂમડું ચૂંટતી વ્યક્તિ જ્યારે તે ચેષ્ટા વારંવાર કરતી જ રહે ત્યારે તેનો અર્થ એવો થાય છે કે જે કંઈ કહેવાઈ રહ્યું છે તે તેને નથી ગમતું, પછી ભલેને તે વ્યક્તિ એકએક બાબત સાથે શાબ્દિક રીતે સંમત થતી હોય.

આવે સમયે તેના મનમાં શું ચાલી રહ્યું છે તે જાણવા તમે તમારી હથેળીઓ ખુલ્લી કરો અને તેને કહો, "ઠીક, તો તમારું માનવું શું છે ?" કે "મને લાગે છે કે આ બાબતે તમે કંઈક કહેવા માગો છો. તમે શું કહેવા માગો

આકૃતિ - ૧૦૪ : *કાલ્પનિક પૂમડાને ચૂંટવાની ચેષ્ટા*

છો તે મને જરા કૃપા કરીને જણાવશો ?" આમ કહીને પહોળા હાથ અને ખુલ્લી હથેળીઓ સાથે તેના જવાબની રાહ જોતા બેસી રહો. જો સામેવાળી વ્યક્તિ તમને જણાવે કે તે તમારી સાથે સંમત છે અને તેની કાલ્પનિક પૂમડું ચૂંટવાની ચેષ્ટા ચાલુ રાખે તો તેના મનમાં રહેલા વાંધાને જાણવા તમારે કોઈ વધુ સીધો અને પ્રગટ અભિગમ અપનાવવાની જરૂર પડે તેવું બને.

પુરુષ - પુરુષ આક્રમણ

કૂલા-પર-પંજા અને પટ્ટામાં - (અંગૂઠાની લાક્ષણિક મુદ્રાઓ ધારણ કરેલા બે પુરુષો એકબીજાને માપતાં ઊભા છે તે જુઓ. તે બન્ને એકબીજા સામે સીધા નહીં પરંતુ સહેજ ખૂણો બનાવીને ઊભા છે તે જોતાં તથા તે બન્નેના ધડના નીચેના ભાગો અક્કડ કે તાણમાં ન હોવાથી એમ ધારવું વાજબી ગણાશે

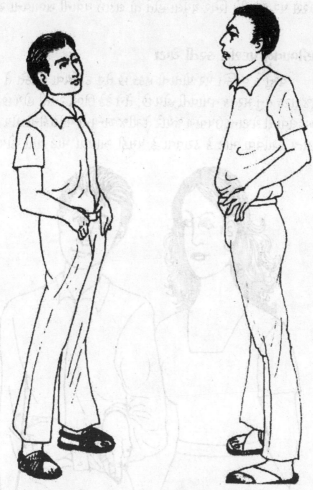

આકૃતિ - ૧૦૫ : *પુરુષ-પુરુષ આક્રમકતા*

કે આ બન્ને પુરુષો અભાન રીતે જ એકબીજાનું મૂલ્યાંકન કરી રહ્યા છે અને હુમલાની કોઈ સંભાવના નથી. તેમની વાતચીત સાહજિક કે મૈત્રીભરી હશે, પરંતુ જ્યાં સુધી તેમની કૂલા-પર-પંજાની મુદ્રાનો અંત આવીને હથેળીઓ ખુલ્લી નહીં થાય ત્યાં સુધી સંપૂર્ણતઃ હળવાશભરી પરિસ્થિતિનું નિર્માણ નહીં થાય. જો આ બન્ને જણા એકબીજા સામે સાવ જ સીધા ઊભા હોત તો અને તેમના

પગ ફરસ પર દૃઢ રીતે સ્થિર થયેલા હોત તો લડાઈ થવાની સંભાવના રહેલી હતી.

માલિકીભાવનું પ્રદર્શન કરતી ચેષ્ટા

વસ્તુ કે વ્યક્તિ પર પોતાનો હક્ક છે તેવું દર્શાવવા વ્યક્તિ તે વસ્તુ કે ચીજ તરફ તેનું મસ્તક નમાવતી હોય છે, તેને ટેકે ઊભી રહેતી હોય છે. આ રીતે અઢેલવાની ચેષ્ટાનો ઉપયોગ જ્યારે તે ચીજ અન્યની માલિકીની હોય ત્યારે આધિપત્ય દર્શાવવા માટે કે ડરાવવા કે ધમકી આપવા માટે થતો હોય છે.

આકૃતિ - ૧૦૬ : માલિકીભાવનું પ્રદર્શન - નમેલું મસ્તક, હાથમાં હાથ

આકૃતિ - ૧૦૭ : માલિકીનું ગૌરવ - પોતાની ચીજને ટેકો દઈ ઊભા રહેવું

ઉદાહરણ તરીકે તમે તમારા મિત્રની તેની કાર, મકાન કે તેની માલિકીની અન્ય કોઈ ચીજ સાથે તસવીર પાડવા માગો છો ત્યારે તમે એ બાબતની અવશ્ય નોંધ લેશો કે તેની તે નવી મિલકતને અઢેલશે અને તેનો પગ તેના પર મૂકશે કે તેનો હાથ તેની ફરતે મૂકશે. જ્યારે તે તેની મિલકતને સ્પર્શે છે ત્યારે તે તેના શરીરનો એક હિસ્સો બની જાય છે, તેના જ શરીરનો એક ફેલાવો બની જાય છે અને તે

આકૃતિ - ૧૦૮ : ડરાવતી, ધમકાવતી, પડકાર ફેંકતી પ્રચ્છન્ન ચેષ્ટા

રીતે તે અન્ય સૌને દર્શાવે છે કે તે ચીજ તેની છે. યુવાન પ્રેમીઓ જાહેરમાં સામાજિક પ્રસંગોએ એકધારા એકબીજાના હાથમાં હાથ પરોવેલા રાખતાં હોય છે, તેમ કરીને તેઓ તેમનો એકબીજા પરનો હક્ક પ્રદર્શિત કરતાં હોય છે. કોઈ ધંધાદારી વ્યક્તિ તેની ઑફિસની અને તેના રાચરચીલાની માલિકી ધરાવે છે તે દર્શાવવા તેનો પગ તેના ટેબલ પર કે તેના ટેબલના ખાના પર મૂકે છે અથવા

તો ઑફિસના બારણાને અઢેલીને ઊભો રહે છે.

આવી વ્યક્તિને ધમકાવવાનો કે ડરાવવાનો એક સરળ ઉપાય એ છે કે તેની મંજૂરી વિના જ તેની ચીજને અઢેલીને ઊભા રહો કે તે પર બેસી જાઓ કે તેનો ઉપયોગ કરવા લાગો.

ગ્રાહકને ઘરે મુલાકાતે જતા સેલ્સમેનને એ સલાહ આપવામાં આવે છે કે તે તેના ગ્રાહક પાસેથી જાણી લે કે તે કઈ ખુરશી પર કે કઈ જગ્યાએ બેસે છે જેથી તે ત્યાં બેસીને ગ્રાહકમાં નકારાત્મક પ્રતિભાવ ન જન્માવે અને પોતાના વેચાણને નુકસાન ન પહોંચાડે.

આકૃતિ ૧૦૮માં દર્શાવેલ વ્યક્તિ જેવા લોકો બારણાને અઢેલીને ઊભા રહેવાની આદત ધરાવતા હોય છે. તેઓ પ્રથમ પરિચયથી જ સામેવાળી વ્યક્તિને ડરાવતાં-ધમકાવતાં રહે છે. પરિણામે તેમને સામે નકારાત્મક પ્રતિભાવ મળતા રહે છે. આવી વ્યક્તિઓને સલાહ આપવામાં આવે છે કે સામેવાળી વ્યક્તિ પર અનુકૂળ છાપ પાડવા તેઓ સીધા ઊભા રહેવાની અને ઉઘાડી હથેળીઓ સાથે પરિચયમાં આવવાની ટેવ પાડે. તમને મળ્યાની પ્રથમ નેવું સેકન્ડમાં જ લોકો તમારા વિશેના નેવું ટકા અભિપ્રાયો બાંધી લેતા હોય છે, અને તમારા વિશેની પ્રથમ છાપ પાડવાનો અવસર તમને બીજીવાર નથી મળવાનો !

૧૨

કાર્બન કોપીઓ અને અરીસાસમ પ્રતિબિંબો

તમે હવે પછી કોઈ સામાજિક કે ધાર્મિક મેળાવડામાં, સંમેલન કે શિબિરમાં અથવા તો લોકોનો સમૂહ જ્યાં ભેગો થતો હોય તેવા પ્રસંગોમાં હાજર રહો ત્યારે લોકોની વિવિધ અંગભંગિમાઓનું જરા બારીકાઈથી અવલોકન કરજો. તમે જોશો કે કેટલાક લોકોની અંગભંગિમા એકબીજાને મળતી આવતી હશે, તેઓ જે વ્યક્તિ સાથે વાત કરતા હશે તેને મળતી આવતી હશે. આ રીતે અજાણતાં જ સામેવાળી વ્યક્તિની આબેહૂબ નકલ કરીને તે વ્યક્તિ સામેવાળી વ્યક્તિને એવો સંકેત આપતી હોય છે કે તે તેના ખ્યાલો અને ભાવનાઓ સાથે સંમત છે. તેનો અશાબ્દિક સંદેશો એવો હોય છે કે 'તમે જુઓ કે હું તમારી માફક જ વિચારું છું, તેથી જ મેં તમારી ચેષ્ટાઓ અને અંગભંગિમાની નકલ કરી છે.'

અભાન રીતે જ થતી આવી નકલોનો અભ્યાસ કરવો તે એક ખૂબ રસપ્રદ બાબત છે. ઉદાહરણ તરીકે રેલ્વે પ્લેટફોર્મ પર ઊભા રહેલા આકૃતિ - ૧૦૯માં દર્શાવેલા બન્ને માણસોનું અવલોકન કરો. તેઓ એકબીજાની ચેષ્ટા અને અંગભંગિમાની આબેહૂબ નકલ અરીસામાં પડતા પ્રતિબિંબ જેવી કરીને ઊભા રહ્યા છે અને વાત કરી રહ્યા છે. તે પરથી એ અનુમાન કરવું ગેરવાજબી

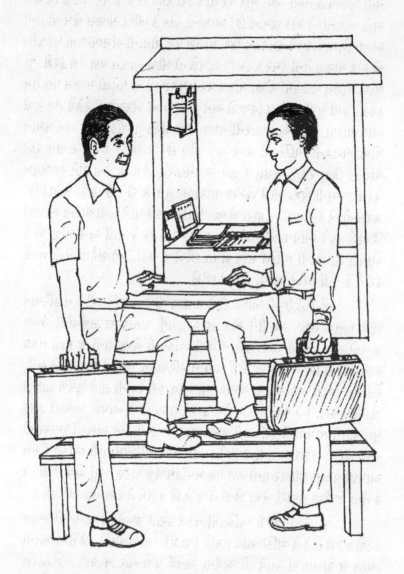

આકૃતિ - ૧૦૯ : અરીસા-સમ પ્રતિબિંબ, એકસરખા વિચારો, ખયાલો, ભાવનાઓ

નહીં ગણાય કે તેઓ એવા મુદ્દા પર વાત કરી રહ્યા છે કે જે પર તેમના વિચારો અને ભાવનાઓ એક સમાન છે. આમાંનો એક કે બીજો માણસ જેમ પોતાની અંગભંગિમા બદલશે તેમ સામેવાળો માણસ પણ પોતાની અંગભંગિમા બદલશે. જો એક માણસ તેની કમર પર હાથ રાખશે તો બીજો માણસ પણ તેમ કરશે. જો બીજો માણસ નજીકમાં પડેલા બાંકડા પર પગ રાખશે તો પહેલો માણસ પણ તેમ કરશે. જ્યાં સુધી બન્નેના વિચારો અને ભાવનાઓ એકસરખી રહેશે ત્યાં સુધી આમ ચાલ્યા કરશે. આ પ્રકારની નકલ કરવાની ક્રિયા ગાઢ મિત્રો અને સમાન મોભા ધરાવતી વ્યક્તિઓ વચ્ચે થતી હોય છે. પરિણીત દંપતી સમાન રીતે ચાલતું, ઊભું રહેતું, બેસતું કે હલનચલન કરતું હોય છે. આ રીતે આબેહૂબ નકલ કરવાની ચેષ્ટા બૉડી લેંગ્વેજના અભ્યાસુને બે રીતે ઉપકારક નીવડે છે. પ્રથમ તો એ કે અવલોકન દ્વારા એ જાણી શકાય છે કે સામેવાળી વ્યક્તિ આપણા વિચારો અને ભાવનાઓ સાથે સંમત થઈ રહી છે કે નહીં અને બીજું એ કે આપણે સામેવાળી વ્યક્તિ સાથે સંમત છીએ કે નહીં તેનો સંદેશો તેની નકલ કરીને કે નહીં કરીને પાઠવી શકીએ છીએ.

જો કોઈ ઉપરી અધિકારી તેના હાથ નીચેના અધિકારી કે નોકરિયાત સાથે ઘનિષ્ઠ સંબંધ સ્થાપીને એક હળવાશભર્યું વાતાવરણ સર્જવાની ઇચ્છા રાખતો હોય તો તેણે તેના હાથ નીચેની વ્યક્તિની ચેષ્ટાઓની જ માત્ર નકલ કરવાની રહે છે. તે જ રીતે કોઈ નવા નોકરિયાતને આપણે તેના માલિકની, શેઠની કે ઉપરી અધિકારીની ચેષ્ટાઓની નકલ કરીને તેની સાથે સુમેળ સાધતો જોઈએ છીએ. આ જ્ઞાનનો ઉપયોગ કરીને શક્ય છે કે આપણે આપણી રૂબરૂ મુલાકાતને સામેવાળી વ્યક્તિની હકારાત્મક ચેષ્ટાઓ અને અંગભંગિમાઓની નકલ કરીને સફળ બનાવી શકીએ. આમ કરવાથી સામેવાળી વ્યક્તિનું મન આપણી વાતને સ્વીકારવાનો હળવાશભર્યો મિજાજ ધારણ કરતું હોય છે કારણ કે તેના જ જેવી તમારી ચેષ્ટા જોતાં તે જુએ છે કે તમે તેને સમજી રહ્યા છો.

જો કે સામેવાળી વ્યક્તિની નકલ કરતી વખતે એ બાબતનો ખ્યાલ કરવો જરૂરી છે કે તે વ્યક્તિ સાથે તમારે કયા પ્રકારનો સંબંધ છે. જો તે બાબતનો ખ્યાલ ન રાખવામાં આવે તો અર્થનો અનર્થ થતાં વાર ન લાગે. ઉદાહરણ તરીકે, ધારો કે એક મોટી કંપનીના જુનિયર ક્લાર્કે તેના પગારવધારાની માગણી કરતી અરજી કરી છે અને તેને મેનેજરની ઑફિસમાં બોલાવવામાં આવે છે. તે

ઑફિસમાં પ્રવેશે છે કે તરત મેનેજર તેને બેસવા કહે છે અને પોતે શ્રેષ્ઠતા દર્શાવતી બન્ને હાથ મસ્તક પાછળ રાખવાની (આકૃતિ-૬૩), એક પગની ઘૂંટીને બીજા પગના ઘૂંટણ પર ટેકવવાની (આકૃતિ-૮૮) અને ખુરશીને પાછળ અઢેલીને બેસવાની મુદ્રાઓ ધારણ કરે છે. આમ કરીને તે ક્લાર્ક સમક્ષ પોતાનો ઉપરી હોવાનો અને તેના પર આધિપત્ય ધરાવતો હોવાનો ભાવ છતો કરે છે. આવી પરિસ્થિતિમાં સામે ક્લાર્ક પણ જો આવી મુદ્રાઓ ધારણ કરે તો જબરી ગડબડ થઈ જાય છે, જબરો અનર્થ થઈ જાય છે કારણ કે મેનેજરના મનમાં તેથી એવો ભાવ જન્મે છે કે જાણે તેમ કરીને ક્લાર્ક તેના પદને પડકાર ન ફેંકી રહ્યો

આકૃતિ - ૧૧૦ : *અશાબ્દિક પડકાર - ભૂલભર્યું અરીસા-સમ પ્રતિબિંબ*

હોય ! પગારવધારો મેળવવાની વાત તો બાજુ પર રહી ઊલટાની ક્લાર્કની નોકરી જોખમમાં આવી પડે છે. ક્લાર્કની શાબ્દિક અભિવ્યક્તિ ભલે નીચી પાયરીના એક નોકરિયાતને છાજે તેવી હોય પરંતુ તેની આ ચેષ્ટાઓ અને મુદ્રાઓને મેનેજર તેના પદ સામેની એક ધમકીરૂપે, એક અપમાન રૂપે જોશે.

પરિસ્થિતિ પર અંકુશ રાખવાનો પ્રયત્ન કરતી અને ગુરુતાનો ભાવ રાખતી વ્યક્તિને ઠેકાણે લાવવા માટેની આ એક અત્યંત અસરકારક હિલચાલ છે. હિસાબનીશો, વકીલો અને વ્યવસ્થાનો હવાલો સંભાળતી વ્યક્તિઓ

તેમનાથી નીચી પાયરીની વ્યક્તિઓ આગળ આવી અંગભંગિમાઓ ધારણ કરતી હોય છે. તેવી જ અંગભંગિમાઓ ધારણ કરીને તમે તેમને અસરકારક રીતે વિચલિત કરી શકો છો, તેમને તેમની સ્થિતિ બદલવાની ફરજ પડે છે અને પરિસ્થિતિનો અંકુશ તમારા હાથમાં આવે છે.

કોઈપણ જૂથના સભ્યો તે જૂથના નેતાની ચેષ્ટાઓનું અને તેની બેસવા-ઊભા રહેવાની સ્થિતિનું અનુકરણ કરતા હોય છે. કોઈ બારણામાં પ્રવેશતી વખતે નેતા જ તે જૂથની મોખરે હોય છે અને અન્ય સભ્યો કેન્દ્રમાં બેસવાને બદલે સોફા કે પાટના છેડા પર બેસવાનું પસંદ કરે છે. અધિકારીઓનું કોઈ જૂથ બોર્ડરૂમમાં પ્રવેશે છે ત્યારે સામાન્ય રીતે તેમનો બોસ સૌથી આગળ હોય છે. સૌ અધિકારીઓ તેમના સ્થાન પર બેસી ગયા બાદ બોસ ટેબલના મથાળે પોતાનું સ્થાન ગ્રહણ કરે છે જે મોટેભાગે બારણાથી સૌથી વધારે દૂર હોય છે. બોસ સાથે સંમત અધિકારીઓ અભાન રીતે જ તેની ચેષ્ટાઓનું અનુકરણ કરતા હોય છે.

ઘરે ઘરે ફરીને પરિણીત યુગલોને તેમની ચીજો વેચતા સેલ્સમેનોને સલાહ આપવામાં આવે છે કે તેઓ જે તે યુગલની ચેષ્ટાઓનું નિરીક્ષણ કરે અને જુએ કે પતિ કે પત્નીમાંથી કોણ કોની ચેષ્ટાઓનું અનુકરણ કરી રહ્યું છે. તે પરથી તે એ જાણી શકે છે કે ઘરમાં કોનું ચાલે છે, ઘરમાં પરિસ્થિતિ પર નિયંત્રણ કોનું છે. ઉદાહરણ તરીકે, એવું બને કે સેલ્સમેન સાથે બધો જ સમય વાત પતિ કરી રહ્યો હોય અને પત્ની ચૂપચાપ બેઠી હોય, પરંતુ જો તેના ધ્યાનમાં એવું આવે કે પતિ તેની પત્નીની ચેષ્ટાઓની નકલ કરી રહ્યો છે તો તેનો અર્થ એવો થાય કે ઘરના નિર્ણયો પત્ની જ લે છે, અને તો પછી સેલ્સમેન તેની રજૂઆત પત્ની સમક્ષ કરે તે ઠીક રહેશે.

આમ તમે જોશો કે સામેવાળી વ્યક્તિની ચેષ્ટાઓનું અરીસાસમ અનુસરણ-અનુકરણ એ બૉડી લૅંગ્વેજનું એક શક્તિશાળી લક્ષણ છે કે જે અશાબ્દિક અને અભાન રીતે જે વ્યક્તિની ચેષ્ટાઓનું અનુકરણ થઈ રહ્યું છે તેને એવી જાણ કરે છે કે આપણને તે વ્યક્તિ ગમે છે અને તેના દૃષ્ટિબિંદુ સાથે આપણે સંમત થઈએ છીએ. જ્યારે આપણે કોઈ વ્યક્તિને આપણી ચેષ્ટાને અને અંગભંગિમાઓને પ્રતિબિંબિત કરતી જોઈએ છીએ ત્યારે આપણે એ તારણ પર પહોંચીએ છીએ કે તે વ્યક્તિ આપણી સાથે સંમત થાય છે અને આપણા દૃષ્ટિબિંદુને સ્વીકારે છે. સામેવાળી વ્યક્તિની બૉડી લૅંગ્વેજને પ્રતિબિંબિત કરીને

આપણે તેને હળવાશ બક્ષી શકીએ છીએ (અને જો જાગ્રત ન રહીએ તો ગડબડ પણ સર્જી શકીએ છીએ !). એ કાળજી રાખવી જરૂરી છે કે માત્ર હકારાત્મક ચેષ્ટાઓ પ્રતિબિંબિત થાય. હકારાત્મક પ્રતિબિંબનો પ્રતિભાવ હકારાત્મક મળશે, નકારાત્મક પ્રતિબિંબનો પ્રતિભાવ નકારાત્મક મળશે, માટે નકારાત્મક ચેષ્ટાઓને પ્રતિબિંબિત ન કરવી.

✠

૧૩

વ્યક્તિગત વિસ્તારો અને સીમાઓ

દરેક પ્રાણી, પક્ષી કે જીવ તેના શરીરની આસપાસના અમુક વિસ્તારને પોતાનો સમજતાં હોય છે અને તેમાં અન્ય કોઈ અજાણ્યું પ્રાણી, પક્ષી કે જીવ ઘૂસી ન આવે તે બાબતે જાગ્રત રહેતાં હોય છે અને કેટલીકવાર તે માટે તેઓ પોતાનો જીવ પણ દાવ પર લગાડી દેતાં હોય છે. આ બાબત પર સંશોધન કરતાં સંશોધકોના જાણવામાં આવ્યું છે કે મનુષ્ય પણ પોતાની આસપાસના વિસ્તારની માલિકી બાબતે સભાન હોય છે અને તેની રક્ષા ખાતર તે પણ અન્ય પ્રાણીઓની જેમ લડતો હોય છે. આ બાબત જાણમાં આવતાં અને તેનો ઊંડાણપૂર્વક અભ્યાસ કરતાં મનુષ્ય તેની વર્તણૂક પાછળનાં કારણોને સમજવા લાગ્યો તેટલું જ નહીં પરંતુ અન્ય વ્યક્તિ સાથેની રૂબરૂ મુલાકાત સમયે સામેવાળી વ્યક્તિના પ્રત્યાઘાતો કેવા હશે તેની પણ આગાહી કરવા લાગ્યો. દરેક પ્રાણી કે પક્ષીની માફક મનુષ્ય પણ પોતાના શરીરની આસપાસના અમુક વિસ્તારને પોતાનો સમજે છે, તેની તે માનસિક જરૂરિયાત છે, તેથી તે સલામતી અનુભવે છે. અમેરિકાના નૃવંશશાસ્ત્રી એડવર્ડ ટી. હૉલ મનુષ્યની આ જરૂરિયાતનો અભ્યાસ કરનાર પાયાના સંશોધકોમાંના એક છે. તેમણે કોઈ મનુષ્યની નજીક આવતાં તેની સીમાનો જે ભંગ થતો તે અનુભવે છે અને તેની તેના વર્તન પર જે અસર થાય છે તેનો અભ્યાસ કરતા શાસ્ત્ર માટે 'પ્રોક્સેમિક્સ' શબ્દ સૌ પ્રથમવાર

પ્રયોજ્યો. અંગ્રેજીમાં 'પ્રોક્સિમિટી'નો અર્થ 'નજીકતા' એવો થાય છે. તેના પરથી આ શબ્દને રચવામાં આવ્યો છે. હૉલના આ ક્ષેત્રનાં સંશોધનોએ એક મનુષ્યના અન્ય મનુષ્ય સાથેના સંબંધની સમજ પર નવો જ પ્રકાશ પાડ્યો છે.

દરેક દેશને પોતાની સ્પષ્ટ સરહદો હોય છે, કેટલીકવાર તે સરહદોની રક્ષા કરવા ત્યાં સીમારક્ષકદળને પણ ગોઠવવામાં આવ્યું હોય છે. દેશની અંદરના ભાગમાં રાજ્ય કે પ્રાંતના નામે ઓળખાતા વધુ નાના વિસ્તારો આવેલા હોય છે. આ વિસ્તારોમાં વળી પાછા તાલુકાઓ અને શહેરો આવેલાં હોય છે. શહેરોમાં વળી વિવિધ પરાંઓ આવેલાં હોય છે અને તેમાં પાછી શેરીઓ અને પોળો આવેલી હોય છે. આ શેરીઓ અને પોળો તેમાં વસતા મનુષ્યોના વિસ્તારો છે અને તેને તેની સીમાઓ હોય છે. આ શેરીઓ અને પોળોમાં વસતા લોકો એકબીજા સાથે ગાઢ રીતે જોડાયેલા હોય છે અને જો તેમની સીમાનો ભંગ કરી કોઈ અંદર ઘૂસી આવે તો તે સૌ એકસંપ થઈ તે સામે મરણતોલ લડાઈ આપતા હોય છે.

આથી પણ જો આગળ વધીએ તો તે શેરી કે પોળમાં વસતા દરેક કુટુંબને પોતપોતાનો વિસ્તાર અને સીમા હોય છે અને તેનું તે કુટુંબ મરણિયું થઈને રક્ષા કરતું હોય છે. વળી કુટુંબની દરેક વ્યક્તિને પણ પોતાનો કહેવાય તેવો વ્યક્તિગત વિસ્તાર હોય છે અને તેની સીમા હોય છે. તે સીમાનો જો કોઈ ભંગ કરે છે તો વ્યક્તિ તેના વિવિધ પ્રત્યાઘાતો આપતી હોય છે. આસપાસનો વિસ્તાર જાણે તે વ્યક્તિના શરીરનું જ વિસ્તરણ ન હોય તેમ તે વર્તતી હોય છે. દરેક વ્યક્તિને તેના વ્યક્તિગત વિસ્તાર હોય છે જેમાં તે વ્યક્તિ જે જે ચીજોની માલિકી ધરાવતી હોય છે તે ચીજોની આસપાસના વિસ્તારોનો પણ સમાવેશ થતો હોય છે; તેમાં આસપાસ વાડવાળા તેના ઘરનો, તેની કારના અંદરના ભાગનો, તેની બાઇકની આસપાસના અમુક વિસ્તારનો, તેના બેડરૂમનો, તેની પોતાની અંગત ખુરશીનો અને ડૉ. હૉલના સંશોધન પ્રમાણે તેના શરીરની આસપાસના અમુક ચોક્કસ વિસ્તારનો સમાવેશ થતો હોય છે. અહીં આ પ્રકરણમાં આપણે વ્યક્તિના આસપાસના આ વિવિધ વિસ્તારોનો, તેના સૂચિતાર્થોનો અને તેના પર આક્રમણ કરવામાં આવે તો વ્યક્તિના પ્રત્યાઘાતો કેવા હોઈ શકે તેનો અભ્યાસ કરવાના છીએ.

વ્યક્તિનો વ્યક્તિગત વિસ્તાર

મોટાભાગનાં પ્રાણીઓ તેમના શરીર આસપાસ અમુક ખુલ્લો વિસ્તાર ધરાવતા હોય છે અને તે વિસ્તારને તેઓ પોતાની માલિકીનો સમજતા હોય છે અને તેને પોતાનો અંગત વિસ્તાર માનતાં હોય છે. આ વિસ્તાર જે તે પ્રાણીના શરીરથી કેટલે દૂર સુધી વિસ્તરેલ છે તેનો આધાર તે પ્રાણી કેટલા મોકળાશભર્યા વાતાવરણમાં ઊછરેલ છે તેના પર રહે છે. આફ્રિકાના અંતરિયાળ વિસ્તારોમાં ઊછરેલ સિંહના અંગત વિસ્તારની સીમા તે વિસ્તારમાં વસતા સિંહોની ઘનતા પ્રમાણે તેના શરીરથી પચાસ કિલોમીટર જેટલી કે તેથી વધારે દૂર આવેલી હોય છે. દરેક સિંહ તેના આ વિસ્તારોની સીમાને તેના પેશાબ અને મળત્યાગ વડે અંકિત કરતો હોય છે. તો બીજી બાજુ અન્ય સિંહો સાથે પાંજરામાં ઊછરેલ સિંહનો અંગત વિસ્તાર માત્ર ગણ્યાગાંઠ્યા મીટરો સુધી ફેલાયેલો હોય છે, ટોળામાં ઊછરવાને પરિણામે આવું બનતું હોય છે.

પ્રાણીઓની માફક મનુષ્ય પણ તેના પોતાના કહેવાય તેવા તેની આસપાસના અવકાશનો પરપોટો પોતાની સાથે લઈને ઘૂમતો હોય છે. તેની આસપાસના અવકાશનો આ પરપોટો કેટલો મોટો હશે તેનો આધાર તે વ્યક્તિ જે વિસ્તારમાં ઊછરીને મોટી થઈ હોય છે ત્યાંની વસ્તીની ઘનતા પર રહે છે. આમ આ વ્યક્તિગત સીમા શરીરથી કેટલે દૂર સુધી વિસ્તરેલી હશે તેનો આધાર તે વ્યક્તિ જે સંસ્કૃતિમાં ઊછરીને મોટી થઈ હોય છે તેના પર રહે છે. પાશ્ચાત્ય દેશોમાં આ સીમા કયા સંજોગોમાં શરીરથી કેટલે દૂર સુધી વિસ્તરેલી છે તે જાણવા માટે પ્રયોગ અને સર્વેક્ષણો થાય છે એટલે તેના આંકડા ઉપલબ્ધ છે, પરંતુ ભારતમાં આવા કોઈ પ્રયોગો કે સર્વેક્ષણો થયેલાં ન હોવાથી આપણે 'વ્યક્તિગત વિસ્તારો અને સીમાઓ' વિશે માત્ર એક ખ્યાલ મેળવવા ખાતર તે આંકડાઓનો ઉપયોગ કરીશું.

ભારત, જાપાન જેવા ગીચ વસ્તી ધરાવતા દેશોના લોકોનો આ વ્યક્તિગત વિસ્તાર ઑસ્ટ્રેલિયા, ઇંગ્લૅન્ડ, કેનેડા જેવા પારવી વસ્તી ધરાવતા દેશોના લોકો કરતાં શરીરથી ઓછા અંતર સુધી ફેલાયેલા હોય છે.

વિવિધ વિસ્તારોની સીમાઓનાં શરીરથી અંતર

ઑસ્ટ્રેલિયા, ન્યૂઝીલેન્ડ, ઉત્તર અમેરિકા, ઈંગ્લેન્ડ અને કેનેડાનાં શહેરોના પરાવિસ્તારમાં રહેતા ગોરા લોકોના આ અવકાશી પરપોટાની ત્રિજ્યા સામાન્ય રીતે એકસરખી હોય છે. જુદા જુદા સંજોગો પ્રમાણેની જુદી જુદી ત્રિજ્યા પ્રમાણે આપણે આ વિસ્તારોના ચાર પ્રકાર પાડી શકીએ.

(૧) આત્મીય વિસ્તાર : આ વિસ્તારની ત્રિજ્યા ૧૫થી ૪૫ સેન્ટિમીટરની હોય છે. એટલે કે વ્યક્તિ તેના શરીરથી ૧૫થી ૪૫ સેન્ટિમીટર

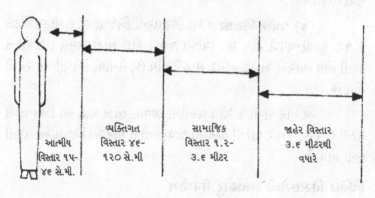

આકૃતિ - ૧૧૧ : *વિવિધ સીમાવિસ્તારો*

સુધીના વિસ્તારને પોતાનો આત્મીય વિસ્તાર સમજે છે. બધા વિસ્તારોમાં વ્યક્તિ માટે આ વિસ્તાર સૌથી મહત્ત્વનો છે કારણ કે આ વિસ્તાર વ્યક્તિના શરીરથી સૌથી નજીકનો વિસ્તાર છે અને વ્યક્તિ તેને પોતાની મિલ્કત સમજે છે. તે વ્યક્તિ સાથે ભાવાત્મક રીતે ગાઢ રીતે સંકળાયેલી વ્યક્તિને જ તે વિસ્તારમાં પ્રવેશવાની છૂટ હોય છે. આવી વ્યક્તિઓમાં પ્રેમીઓ, માતાપિતા, પતિ કે પત્ની, બાળકો, ગાઢ મિત્રો કે સંબંધીઓનો સમાવેશ થાય છે. આ વિસ્તારનો એક પેટા વિસ્તાર પણ છે જે શરીરથી માત્ર ૧૫ સેન્ટિમીટર સુધી જ વિસ્તરેલો છે જેમાં માત્ર શારીરિક સંપર્ક થતો હોય તે સંજોગોમાં જ પ્રવેશી શકાતું હોય છે. આ વિસ્તારને 'સાવ નજીકના આત્મીય વિસ્તાર' તરીકે ઓળખવામાં આવે છે.

(૨) વ્યક્તિગત વિસ્તાર : આ વિસ્તારની ત્રિજ્યા ૪૬

સેન્ટિમીટરથી ૧૨૨ સેન્ટિમીટરની હોય છે. કોકટેઈલ પાર્ટીઓ, ઑફિસ પાર્ટીઓ, સામાજિક મેળાવડાઓ કે મિત્રો વડે યોજવામાં આવતી પાર્ટીઓ દરમ્યાન આપણે એકબીજાથી આટલે દૂર ઊભા રહેતા હોઈએ છીએ.

(૩) સામાજિક વિસ્તાર : આ વિસ્તારની ત્રિજ્યા ૧.૨૨ મીટરથી ૩.૬ મીટરની હોય છે. (એટલે કે ૪થી ૧૨ ફૂટની) અર્ધપરિચિત વ્યક્તિઓ સાથે આપણે આટલું અંતર રાખીને ઊભા રહેતા હોઈએ છીએ. દા.ત. આપણા ઘરે આવતો સુથાર કે મિસ્ત્રી, ટપાલી, સ્થાનિક કરિયાણાની દુકાનવાળો કે નવો નોકરિયાત.

(૪) જાહેર વિસ્તાર : આ વિસ્તારની ત્રિજ્યા ૩.૬ મીટર એટલે કે ૧૨ ફૂટથી વધારે હોય છે. વ્યક્તિ જ્યારે કોઈ મોટા સમૂહને સંબોધન કરતી હોય ત્યારે તે આટલું અંતર રાખતી હોય છે, તેનાથી તેને સુવિધા રહેતી હોય છે.

એ યાદ રાખો કે ગીચ વસ્તીમાં જીવતા લોકો માટે આ ત્રિજ્યાઓ ઘટતી જાય છે, જ્યારે પારવી વસ્તીમાં જીવતા લોકો માટે આ ત્રિજ્યાઓ વધતી જતી હોય છે.

વિવિધ વિસ્તારોનો વ્યવહારુ ઉપયોગ

આપણા આત્મીય વિસ્તારમાં કોઈ વ્યક્તિ બેમાંથી એક કારણસર પ્રવેશતી હોય છે. કાં તો તે આપણી સાવ નજીકની વ્યક્તિ છે અને આપણી નજીક આવવા માગે છે અથવા તો તે કોઈ દુશ્મન વ્યક્તિ છે અને નજીક આવીને આપણને શારીરિક નુકસાન પહોંચાડવા માગે છે. શુભ ભાવે નજીક આવનાર વ્યક્તિ કાં તો આપણી મિત્ર હોય અથવા તો આપણા સાવ નજીકના આત્મીય વિસ્તારમાં પ્રવેશવા માગતી, આપણને સ્પર્શવા માગતી વ્યક્તિ - બાળકો, પતિ કે પત્ની, સાવ નજીકના સંબંધીઓ - હોય. અજાણી વ્યક્તિઓને આપણે આપણા વ્યક્તિગત વિસ્તાર કે સામાજિક વિસ્તારમાં પ્રવેશતી ચલાવી લઈએ છીએ, પરંતુ જો તેઓ આપણા આત્મીય વિસ્તારમાં ઘૂસી આવે છે તો આપણા શરીરમાં કેટલીક શારીરિક ઘટનાઓ ઘટે છે. હૃદય ઝડપથી ધબકવા લાગે છે, એડ્રેનાલિનનો રક્તપ્રવાહમાં સ્રાવ થવા લાગે છે (એટલે કે ગભરામણ થવા લાગે છે), મગજમાં અને સ્નાયુઓમાં લોહીનું ભ્રમણ વધી જાય છે કારણ કે

શરીર શક્ય લડાઈની તૈયારીમાં પડી જતું હોય છે.

આનો અર્થ એ થાય કે તમારી સાથે હમણાં હમણાં થોડીવાર પહેલાં પરિચયમાં આવેલી વ્યક્તિના ખભા કે કમર ફરતે હાથ મૂકવા જતાં તે તમારા પ્રત્યે નકારાત્મક લગણી અનુભવે તેવું બને. પછી ભલેને તે તમને નારાજ ન કરવા કે તમને સારું લગાડવા મોં હસતું રાખે અને તમારો સંગાથ તે વ્યક્તિ માણી રહી છે તેવો દેખાવ કરે. વ્યક્તિને સ્પર્શવા જતાં તમે તેને સાવ નજીકના આત્મીય વિસ્તારમાં પ્રવેશતા હોવ છો જેની માત્ર સાવ અંગત વ્યક્તિઓને છૂટ હોય છે. તમારી હાજરીમાં લોકો હળવાશ અનુભવે, સુવિધા અનુભવે તેવું જો તમે ઇચ્છતા હોવ તો તે માટેનો 'સુવર્ણ નિયમ' એ છે કે તમે તેમનાથી અંતર જાળવી રાખો. સામેની વ્યક્તિ સાથે આપણા સંબંધો જેટલા આત્મીય હશે તેટલા પ્રમાણમાં જ આપણને તેમના વિસ્તારોમાં વધારે પ્રવેશવાની છૂટ મળશે. ઉદાહરણ તરીકે, નોકરીએ જોડાતાં કોઈ નવા નોકરિયાતને શરૂઆતમાં કદાચ એવું લાગે કે અન્ય સૌ કાર્યકરો તેના પ્રત્યે ઠંડા છે, આવકારભર્યા નથી, પરંતુ વાસ્તવિકતા એ હોય છે કે તેઓ તેની સાથે બરાબર પરિચય ન કેળવાય ત્યાં સુધી અંતર રાખવા માગતા હોય છે, તેઓ તેના સામાજિક વિસ્તારથી વધારે અંદર પ્રવેશવાથી દૂર રહેતા હોય છે. શાળામાં નવી નોકરી સ્વીકારતા શિક્ષકની, વર્ગમાં નવો પ્રવેશ મેળવતા વિદ્યાર્થીની કે બૅન્કમાં અન્ય સૌ કર્મચારીઓ વચ્ચે નોકરી કરવા હાજર થતી નવી વ્યક્તિની પરિસ્થિતિનો વિચાર કરી જુઓ. શરૂઆતમાં શિક્ષક, વિદ્યાર્થી કે બૅન્ક કર્મચારીને અતડું અતડું અને એમ લાગતું હોય છે કે જાણે સૌ તેની સાથે ઠંડો વ્યવહાર ન કરી રહ્યા હોય, પરંતુ જેમ જેમ આસપાસની વ્યક્તિઓ સાથે પરિચય કેળવાતો જાય છે તેમ તેમ તેઓ તેના વિસ્તારમાં વધુ અને વધુ ઊંડા પ્રવેશતા જાય છે અને આખરે તેઓ તેના વ્યક્તિગત વિસ્તારમાં પ્રવેશે છે અને કેટલાક કિસ્સાઓમાં તો આત્મીય વિસ્તારમાં પણ પ્રવેશતા થઈ જાય છે.

બે વ્યક્તિ જ્યારે એકબીજાને ચુંબન કરે ત્યારે તેમના શરીરનાં વિવિધ અંગો વચ્ચે જળવાઈ રહેતા અંતરનો અભ્યાસ કરતાં તમને એ જાણવા મળે છે કે તે બે વ્યક્તિ વચ્ચે કયા પ્રકારનો સંબંધ રહેલો છે. રંગમંચ પર, ફિલ્મના પડદા પર, વિવિધ ઍવોર્ડોની અર્પણવિધિ સમયે કે વિવિધ પાર્ટીઓમાં કરવામાં આવતાં ચુંબનો વખતે જો તમે બારીક અવલોકન કરશો તો તમારા જોવામાં આવશે કે બે

પ્રેમીઓનાં ધડ તેમના સાવ આત્મીય વિસ્તારમાં પ્રવેશીને ચુસ્ત રીતે એકબીજા સાથે ભિડાઈ ગયાં હોય છે જ્યારે અન્ય ચુંબનોમાં તેમ નથી હોતું તથા બન્નેના નિતંબ વચ્ચે ઓછામાં ઓછું ૧૫ સેન્ટિમીટરનું અંતર હોય છે.

સામાન્ય રીતે ઉપરી અધિકારી અને તેના હાથ નીચેના નીચલી પાયરીના અધિકારી વચ્ચે કામકાજની જગ્યામાં અને કામકાજના સમય દરમ્યાન પરિસ્થિતિ એવી હોય છે કે કોઈ કોઈના સામાજિક વિસ્તારથી વધારે અંદર પ્રવેશવાની છૂટ નથી લેતું. પરંતુ જ્યારે આ જ બન્ને વ્યક્તિને કોઈ સંમેલનમાં બહાર જવાનું બને છે કે કોઈ ઉજાણી પર પર્યટને જવાનું બને છે ત્યારે આ ઔપચારિકતા તૂટી જાય છે અને બન્નેને એકબીજાના વ્યક્તિગત વિસ્તારોની સીમામાં પ્રવેશવાનું બને છે. પરંતુ આ ઘટના માત્ર તે પ્રસંગ પૂરતી જ બને છે, પાછા કામકાજની જગ્યા પર આવતાં એકબીજાની વ્યક્તિગત સીમામાં પ્રવેશવાનું બંધ થાય છે. આવું જ શાળામાં યોજાતાં પર્યટનો સમયે શિક્ષકો અને વિદ્યાર્થીઓ વચ્ચે બનતું હોય છે. જો કે એક રીતે જોવા જઈએ તો તેથી સંબંધ ઘનિષ્ઠ બનતો હોય છે જે આગળના વ્યવહારને સુગમ બનાવતો હોય છે.

સિનેમાગૃહ, બસ, રેલવે કે લિફ્ટ, જ્યાં જ્યાં લોકોને ટોળે વળવાનું બને છે ત્યાં ત્યાં લોકોએ અનિચ્છાએ પણ અન્ય વ્યક્તિના આત્મીય વિસ્તારમાં પ્રવેશવું પડે છે કે પોતાના આત્મીય વિસ્તારનો ભંગ થતો સહન કરવો પડે છે. આવા સંજોગોમાં લોકો કેવા કેવા પ્રત્યાઘાતો આપતા હોય છે તેનું અવલોકન કરવું રસપ્રદ છે. પશ્ચિમની પ્રજાને જ્યારે આવી ભીડભરી પરિસ્થિતિનો સામનો કરવાનું બને છે ત્યારે તે કેટલાક અલિખિત નિયમોને ચુસ્ત રીતે અનુસરતી હોય છે. તે નિયમો આ પ્રમાણે છે :

(૧) તમને તમારી પરિચિત વ્યક્તિ સહિત કોઈની પણ સાથે વાત કરવાની છૂટ નથી.

(૨) તમારે કદી પણ કોઈની સાથે નજરોનો સંપર્ક નથી સાધવાનો.

(૩) તમારે તમારો ચહેરો ભાવશૂન્ય રાખવાનો છે.

(૪) જો તમારી પાસે કોઈ પુસ્તક કે અખબાર હોય તો તમારે તેમાં જ ડૂબેલું રહેવાનું છે.

(૫) જેટલી વધારે ભીડ તેટલું વધારે તમારે ઓછું હલવાનું છે.

(૯) લિફ્ટમાં હોવ ત્યારે તમારે તમારા મસ્તક પર રહેલા માળના આંકડાને સતત વાંચતા રહેવાનું છે.

રેલવે કે બસમાં નોકરી માટે આવજા કરતા લોકોનું ઘણીવાર આપણે ‘દિવેલિયા’, ‘દુઃખી’ કે ‘મૂંજી’ જેવા શબ્દોમાં વર્ણન થતું સાંભળીએ છીએ. ઉપર આપણે જે નિયમો જોયા તેમાંના કેટલાક નિયમના અનુસરણને પરિણામે આપણા પર તેમના વિશે તેવી છાપ પડતી હોય છે, પરંતુ તેમાં આપણી ભૂલ થતી હોય છે. ભીડભર્યા જાહેર સ્થળમાં તેમના આત્મીય વિસ્તારમાં કોઈ ઘૂસી ન આવે તે માટે તેઓ તે નિયમો પાળતા હોય છે અને માટે આપણા પર તેમની તેવી છાપ પડતી હોય છે.

આપણને ખબર પણ નથી હોતી અને આપણે અગાઉથી પ્રોગ્રામ કરેલા કોઈ યંત્રમાનવની જેમ ભીડભરેલી જગ્યામાં વર્તણૂકના વણલિખિત નિયમોને અનુસરવા લાગીએ છીએ. હવે પછી જ્યારે તમે કોઈ આવી પરિસ્થિતિમાં - ભરચક બસ, રેલવેનો ડબ્બો કે થિયેટર વગેરે - મુકાઓ ત્યારે જરા જાગ્રત થજો અને બારીક અવલોકન કરજો, તમારા આશ્ચર્યનો પાર નહીં રહે. આપણે ભરચક લિફ્ટમાં, બસમાં કે સિનેમાગૃહમાં ભલે ગમે ત્યાં હોઈએ, આપણા માટે આપણી આસપાસના લોકો અ-વ્યક્તિઓ બની જતી હોય છે, જાણે કે આપણને લાગેવળગે છે ત્યાં સુધી તેમનું અસ્તિત્વ જ ન હોય અને માટે જ જ્યારે તેઓ અજાણતાં જ આપણી આત્મીય સીમામાં ઘૂસી આવતા હોય છે ત્યારે આપણે તેનો કોઈ પ્રતિભાવ નથી આપતા.

વ્યક્તિ એકલી હોય છે અને અન્ય વડે તેની સીમાઓને ભંગ કરવામાં આવે છે ત્યારે તે જેવા પ્રત્યાઘાતો આપતી હોય છે તેવા પ્રત્યાઘાતો અન્યોન્યના હેતુ માટે લડતું વિરોધીઓનું જૂથ કે ગુસ્સે થયેલું ટોળું નથી આપતું. વ્યક્તિગત પ્રત્યાઘાતો અને સામૂહિક પ્રત્યાઘાતો અલગ જ હોય છે. અહીં એક સાવ જ અલગ બાબત તમારા ધ્યાન પર આવે છે. જેમ જેમ ટોળું મોટું થતું જાય છે તેમ તેમ દરેક વ્યક્તિને ભાગે આવતી જગ્યામાં ઘટાડો થતો જાય છે, દરેક વ્યક્તિને પોતાના વિસ્તારમાં કોઈ અન્ય ઘૂસી આવતું હોય તેમ લાગે છે, તેથી તે શત્રુતાભરી બને છે, પરિણામે ટોળું વધારે ક્રોધે ભરાય છે, તેનું વર્તન બેહૂદું બને છે, સંયમ તથા વિવેક ગુમાવે છે અને હિંસા ફાટી નીકળવાના સંજોગો સર્જાય છે. પોલીસ આ જ્ઞાનનો ઉપયોગ કરે છે. તે ટોળાને વીખેરે છે કે જેથી દરેક વ્યક્તિને વધારે

જગ્યા મળે છે, તેની વ્યક્તિગત સીમાઓમાં થતી ઘૂસણખોરી અટકે છે અને વ્યક્તિ શાંત પડે છે.

તાજેતરનાં વર્ષોમાં સરકારો અને નગરઆયોજકો હવે એ સમજતાં અને સ્વીકારતાં થયાં છે કે અત્યંત ગીચોગીચ રીતે નિર્માણ કરવામાં આવતા આવાસ-સંકુલો વ્યક્તિની અંગત સીમાઓને ઝૂંટવી લે છે. વ્યક્તિ તેથી અસલામતી અનુભવે છે, ભયગ્રસ્ત થાય છે, તાણમાં મુકાય છે અને ગુન્હાખોરી તથા હિંસા તરફ વળે છે. આથી જ ગીચ વિસ્તારોમાં ગુનાખોરીના અને હિંસાના બનાવો વધારે બનતા હોય છે. (આપણા ઘરમાં પણ આપણા રૂમ કે આપણા અભ્યાસની કે અન્ય ચીજોને અન્ય અર્ધપરિચિત વ્યક્તિ સાથે વહેંચવાનું બનતાં આપણી મનોદશા કેવી થતી હોય છે !)

પોલીસવિભાગ દ્વારા ગુનેગારને માહિતી ઓકાવવા પ્રશ્નો પૂછવામાં આવે છે ત્યારે તેની અંગત સીમાઓમાં ઘૂસીને તેને અસ્વસ્થ કરી મૂકવાની, ગભરાવી મૂકવાની પ્રયુક્તિઓનો જ ઉપયોગ કરવામાં આવતો હોય છે. ગુનેગારને હાથા વગરની ખુરશીમાં બેસાડવામાં આવે છે કે જેથી તેને હાથા વડે મળનાર રક્ષણનું પણ આશ્વાસન ન રહે. ખુરશીને ફરસ સાથે જડેલી રાખવામાં આવે છે કે જેથી ગુનેગારને હલીચલીને સ્વસ્થ રહેવાની પણ મોકળાશ નથી રહેતી. વળી આ ખુરશીને પૂછતાછ માટેના ઓરડામાં દીવાલો દૂર હોય તેમ સાવ ખુલ્લામાં ગોઠવવામાં આવી હોય છે. પ્રશ્નકર્તા પ્રશ્ન પૂછતી વખતે ગુનેગારના આત્મીય વિસ્તારમાં - સાવ નજીકના આત્મીય વિસ્તારમાં - ધસી જાય છે અને જવાબ ન મળે ત્યાં સુધી ત્યાંથી ખસતો નથી. ગુનેગાર તરફથી મળતો પ્રતિરોધ આ રીતે તેના આત્મીય વિસ્તારમાં ઘૂસીને આપવામાં આવતા ત્રાસથી ટૂંક સમયમાં જ ભાંગી પડે છે.

વ્યવસાયના સંચાલન અને વ્યવસ્થાપનમાં પડેલા લોકો આ જ પદ્ધતિનો ઉપયોગ કરી તેમના હાથ નીચેના લોકો પાસેથી છૂપી માહિતી કઢાવતા હોય છે, પરંતુ સેલ્સમેન તેના ગ્રાહકો સાથે આવી બળજબરીપૂર્વક કે કુટિલતાપૂર્વક ન વર્તી શકે, જો તેમ કરવા જાય તો તે તેની મૂર્ખાઈ ગણાય.

જગ્યા પસંદ કરવી

અજાણી વ્યક્તિઓ વચ્ચે બેસવા કે ઊભા રહેવા અથવા તો પોતાની

કોઈ ચીજને અન્ય લોકોની ચીજો સાથે મૂકતી વખતે વ્યક્તિ ગણતરીપૂર્વક ચાલતી હોય છે, તે પાછળ કોઈક તર્ક રહેલો હોય છે અને પરિણામે તેની તે સમયની વર્તણૂક આગાહી કરી શકાય તેવી હોય છે. કોઈ સિનેમાગૃહમાં પોતાની બેઠક પસંદ કરવાની હોય, કોઈ કોન્ફરન્સ ટેબલ પર બેઠક પસંદ કરવાની હોય, બૂફે ભોજન પ્રસંગે હાથમાં થાળી સાથે ઊભા રહેવાની જગ્યા પસંદ કરવાની હોય, મંદિરમાં પ્રવેશતી વખતે પોતાના ચંપલ ઉતારવા માટે જગ્યા પસંદ કરવાની હોય કે ક્યાંક કોઈક વેપારી સંકુલ આગળ પોતાનું વાહન પાર્ક કરવાનું હોય ત્યારે વ્યક્તિ અમુક ખાસ રીતે વર્તતી હોય છે. ઉદાહરણ તરીકે સિનેમાગૃહમાં પોતાની બેઠક પસંદ કરતી વખતે વ્યક્તિ સૌ પ્રથમ તો તેને બેસવામાં મોકળાશ રહે તેવી ખુલ્લી જગ્યા માટે આસપાસ નજર ઘુમાવતી હોય છે અને પછી બન્ને તરફના પ્રેક્ષકોથી લગભગ સરખું અંતર રહે તે રીતે વચ્ચેની બેઠક પસંદ કરતી હોય છે. જો તે અન્ય પ્રેક્ષકથી તેની બેઠક ખૂબ દૂર કે ખૂબ નજીક પસંદ કરે છે તો સમસ્યા ઊભી થાય છે. જો તે અન્ય પ્રેક્ષકથી નજીક બેસે છે તો સામેની વ્યક્તિને તેની અંગત સીમા પર આક્રમણ થતું લાગે છે અને નકારાત્મક પ્રત્યાઘાત આપે છે, જો તે વધારે પડતા દૂરના અંતરે બેસે છે તો સામેવાળી વ્યક્તિને તે અપમાનજનક લાગે છે અને તે સંજોગોમાં પણ તેનો પ્રતિભાવ નકારાત્મક હોય છે. આમ વ્યક્તિએ બે વ્યક્તિ વચ્ચેની ખાલી બેઠકોમાંથી પોતાની બેઠક પસંદ કરતી વખતે બૉડી લેંગ્વેજનો ખ્યાલ કરીને આગળ વધવું પડતું હોય છે. આમ યોગ્ય અંતરે બેઠક પસંદ કરવા પાછળનો હેતુ એ હોય છે કે અન્ય વ્યક્તિ તેથી નારાજગી ન અનુભવે.

આ જ રીતે જાહેર જગ્યાઓમાં પોતાની ચીજને મૂકવા માટે વ્યક્તિ વિવિધ બાબતોનો ખ્યાલ કરી પોતાની ચીજને મૂકતી હોય છે. ચીજ મૂકવા માટે જ્યારે જગ્યા મોકળાશભરી હોય છે ત્યારે વ્યક્તિ બન્ને બાજુ સરખી જગ્યા રહે તે રીતે ચીજને મૂકતી હોય છે. જગ્યા ભીડભરી હોય તો આ નિયમ લાગુ પડતો નથી.

આ નિયમમાં એક અપવાદ છે. વ્યક્તિ જ્યારે પેશાબખાનામાં પેશાબ કરવા જાય છે ત્યારે સામાન્ય રીતે સાવ છેડાની જગ્યાને પસંદ કરતી હોય છે અને જો તે જગ્યા ખાલી ન હોય તો પછી વચ્ચેની સરખા અંતરવાળી જગ્યાનો નિયમ લાગુ પાડે છે.

સીમા વિસ્તારોને અસર કરતાં સાંસ્કૃતિક પરિબળો

આપણે અગાઉ જોઈ ગયા કે વિવિધ વિસ્તારો શરીરથી કેટલા દૂર સુધી ફેલાયેલા હોય છે તેનો આધાર વ્યક્તિ કેવા સમાજમાં, કેવી સંસ્કૃતિમાં ઉછરીને મોટી થઈ છે તેના પર રહે છે.

એલન પીઝ એક સરસ મજાનું ઉદાહરણ આપે છે : તાજેતરમાં ડેન્માર્કથી ઓસ્ટ્રેલિયાના સીડનીમાં સ્થાયી થવા આવેલા એક યુવાન દંપતીને ત્યાંની જેસીની ક્લબમાં જોડાવાનું આમંત્રણ આપવામાં આવ્યું હતું. તેઓને તે ક્લબમાં પ્રવેશ આપવામાં આવ્યો ત્યારબાદ કેટલાંક અઠવાડિયે તે ક્લબની સ્ત્રીઓએ ફરિયાદ કરી કે પેલો ડેન્માર્કનો પુરુષ તેની ખૂબ નજીક આવી જતો હતો અને તેથી તેઓ તેની હાજરીમાં બેચેની અને અસુવિધા અનુભવતી હતી, જ્યારે તે ક્લબના પુરુષ સભ્યોને એવું લાગતું હતું કે પેલી ડેન્માર્કની સ્ત્રી જાણે તેમને અશાબ્દિક સંકેતો આપીને આમંત્રણ ન આપી રહી હોય !

આ પાછળનું કારણ એ હતું કે ઓસ્ટ્રેલિયાના પ્રમાણમાં યુરોપની વસ્તી ગીચ હોવાથી યુરોપમાં વ્યક્તિનો આત્મીય વિસ્તાર શરીરથી ૨૦થી ૩૦ સેન્ટિમીટર દૂર સુધી ફેલાયેલો હોય છે જ્યારે ઓસ્ટ્રેલિયામાં આ વિસ્તાર ૪૬ સેન્ટિમીટર સુધી વિસ્તરેલ હોવાથી તેને તેની આ સીમાનો ભંગ થતો લાગે છે અને તે અસુવિધા અનુભવે છે. જાપાન અને ભારત જેવા અત્યંત ગીચ વસ્તી ધરાવતા દેશોની વ્યક્તિઓનો આત્મીય વિસ્તાર આથી પણ ઓછી ત્રિજ્યા ધરાવતો હોય છે.

વિરુદ્ધ જાતિની (સ્ત્રી કે પુરુષ) વ્યક્તિમાં આપણને રસ છે તેવું દર્શાવવા આપણે તેના આત્મીય વિસ્તારની સીમામાં પ્રવેશતા હોઈએ છીએ. કોઈના આત્મીય વિસ્તારમાં આ રીતે પ્રવેશવાની ચેષ્ટાનો જો અસ્વીકાર કરવામાં આવે તો તે વ્યક્તિ પાછી ખસે છે, તે વિસ્તારની બહાર આવે છે અને અંતર જાળવી રાખે છે. આગળ વધવાની આ ચેષ્ટાનો સ્વીકાર કરતી વ્યક્તિ પોતાનું સ્થાન જાળવી રાખે છે અને ઘૂસણખોરને તેના આત્મીય વિસ્તારમાં રહેવા દે છે. ડેન્માર્કના દંપતી માટે જે એક સામાન્ય સામાજિક વ્યવહાર હતો તેનું ઓસ્ટ્રેલિયન લોકોએ 'જાતીય આક્રમણ' એવું અર્થઘટન કર્યું હતું. તો સામે પક્ષે ડેન્માર્કના તે દંપતીને ઓસ્ટ્રેલિયન લોકો ઠંડા અને અમૈત્રીપૂર્ણ લાગ્યા હતા કારણ

કે તેઓ તેમને સુવિધાદાયક લાગે તેટલું અંતર (૪૬ સેન્ટિમીટર) જાળવી રાખવા સતત તેમનાથી દૂર ખસતા રહ્યા હતા.

જાપાનની વ્યક્તિના આત્મીય વિસ્તારની સીમા ૨૫ સેન્ટિમીટર સુધી વિસ્તરેલી હોય છે, જ્યારે અમેરિકન વ્યક્તિના આત્મીય સીમા વિસ્તારની સીમા ૪૬થી ૧૨૨ સેન્ટિમીટર સુધી વિસ્તારતી હોય છે. બે જાપાનીઝ વ્યક્તિ એકબીજા સાથે વાતચીત કરવા ઊભી રહેતી વખતે એકબીજા વચ્ચે ૨૫ સેન્ટિમીટરનું અંતર જાળવી રાખે છે. જ્યારે અમેરિકન વ્યક્તિઓ વચ્ચે આ અંતર ૪૬થી ૧૨૨ સેન્ટિમીટરનું હોય છે. હવે જ્યારે એક અમેરિકન અને એક જાપાનીઝ વ્યક્તિ એકબીજા સામે વાતચીત કરવા ઊભા રહે છે ત્યારે શું થાય છે તે જુઓ. જાપાનીઝ વ્યક્તિ હંમેશાં અમેરિકન વ્યક્તિથી ૨૫ સેન્ટિમીટરના અંતરે રહેવાનો પ્રયત્ન કરશે, જ્યારે અમેરિકન હંમેશાં ૪૬થી ૧૨૨ સેન્ટિમીટર દૂર રહેવાનો પ્રયત્ન કરશે; આમ અમેરિકન તેનાથી દૂર ખસતો જશે અને જાપાનીઝ તેના તરફ આગળ વધતો જશે અને એક ધીમા નૃત્ય જેવી સ્થિતિ સર્જાશે.

આથી જ એશિયા અને યુરોપ કે અમેરિકાના લોકો એકબીજા સાથે ધંધાકીય વ્યવહાર કરે છે ત્યારે એકબીજાને શંકાની નજરે જુએ છે. યુરોપવાસીઓ કે અમેરિકનો એશિયાવાસીની વાત કરતી વખતે તેમનો 'નજીક ધસી આવતા' કે 'પરિચિત લાગતા' લોકો તરીકે ઉલ્લેખ કરે છે, જ્યારે એશિયાવાસીઓ યુરોપવાસીઓનો કે અમેરિકનોનો ઉલ્લેખ 'ઠંડા' કે 'અતડા રહેતા' લોકો તરીકે કરે છે. એકબીજી સંસ્કૃતિ વચ્ચે રહેલા આવા તફાવતોનો ખ્યાલ ન રાખવામાં આવે તો વ્યક્તિ વિશે ખોટો ખ્યાલ બાંધી લેવાની દહેશત રહે છે.

શહેરી અને ગ્રામ્ય પ્રદેશના સીમાવિસ્તારો

આપણે અગાઉ ઉલ્લેખ કરી ગયા છીએ કે વ્યક્તિને પોતાની આસપાસ જે વ્યક્તિગત વિસ્તારની જરૂર પડે છે તેનો આધાર તે વ્યક્તિ જે પ્રદેશમાં ઊછરીને મોટી થઈ છે તે પ્રદેશની વસ્તીની ઘનતા પર આધાર રાખે છે. ગીચ વસ્તીમાં ઊછરેલી વ્યક્તિ કરતાં પારવી વસ્તીમાં ઊછરેલી વ્યક્તિને વધારે વ્યક્તિગત જગ્યાની જરૂર પડતી હોય છે. વ્યક્તિ હસ્તધૂનન કરતી વેળાએ તેના હાથને કેટલે દૂર સુધી લંબાવે છે તેનું નિરીક્ષણ કરવાથી સંકેત મળી શકે કે તે વ્યક્તિ શહેરી વિસ્તારની છે કે ગ્રામ્યવિસ્તારની. શહેરીજન તેના શરીર

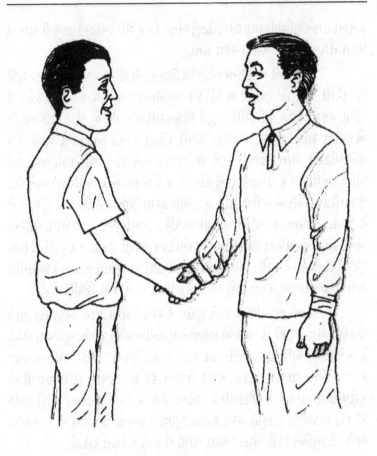

આકૃતિ - ૧૧૨ : *બે શહેરવાસીઓ વચ્ચે હસ્તધૂનન સમયનું અંતર*

ફરતે ૪૬ સેન્ટિમીટર સુધી વિસ્તરેલ અંગત-અવકાશનો પરપોટો ધરાવતો હોય છે, તેના કાંડાથી ધડનું અંતર પણ તેટલું જ હોય છે. આટલે અંતરે હાથ લંબાવતાં વ્યક્તિનો પંજો સામેવાળી વ્યક્તિના પંજાને તટસ્થ સીમા પર મળે છે (આકૃતિ - ૧૧૨). ઓછી વસ્તી-ઘનતા ધરાવતા તાલુકામથક જેવાં નાનકડાં નગરોમાં ઊછરેલ વ્યક્તિનો આ પરપોટો ૧૦૦ સેન્ટિમીટરથી વધારે અંતર સુધી વિસ્તરેલ હોય છે, તેઓ જ્યારે હસ્તધૂનન કરે છે ત્યારે એકબીજાથી ખાસ્સા એવા દૂર ઊભા રહેતા હોય છે (આકૃતિ - ૧૧૩).

આકૃતિ - ૧૧૩ : ગ્રામ્યવિસ્તારની બે વ્યક્તિઓ વચ્ચે હસ્તધૂનન સમયનું અંતર

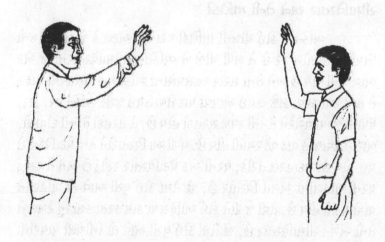

આકૃતિ - ૧૧૪ : સાવ જ પાંખી વસ્તીમાં ઊછરેલી બે વ્યક્તિઓનું અભિવાદન

ગ્રામ્યપ્રદેશની વ્યક્તિ તેના પગને ધરતી પર બરાબર ચુસ્ત રીતે સ્થિર રાખી ઊભી રહેતી હોય છે અને હસ્તધૂનન વેળાએ કમરેથી આગળ તરફ નમતી હોય છે, જ્યારે શહેરી વ્યક્તિ હસ્તધૂનન વેળાએ ડગલું ભરી આગળ આવતી હોય છે. સાવ જ પારવી વસ્તીમાં ઊછરેલા લોકો સામાન્ય રીતે તેની આસપાસના ૬ મીટર સુધીના અવકાશને પોતાનો સમજતા હોય છે. આવા લોકો હસ્તધૂનન કરવાનું પસંદ કરવાને બદલે દૂર ઊભા રહીને હવામાં હાથ હલાવીને એકબીજાનું અભિવાદન કરતાં હોય છે (જુઓ આકૃતિ-૧૧૪).

આ પરથી આપણે એ જોઈ શકીશું કે શહેરી વિસ્તારમાં વેચાણનું કામ કરતા સેલ્સમેને ગ્રામ્ય વિસ્તારમાં વેચાણ માટે જતાં તેના લોકોને મળવાના અને તેનું અભિવાદન કરવાના વર્તનમાં ફેરફાર કરવો પડે છે. શહેરમાં તમે વ્યક્તિથી જે અંતરે રહી હસ્તધૂનન કરી તમારો વ્યવહાર કરો છો તેમ જો ગ્રામ્યવિસ્તારમાં કરવા જાઓ તો ગામડાના લોકો તેને તેમના વ્યક્તિગત વિસ્તારમાંની દખલગીરી સમજે છે અને નકારાત્મક રીતે વર્તે છે અને સંરક્ષણાત્મક સ્થિતિમાં આવી જાય છે. તેમની સાથે તો સેલ્સમેને પરિસ્થિતિ પારખી દૂર રહી હસ્તધૂનન કરી (આકૃતિ - ૧૧૩) અથવા તો હવામાં હાથ ફરકાવી (આકૃતિ - ૧૧૪) પરિચયમાં આવવાનું શરૂ કરવાનું હોય છે.

સીમાવિસ્તાર અને તેની માલિકી

વ્યક્તિ જે કોઈ ચીજની માલિકી ધરાવે છે એટલે કે જે કોઈ ચીજનો નિયમિત ઉપયોગ કરે છે તે બધી ચીજો તે વ્યક્તિના સીમાવિસ્તારનો જ એક ભાગ બની જાય છે અને તેના શરીર આસપાસના વ્યક્તિગત વિસ્તારની માફક તે તેની રક્ષા કરવા કાજે લડાઈ આપવા પણ તૈયાર થઈ જશે. વ્યક્તિ ઘર, કાર, ધંધાની જગ્યા વગેરેને તેમની સ્પષ્ટ સરહદો હોય છે, તે સરહદો તેમની દીવાલો, બારી-દરવાજા કે વાડ વડે રચાતી હોય છે. વળી આ વિસ્તારોને તેના પેટાવિસ્તારો પણ હોય છે. ઉદાહરણ તરીકે, ઘરનો એક પેટાવિસ્તાર રસોડું છે અને તે રસોડું ઘરની ગૃહિણીનો અંગત વિસ્તાર છે. જો તેમાં કોઈ ઘૂસી આવે તો ગૃહિણીને વાંધો પડતો હોય છે. તેવી જ રીતે કોઈ ઑફિસમાં કામ કરતા ક્લાર્કનું ટેબલ તે તેનો અંગત સીમાવિસ્તાર છે, જો તેમાં કોઈ ઘૂસી આવે તો (નીચલી પાયરીની કે સમોવડી વ્યક્તિ કે ઉપરી અધિકારી પણ) તે ક્લાર્ક તેનો નકારાત્મક પ્રતિભાવ

આપતો હોય છે. તેવી જ રીતે ધંધાદારી વ્યક્તિ તેના કોન્ફરન્સ ટેબલ પર ખાસ જગ્યા ધરાવતી હોય છે, જમનારને ભોજનગૃહમાં તેની ખાસ બેઠક પ્રત્યે લગાવ હોય છે, બાળકને રમકડાં સાચવવાની ઘરમાં તેની ખાસ જગ્યા હોય છે, અરે, એક જ ટેબલ પર બેઠેલ બે વ્યક્તિઓ ટેબલ પર પેન, પાણીનો પ્યાલો કે પુસ્તકને અમુક રીતે ગોઠવી પોતાની અંગત સરહદ નક્કી કરી લેતી હોય છે. પુસ્તકાલયમાં, ઘરમાં, હીંચકા પર, બસ કે રેલ્વેમાં બેઠક પર આપણે આપણી કોઈ અંગત ચીજ મૂકી આપણી માલિકી દર્શાવી સરહદો નક્કી કરતા હોઈએ છીએ. ઘરે કોઈ ચીજનું વેચાણ કરવા આવેલ સેલ્સમેનને બેસવાનું કહેવામાં આવતાં જો તે સાવ અજાણતાં પણ કુટંબના વડાની બેસવાની જગ્યાએ બેસી જાય તો ખરીદીની ઈચ્છા ધરાવતો ગ્રાહક પણ આ રીતે તેની અંગત સીમામાં ઘૂસણખોરી થતાં નારાજ થઈ ઊઠે છે અને તેના પ્રતિભાવ નકારાત્મક બની જાય છે. આવે સમયે કોઈક રીતે સેલ્સમેન માટે એ જાણી લેવું હિતાવહ છે કે ઘરના વડાની બેઠક કઈ છે.

મોટરકાર અને અન્ય વાહનો

એક બાબત આપણા સૌના અનુભવની છે કે આપણે ગતિમાં આવતાં જ, આપણું શરીર ગતિમાં આવતાં જ આપણા મિજાજમાં જબરું પરિવર્તન આવતું હોય છે. ગતિનો પણ એક નશો હોય છે. આપણા શરીરને ગતિ આપતાં વાહનો પર સવાર થતાં તો આ પરિસ્થિતિ ઑર તેજ બને છે. (જૂના જમાનાનાં ગતિ બક્ષતાં સાધનો - રથ, ઘોડા - પણ આવા મનોભાવો પ્રેરતા હતા) વાહન પર સવાર થતાં જ આપણા અંગત સીમા વિસ્તારો એકદમ વિસ્તાર પામતા હોય છે, કેટલીકવાર તેમાં દસગણો વધારો થતો હોય છે. આથી વાહનનો ચાલક વાહનની આગળ તેમ જ પાછળનો નવ-દસ મીટરનો વિસ્તાર જાણે પોતાનો જ હોય તેમ વર્તવા લાગે છે. કશું જોખમકારક ન બન્યું હોય તો પણ જો અન્ય કોઈ ડ્રાઈવર ઓવરટેક કરીને તમારા વાહનની આગળ આવી જાય છે તો તમારું શરીર કેટલાક શારીરિક ફેરફારો અનુભવે છે, તમે ગુસ્સે થાઓ છો અને તે ડ્રાઈવર સાથે લડવા ઉપર પણ ઊતરી આવો છે. પરંતુ લિફ્ટમાં પ્રવેશતી વખતે જો કોઈ તમારી આગળ આવી જાય છે તો તમે તેવો પ્રત્યાઘાત નથી આપતા. ઊલટાના પાછા ખસી તેને તમારી આગળ અંદર જવા જગા કરી આપો તેવું બને !

સામેવાળી વ્યક્તિના વ્યક્તિગત વિસ્તાર માટે તમને કેટલો આદર છે તેના પર આધાર રહે છે કે તેઓ તમને આવકારશે કે અવગણશે. આ કારણે જ વાતચીત દરમ્યાન દરેક વ્યક્તિને સતત સ્પર્શતા રહેતા અને આવતાં-જતાં સૌની પીઠ થાબડતા રહેતા ખુશમિજાજ-બેફિકર માણસને સૌ ખાનગીમાં તો ધિક્કારતા હોય છે કારણ કે તે સૌની અંગત સીમાઓમાં પ્રવેશતો - ઘૂસતો - રહેતો હોય છે.

આકૃતિ - ૧૧૫ : *કોણ શું છે અને ક્યાંનું રહેવાસી છે*

હવે ઉપર આપેલી આકૃતિ જુઓ (આકૃતિ-૧૧૫) તે પરથી આપણે નીચે પ્રમાણેની ધારણાઓ કરી શકીએ :

(૧) સ્ત્રી અને પુરુષ બંને શહેરવાસીઓ છે. પુરુષ સ્ત્રીની સાવ નજીક આવી રહ્યો છે.

(૨) પુરુષનો આત્મીય સીમાવિસ્તાર સ્ત્રીના આત્મીય વિસ્તાર કરતાં સાંકડો છે અને અજાણતાં જ, તે સ્ત્રીના સીમાવિસ્તારમાં ઘૂસી રહ્યો છે.

(૩) પુરુષ સાંકડા આત્મીય વિસ્તારવાળી સંસ્કૃતિમાં ઊછર્યો છે, જ્યારે સ્ત્રી ગ્રામ્યવિસ્તારમાં ઊછરીને મોટી થઈ છે.

(૪) સ્ત્રી સહેજ પાછળ તરફ નમેલી છે, જે પુરુષ પક્ષે આક્રમણ સૂચવે છે.

બૉડી લેંગ્વેજ અને સમય

આપણે શરીર આસપાસના અવકાશ સાથે વ્યક્તિને કયા પ્રકારનો સંબંધ રહેલો છે તેની ચર્ચા કરી રહ્યા છે. અવકાશ અને સમય - કે સ્થળ અને કાળ - એકબીજા સાથે અનિવાર્ય રીતે સંકળાયેલાં છે. સ્થળમાં બનતી ઘટનાઓ સમયના પ્રવાહમાં બનતી હોય છે. બૉડી લેંગ્વેજના સંદર્ભમાં આપણે સમય વિશે ટૂંકી ચર્ચા કરી લઈએ.

વ્યક્તિ પોતાનો કે અન્યનો સમય કઈ રીતે વાપરે છે તે બાબત આપણને વ્યક્તિના સ્વભાવ બાબતે ઘણુંબધું કહી જાય છે. દાખલા તરીકે, એક વ્યક્તિએ તેના એક ગાઢ મિત્રને મળવાનું છે અને તે વ્યક્તિ સમય કરતાં વહેલી આવી પહોંચે છે, તો તેનો અર્થ એવો થઈ શકે કે તે તેના મિત્રને મળવા આતુર છે. અન્ય સંજોગોમાં એવું પણ બને કે તેણે તેમ કરીને અધીરાઈ અને વ્યગ્રતાને પ્રગટ કરી હોય. નક્કી થયેલા સમય કરતાં મોડી હાજર થનાર વ્યક્તિ રસના અભાવનું કે અવિચારી વર્તણૂકનું સૂચન કરે છે - કોઈ આકસ્મિક કારણોસર મોડું થયું હોય તે વાત અલગ છે. પોતાના હાથ નીચેના અધિકારીને રાહ જોવડાવતો ઉપરી અધિકારી નકારાત્મક સંદેશાઓ પાઠવે છે. તેથી રાહ જોનાર વ્યક્તિને તુચ્છતાનો ભાવ થાય છે અને તે ગુસ્સે થાય તેવું પણ બને. સમયપાલનમાં ચુસ્ત વ્યક્તિઓ, સમય કરતાં સહેજ વહેલી હાજર થતી વ્યક્તિઓ તેમના સુચારિત્ર્યનો સંકેત આપે છે.

આ ઉપરાંત આપણે એ પણ જોઈ ગયા કે ચેષ્ટાસમૂહોમાં વિવિધ ચેષ્ટાઓએ એકબીજા સાથે સુમેળમાં રહી કઈ રીતે કાર્ય કરવાનું હોય છે કે જેથી તે દ્વારા ધારી અસર નિપજાવી શકાય અથવા તો ચેષ્ટાઓ કયા ક્રમમાં બને છે તેનો અભ્યાસ કરી તેના પરથી વ્યક્તિના મનમાં ચાલતા વિચારોનો સંકેત મેળવી શકાય. વળી શાબ્દિક અભિવ્યક્તિ અને અશાબ્દિક અભિવ્યક્તિને એકબીજા સાથે સેકન્ડના પણ સૂક્ષ્મ ભાગનો ખ્યાલ રાખી સમાયોજિત કરવાની હોય છે જેથી ધારી અસર નિપજાવી શકાય, તો સામે પક્ષે આ રીતે બનતી ઘટનાનું

એટલું બારીક નિરીક્ષણ કરવાનું હોય છે કે ચોક્કસ અને સાચું અર્થઘટન કરી શકાય.

કોન્ફરન્સ ટેબલ

કોન્ફરન્સ ટેબલ સમક્ષ બેઠેલ વ્યક્તિઓના ધડના માત્ર ઉપરના ભાગ જ દશ્ય હોય છે. વ્યક્તિ ઊંચી હોય કે નીચી, કદાવર હોય કે વામન, સૌને કોન્ફરન્સ ટેબલ લગભગ સરખા દેખાવાની સ્થિતિમાં મૂકી દેતું હોય છે. વળી સૌની નજરે વર્તણૂક પણ માત્ર શરીરના ઉપરના ભાગની જ પડતી હોય છે. ટેબલના આકાર અને કદ તથા તે પર બેસવાની ગોઠવણ સૌના વલણ અને વર્તણૂક પર અસર કરતા હોય છે અને પરિણામે તે ટેબલ પર થતી ચર્ચા અને નિર્ણયો પર પણ આખરે તેની અસર થતી હોય છે. કોન્ફરન્સનું ટેબલ વ્યવસાયના મોભા અને સત્તાનું રાજકારણ અને લશ્કરી વ્યવહારનું પ્રતિનિધિત્વ કરે છે.

વ્યક્તિ જ્યારે આ ટેબલ સમક્ષ ઊભા રહી તેના મહત્ત્વના મુદ્દાઓ પર ભાર મૂકવા ઈચ્છતી હોય ત્યારે તેણે ટેબલ પર આગળ તરફ નમવું જોઈએ અને નીચે તરફ હથેળીવાળી ચેષ્ટાનો ઉપયોગ કરીને એવું અશાબ્દિક સૂચન કરવું જોઈએ કે અત્યારે પરિસ્થિતિ તેના નિયંત્રણ હેઠળ છે. તેનાથી ઊલટી ચેષ્ટા, એટલે કે હથેળી ઉપર તરફ રહે તેવી ચેષ્ટા, એવું દર્શાવશે કે તે અંકુશ હેઠળ છે. તેના પંજા તરફ આ સમયે સૌનું ધ્યાન દોરાય તે માટે સ્ટાર્ચ કરેલી ખમીસની બાંયની મોળીઓ કે આકર્ષક કાંડા ઘડિયાળ તેને સહાયરૂપ થતાં હોય છે.

કામ કરવાના વિસ્તારનું ગતિશાસ્ત્ર

કામ કરવાના વિસ્તારમાં વ્યક્તિ વિવિધ રાચરચીલાની ગોઠવણી વચ્ચે સૌ સાથે કઈ રીતે વર્તતી હોય છે તેનો આ શાસ્ત્રમાં અભ્યાસ કરવામાં આવતો હોય છે.

સરખા મોભાની વ્યક્તિઓ વચ્ચે વાતચીતના સમયે લંબચોરસ ટેબલ સામાન્ય રીતે એક આડશનું કામ કરતું હોય છે. ઑફિસમાં તે ઉપરી અધિકારી અને તેના હાથ નીચેના અધિકારી વચ્ચે રહેલા ભેદને સ્પષ્ટ કરતું હોય છે, સ્થાપતું હોય છે. મોટું લંબચોરસ ટેબલ તેની ફરતે એકઠા મળતા લોકોનાં સંરક્ષણાત્મક અને સ્પર્ધાત્મક વલણોને તે વધારે મજબૂત બનાવતું હોય છે.

ગોળ ટેબલ સૌને સમકક્ષ હોવાની લાગણી બક્ષતું હોય છે અને લોકોને હળવા અને અનૌપચારિક બનવા પ્રેરે છે.

અવકાશના મહત્ત્વ બાબતે સભાન બોસ - ઉપરી અધિકારી, માલિક કે શેઠ - તેની ગુરુતાની, તેની શ્રેષ્ઠતાની સ્થિતિને બળવત્તર બનાવવા કામ કરતી વખતે તેના હાથ નીચેના માણસના અવકાશમાં ઘૂસી જતો હોય છે. તેના હાથ નીચેનો કર્મચારી જ્યારે તેના ટેબલ પર કામ કરી રહ્યો હોય ત્યારે તેના ટેબલ પર ઝૂકીને તેનો બોસ તેને અસ્વસ્થ કરી મૂકતો હોય છે. કામ કરતી વખતે જ્યાં સુધી નવા કર્મચારી સાથે પૂરતો પરિચય ન કેળવાય ત્યાં સુધી અન્ય કર્મચારીઓ અંતર રાખીને વ્યવહાર કરતા હોય છે. કર્મચારીએ આ બાબત ધ્યાનમાં લેવી જોઈએ અને એ રીતે પ્રતિભાવો આપવા જોઈએ કે કોઈ નારાજ ન થાય.

હમણાં હમણાં ઘર તેમજ ઑફિસના રાચરચીલાની સજાવટમાં તેમજ ગોઠવણમાં લોકો ફેંગ શૂઈના નિયમોનો અમલ કરતાં જોવા મળે છે. બૉડી લેંગ્વેજના સંદર્ભમાં પણ તે નિયમોને સમજવા જેવા છે. ઑફિસના રાચરચીલાની ગોઠવણમાં ટેબલ પર કામ કરનાર કર્મચારી તેના ટેબલને ઑફિસમાં વિવિધ રીતે ગોઠવી શકે છે. તે તેના ટેબલને ઑફિસના એક ખૂણામાં ગોઠવી શકે કે જેથી તે ત્રણ બાજુએથી સુરક્ષિત રહે અને પરિસ્થિતિ પર તેનો અંકુશ રહે, તો વળી બીજો કર્મચારી પોતાના ટેબલને એ રીતે ગોઠવી શકે કે તેની પીઠ બારણા તરફ રહે. ટેબલ ગોઠવવાની આ એક ખૂબ પ્રતિકૂળ સ્થિતિ છે કારણ કે તેથી આવનાર મુલાકાતીના આગમનથી કર્મચારી બેખબર રહે છે તથા તેની પીઠ મુલાકાતી તરફ રહે છે અને તે ભેદ્ય સ્થિતિમાં મુકાઈ જાય છે. તો વળી ત્રીજો કર્મચારી તેના ટેબલને પ્રવેશદ્વાર આગળ એક બાજુ પર ગોઠવી શકે અને સામેની બાજુએ તેમજ બાજુ પર જગ્યા ખાલી રાખી શકે. ટેબલની આ સ્થિતિ કર્મચારી તેમજ મુલાકાતી બન્ને માટે ખૂબ અનુકૂળ રહે છે. કર્મચારીનો સમગ્ર જગ્યા પર અંકુશ રહે છે અને સાથોસાથ તે અન્ય સૌ સાથે ખુલ્લી જગ્યાનો વધારેમાં વધારે ઉપયોગ કરી શકે છે. જાહેર જનતા માટે કર્મચારીની કઈ બાજુ - ડાબી કે જમણી - ખુલ્લી રહે છે તે ખૂબ અગત્યનું છે. જમણી બાજુ સભાન સ્વીકૃતિ પ્રતિબિંબિત કરે છે, જ્યારે ડાબી બાજુ અવચેતન ખુલ્લાપણાને અને ભેદ્યતાને પ્રતિબિંબિત કરે છે.

ઓછા અંતરની અસરો

પોતાને ગમતી વ્યક્તિની નજીક ઊભા રહેવાનું કે બેસવાનું લોકોને ગમતું હોય છે. સ્ત્રી જ્યારે કોઈ વ્યક્તિને પસંદ કરતી હોય છે ત્યારે તેનાથી પાંચેક ફૂટના અંતરે ઊભી રહે છે, પરંતુ જ્યારે તેને ટાળવા માગતી હોય છે ત્યારે આઠેક ફૂટના અંતરે ઊભા રહેવાનો પ્રયત્ન કરે છે. તે જ રીતે ગમતી વ્યક્તિથી સાડા છ ફૂટના અંતરે અને ન ગમતી વ્યક્તિથી નવ ફૂટના અંતરે બેસવાનું પસંદ કરે છે. વ્યક્તિ વ્યક્તિ વચ્ચે ઊભા રહેતી વખતે કેટલું અંતર હશે તેનો આધાર તે બે વ્યક્તિ વચ્ચે કયા પ્રકારનો સંબંધ - માતાપિતા, ગાઢ મિત્રો, પરિચિતો, અપરિચિતો - રહેલો છે તેના પર રહે છે.

સમાન ઉંમર, સમાન રસ-રુચિ, સમાન વ્યવસાય વગેરે ધરાવતી વ્યક્તિઓ એકબીજાથી નજીકના અંતરે ઊભી રહે છે કે બેસે છે. શારીરિક રીતે ખોડખાંપણવાળી વ્યક્તિથી લોકો અંતર રાખતા હોય છે.

નજીકતાની અપેક્ષા રાખતા લોકો આગળ તરફ કે પાછળ તરફ ઝૂકેલા હોય છે અને તેમ કરી જો તેઓ સામેવાળી વ્યક્તિ સાથે નજીકતા નથી વિકસાવી શકતા તો તેઓ ક્ષોભ અનુભવે છે. જ્યારે તમે સામેવાળી વ્યક્તિની ખૂબ નજીક ધસી જાઓ છો ત્યારે એવું બને કે તે તમને સ્વીકારવાને બદલે અવગણવાનો પ્રયત્ન કરે કારણ કે તે વ્યક્તિ તેની અંગત સીમામાં તમારા ઘૂસવાથી બેચેની અનુભવે છે અને પીછેહઠ કરે છે. કેટલાક લોકો વધુ પડતી નજીકતાથી ક્ષોભ અનુભવે છે તો કેટલાક લોકો વધારે પડતા અંતરથી ક્ષોભ અનુભવતા હોય છે. આમ આ બાબતે એક સમતુલા વિકસાવવી જરૂરી છે. બીજા લોકોની નજીક આવવાનું પસંદ કરતા લોકો સામાન્ય રીતે મળતાવડા સ્વભાવના હોય છે, તેઓ વધારે વાર જોવાનું અને વધારે સ્મિત આપવાનું વલણ ધરાવતા હોય છે. બહિર્મુખી અને ઉચ્ચ આત્મવિશ્વાસ, સ્વમાન અને આગ્રહી સ્વભાવ ધરાવતા લોકો નજીક આવવાનું વલણ ધરાવતા હોય છે. વિજાતીય આકર્ષણ ધરાવતા પુરુષો સ્ત્રી-પાત્રો નજીક જતા હોય છે. સતત ચિંતાથી ઘેરાયેલા રહેતા લોકો અન્ય લોકોથી અંતર જાળવીને જીવતા હોય છે.

સીમાવિસ્તાર પર આક્રમણ

વ્યક્તિ ખંજરને લઈને જ તમારા પર આક્રમણ કરે છે તેવું કંઈ થોડું

છે ! તે અન્ય કેટલીયે રીતે તમારા અંગત સીમાવિસ્તારમાં ધસી આવી શકે છે. તે તમારા વ્યક્તિગત સીમાવિસ્તારમાં શારીરિક રીતે, તમારી સામે જોઈને કે છાનામાના તમારી વાત સાંભળીને, ઘોંઘાટ કરીને, તમારી અંગત ચીજોનો ઉપયોગ કરીને કે અન્ય કોઈ રીતે તમને ખલેલ પાડીને તમારા પર આક્રમણ કરતી હોય છે. આ રીતે થતી ઘૂસણખોરી વ્યક્તિને બેચેન, અસ્વસ્થ અને નારાજ કરી મૂકતી હોય છે. આવા આક્રમણને ખાળવા વ્યક્તિ વિવિધ ઉપાયો યોજતી હોય છે; તે તેની નજર ઘુમાવી લેતી હોય છે, તેનો ચહેરો ફેરવી લેતી હોય છે, અન્ય દિશામાં ઝૂકી પડતી હોય છે, તેનાં બાવડાંનો કે અન્ય કોઈ ચીજનો આડશ તરીકે ઉપયોગ કરતી હોય છે અથવા તો શત્રુતાભરી ચેષ્ટાઓનો કે નજરનો આશરો લેતી હોય છે.

જો આમાંનો કોઈ ઉપાય કામ નથી લાગતો તો તે વ્યક્તિ ઘૂસણખોર અને પોતાની વચ્ચેના અંતરને વધારવાનો કે જગ્યા છોડી જવાનો પ્રયત્ન કરતી હોય છે.

વ્યક્તિ કેટલી બેચેન કે અસ્વસ્થ થશે તેનો આધાર તેના પર કેટલા પ્રમાણમાં આક્રમણ કરવામાં આવ્યું છે તે પર રહે છે. જેમ જેમ સામેવાળી વ્યક્તિ તમારા વ્યક્તિગત સીમાવિસ્તારને ભેદીને તમારી વધારે અને વધારે નજીક આવતી જાય તેમ તેમ તમે વધુ અને વધુ અસ્વસ્થ થતા જાઓ છો. વળી તમારી અસ્વસ્થતાનો મોટો આધાર તો એ બાબત પર રહે છે કે તમારા વ્યક્તિગત વિસ્તારમાં ઘૂસી આવતી વ્યક્તિ કોણ છે. જો તે વ્યક્તિ તમારો મિત્ર હશે કે કોઈ આકર્ષક વ્યક્તિ હશે તો તમારી બેચની કંઈક ઓછી હશે, પંરતુ જો તે કોઈ અજાણી વ્યક્તિ કે તમારાથી ચઢિયાતી વ્યક્તિ હશે તો તમારી બેચેની વધારે તીવ્ર હશે. પુરુષ સામેથી થતી ઘૂસણખોરીથી અને સ્ત્રી બાજુ પરથી થતી ઘૂસણખોરીથી વધારે બેચેન થઈ ઊઠતી હોય છે, કદાચ આ એ કારણે હોય કે સામેથી થતી ઘૂસણખોરીને પુરુષ એક ધમકીરૂપે જુએ છે ત્યારે બાજુ પરથી થતી ઘૂસણખોરીને સ્ત્રી જોડાણની એક માગણીરૂપે જુએ છે.

બૉડી લૅંગ્વેજમાં આ સીમાવિસ્તારો પરના આક્રમણમાં કેટલાક તીવ્ર જાતીય સંકેતો રહેલા હોય તેવું બને. એક પુરુષ સ્ત્રીના સીમાવિસ્તારમાં પ્રવેશે છે ત્યારે તેને જે સંકેતોનો સામનો કરવાનું બને છે તેના કરતાં સાવ જ અલગ પ્રકારના સંકેતોનો સામનો કરવાનું પુરુષના સીમાવિસ્તારમાં પ્રવેશતી સ્ત્રીને

કરવાનો રહે છે. પુરુષના સીમાવિસ્તારમાં જ્યારે કોઈ સ્ત્રી પ્રવેશે છે ત્યારે તે સામે તે કોઈ ખાસ વાંધો ઉઠાવતો નથી કારણ કે તે માટેની પહેલ સ્ત્રી જ કરતી હોય છે, તેમ કરીને તે તેના પક્ષે પ્રેમવિલાસ અને ગાઢ સંબંધનો નિર્દેશ આપતી હોય છે. જ્યારે સ્ત્રી સામે પક્ષે એવું સમજતી હોય છે કે તેના સીમાવિસ્તારમાં કોઈ ઘૂસી ન આવે તે માટે તેને સતત જાગ્રત રહેવાનું છે.

ઘૂસણખોરો ચોક્કસ રીતે પાઠવવામાં આવતા તીવ્ર સંકેતો દ્વારા એમ કહેતા હોય છે કે, 'તમે મારા માટે કોઈ વ્યક્તિ છો જ નહીં તેથી હું તમારી સીમામાં પ્રવેશ કરી શકું છું.'

ભીડવાળાં સ્થળોમાં આ સંકેતોનું અર્થઘટન સહેજ અલગ થતું હોય છે. ટોળામાં એકઠી થતી દરેક વ્યક્તિ માટે એ જરૂરી અને મહત્ત્વનું છે કે તે પોતાની વ્યક્તિગત સીમાને બાજુ પર મૂકીને એક અ-વ્યક્તિ બની જાય, જો તે તેમ નહીં કરે તો એક કઢંગી પરિસ્થિતિમાં મુકાઈ જશે. લોકો ટોળામાં, ભીડમાં એકબીજાથી એટલા બધા લગોલગ ઊભા હોય છે કે વ્યક્તિગત સીમાની કાળજી લેવાનો કોઈને વેંત નથી રહેતો. તેથી એ હકીકત સ્વીકાર્યા સિવાય છૂટકો નથી કે તમે કોઈ અન્યને અ-વ્યક્તિ સમજો અને અન્ય કોઈ વ્યક્તિ તમને અ-વ્યક્તિ સમજે - તે સમયે એકએક જણ વ્યક્તિ ન રહેતાં અ-વ્યક્તિ બની જાય છે, એક પદાર્થ બની જાય છે, ટોળામાંની એક ચીજ બની જાય છે. આવી પરિસ્થિતિમાં સૌએ પોતપોતાના વ્યક્તિગત વિસ્તારોને જતા કરવા પડે છે અને તે સંજોગોમાં સૌ સરળતાથી હલનચલન કરી શકે છે. જો દરેક વ્યક્તિ પોતાના વ્યક્તિગત વિસ્તારનો ભંગ થતાં નકારાત્મક પ્રતિભાવ આપવા લાગે તો ટોળામાં અંધાધૂંધી વ્યાપી જાય. ટોળામાં તો દરેક વ્યક્તિએ એમ જ સમજવાનું હોય કે 'નિર્જીવ પદાર્થોને આત્મીય વિસ્તારો નથી હોતા'.

સ્પર્શની ચેષ્ટાઓ

આપણે અગાઉ જ્યારે 'સાવ વ્યક્તિગત વિસ્તાર'ની ચર્ચા કરી ત્યારે જોયું હતું કે આ વિસ્તાર શરીરનો સૌથી નજીકનો અને શરીરને અડકીને આવેલો વિસ્તાર છે. સાવ નજીકની કહેવાય તેવી વ્યક્તિઓ જ આ વિસ્તારમાં પ્રવેશી શકતી હોય છે અથવા તો શારીરિક નુકસાન કરવા માગતો કોઈ શત્રુ.

સાવ વ્યક્તિગત વિસ્તારમાં પ્રવેશતી વ્યક્તિનો ઇરાદો તમને સ્પર્શવાનો હોય છે. સ્પર્શ અત્યંત ઝડપી અને પ્રગટ ચેષ્ટા છે. સ્પર્શ એક અત્યંત શક્તિશાળી સંકેત છે. વ્યક્તિ જ્યારે કોઈ નિર્જીવ ચીજને સ્પર્શે છે ત્યારે તે અશાબ્દિક રીતે મોટેથી અને સાવ સ્પષ્ટ રીતે એમ કહેવા માગતી હોય છે કે તે ચીજ સાથે તેને સંબંધ છે. કોઈ વ્યક્તિને હાથ વડે સ્પર્શીને કે તેના ખભા ફરતે હાથ મૂકીને આપણે શબ્દોનો ઉપયોગ કર્યા વિના જ સીધોસીધો વધારે અર્થપૂર્ણ સંદેશાવ્યવહાર કરી લેતા હોઈએ છીએ, પરંતુ આ ચેષ્ટા યોગ્ય સંદર્ભમાં અને યોગ્ય ક્ષણે જ થવી ઘટે. આ જગતનો નક્કર અનુભવ આપણને સ્પર્શેન્દ્રિય વડે જ થતો હોય છે. અન્ય જ્ઞાનેન્દ્રિયોની માફક આપણા વ્યક્તિત્વને વિકસાવવામાં સ્પર્શેન્દ્રિય બાળપણથી જ મહત્ત્વની ભૂમિકા ભજવવાનું શરૂ કરે છે.

વ્યક્તિ અને સંદર્ભ બદલાતાં સ્પર્શનો અર્થ બદલાય છે. કેટલાક તેમાંથી સંમતિ અને આશ્વાસનનો સંકેત મેળવે છે તો અન્ય કોઈ વળી તેમાંથી થોભવાનો સંકેત મેળવે છે. વધુ પડતા ઊર્મિશીલ લોકોને શાંત પાડવા માટે પણ તેનો અવારનવાર ઉપયોગ થતો જોવામાં આવે છે. આપણી પરિચિત વ્યક્તિને કે વસ્તુને સ્પર્શવાથી આપણને આશ્વાસન મળતું હોય છે. આમ સ્પર્શ એ એક આશ્વાસન આપતી અને ધરપત બંધાવતી ચેષ્ટા છે. સ્પર્શવાની આદત ધરાવતા લોકો ઊર્મિશીલ સ્વભાવના હોય છે.

કેટલાક લોકો માટે અન્ય લોકોને સ્પર્શવાનું એટલું બધું આદતરૂપ બની ગયું હોય છે કે તેમને તે સામે જે વળતો પ્રતિભાવ મળે છે તે બાબતે સાવ અસંવેદનશીલ બની જાય છે. સામેવાળી વ્યક્તિને તેમના સ્પર્શવાનું પસંદ નથી તેવા વળતા પ્રતિભાવો મળતા હોવા છતાં આવા લોકો સ્પર્શવાનું ચાલુ જ રાખતા હોય છે.

કેટલાક લોકો આશ્વાસન મેળવવાની કે ધરપત મેળવવાની માનસિક જરૂરિયાતને પૂરી કરવા સ્પર્શતા હોય છે. પ્રેમીયુગલ એકબીજાને વળગી રહેતું હોય છે; આવું યુગલ જાહેરમાં પ્રેમ કરતાંયે વધારે તો ધરપત મેળવવા એકબીજાના હાથ પકડી રાખતું હોય છે. અને એક બાબત સંશોધનો દ્વારા સ્પષ્ટ થઈ ગઈ છે કે ધરપત આપવા કે મેળવવા સ્પર્શ આવશ્યક છે. પોતાને ગમતી વ્યક્તિ જ્યારે આપણને ધરપત આપવા સ્પર્શે છે ત્યારે આપણે તેનો હકારાત્મક પ્રતિભાવ

આપતા હોઈએ છીએ કારણ કે આપણને તે વ્યક્તિની હાજરીમાં હળવાશનો અનુભવ થતો હોય છે.

વ્યક્તિ વ્યક્તિ વચ્ચે રહેલી દીવાલોને દૂર કરવા આજકાલ જે વર્કશોપો અને સેમિનારો યોજવામાં આવે છે તેમાં ખાસ રીતે તૈયાર કરવામાં આવેલી પ્રવૃત્તિઓ હોય છે. આ વર્કશોપો કે સેમિનારોમાં ભાગ લેતી વ્યક્તિઓ એકબીજાથી અપરિચિત હોવા છતાં તેમને વિવિધ પ્રવૃત્તિઓ દ્વારા એકબીજાને સ્પર્શવા માટે પ્રેરવામાં આવે છે. આવા કાર્યક્રમોમાં એકબીજાને ન અડકવાના નિયમોનો ભંગ કરવામાં આવે છે અને લોકો તેમના કેટલાક અતડાપણામાંથી બહાર આવે છે.

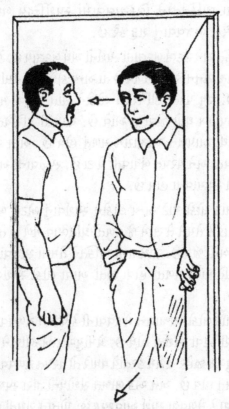

આકૃતિ - ૧૧૬ : *શરીર દર્શાવે છે કે મન ક્યાં જવા માગે છે*

ગતિ માટેની દિશા સૂચવતી ચેષ્ટાઓ

આપણે જ્યારે કોઈક સાથેની મુલાકાત પૂરી કરી ક્યાંય જવા માગતા હોઈએ છીએ ત્યારે આપણું શરીર તેનાં વિવિધ અંગો દ્વારા આપણે કઈ દિશામાં જવા માગીએ છીએ તેનું સૂચન કરી દેતું હોય છે. આપણું ધડ કે આપણો પગ તે દિશામાં ફરીને દિશા ચીંધી દેતો હોય છે. ઉદાહરણ તરીકે વાતચીત દરમ્યાન કોઈ વ્યક્તિ હસતી હોય, તેનું મસ્તક આપણી દિશામાં ફરેલું હોય અને આપણી વાતમાં રસ બતાવતી હોય, પરંતુ તેનું ધડ અને તેનો પગ દરવાજા તરફ ચીંધાયેલા હોય તો તે એવો સંકેત આપે છે કે તે વ્યક્તિ વાતનો અંત લાવીને જવા માગે છે. આવા સંજોગોમાં પરિસ્થિતિનો અંકુશ પોતાનો રહે તેમ વાત આટોપી લેવી જોઈએ અને સામેવાળી વ્યક્તિને જવા દેવી જોઈએ. અને જો તે બાબતને પૂરી કર્યા વિના જ ચાલે તેમ હોય તો સામેવાળી વ્યક્તિને રસ પડે તેવું, તેમાં તે સામેલ થાય તેવું કંઈક કરવું જોઈએ કે જેથી કરીને તે ફરી એકવાર તેના સમગ્ર શરીરને તમારી તરફ ઘુમાવે.

શરીરનું દિશામાન

આપણી સાથે વાત કરનાર વ્યક્તિના સંદર્ભમાં આપણે ક્યાં ઊભા છીએ કે બેઠા છીએ તેને દિશામાન કહે છે. એક વ્યક્તિ બીજી વ્યક્તિ સાથે કેવો ખૂણો બનાવીને ઊભી છે કે બેઠી તે પરથી આપણને તે બે વ્યક્તિ વચ્ચેના સંબંધના અને મનોભાવના અશાબ્દિક સંકેતો મળે છે. જો આપણા શરીરનો ઉપરનો ભાગ સામેવાળી વ્યક્તિની બરાબર સામે રહેલો હોય તો તે સ્થિતિ તે વ્યક્તિ સાથેનો મનમેળ, વફાદારી અને ગમાનો અશાબ્દિક સંદેશો પાઠવે છે. બે વ્યક્તિ એકબીજાને કાટખૂણે ઊભી રહી વાતચીત કરી રહી હોય ત્યારે તે સ્થિતિ ત્રીજી વ્યક્તિને તેમની સાથે જોડાવા આમંત્રણનો અશાબ્દિક સંદેશો આપી રહી હોય છે. તેઓ એક ખુલ્લો ત્રિકોણ રચીને ઊભા રહ્યા હોય છે.

આ રીતે ઊભા રહીને વાત કરવાની ચેષ્ટા એ પણ સંકેત આપી રહી હોય છે કે તેઓ જે મુદ્દા પર વાત કરી રહ્યા છે કે અંગત કે ખાનગી નથી, માટે જ તો તેઓએ અન્ય વ્યક્તિ તેમની સાથે જોડાઈ શકે તે માટે તેમની સામે જગ્યા ખાલી રાખી છે. ત્રીજી વ્યક્તિ તેમની સાથે જોડાતાં તે બન્ને સહેજ ઘૂમે છે અને ત્રીજી વ્યક્તિ સામે ગોઠવાય છે. જો કે ત્રીજી વ્યક્તિ તેમને સ્વીકાર્ય નહીં હોય

આકૃતિ - ૧૧૭ : ખુલ્લા ત્રિકોણની સ્થિતિ

આકૃતિ - ૧૧૮ : ખુલ્લા ત્રિકોણવાળી સ્થિતિમાં ત્રીજી વ્યક્તિની સ્વીકૃતિ

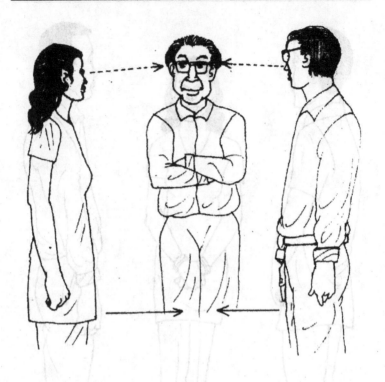

આકૃતિ - ૧૧૯ : *ત્રિકોણમાં ત્રીજી વ્યક્તિની અસ્વીકૃતિ*

તો તેની હાજરીની તેઓએ નોંધ લીધી છે તેવું દર્શાવવા તેઓ માત્ર તેમનાં મસ્તક જ તેની તરફ ઘુમાવશે, પરંતુ તેમના શરીર તો તેમ ને તેમ જ રહેશે અને તેને તેમની વચ્ચે વધારે ન રોકાવાનો અશાબ્દિક સંદેશો આપશે. એક ત્રિકોણ રચીને વાતચીત કરતી ત્રણ વ્યક્તિઓ આ જ રીતે વર્તીને - એટલે કે તેના પર ધ્યાન ન આપીને તેમની સાથે જોડાતી ચોથી વ્યક્તિને ત્યાં ન રોકાવાનો અશાબ્દિક સંદેશો આપી શકે. વળી એવું પણ બનતું હોય છે કે ત્રિકોણ રચતી ત્રણ વ્યક્તિમાંથી બે વ્યક્તિ ત્રિકોણ તોડી એકબીજા તરફ ફરે અને ત્રીજી વ્યક્તિને ત્યાંથી વિદાય થવાનો અશાબ્દિક સંદેશો આપે. વાતચીત કરતી બે વ્યક્તિઓ જ્યારે એવું ઇચ્છતી હોય છે કે તેમને કોઈ ખલેલ ન પહોંચાડે અને એકલા જ

આકૃતિ - ૧૨૦ : *શરીરના ચીંધવા દ્વારા જમણી તરફના માણસને બાદ કરી નાખવામાં આવ્યો છે*

વાત કરવા દે ત્યારે તે બન્ને એકબીજાની બરાબર સામે ઊભા રહે છે અને ત્રીજી વ્યક્તિ માટે કોઈ ખુલ્લી જગ્યા - ત્રિકોણનો ત્રીજો ખૂણો - નથી છોડતા.

એક અન્ય બાબત પણ નોંધવા જેવી છે. જ્યારે કોઈ નાનકડું જૂથ ચર્ચા કરી રહ્યું હોય ત્યારે તે જૂથની જે સૌથી વધારે પ્રભાવી વ્યક્તિ હોય છે તેના તરફ સૌના નહીં તો મોટાભાગની વ્યક્તિઓનાં ધડ તકાયેલાં હોય છે.

પગના ચીંધાવાની ચેષ્ટા

બૉડી લેંગ્વેજમાં દિશા સૂચવવા માટે પગનો પંજો એક અગત્યનું ઓજાર છે. આપણો પગ એ દિશામાં ચીંધાયેલો હોય છે જે દિશામાં આપણે જવા માગતા હોઈએ છીએ. માત્ર એટલું જ નહીં, પરંતુ તે એવો અશાબ્દિક સંદેશો પણ આપે છે કે તે વ્યક્તિની લાગણી કઈ વ્યક્તિ તરફ ઢળેલી છે.

આકૃતિ - ૧૨૧ : *સામેવાળી વ્યક્તિના મનમાં શું છે તે તેના પગ દર્શાવી રહ્યા છે.*

આપણી સમક્ષ એક એવું જૂથ છે જેમાં બે પુરુષના પગ એક સ્ત્રી તરફ ચીંધાયેલા છે - મતલબ કે અશાબ્દિક સંદેશો એવો છે કે તે બન્નેને તે સ્ત્રીમાં રસ છે. પેલી સ્ત્રી આ બાબતનું અવલોકન કરે છે અને જ્યાં સુધી પેલા બંને પુરુષનું ધ્યાન તેના પર રહે છે ત્યાં સુધી તે તેને માણતી અભાન રીતે જ રોકાઈ રહે છે. પરંતુ પછીથી એવું બને કે તે હળવેકથી તેના પગને તે જે પુરુષ તરફ આકર્ષાઈ છે તે તરફ ઘુમાવે અને ચીંધે અને આખરે તે બન્નેની જોડી બને અને પેલો બીજો પુરુષ તે પરથી ઈશારો મેળવી ત્યાંથી વિદાય થાય.

બેઠક ધારણ કરેલી સ્થિતિઓ

ખુલ્લા ત્રિકોણની સ્થિતિ : ફરસ પર એક સમબાજુ ત્રિકોણની કલ્પના

આકૃતિ - ૧૨૨ : *ખુલ્લા ત્રિકોણની સ્થિતિ*

કરો. તેના બે ખૂણા પર બે ખુરશીઓ છે અને તે બન્ને ખુરશી ત્રીજા ખૂણા તરફ તકાયેલી છે. આ રીતે બેસતા લોકો એવું સૂચવે છે કે વાતચીત અને મુલાકાત અનૌપચારિક અને હળવાશભરી છે. તે બન્નેના ચહેરા એક તરફ તકાયેલા હોવાથી એવો અશાબ્દિક સંદેશો મળે છે કે તેમના રસ અને લક્ષ્ય સમાન છે (જુઓ આકૃતિ-૧૨૦).

સામસામી સ્થિતિ : આ સ્થિતિમાં વાતચીત કરતી બન્ને વ્યક્તિની ખુરશીઓ સામસામે છે અથવા તો બન્ને વ્યક્તિ એ રીતે બેસે છે કે બન્નેનાં શરીર એકબીજાની સામસામે રહે છે. આ સ્થિતિ એકબીજાના સીધા જ મુકાબલાનો સંકેત આપે છે. બેમાંથી એક જણનો તેના કામને પતાવવાનો ઈરાદો હોય છે. આ સ્થિતિ સામેવાળી વ્યક્તિ કે વધારે નબળા પક્ષ પર દબાણ લાવે છે(જુઓ આકૃતિ-૧૨૨).

આકૃતિ - ૧૨૩ : એકબીજા સામે સીધા તકાયેલાં શરીર

કાટખૂણે સ્થિતિ : આ સ્થિતિમાં ખુરશીઓ એ રીતે ગોઠવાયેલી હોય છે કે એક વ્યક્તિને બીજી વ્યક્તિ પર કાટખૂણે નજર કરવાનું બને છે. આ સ્થિતિમાં એક વ્યક્તિ બીજી વ્યક્તિ પર દબાણ ન લાવતી હોવાથી દરેક વ્યક્તિના આત્મવિશ્વાસમાં વધારો થાય છે. આ સ્થિતિમાં બેઠેલી વ્યક્તિઓ મોકળાશ અનુભવે છે અને તેથી પૂછવામાં આવતા અંગત કે મૂંઝવણરૂપ પ્રશ્નોના અનુકૂળ જવાબ આપે છે.

ખુરશી પર સામસામે બેઠેલી વ્યક્તિઓમાંથી કોઈ વ્યક્તિ જો તેના ઘૂંટણો આગળ પગની આંટી લગાવે અને તે જો સામેવાળી વ્યક્તિ તરફ ચીંધાયેલ

આકૃતિ - ૧૨૪ : કાટખૂણે સ્થિતિ

હોય તો તે સામેવાળી વ્યક્તિ પ્રત્યેના પોતાના સ્વીકૃતિ અને રસનો નિર્દેશ કરે
છે. સામેવાળી વ્યક્તિના મનમાં પણ જો તેવા જ ભાવો હશે તો તે સામે તેની
નકલ કરશે. બન્ને એકબીજામાં ઓતપ્રોત થઈ જતાં એકબીજાના હલનચલન
અને ચેષ્ટાઓનું વધારે બારીકીથી અનુકરણ કરશે, તે બન્ને આસપાસના જગતથી
બેખબર બની જશે.

૧૪

લક્ષણો અને વલણો

અત્યાર સુધી આપણે વિવિધ ચેષ્ટાઓ, મુદ્રાઓ અને અંગભંગિમાઓનો અભ્યાસ કર્યો અને તે દ્વારા મળતા અશાબ્દિક સંદેશાઓનું અર્થઘટન કઈ રીતે થઈ શકે તે જોયું. હવે આપણે તે પ્રક્રિયાને ઉલટાવીશું અને એ જોઈશું કે જુદા જુદા ભાવો અને વલણોને વ્યક્ત કરતી ચેષ્ટાઓ કે ચેષ્ટાસમૂહો કેવા હોય છે. વિવિધ ભાવો મોટે ભાગે ચેષ્ટાસમૂહો વડે વ્યક્ત થતા હોય છે. કોઈપણ વ્યક્તિ માટે એ શકય નથી કે તે કોઈ ચેષ્ટાસમૂહની બધી જ ચેષ્ટાઓનું તથા તેમાં થતા સૂક્ષ્મ ફેરફારોનું અવલોકન કરી શકે, પરંતુ જે કંઈ થોડીઘણી પણ ચેષ્ટાઓનું અવલોકન થઈ શકે છે તે વ્યક્ત થતા ભાવનું કે લક્ષણનું કંઈક અંશે અર્થઘટન કરવા પૂરતું થઈ પડે છે.

વ્યક્તિશાસ્ત્ર (પર્સનોલોજી)

વ્યક્તિશાસ્ત્ર એ ચહેરાને વાંચવાનું વિજ્ઞાન છે અને તે જનિનશાસ્ત્ર પર આધારિત છે. વ્યક્તિશાસ્ત્ર પ્રમાણે આપણી ૮૫ ટકા વર્તણૂકો આપણા જનિન વડે નિશ્ચિત થતી હોય છે. તેનો અર્થ એ થાય કે આપણે આપણી વર્તણૂકનાં લક્ષણો આપણાં માતાપિતા અને દાદાદાદી વગેરે પાસેથી મેળવતા હોઈએ છીએ. શરીરનો બાંધો, ચહેરાની પહોળાઈ અને આકાર, આંખ, નાક અને હોઠ વગેરેના

આકાર અને ગોઠવણી વ્યક્તિ કઈ રીતે કામગીરી બજાવશે, કઈ રીતે વિચારશે, કોઈ પરિસ્થિતિમાં કેવો પ્રતિભાવ આપશે તે નક્કી કરતા હોય છે. વ્યક્તિશાસ્ત્રમાં એવાં લગભગ સિત્તેર લક્ષણો છે કે જેને માપી શકાય અને તે પરથી વ્યક્તિના કારકિર્દી, વ્યાસંગો તેમજ સંબંધો નક્કી કરી શકાય. વ્યક્તિશાસ્ત્ર દૃશ્ય પર આધાર રાખતું હોય તેવું શાસ્ત્ર છે. જે તે વ્યક્તિનાં લક્ષણો માપવા કાં તો વ્યક્તિની હાજરી જરૂરી છે અથવા તો તેની વિવિધ ત્રિપરિમાણ તસવીરો મળવી જરૂરી છે. લોકો સાથે કામ પાડવાનું તેમજ પોતાની તેમજ અન્યની જાત વિશે જ્ઞાન પ્રાપ્ત કરવાનું તે એક ખૂબ અગત્યનું ઓજાર છે.

વ્યક્તિશાસ્ત્રનાં વિશ્લેષણો જણાવે છે કે ગાલનાં હાડકાં ઊંચાં હોય તેવી વ્યક્તિઓ વિવિધતાપ્રિય હોય છે અને તેમને મુસાફરી અને સાહસો કરવાં ગમતાં હોય છે; પહોળો ચહેરો ધરાવતી વ્યક્તિઓ સ્વાભાવિક આત્મવિશ્વાસને પ્રગટ કરતી હોય છે અને તેમની સાથે સંબંધિત થવાનું પ્રમાણમાં સરળ હોય છે; પાતળો ચહેરો ધરાવતી વ્યક્તિઓમાં આત્મવિશ્વાસનો અભાવ હોય છે અને તેમની સાથે સંબંધિત થવાનું મુશ્કેલ હોય છે. મિત્રો કે જીવનસાથીની પસંદગી કરતી વખતે આ જ્ઞાન આપણને ઉપયોગી નીવડે છે.

વ્યક્તિશાસ્ત્રનાં લક્ષણો

લાગણીકીય સંવેદનશીલતા : ચામડીનો દેખાવ વ્યક્તિના સ્વભાવનો નિર્દેશ આપે છે. પાતળી, સુંવાળી, ઢીલી કે ચીનાઈમાટીના પાત્ર જેવી લીસી-ચળકતી ચામડી ધરાવતી વ્યક્તિઓ લાગણીકીય તેમજ ભૌતિક રીતે વધારે પ્રભાવિત કરી શકાય તેવી હોય છે. તેઓ વધારે સહાનુભૂતિપૂર્ણ, લાગણીશીલ, ઢચુપચુ અને ઓછા ઊર્જાશીલ હોય છે. તેઓ હવામાનમાં તીવ્ર વધારા-ઘટાડાને નથી સહી શકતા અને મકાનની અંદર રહીને વધુ સારી રીતે કામ કરી શકતા હોય છે. આવા લોકો અન્ય વ્યક્તિને સમજવામાં ખૂબ ધીમા હોય છે તેથી તેમની સાથે સંબંધ વિકસાવવામાં ખૂબ ધીરજ રાખવી પડતી હોય છે અને ધીમે ધીમે આગળ વધવું પડતું હોય છે. વધારે પ્રતિરોધી એટલે કે જાડી અને ચુસ્ત ચામડી ધરાવતા લોકો નિર્ણયના પાકા હોય છે અને વધુ ઊર્જાશીલ હોય છે. તેઓ ખડતલ હોય છે અને અન્યના મિજાજને તરત જ પરાવર્તિત કરતા હોય છે. તેઓ બારણા બહારની પ્રવૃત્તિઓ અને કામ માટે વધારે લાયક

હોય છે. તેમની પાસેથી ઝડપી પ્રતિબદ્ધતાની અપેક્ષા રાખી શકાય છે. જીવનસાથી તરીકે આવી વ્યક્તિને આ જ પ્રકારની વ્યક્તિ મળી આવતાં ગેરસમજ, લાગણીઓનું દુભાવું અને જીવન પ્રત્યેની ઉબને અટકાવી શકાતાં હોય છે.

સહિષ્ણુતા : બે આંખ વચ્ચેનું અંતર વ્યક્તિની સહિષ્ણુતાનો નિર્દેશ આપે છે. બે આંખ વચ્ચે ઓછામાં ઓછું એક આંખની લંબાઈ જેટલું કે તેથી વધારે અંતર વધારે અને વધારે સહિષ્ણુતાનો નિર્દેશ કરે છે. આવા લોકો પ્રયોગશીલ, લચીલા સ્વભાવના, ખુલ્લા મનના, માફ કરી દેવાની અને જતું કરવાની વૃત્તિવાળા હોય છે. તેઓ સંબંધોમાં વિવિધતાને પસંદ કરે છે. તેઓ પગલાં ભરવામાં ઢીલા હોય છે. આવા લોકો તેમની ત્રેવડ કરતા વધારે કામ હાથ પર લેતા હોય છે અને એવું બનતું હોય છે કે પાછળથી મૂંઝવણ અનુભવતા હોય છે. તેઓ કામને ઢીલમાં નાખવાનું, ઠેલવાનું વલણ ધરાવતા હોય છે, આથી તેમણે તેમના સમયનું અસરકારક રીતે આયોજન કરવું જોઈએ, બની શકે તો લેખિત. જે લોકોની બે આંખ વચ્ચે એક આંખની લંબાઈથી ઓછું અંતર હોય છે તેઓ ઓછી સહિષ્ણુતા ધરાવતા હોય છે. તેથી તેઓ સ્વભાવે અધીરા, એકાગ્ર, સમયથી સભાન અને ઢીલ પ્રત્યે અસહિષ્ણુ હોય છે. તેઓ તેમની કામ કરવાની બાબત પર ધસી જતા હોય છે અને તેમની એકાગ્રતાના ક્ષેત્રમાં ન આવતી હરકોઈ ચીજને અવગણતા હોય છે. તેઓ સંકુચિત કે બંધ મનના, પૂર્વગ્રહગ્રસ્ત અને ખૂબ અસહિષ્ણુ હોય છે. આ બાબત તેમને તેમના ખ્યાલો અને યોજનાઓ સાથે ન ગોઠવાતી શક્યતાઓ, લોકો કે હરકોઈ ચીજ પ્રત્યે અંધ બનાવી દે છે. બે આંખ વચ્ચે જેમ અંતર ઓછું તેમ વ્યક્તિ વધારે અસહિષ્ણુ. આવી વ્યક્તિઓ લચીલી કે માફી બક્ષી દેવાના સ્વભાવની નથી હોતી. તેઓ પૂર્વગ્રહોને પોષે છે. તેઓ તેમની માન્યતાના જાળામાં ફસાયેલા રહે છે, તેઓ ઓછા ખુલ્લા મનના હોય છે.

ભૌતિક અલિપ્તતા : વાળની જાડાઈ પણ વ્યક્તિના સ્વભાવનો નિર્દેશ આપતી હોય છે. પાતળા અને સુંવાળા વાળ ધરાવતી વ્યક્તિની લાગણીઓ ઘડાયેલી અને પરિષ્કૃત હોય છે. તે સ્વભાવે નમ્ર અને મૃદુ હોય છે. તેઓ વર્તનમાં ધીમા હોય છે. તેમના માટે માત્રા કરતાં ગુણવત્તા મહત્ત્વની હોય છે. બહારના પ્રભાવો પ્રત્યે તેઓ ખૂબ સંવેદનશીલ હોય છે. આવી વ્યક્તિ માટે તમે કેટલું કરો છો તેના કરતાં શું કરો છો તે વધારે મહત્ત્વનું છે.

જાડા અને બરછટ વાળ ધરાવતી વ્યક્તિ કાર્યલક્ષી હોય છે. તેમના માટે ગુણવત્તા કરતાં માત્રા વધારે મહત્ત્વની હોય છે. તેઓ કોઈપણ બાબતને વ્યક્તિગત રીતે લે તેવી સંભાવના ઓછી હોય છે. તેમના માટે જાતીયપ્રવૃત્તિ રોમાંચક કરતાં શારીરિક વિશેષ હોય છે. તેમના માટે તો તમે શું કરો છો તેના કરતાં કેટલું કરો છો તે જ મહત્ત્વનું હોય છે.

દલીલવૃત્તિ : હડપચીનો આકાર સહકારવૃત્તિનો નિર્દેશ આપે છે. ગોળ હડપચી વધારે સહકારી વલણનો નિર્દેશ આપે છે. આવા લોકો લચીલા અને સમાધાન કરીને ગોઠવાઈ જવાનું વલણ ધરાવતા હોય છે.

છીણી જેવા પાસાદાર, અણીદાર આકાર ધરાવતી હડપચી હઠીલા સ્વભાવનો અને દલીલ કરવાના વલણનો નિર્દેશ આપે છે. આવા લોકો પોતાના હેતુ ખાતર લડશે અને સામેવાળી વ્યક્તિ નમતું જોખે તેવી અપેક્ષા રાખશે. ફોજદારી કેસ લડતા વકીલો અને લશ્કરી કમાન્ડરો સામાન્ય રીતે આ પ્રકારની હડપચી ધરાવતા હોય છે. આવા લોકો સાથે કામ પાડતી વખતે તમારે તમારા મુદ્દા બાબતે દલીલ નથી કરવાની હોતી, પરંતુ તેમની સાથે સંમત થાઓ છો તેવો દેખાવ કરવાનો હોય છે. આવા લોકો સમક્ષ આપણે આપણા ખ્યાલો રજૂ કરીએ તે અગાઉ આપણે તેમને એવું લગાડવાનું હોય છે કે તેઓ સાચા છે અને તેઓ જીતી ગયા છે અને માટે જ તેમની સાથે વાત કરતી વખતે 'હું સમજું છું', 'હું આદર કરું છું' અને 'હું તમારી કદર કરું છું' જેવા શબ્દસમૂહોનો પ્રયોગ કરવાનો હોય છે.

ઉદારતા : વ્યક્તિ કેટલી ઉદાર અને વાતોડિયણ છે તેનો નિર્દેશ હોઠ આપતા હોય છે. જાડો અને લાંબો નીચેનો હોઠ મિત્રો અને અપરિચિત વ્યક્તિઓ પ્રત્યેની આકસ્મિક ઉદારતા તેમજ ઉદારતાભર્યા શબ્દોયુક્ત વાતોડિયાપણાનો નિર્દેશ આપે છે. નીચેનો હોઠ જો પાતળો હોય તો તે પસંદગીયુક્ત ઉદારતા સૂચવે છે. પાતળો ઉપરનો હોઠ શબ્દોની લઘુતા સૂચવે છે, આવી વ્યક્તિ મુદ્દાસર અને ટૂંકમાં વાત પતાવતી હોય છે. ઉપરનો જાડો હોઠ ધરાવતી વ્યક્તિ એકધારી બોલ્યા કરે છે અને તેના શબ્દોમાં આડંબર હોય છે.

પૈસા રળવાની ક્ષમતા : નાકનો ખૂણો એટલે કે નાક ચહેરા સાથે કેવો ખૂણો બનાવે છે તે બાબત કોઈ વસ્તુનું મૂલ્ય કરવાની વ્યક્તિની ક્ષમતાનો અને નાણાકીય ચતુરાઈનો નિર્દેશ કરે છે. અણીદાર, નીચે તરફ ઝૂકેલા રોમન

નાકને 'કિંમત આંકતા નાક' તરીકે ઓળખવામાં આવે છે. આ પ્રકારનું નાક ધરાવતી વ્યક્તિ પૈસાની કિંમત કરી જાણે છે અને પોતાને અનુકૂળ કિંમતે સોદો પતાવવાની આવડત ધરાવતી હોય છે. આવા લોકોને કંપનીના નાણાકીય અને રોકાણના નિર્ણયો લેવાની છૂટ આપવી જોઈએ કારણ કે તેઓ તેમાં નિષ્ણાત હોય છે. છીછરો ઢાળ ધરાવતા અને ઉપર તરફ વળેલા નાકવાળી વ્યક્તિ નાણાકીય વ્યવહારોમાં સ્વચ્છંદી હોય છે અને પૈસા વાપરવામાં વિવેક નથી રાખતી. તેનાં નાણાંનો વ્યવહાર અન્ય લોકો કરે તેમાં જ તેની ભલાઈ રહેલી હોય છે.

પગનું કૌશલ્ય : ધડના પ્રમાણમાં પગ કેટલા લાંબા છે તેના પરથી નક્કી થાય છે કે વ્યક્તિએ બેઠાડું કાર્યો પસંદ કરવાં કે ઊભા રહીને કરવાં પડે તેવાં કામ પસંદ કરવાં. ધડ ટૂંકું હોય અને તેના પ્રમાણમાં પગ લાંબા હોય તેવી વ્યક્તિનું ગુરુત્વ કેન્દ્ર જમીનથી વધારે ઊંચું હોય છે પરિણામે અસમતુલાની સંભાવના વધારે રહે છે તેથી આવી વ્યક્તિએ ઊભા રહીને કરવા પડે તેવાં કામ કરવાથી દૂર રહેવું જોઈએ. તેઓ બેસીને વધારે સારી રીતે કામ કરી શકશે અને તેમ છતાંયે જો તેઓ વધારે સમય ઊભા રહેવું પડે તેવા કામ કરશે તો તેમને પીઠનો દુખાવો થશે. ગુરુત્વાકર્ષણબળ તેમની વિરુદ્ધ કામ કરતું હોય છે તે તેમણે સમજી લેવું જોઈએ. તેથી ઊલટું ટૂંકા પગ અને તેના પ્રમાણમાં લાંબુ ધડ ધરાવતા લોકોનું ગુરુત્વકેન્દ્ર ઓછી ઊંચાઈએ આવેલ હોય છે તેથી તેઓની શરીરની સમતુલા સારી રીતે જળવાઈ રહે છે. આથી તેઓએ ઊભા રહીને કરવાં પડે તેવા કામ પસંદ કરવા જોઈએ. આવા લોકોને ઊભા રહેવામાં અને હલનચલન કરવામાં ગુરુત્વાકર્ષણબળ સહકાર આપે છે તેથી તેઓએ તેવા કામ પસંદ કરવા જોઈએ. એવું બને કે ટૂંકા પગવાળી વ્યક્તિ પગપાળા પ્રવાસ - પર્યટન અને પર્વતારોહણ વધારે પસંદ કરતી હોય છે, જ્યારે લાંબા પગવાળી વ્યક્તિ પડ્યા રહેવાનું યા તો વાહન દ્વારા પ્રવાસ-પર્યટન કરવાનું પસંદ કરે. આથી જ સરખું શરીર-બંધારણ ધરાવતી વ્યક્તિઓને એકબીજા સાથે કામ કરવું વધારે અનુકૂળ પડતું હોય છે.

આત્મવિશ્વાસ : ચહેરાની પહોળાઈ વ્યક્તિના આત્મવિશ્વાસનો નિર્દેશ કરતી હોય છે. પહોળા ચહેરાવાળી વ્યક્તિ સ્વાભાવિક રીતે જ વધારે આત્મવિશ્વાસુ હોય છે. તેઓ જે કંઈ કરવા માગતા હોય તેમાં 'હું તે કરી શકું

છું' તેવા ભાવ સાથે મંડ્યા રહેતા હોય છે. સામાન્ય રીતે આટલા બધા આત્મવિશ્વાસને પરિણામે તેઓ અધૂરી માહિતી સાથે જ કામને હાથ પર લેતા હોય છે અને ભૂલો કરતાં કરતાં શીખતાં હોય છે. આ લોકો સ્વાભાવિક રીતે જ આગેવાની લેવાનો ગુણ ધરાવતા હોય છે અને સારા જાહેર વક્તા અને સેલ્સમેન બની શકતા હોય છે. સંબંધો વિકસાવવામાં પણ તેઓ પૂરા આત્મવિશ્વાસ સાથે આગળ વધતા હોય છે. પાતળા ચહેરાવાળી, સાંકડા ચહેરાવાળી વ્યક્તિઓમાં સ્વાભાવિક આત્મવિશ્વાસનો અભાવ હોય છે અને તેમને આત્મવિશ્વાસુ થવાનું શીખવાની જરૂર રહે છે. તેમને સંપૂર્ણ માહિતી મળી ગયા બાદ જ અને તેમના બધા પ્રશ્નોના જવાબ મળી ગયા બાદ જ તેઓ કોઈપણ કામને હાથ પર લેતા હોય છે. નિષ્ફળતાના ભયના કારણે તેઓ તેમની મહત્ત્વાકાંક્ષાને અનુસરી શકતા નથી. તેમના પર કોઈ કામ કરવાનું દબાણ ન લાવવું જોઈએ કે તેમને કોઈ કામમાં પરાણે ન ધકેલવા જોઈએ, નહીંતર તેઓ ફફડી ઊઠશે અને નાસી જશે. તેમની પાસે કામ કરાવવા તેમને તે કામ વિશેની બધી માહિતી આપો. તેમ થતાં તે આત્મવિશ્વાસ અનુભવશે અને કામ હાથ પર લેશે.

આદર્શવાદ : કાન ચહેરા પર કઈ રીતે ગોઠવાયેલા છે તેનું અવલોકન કરવાથી ખબર પડે છે કે વ્યક્તિ આદર્શવાદી છે કે વાસ્તવવાદી. નાકના નીચેના ભાગથી જો વ્યક્તિના કાન નીચે આવેલા હોય તો તે વ્યક્તિ આદર્શવાદી હોવાનું વલણ ધરાવતી હોય છે. તેઓ હંમેશાં આદર્શોના કલ્પનાવિહારમાં જ રાચતા હોય છે. તેઓ સામેવાળી વ્યક્તિમાં રહેલી ગર્ભિત શક્યતાઓને ધ્યાનમાં રાખી પ્રેમમાં પડતા હોય છે અને તેને વાસ્તવિકતાના સંદર્ભમાં જોવામાં મુશ્કેલી અનુભવતા હોય છે. નાકના નીચેના ભાગથી જો વ્યક્તિના કાન ઉપર આવેલા હોય તો તે વ્યક્તિનો જીવન તેમજ સંબંધો પ્રત્યેનો અભિગમ વાસ્તવવાદી હોય છે અને લોકો તથા પરિસ્થિતિને વાસ્તવમાં જેવા છે તેવા જુએ છે.

માલિકીભાવ : કાનની ઊંડાઈ માલિકી ધરાવવાની, હાંસલ કરવાની કે સંગ્રહ કરવાની વૃત્તિની નિર્દેશક છે. ચહેરાની બાજુ પરથી કાન જો બહારની તરફ વધારે ઊપસી આવતા લાગતા હોય તો તે વ્યક્તિ ખૂબ જ માલિકીભાવ ધરાવતી હોય છે અને લોકો, પૈસા કે ચીજોને સંગ્રહ કરવાની આત્યંતિક વૃત્તિ ધરાવતી હોય છે. ચહેરાની બાજુ પર ચીપકેલા લાગતા કાનવાળી વ્યક્તિ ઓછો માલિકીભાવ કે સંગ્રહવૃત્તિ ધરાવે છે. સંબંધોમાં વધારે માલિકીભાવ ધરાવતી

વ્યક્તિ સંકુચિત અને ઈર્ષાળુ હોય છે જ્યારે ઓછો માલિકીભાવ દર્શાવતી વ્યક્તિ અન્યને તેની રીતે જીવવા દેવામાં રાજી હોય છે.

સંદેશાવ્યવહારની શૈલીઓ : ભવાં માણસ કઈ શૈલીમાં અન્ય વ્યક્તિ સાથે સંદેશાવ્યવહાર કરશે તે નક્કી કરતાં હોય છે. આંખની નજીક આવેલા સપાટ ભવાંવાળી વ્યક્તિની વાણી સ્પષ્ટ ને સીધી હોય છે. કમાનાકાર ભવાં ધરાવતી વ્યક્તિની ભાષા વર્ણનાત્મક અને વિગતપ્રચુર હોય છે. આવી વ્યક્તિ સપાટ ભવાયુક્ત વ્યક્તિને અકળાવી મૂકતી હોય છે કારણ કે તેને વિગતોમાં રસ નથી હોતો.

ઊર્મિની અભિવ્યક્તિ : કીકીની આસપાસ આવેલો રંગીન ભાગ એ દર્શાવે છે કે વ્યક્તિ ઊર્મિની અભિવ્યક્તિમાં કેવી છે. જે વ્યક્તિનો આ ભાગ વિશાળ હોય છે તે ઊર્મિને વધારે સારી રીતે વ્યક્ત કરી શકે છે અને ભાવુક હોય છે. તેઓ ખૂબ રંગીલા સ્વભાવના હોય છે અને તરત પ્રેમમાં પડી જાય છે. તેઓ તેમની ઊર્મિઓ અને મિજાજથી વધારે દોરવાતા હોય છે. કીકી આસપાસ રંગીન ભાગ ઓછો ધરાવતી વ્યક્તિ ઊર્મિની રીતે અતડી રહેતી હોય છે અને તે આત્મકેન્દ્રી હોઈ શકે. તેઓને અન્ય માટે લાગણી થતાં વાર લાગે છે અને તેને સરળતાથી વ્યક્ત નથી કરતી. તેઓ વધારે તાર્કિક અને બૌદ્ધિક રીતે વિચારે છે અને અન્ય માટે માયા-મમતા દર્શાવવામાં તેઓ મુશ્કેલી અનુભવતા હોય છે. જો આવી વ્યક્તિને ઉતાવળ કરી તમે એમ કહી દો કે ‘હું તને ચાહું છું’ તો તેઓ તમારા તે ઇરાદા બાબતે શંકાશીલ બની શકે છે અને તમારાથી મોં ફેરવી લે છે.

શરીરના પ્રકાર

એકવડિયા બાંધાનું શરીર : આ પ્રકારનું શરીર ધરાવતી વ્યક્તિઓ હંમેશાં સલામતીના ખ્યાલથી પ્રેરાઈને જીવતી હોય છે, આ સલામતી નાણાકીય, લાગણીની કે બૌદ્ધિક હોઈ શકે. આવા લોકો સલામત અને સુરક્ષિત જીવન ઈચ્છતા હોય છે. આવા લોકો પ્રતિબદ્ધ થવામાં ખૂબ ધીમા હોય છે, પરંતુ તેમને સલામતી જેવું લાગતાં તેઓ તદ્દન વફાદાર રહેતા હોય છે. તેઓ કંઈક વિશિષ્ટ છે તેવું તેમને લગાડીને તમે તેમનો વિશ્વાસ જીતી શકતા હોવ છો અને તેને તમારા પક્ષે કરી શકતા હોવ છો. તેઓ એકલા રહેવાનું વલણ ધરાવતા હોય છે અને ભીડ વચ્ચે પણ તેઓ એકલા હોઈ શકે.

મધ્યમ બાંધાનું ખેલાડી જેવું શરીર : આવી વ્યક્તિઓને પડકાર, અન્ય વડે સ્વીકૃતિ, સત્તા અને લોકો પ્રેરણા આપતા હોય છે. તેમના માટે તેમનું શરીર અને તેનો દેખાવ ખૂબ મહત્ત્વનાં હોય છે. આવા લોકોને તેમની પ્રશંસા, ખાસ કરીને તો તેમની કોઈ સિદ્ધિ બદલ, ખૂબ ગમતી હોય છે. આવા લોકોને કહેવું જોઈએ કે તેઓ કેટલા મહાન છે અને તેઓ જે કંઈ કરી રહ્યા છે તે માટે સૌને કેટલું બધું ગૌરવ છે.

મોટા, ભારે બાંધાનું શરીર : આવા લોકો તેમની સ્વીકૃતિ, લોકો અને કુટુંબ વડે પ્રેરિત થતા હોય છે. જે લોકો તેમને સ્વીકારે છે તેમને તેઓ ચાહે છે અને તેમના મિત્રો બની જાય છે. આવા લોકોનો વિશ્વાસ જીતવા માટે તેમને તેઓ જેવા છે તેવા સ્વીકારવા પડે છે. તેમને ન સ્વીકારતા કે તેની ટીકા કરતા લોકો તેમના ટેકા અને મિત્રતાને ગુમાવે છે.

એવું નથી કે શરીરના આવા સ્પષ્ટ ભેદ પડતા હોય તેવા જ લોકો આપણને હંમેશાં જોવા મળે. વ્યક્તિનું સર્વગ્રાહી ચિત્ર પ્રાપ્ત કરવા માટે મિશ્ર પ્રકારનાં શરીરોનો પણ ખ્યાલ રાખવો જોઈએ. તે સંજોગોમાં ઉપર વર્ણવેલ લક્ષણો એકબીજામાં મિશ્ર થઈ જતાં જોવા મળતાં હોય છે. આવે સમયે અન્ય સંદર્ભોને તપાસી યોગ્ય તારણ પર આવી શકાય.

વ્યક્તિ-વ્યક્તિ વચ્ચે થતાં વ્યવહાર સમયનાં વલણો

એક વ્યક્તિ જ્યારે બીજી વ્યક્તિ સાથે વ્યવહાર કરતી હોય છે ત્યારે નીચે આપવામાં આવેલી બાહ્ય અભિવ્યક્તિઓ આપણને જે તે વ્યક્તિ વડે મળતા સંદેશા વિશે તારણ પર આવવામાં મદદરૂપ થઈ શકે :

ખુલ્લાપણું : ખુલ્લા પંજા, કોટનાં ખુલ્લાં બટન

બચાવ કરતી સ્થિતિ : અદબ વાળેલા હાથ, બાજુ પર ફેંકાતી નજર, નાકને સ્પર્શવું - ચોળવું, આંખો ચોળવી, બટન બંધ કરેલો કોટ, દૂર ખસવું.

અસલામતી : ચૂંટલી ભરવી, પેન ચાવવી, અંગૂઠા પર અંગૂઠો મૂકવો, નખ કરડવા.

સહકાર : શરીરનો ઉપરનો ભાગ દોડ કરતી મુદ્રામાં, ખુલ્લા પંજા,

ખુરશીની કિનારી પર બેસવું, હાથથી - શરીરની ચેષ્ટાઓ, કોટનાં બટન ખોલવાં.

આત્મવિશ્વાસ : છાપરું રચતા પંજા, પીઠ પાછળ હાથ, અક્કડ કરવામાં આવેલી પીઠ, અંગૂઠા બહાર રહે તેમ કોટના ખિસ્સામાં પંજા, કોટના લેપલ પર પંજા.

અસ્વસ્થતા : ખોંખારો ખાવો, સીટી વગાડવી, ધૂમ્રપાન કરવું, ચૂંટલી ખણવી, સળવળાટ કરવો - પડખાં બદલવાં, મોં ઢાંકવું, પૈસા કે ચાવી ખણખણાવવા, કાન ખેંચવા, હાથ મસળવા.

હતાશા : ટૂંકા શ્વાસ, ડચકારો કરવો, સખત રીતે આંકડા ભીડેલા પંજા, હાથ મસળવા, મૂઠીઓ વાળવી, તર્જની ચીંધવી, વાળમાંથી પંજો પસાર કરવો, ગરદનનો પાછળનો ભાગ ચોળવો.

બૉડી લૅંગ્વેજના સંદર્ભમાં લાગણીઓ અને વલણો (કે ભાવો) વચ્ચે શો તફાવત છે ? તે બન્ને એક સરખા ચેષ્ટાસમૂહો વડે વ્યક્ત થાય છે. ક્રોધ, પ્રેમ વગેરે લાગણીઓ છે, પરંતુ તે જ્યારે કોઈ વ્યક્તિને નજરમાં રાખીને થાય છે ત્યારે તે વલણો બની જાય છે. વલણો ત્રણ ઘટકો ધરાવે છે : (૧) આધારભૂત શારીરિક અવસ્થા, (૨) આત્મલક્ષી અનુભવ અને/અથવા વર્તણૂક અને (૩) અશાબ્દિક સંદેશા વ્યવહાર. વલણોનું અર્થઘટન હંમેશાં ચેષ્ટાસમૂહ પરથી થવું જોઈએ. નીચે કેટલાક ચેષ્ટાસમૂહો આપ્યા છે તેનો અભ્યાસ કરો.

મૈત્રી દર્શાવતો ચેષ્ટાસમૂહ

નજીકતા : બેઠેલી અવસ્થામાં નજીક આગળ તરફ ઝૂકવું

દિશામાન : વધારે સીધું, કેટલીક પરિસ્થિતિમાં બાજુબાજુમાં

નજર : વધારે નજર, અન્યોન્ય નજર

ચહેરાની અભિવ્યક્તિ : વધારે સ્મિત કરતી

ચેષ્ટાઓ : હકારમાં મસ્તક હલાવવું, જીવંત હલનચલન

અંગભંગિમા : અન્ય તરફ હાથ ફેલાવેલી ખુલ્લી

સ્પર્શ : યોગ્ય રીતે કરવામાં આવતો વધારે સ્પર્શ

અવાજનો સૂર : ઊંચો શુદ્ધ સૂર

શાબ્દિક અભિવ્યક્તિ : પોતાની જાતને વધારે વ્યક્ત કરતી

સત્તા દર્શાવતી વિવિધ સ્થિતિ

સત્તામાં રહેલી વ્યક્તિઓ મોટી, શક્તિશાળી અને હળવાશમાં હોય તેવી દેખાતી હોય છે. તેમની ગુરુતા-શ્રેષ્ઠતાના સંકેતો તેમના નીચે પ્રમાણેના વર્તન પરથી મળતા હોય છે :

- અન્ય સૌ ઊભા હોય ત્યારે બેસી રહેવું.
- ખુરશીમાં પાછળ અઢેલીને બેસવું.
- વધારે અને મોટા અવાજે બોલવું.
- અન્યના બોલવામાં ખલેલ પાડવી.

પ્રભુત્વ દર્શાવતા મુખ્ય સંકેતો

અવકાશી સ્થિતિ : ઊંચાઈ પર એટલે કે ઊભા રહીને કે મંચ પર ચડીને અન્યથી વધારે ઊંચાઈ પર વધારે જગ્યા રોકવી, ટોળા સમક્ષની સ્થિતિ

નજર : બોલતી વખતે પ્રભુત્વ સ્થાપવા પ્રમાણમાં વધારે નજર કરવી, અન્યને નજર વડે ઉતારી પાડવા, સમોવડિયાઓ વચ્ચે હોય ત્યારે ઓછી નજર કરવી

ચહેરા પરની અભિવ્યક્તિ : તંગ ભવાં, ઊંચાં ચડાવેલાં ભવાં, સ્મિતનો અભાવ, પરિપક્વ અને પુખ્ત લક્ષણો ધરાવતો ચહેરો

સ્પર્શ : સામેવાળી વ્યક્તિને અસમાન રીતે સ્પર્શવું

અંગભંગિમા : ટટ્ટાર ઊભા રહેવું, નિતંબ પર પંજા, ફૂલેલી છાતી, પાછળ તરફ નમેલું મસ્તક, અક્કડ ચાલ, હથેળી નીચે તરફ

અવાજ : મોટો, સૂર નીચો, ધીમો, ઓછો ઘેરો, વધારે થોભતો, વધારે બોલતો

અસ્વસ્થ અને ચિંતા

અસ્વસ્થ વર્તણૂકના કેટલાક સંકેતો નીચે આપવામાં આવ્યા છે તેને ધ્યાન પર લો.

- સીટી વગાડવી
- ખુરશીમાં સળવળવું
- નખ કરડવા
- ધૂમ્રપાન
- અદબ કે મૂઠીઓ વાળવી
- કાન ખેંચવા
- હથેળીમાં પરસેવો થઈ આવવો
- હાથ મસળવા
- બેઠેલી સ્થિતિમાં પેન્ટને ખેંચવું
- કોઈની સાથે વાત કરતી વખતે તેને સ્પર્શવું
- ખિસ્સામાં પૈસા ખણખણાવવા
- મોંમાં ચશ્માની દાંડી મૂકવી
- હાથમાં કોઈ ચીજને રમાડવી

શંકા-સંશય અને ગુપ્તતા

જે વ્યક્તિના મનમાં શંકા-સંશય હોય તે અથવા વાતને છુપાવવાની આદતવાળી વ્યક્તિ નીચે પ્રમાણેની ચેષ્ટાઓ કરતી હોય છે :

- પંજા વડે મોં ઢાંકવું
- બનાવટી અને છીછરું સ્મિત
- તર્જની વડે નાકને સ્પર્શવું કે મસળવું
- નજરોનો સંપર્ક ટાળવો
- કાનની પાછળ કે બાજુમાં મસ્તકની બાજુને ચોળવી

હતાશા

નીચે એવી કેટલીક ચેષ્ટાઓ આપવામાં આવી છે જે હતાશાની લાગણીનો સંદેશો આપે છે.

- ટૂંકા શ્વાસ લેવા

- હાથ મસળવા
- મૂઠીઓ વાળવી
- આંખો ચોળવી
- શંકા ઉઠાવવી
- ડચકારો કરવો
- ગરદનનો પાછળનો ભાગ ચોળવો
- વાળમાંથી પંજો પસાર કરવો
- નાક ખંજવાળવું
- જમીન પરની કોઈ કાલ્પનિક ચીજને લાત મારવી
- નજરોને મળતી ટાળવી
- અન્ય દિશામાં મસ્તક ઘુમાવી લેવું
- પંજા કે મૂઠી વડે મોં ઢાંકી લેવું
- આંગળી ચીંધવી

અસ્વસ્થ હાસ્ય

વ્યક્તિ અસ્વસ્થ હોય છે ત્યારે તેનું હાસ્ય પણ અસ્વસ્થ હોય છે. તેના હસવાના અવાજમાં એવી અસંગતતા હોય છે કે જે કંઈક આશ્ચર્ય ઉપજાવે છે કારણ કે તેનું બાકીનું આખું શરીર તો કંઈક અસુવિધાનો સંદેશો પાઠવતું હોય છે. તેના હાથ અને પગના હલનચલનમાં બેચેની હોય છે, તેનું સમગ્ર શરીર જાણે કોઈ દુઃખદાયક પરિસ્થિતિમાંથી છુટકારો મેળવવાનો પ્રયત્ન કરી રહ્યું હોય તેમ વારંવાર તેની સ્થિતિ બદલ્યા કરતું હોય છે. આવા હાસ્યમાં ભયની છાંટ રહેલી હોય છે.

અભાવો - અણગમો - તિરસ્કાર

કોઈ બાબત આપણને જરા પણ ગમતી ન હોય, ઊલટાની આપણને તેના માટે ઉબની લાગણી થતી હોય ત્યારે નીચે આપવામાં આવી છે તેવી ચેષ્ટાઓ વડે તે વ્યક્ત થતી હોય છે.

- જાણે ઊલટી થવાની હોય તેવું મોંનું હલનચલન
- ગળામાંથી આવતો તૂટક તૂટક વિશિષ્ટ અવાજ
- ઉપરનો વળી ગયેલો કે પાછો ખેંચાયેલો હોઠ
- સાંકડી ઝીણી થઈ જતી આંખો
- નસ્કોરાં અને ગાલનું ઉપર ખેંચાવું
- જીભનું બહાર ધસી આવવું
- ભવાં નીચે ધસી આવવાં
- મસ્તકને પાછળ તરફ આંચકા મારવા
- મસ્તકને ડાબે-જમણે હલાવવું
- નાક પર કરચલીઓ પડવી

આક્રમક વર્તણૂક

વ્યક્તિ આક્રમક વલણ ધારણ કરી સામેવાળી વ્યક્તિને પોતાની વાત ઠસાવવાનો પ્રયત્ન કરતી હોય છે.

- સામેવાળી વ્યક્તિને ઉતારી પાડતી નજર
- બીનજરૂરી ઊંચા સૂરનો અવાજ
- અવાજમાં તીખાશ અને કટાક્ષ
- વારંવાર આંગળી ચીંધી બોલવું
- અવાજમાં આગ્રહભરી સલાહ અને ઉપદેશ

ભય

ભય શરીરનાં લગભગ બધાં જ અંગો વડે વ્યક્ત થતો હોય છે.

- શ્વસન ઝડપી થઈ જાય છે.
- સમગ્ર શરીર કાંપવા લાગે છે.
- આંગળીઓ એકબીજામાં પરોવાય છે અને હથેળીઓ પરસેવાથી ભીની થઈ ઊઠે છે.
- પંજા ખુરશીના હાથાને ચુસ્ત રીતે પકડી રાખે છે.

- મૂઠીઓ વળી જાય છે.
- આંખ ઝડપથી પટપટવા લાગે છે, ચકળવકળ થવા લાગે છે અને અન્ય વ્યક્તિ સાથે નજર મેળવવાનું ટાળે છે.
- વ્યક્તિનાં જડબાં અક્કડ થઈ જાય છે.
- તે તેના હોઠ ચાટવા કે કરડવા લાગે છે.
- શરીર અક્કડ થઈ જાય છે.
- સતત ઊંડું શ્વસન અને તે સાથે ઊંડા નિસાસા
- ખુલ્લું મોં અને સહેજ પાછા ખેંચાયેલા હોઠ
- રડવું
- ચીસ પાડવી
- દાંતની કકડાટી બોલાવવી
- આંખનાં નીચેનાં તણાયેલાં પોપચાં
- ખોંખારો ખાવો
- ઉપર તરફ ખેંચાયેલા આંખનાં ઉપરનાં પોપચાં અને ડોળાનો વધુ પડતો ખુલ્લો થતો સફેદ ભાગ
- કપાળની મધ્યમાં કરચલીઓ પડવી
- ઉપર તરફ અને એકબીજાની નજીક ખેંચાયેલાં ભવાં

હકારાત્મક અને નકારાત્મક લક્ષણો

હકારાત્મક લક્ષણો સામેવાળી વ્યક્તિ અને તેની વાતમાં રસ સૂચવે છે. જો હકારાત્મક લક્ષણોને વધારે તીવ્ર કે બોલકણા કરવામાં આવે છે તો તે નકારાત્મક અસર જન્માવતા હોય છે. નીચે કેટલાંક હકારાત્મક તેમજ નકારાત્મક લક્ષણો અને તેનું સૂચન કરતી ચેષ્ટાઓ આપવામાં આવી છે તેને સમજો.

હકારાત્મક લક્ષણો :

⇨ સ્વાભાવિક છૂટા હાથ - ખુલ્લાપણાની નિશાની
⇨ સારો આંખનો સંપર્ક - રસ સૂચવે છે.

- નજીક ઝૂકવું - વચ્ચેનું અંતર દૂર થયું છે અને રસ પડ્યો છે એવું સૂચવે છે.
- હૂંફાળી ચેષ્ટાઓ કે હાથ વડે વાતો કરવી - સામી વ્યક્તિ પ્રત્યે ખુલ્લાપણું અને વાતચીતમાં ઓતપ્રોત થયાનું સૂચવે છે.
- હકારમાં મસ્તક હલાવવું - રસ, સંમતિ અને સમયનો સંદેશો આપે છે.
- હળવાશભરી રીતે ઊભા રહેવું - સંદેશાવ્યવહારમાં કોઈ અડચણ નથી તેવું સૂચવે છે.
- સ્મિત અને વિનોદ - હૂંફાળો સંબંધ સૂચવે છે.

નકારાત્મક લક્ષણો

- મસ્તક પાછળ હાથ / પાછળ ટેકો લઈને બેસવું - નવા વિકસતા સંબંધોમાં તે અંકુશ અને સત્તાની ઈચ્છાને દર્શાવે છે, જ્યારે જૂના સ્થિર થયેલા સંબંધોમાં તે વ્યક્તિની હળવાશ અને નિશ્ચિતતા દર્શાવે છે.
- સળવળાટ કરવો / પડખાં ફેરવવાં - કંટાળો, બેચેની અને અધીરાઈ સૂચવે છે.
- બગાસાં ખાવાં - કંટાળો કે ગૂંચવાડો / મૂંઝવણ દર્શાવે છે.
- અદબ વાળવી - એક જાતની આડશ સર્જે છે અને વાતચીત પ્રત્યે પ્રતિરોધ સૂચવે છે.
- ખાલી નજર કે વાંચ્યા વિના સાહિત્યનાં પાનાં ઉથલાવવાં - એકાગ્રતાનો અભાવ દર્શાવે છે.
- ચહેરા પર હાથ કે પંજામાં હડપચી રાખી કોણીનો ટેકો લેવો - કંટાળાનું સૂચક છે.
- દૂર તરફ ઝૂકવું - વધારે નજીક આવવાનું ટાળવું ખૂબ નકારાત્મક છે.
- તણાયેલું કે અક્કડ શરીર કે આગળ આંકડા ભીડેલા પંજા - સામેની વ્યક્તિ કે ચર્ચાના મુદ્દા બાબતે ચિંતા.

➪ બોલવા માટે મોં ખોલી વક્તાની વાતમાં વચ્ચે પડવાનો પ્રયત્ન - અધીરાઈ સૂચવે છે.

અંકુશ ધરાવતી અને તાકાતવાન વ્યક્તિ કઈ રીતે દેખાવું

પોતાની હાજરીના પ્રભુત્વ અને સત્તાનો અનુભવ કરાવવા એ જરૂરી નથી કે વ્યક્તિ પડછંદ હોય કે કોઈ ધંધાદારી ખેલાડી જેવો શરીરનો બાંધો ધરાવતી હોય. સત્તા કે તાકાત વ્યક્તિની અંદરથી આવતી હોય છે, મૂળભૂત રીતે તો તે વ્યક્તિના વલણ પર આધાર રાખતી બાબત છે. તેમ છતાંય બૉડી લેંગ્વેજનાં એવાં કેટલાંક લક્ષણો છે કે જે વ્યક્તિત્વને ઉઠાવ આપવા માટે કેળવી શકાય. ભેદી નાખતી અડગ નજર, પૂર્ણ આત્મવિશ્વાસ; આ બધી એવી શારીરિક બાબતો છે કે જે તમે કેળવી શકો છો. તમારી જાતને એક આત્મવિશ્વાસુ વ્યક્તિ તરીકે રજૂ કરવા તમારી વર્તણૂકે અને દેખાવે એવો આત્મવિશ્વાસ વ્યક્ત કરવો પડતો હોય છે કે જેવો તમે વાસ્તવમાં ન પણ અનુભવતા હોવ. તમારે તમારા અવાજ અને ચેષ્ટાઓ પર અંકુશ રાખવો જોઈએ, શાંત અને સ્વસ્થ રહેવું જોઈએ અને વિકટ સંજોગોમાં હાજરજવાબી રહેવું જોઈએ અને અન્ય લોકોને ભાન કરાવવું જોઈએ કે પરિસ્થિતિ તમારા અંકુશમાં છે. આ સાથે હકારાત્મક વલણોના સંકેત આપતી ચેષ્ટાઓ કરવા બાબતે તમારે સજાગ અને પ્રયત્નશીલ રહેવું જોઈએ.

મંત્રણાખંડની રીતભાત

મંત્રણાખંડમાં મંત્રણા માટે એકલી મળતી વ્યક્તિઓ પોતાની બૉડી લેંગ્વેજ બાબતે સભાન રહી સામેવાળી વ્યક્તિ પર હકારાત્મક પ્રભાવ પાડી શકે અને પોતાના કામને સરળ બનાવી શકે. સામેવાળી વ્યક્તિને સંદેશા આપતા બૉડી લેંગ્વેજનાં વિવિધ અંગોમાંથી કેટલાંક પ્રત્યે તમારું નીચે પ્રમાણે ધ્યાન દોરવામાં આવે છે.

અસ્વસ્થ સળવળાટ :

- વાતચીત દરમ્યાન શાંત અને સ્થિર રીતે બેસો.
- આંગળીઓ કે પગ વડે તાલ ન આપો. તે તમારી અધીરાઈ, અસ્વસ્થતા અને આત્મવિશ્વાસના અભાવને છતાં કરી દે છે.

- વ્યક્તિને તેની આવી ચેષ્ટાનું ભાન થતાંની સાથે જ તેણે તેને બંધ કરી દેવી જોઈએ.
- તેથી તે શાંત, સ્વસ્થ અને હળવાશભરી લાગશે, જે હકારાત્મક પ્રતિભાવ પ્રેરશે.

ઊભા રહેવાની સ્થિતિ :

- તમે વાત કરતી વખતે કેવી અંગભંગિમા સાથે ઊભા રહો છો તે ખૂબ અગત્યનું છે.
- તમારું શરીર અને પગ સામેવાળી વ્યક્તિ તરફ તકાયેલાં જોઈએ, તે રસ અને આવકાર સૂચવે છે.
- મોં ફેરવી લેવાની ચેષ્ટા રસ અને સમયનો અભાવ તથા અધીરાઈ સૂચવે છે.
- હળવાશપૂર્વક સામેવાળી વ્યક્તિ તરફ ઝૂકવાની ચેષ્ટા મૈત્રી દર્શાવે છે.

બેસવા - ઊભા રહેવાની મુદ્રા :

- વક્તાની સારી રીતે બેસવાની કે ઊભા રહેવાની મુદ્રા વક્તા તેમજ શ્રોતા બન્નેમાં આત્મવિશ્વાસની લાગણીનું સીંચન કરે છે.
- વક્તા તેથી હળવાશ અનુભવે છે, પોતાના શ્વસન અને અવાજને નિયંત્રણમાં રાખી શકે છે.
- શ્રોતાઓ તેને એક સત્તાવાન અને આત્મવિશ્વાસુ વ્યક્તિ તરીકે જુએ છે.

આંખનો સંપર્ક :

- આંખનો સંપર્ક કરવાનું ન ટાળો, તે ચેષ્ટા તમને ખબર પણ ન હોય તે રીતે તમારા વિશે શ્રોતાને ઘણો સંદેશો આપી દે છે.
- આંખોમાં આંખો ન પરોવવાથી જ શરમ, છૂપી અપ્રમાણિકતા અને ભીરુતાના સંકેતો મળી જતા હોય છે.
- વધારે સમય તાકી રહ્યા કે જોઈ રહ્યા સિવાય સામેવાળી વ્યક્તિ સાથે નજર મેળવો, તે તમને તેના સમાન સ્તરે મૂકશે.

પગ પર સમતોલ અને સ્થિર ઊભા રહેવું :

- ઊભા રહેતી વખતે પગની પાની કે આંગળીઓ પર નહીં પરંતુ સમગ્ર પંજા પર આખા શરીરના વજનને આવવા દો.

- પાની પર સમગ્ર શરીરનું વજન આવતાં થોડા સમયમાં થાક અને તાણનો અનુભવ થવા લાગે છે. કારણ કે તેથી લોહીના ભ્રમણમાં અવરોધ ઊભો થતો હોય છે.

- મસ્તક સીધું રાખો કે જેથી સામેના દશ્યને બરાબર રીતે જોઈ શકાય.

- છાતીને અસ્વાભાવિક રીતે આગળ તરફ ધકેલેલી રાખવાને બદલે સ્વાભાવિક રીતે મુક્ત રહેવા દો.

- ખભાને ધડ સાથે સહેજ ભીડાયેલા રહેવા દો.

ચેષ્ટાઓ :

- વાતચીત દરમ્યાન તમારી ચેષ્ટાઓ હકારાત્મક હોવી જોઈએ : અદબ ન વાળો, મૂઠીઓ ન વાળો.

- નજરને વિકેન્દ્રિત કરતી ચેષ્ટાઓને ટાળવાની કાળજી રાખો, શરીરનાં અંગોને વધારે પડતાં ન હલાવો.

ચાલવાની ક્રિયા :

- ડગલાં માપસરનાં અને હળવાં ભરો.

- ઉતાવળા અને બહાવરા ન બનો.

- ચાલતી વખતે પીઠ ધડની અંદર તરફ ન ધસી જાય તેની કાળજી લો.

- ચાલવાની લચક હળવાશભરી હોવી જોઈએ, પ્રથમ આંગળીઓ ધરતીને સ્પર્શવી જોઈએ અને બાવડાં હળવાશથી ધડની બાજુમાં આગળ-પાછળ ઝૂલવાં જોઈએ.

- આથી વ્યક્તિ સૌમ્ય, શાંત અને આત્મવિશ્વાસુ દેખાય છે.

બેસવાની ક્રિયા :

- બેઠક અને પીઠ એકબીજાને કાટખૂણે હોય તેવી જ ખુરશી પસંદ

કરવી જોઈએ.

- વ્યક્તિ બને તેટલું ખુરશીમાં પાછળ તરફ બેસવું જોઈએ અને ખુરશીની પીઠનો ટેકો લઈ આરામથી બેસવું જોઈએ.
- યોગ્ય રીતે બેસવાથી શરીરનો કમરની ઉપરનો ભાગ સરળતાથી હલનચલન કરી શકે છે.

સેલ્સમેન અને ગ્રાહક :

તેના ગ્રાહક દ્વારા બૉડી લેંગ્વેજમાં પાઠવવામાં આવતા સંકેતોને પકડી પાડવા સફળ સેલ્સમેન હંમેશાં આતુર રહેતો હોય છે. વિશેષ કરીને આ એટલા માટે આવશ્યક છે કે કેટલાક ગ્રાહકોને પોતાને જ ખબર નથી હોતી કે સેલ્સમેનની રજૂઆતના સંદર્ભમાં તેમનો પોતાના ઈરાદો શો છે અથવા તો તેઓ તેને પ્રગટ કરતાં સંકોચ અનુભવતા હોય છે. આમ સેલ્સમેને તેની શાબ્દિક નહીં પરંતુ અશાબ્દિક અભિવ્યક્તિ પર આધાર રાખવો પડે છે.

ગ્રાહકના મનમાં શું ચાલી રહ્યું છે તેનો ઈશારો મેળવવા નીચે આપવામાં આવેલી કેટલીક પ્રમાણિત અને સુવિખ્યાત વર્તણૂકો ધ્યાન પર લો.

ખુલ્લાપણું : ખુલ્લા પંજા, વધુ નજીક આવવું, આંટી ન વાળેલા પગ, કોટ ઉતારવો, આગળ તરફ ઝૂકવું, ધડના નીચેના ભાગમાં મૃદુતાથી હળવી અદબ વાળવી.

તૈયારીમાં હોવું : ખુરશીમાં આગળ તરફ ઝૂકવું, સાથળ મધ્યે હાથ મૂકવા, પગ સહેજ પહોળા, નિતંબ પર પંજા.

ઉત્સાહ : ટટ્ટાર શરીર, પંજા ખુલ્લા, હળવું સ્મિત, આંખો પહોળી અને સતર્ક, લંબાવેલા હાથ, જીવંત, ચેતનવંતો અને ગુંજતો અવાજ.

મૂલ્યાંકન કરતી ચેષ્ટા : બાજુ પર સહેજ ઝૂકેલું મસ્તક, ખુરશીની બેઠકના આગળના ભાગ પર બેસવું અને ધડનો ઉપરનો ભાગ આગળ ધસી આવવો, હડપચી પર હાથ ફેરવવો કે દાઢી ખેંચવી, હાથને ગાલ નજીક લાવવો.

સંરક્ષણાત્મકતા : ચુસ્ત રીતે આંટી મારેલા હાથ અને પગ, અક્કડ શરીર, ઓછામાં ઓછો આંખનો સંપર્ક, છાતીમાં ઘૂસી ગયેલી હડપચીવાળું નતમસ્તક, બિડાયેલા હોઠ, ખુરશીમાં પાછળ ટેકો લેવો, વાળેલી મૂઠીઓ, આંગળીઓ ભીડેલી અદબ.

અસ્વસ્થતા - બેચેની : બોલતી વખતે મોં ઢાંકવું, ખોંખારો ખાવો, હાથથી-મોંનાં હલનચલન, ઘૂમતી આંખો, કાનને ખેંચવા, સીટી વગાડવી, આમતેમ ડગલાં ભરવાં, પગ હલાવવો, હોઠ કે ચહેરાને મરડવો, સળવળાટ કરવો, સહેજ ખુલ્લું મોં, વસ્તુ સાથે રમવું, આંગળીઓ વડે તાલ દેવો, એક પગ પરથી બીજા પગ પર શરીરનું વજન બદલતાં રહેવું.

ક્રોધ : વાળેલી મુઠીઓ, આંખો ઝીણી કરવી, છીછરું શ્વસન, અક્કડ શરીર, ભીડાયેલા સાંકડા હોઠ, પહોળી થયેલી કીકી સાથેનો એકધારો આંખોનો સંપર્ક.

હતાશા : ચુસ્ત રીતે ભીડાયેલા પંજા કે કાંપતી મુઠ્ઠીઓ, પગ પછાડવા, વાળમાંથી પંજો પસાર કરવો, હાથ મસળવા, નિયંત્રિત છીછરું શ્વસન, ગરદનનો પાછળનો ભાગ ચોળવો.

સંશય - ગુપ્તતા : કોઈ તરફ ત્રાંસી આંખે જોવું, નાકને અડકવું કે ચોળવું, આંખનો સંપર્ક ન થવા દેવો, કોઈનો વિરોધ કરવો, આંખો ઝીણી કરવી કે ચશ્મા પરથી નજર તાકવી.

સ્વીકૃતિ : પંજા ફેલાવીને છાતી પર રાખવા, અન્ય વ્યક્તિની વધારે નજીક ઝૂકવું.

અસ્વીકાર - શંકા : આંખો ઝીણી કરવી અને ચોળવી, શરીર સંકોચવું, હાથ અને પગને આંટી મારવી, નાકને સ્પર્શવું અને ચોળવું, ખોંખારો ખાવો, હાથ ચોળવા, કાન ખેંચવો, એક ભવું ઉપર તરફ ખેંચવું.

કંટાળો - બેપરવાઈ : ઢીલા હોઠ, પંજામાં મસ્તક, આંખોનાં ઢળતાં પોપચાં, આંગળીઓ કે પગ વડે તાલ આપવો, પગ હીંચકાવવો, હવામાં શૂન્યભાવે તાકી રહેવું, નજીવો આંખોનો સંપર્ક, હળવાશભરી અંગભંગિમા, ઝૂકી પડતું શરીર, કાગળ પર આમતેમ નકામા લીટા દોરવા.

ધરપત - આશ્વાસનની જરૂર : નખ કરડવા કે નહિયાં તપાસવાં, પંજાના માંસલ ભાગને ચૂંટલી ખણવી, વીંટી કે ઘડિયાળ જેવી અંગત ચીજને હળવેથી પંપાળવી કે ચોળવી.

આત્મવિશ્વાસ - સત્તાવાહિતા : બન્ને પંજાની આંગળીઓનાં ટેરવાં એકબીજાને અડકાડી જેટલો ઊંચો છાપરા જેવો આકાર રચાતો હોય તેટલો વધારે આત્મવિશ્વાસ સૂચવાતો હોય છે. ટેબલ પર પગને મૂકવો, આગળ ધસી આવતી

હડપચીવાળી ગર્વિષ્ઠ, ટટ્ટાર અંગભંગિમા, ભાગ્યે જ પટપટાવતી આંખોવાળો એકધારો આંખોનો સંપર્ક, મસ્તક પાછળ બન્ને હાથ રાખી ખુરશીમાં પાછળ તરફ ઝૂકવું.

બૉડી લૅંગ્વેજના સાત ચુગલીખોર સંકેતો

આંખો : વ્યક્તિ ભલે ગમે તે બોલતી હોય, પરંતુ તેની આંખો તેના મનમાં શું ચાલી રહ્યું છે તે છતું કરી દેતી હોય છે. તમે કરેલી ટીકાથી જો તેની કીકીઓ પહોળી થાય તો તમે એ જાણી શકો છો કે તે વ્યક્તિ ખુશ છે અને તેને સારું લાગ્યું છે. તેથી ઊલટું જો તેની કીકીઓ નાની થાય તો - સંકોચાય તો - તેનો અર્થ એ થાય કે તેણે જે સાંભળ્યું તે તેને નથી ગમ્યું. જો તેની આંખો સાંકડી થાય તો તે એવો સંકેત આપે છે કે તમે જે કંઈ કહ્યું તેમાં તે વ્યક્તિ વિશ્વાસ નથી કરતી.

ભવાં : એક ભવાંનું ઊંચા થવાનું એ સૂચવે છે કે તમે જે કંઈ કહ્યું તે પર તે વ્યક્તિ વિશ્વાસ નથી કરતી અથવા તો તેને શક્ય નથી માનતી. જો તે બન્ને ભવાં ઊંચા કરે તો એવું સૂચવે છે કે તેને આશ્ચર્ય થયું છે.

કપાળ : ભવાં તંગ કરતી વખતે નીચે તરફ ખેંચાયેલું અને કરચલીઓ પાડતું કપાળ સૂચવે છે કે તમારી ટીકાથી તે વ્યક્તિ મૂંઝવણમાં મુકાઈ ગઈ છે અથવા તો નારાજ થઈ છે. જો કપાળ ઉપર તરફ ખેંચાઈને કરચલીઓ પાડે તો તે એ બાબતને છતી કરે છે કે તેણે જે સાંભળ્યું તેનાથી તે વ્યક્તિ આશ્ચર્ય પામી છે.

આંગળીઓ : જ્યારે વ્યક્તિ આંગળીઓ વડે તાલ આપે છે ત્યારે તેનો અર્થ એવો થાય છે કે વ્યક્તિ બેચેન અને અધીરી બની છે.

નાક અને કાન : વ્યક્તિ જ્યારે કહેતી હોય કે તેને સમજાય છે અને તે જ સમયે જો નાક ચોળતી હોય અને કાન ખેંચતી હોય તો તેનો અર્થ એવો થાય કે તમે જે કંઈ કહ્યું છે તેથી તે વ્યક્તિ મૂંઝાઈ ઊઠી છે અને સંભવિત છે કે તેને એ સમજાતું ન હોય કે તમે તે શું કરે તેવું ઇચ્છો છો.

ખભા : ખભા ઉછાળવાનો સામાન્ય અર્થ એ થાય છે કે તે સાવ બેપરવા છે અથવા તો તમે જે કંઈ કહી રહ્યા છો કે માગણી કરી રહ્યા છો તેને તેની જરા પણ પડી નથી.

૧૫

કેટલીક ચેષ્ટાઓ, ચેષ્ટાસમૂહો અને સંજોગો

મનુષ્ય છેલ્લાં દસ લાખ વર્ષથી તેના સંદેશાવ્યવહારમાં બૉડી લેંગ્વેજનો ઉપયોગ કરતો આવ્યો છે, પરંતુ તેના વૈજ્ઞાનિક ઢબના અભ્યાસની શરૂઆત તો બીજા વિશ્વયુદ્ધ બાદ જ થઈ. સાતમા દાયકાના અંત સુધીમાં તો 'બૉડી લેંગ્વેજ'નો ખ્યાલ સારી એવી પ્રસિદ્ધિ પામી ચૂક્યો અને વીસમી સદીનો અંત આવતાં સમગ્ર જગતે તેને એક શાસ્ત્ર તરીકે સ્વીકારી લીધો અને 'બૉડી લેંગ્વેજ' ઘર ઘરનો શબ્દસમૂહ બની ગયો. આ પુસ્તકમાં આપણે 'બૉડી લેંગ્વેજ'નો એક અછડતો પરિચય મેળવવા પ્રયત્ન કર્યા; 'અછડતો' એટલા માટે કે મનુષ્યવર્તનમાં એટલું બધું વૈવિધ્ય રહેલું છે કે તેને આટલા નાનકડા પુસ્તકમાં પામવું અશક્ય છે : કેટલી બધી ચેષ્ટાઓ, કેટલી બધી મુદ્રાઓ અને કેટલી બધી અંગભંગિમાઓ અને તે બધાંની પાછી અંદરોઅંદર અસંખ્ય ગોઠવણીઓ અભિવ્યક્તિની એટલી બધી છટાઓ રચે છે કે તેનો અભ્યાસ એક ઊંડી લગન માગી લે છે. વળી આ એક એવું શાસ્ત્ર છે કે જેમાં જ્ઞાન મેળવવા વ્યક્તિને પોતે ઓતપ્રોત થવું પડતું હોય છે, જાતે અનુભવ મેળવવો પડતો હોય છે.

જાતે અનુભવ મેળવવાની અને પ્રયોગ કરવાની તેની પ્રયોગશાળા 'સમાજ' છે. તમારી અને તમારી આસપાસના લોકોની વર્તણૂકોનો સભાન

અભ્યાસ એ જ બૉડી લેંગ્વેજ વિશે સમજ વિકસાવવાનો ઉત્તમ ઉપાય છે.

નીચે કેટલાંક ચિત્રો તેના વિવેચન અને વિશ્લેષણ સાથે આપવામાં આવ્યાં છે. પ્રથમ તમે તમારા અત્યાર સુધીના બૉડી લેંગ્વેજના અભ્યાસના આધારે તેનું અર્થઘટન કરવાના પ્રયત્ન કરો અને પછી તેને અહીં આપવામાં આવેલા વિશ્લેષણ સાથે સરખાવો. તમને એ જાણીને આશ્ચર્ય થશે કે તમારા વર્તનને પારખવાની દૃષ્ટિમાં કેટલો બધો સુધારો થયો છે.

આકૃતિ - ૧૨૫ : ખુલ્લાપણાના ચેષ્ટાસમૂહનું એક સરસ ઉદાહરણ. જાણે આજ્ઞા સ્વીકારવા તૈયાર હોય તેવી ઉપર તરફ સાવ ખુલ્લી હથેળીઓ છે. વળી તે ચેષ્ટા પર વધારે ભાર મૂકતી પહોળી થયેલી આંગળીઓ છે. મસ્તક તટસ્થ સ્થિતિમાં એટલે કે ડાબે કે જમણે જરા પણ ઝૂક્યા વિનાનું તટસ્થ સ્થિતિમાં છે. પગ તેમજ હાથ આંટી ચડાવ્યા વિનાના ખુલ્લા અને પહોળા છે. આ માણસ આજ્ઞામાં રહેવાના અને જરા પણ ધમકીરૂપ ન હોવાના વલણનો સંદેશો આપી રહ્યો છે.

આકૃતિ - ૧૨૫

આકૃતિ - ૧૨૬ : આ છેતરપિંડીનો - બનાવટનો એક લાક્ષણિક ચેષ્ટાસમૂહ છે. તે માણસ તેની આંખ ચોળી રહ્યો છે, દૂર નીચે ફરસ તરફ જોઈ રહ્યો છે અને બન્ને ભવાં જાણે વાત માનવા તૈયાર ન હોય તેમ ઉપર તરફ ખેંચાયેલાં છે. તેનું અન્ય દિશામાં ફરેલું અને નીચે તરફ નમેલું મસ્તક નકારાત્મક વલણને દર્શાવી રહ્યું છે. વળી તે હોઠને ચુસ્ત રીતે ભીડીને કપટી સ્મિત પણ કરી રહ્યો છે.

આકૃતિ - ૧૨૬

આકૃતિ - ૧૨૭

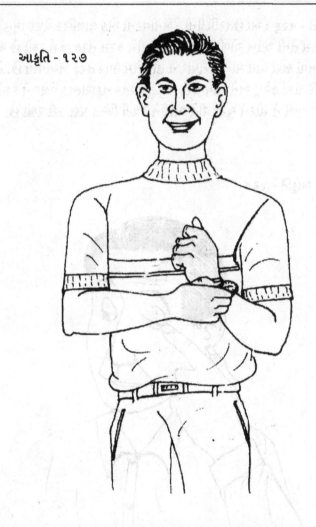

આકૃતિ - ૧૨૭ : અહીં ચેષ્ટાઓ એકબીજાને સંગત નથી તે સ્પષ્ટ રીતે દેખાઈ રહ્યું છે. રૂમને પાર કરતાં કરતાં તે માણસ આત્મવિશ્વાસપૂર્વક સ્મિત કરી રહ્યો છે, પરંતુ તેનો એક હાથ તેની છાતી આગળથી પસાર થઈને તેની ઘડિયાળને પંપાળી રહ્યો છે. આ રીતે ધડ આગળ આંશિક આડશ રચાઈ છે જે એવું સૂચવે છે કે તે માણસને તેની પોતાની કે પરિસ્થિતિની ખાતરી નથી.

આકૃતિ - ૧૨૮

આકૃતિ - ૧૨૮ : આ સ્ત્રી તે જે વ્યક્તિ તરફ જોઈ રહી છે તેના પ્રત્યેનો તેનો અણગમો વ્યક્ત કરી રહી છે. તેણે તેનું શરીર કે મસ્તક તે વ્યક્તિ તરફ નથી ફેરવ્યું, પરંતુ તેને ત્રાંસી નજરે જોઈ રહી છે. તેનું મસ્તક સહેજ નમેલું છે જે અણગમો દર્શાવે છે, તેનાં ભવાં નાક તરફના છેડે સહેજ નમેલાં છે જે ક્રોધ દર્શાવે છે, તેણે પૂરી અદબ વાળી છે અને તેના મોંના બહારના ખૂણા નીચે તરફ નમેલા છે જે આત્મસંરક્ષણની સ્થિતિ સૂચવે છે.

આકૃતિ - ૧૨૯

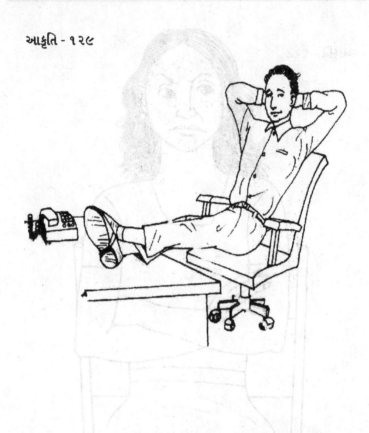

આકૃતિ - ૧૨૯ : આ માણસ જે રીતે બેઠો છે તે જોતાં જ આપણને તેના પ્રભુત્વની, સર્વોચ્ચતાની અને તેની આસપાસના વિસ્તારનો તે માલિક હોય તેવી લાગણી થાય છે, તેવો સંદેશો મળે છે. જાણે તે બધું જ જાણતો હોય તેમ તેના બન્ને હાથ તેના મસ્તક પાછળ છે અને ટેબલ પર રાખેલા તેના પગ તે તે સીમાવિસ્તારનો માલિક હોય તેવો સંદેશો આપે છે. વળી તેને પૈડાંવાળી ખુરશી અને તેની બેઠકને અઢેલીને બેસવાની ચેષ્ટા તેના ઉચ્ચ મોભાનો પણ સંદેશો આપે છે. વળી તેની બેસવાની ઢબ સંરક્ષણાત્મક કે સ્પર્ધાત્મક છે.

આકૃતિ - ૧૩૦

આકૃતિ - ૧૩૦ : આ બાળકે તેના શારીરિક કદને મોટું દેખાડવા, ધમકીનો ભાવ વ્યક્ત કરવા તેના બન્ને પંજા તેના નિતંબ પર રાખ્યા છે. તે તેની હડપચીને આગળ ધકેલીને સામેવાળી વ્યક્તિને પડકાર ફેંકી રહ્યું છે. વળી તેનું ખુલ્લું મોં કોઈ પ્રાણીની માફક હુમલો કરવાની ચેષ્ટા કરતું તેના દાંત દેખાડી રહ્યું છે.

આકૃતિ - ૧૩૧

આકૃતિ - ૧૩૧ : આ માણસના મુદ્રાસમૂહની એકએક મુદ્રા નકારાત્મક છે. છાતી આગળ ફોલ્ડર વડે આડશ રચવામાં આવી છે તથા આંટી ચડાવેલા હાથ અને પગ બેચેની અને સંરક્ષણાત્મકતા સૂચવે છે. તેનાં કોટનાં બટન બંધ છે અને તેના રંગીન ચશ્મા તેની આંખ કે કીકીના કોઈપણ સંકેતને છુપાવે છે. તેનો મોટાભાગનો ચહેરો દાઢી વડે ઢંકાયેલો છે જે તેના પ્રત્યે શંકા જન્માવે છે. લોકો પ્રથમ નેવું સેકન્ડમાં સામેવાળી વ્યક્તિ વિશે તેના નેવું ટકા અભિપ્રાયો રચી લેતા હોય છે તે જોતાં એ અસંભવ છે કે આ માણસ સામેવાળા માણસ પર કોઈ હકારાત્મક પ્રભાવ પાડી શકે.

આકૃતિ - ૧૩૨

આકૃતિ - ૧૩૨ : બન્ને માણસો આક્રમક અને તૈયાર હોવાની ચેષ્ટાઓનો ઉપયોગ કરી રહ્યા છે. તે માટે ડાબી તરફનો માણસ નિતંબ-પર-હાથની ચેષ્ટાને અને જમણી તરફનો માણસ કમરપટ્ટામાં-અંગૂઠાની ચેષ્ટાનો ઉપયોગ કરી રહ્યો છે. ડાબી તરફનો માણસ ઓછો આક્રમક છે કારણ કે તેનું ધડ પાછળ તરફ ઝૂકેલું છે તથા તેનું શરીર જમણી તરફના માણસ તરફ સીધું તકાયેલું નથી, સહેજ ત્રાંસું છે. જો કે ડાબી તરફના માણસે તેનું શરીર જમણી તરફના માણસ તરફ સીધું જ તાક્યું છે અને તેણે તેને ધમકાવવાની મુદ્રા ધારણ કરી છે. વળી તેના ચહેરા પરના ભાવો પણ તેના શરીરની ચેષ્ટાઓ સાથે સુસંગત છે.

આકૃતિ - ૧૩૩

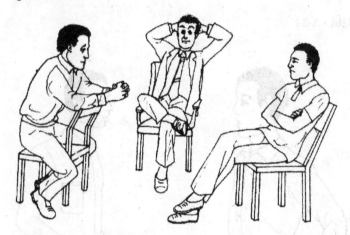

આકૃતિ - ૧૩૩ : વાતચીતનો દોર પોતાના હાથમાં રાખવાનો કે જમણી તરફના માણસ પર પ્રભુત્વ સ્થાપવાનો પ્રયત્ન કરતો ડાબી તરફ રહેલો માણસ ખુરશીની પીઠ તરફ મોં રાખી તે પર બેઠો છે. તેનું શરીર સીધું જ જમણી તરફના માણસ સામે તકાયેલું છે. તેના બન્ને પંજાની આંગળીઓ એકબીજામાં પરોવાયેલી છે અને ખુરશી નીચે બન્ને પગની આંટી મારેલી છે, તે તેનું હતાશ વલણ દર્શાવે છે; તેનો અર્થ એ થાય કે તે તેની વાત સમજાવવામાં મુશ્કેલી અનુભવી રહ્યો છે. વચ્ચેનો માણસ બાકીના બે કરતાં પોતાને વધારે શ્રેષ્ઠ માને છે કારણ કે તેના મસ્તક પાછળ બન્ને હાથ રાખવાની ચેષ્ટા તેવું સૂચવે છે કે તે સ્પર્ધા અથવા તો દલીલો કરશે. તેની ખુરશી ઊંચો મોભો ધરાવતી હાથવાળી, પૈડાંવાળી અને ફરતી તથા પાછળ ઝૂકતી છે. જમણી તરફનો માણસ હાથા વિનાની સાવ સાદી અને નીચો મોભો ધરાવતી ખુરશી પર બેઠો છે. તેના હાથની અદબ અને પગની આંટી ચુસ્ત છે જે તે સંરક્ષણાત્મક સ્થિતિમાં છે તેમ દર્શાવે છે અને તેનું મસ્તક નીચે તરફ ઝૂકેલું છે જે તેના શત્રુભાવનો નિર્દેશ કરે છે. તેની આ મુદ્રા એવું સૂચવે છે કે તે જે કંઈ સાંભળી રહ્યો છે તેનો સ્વીકાર નથી કરતો.

આકૃતિ - ૧૩૪ : સ્ત્રી પ્રેમાચાર - પ્રણયલીલા - ની લાક્ષણિક મુદ્રામાં છે. તેનો એક પગ ડાબી તરફ દૂર ઊભા રહેલા માણસ તરફ તકાયેલો છે જે એવું સૂચવે છે કે તેને તે માણસમાં રસ છે, તેનો હાથ નિતંબ પર છે અને તેનો અંગૂઠો સ્કર્ટના

આકૃતિ - ૧૩૪

કમરપટ્ટામાં છે જે તેની જાતીય પ્રવૃત્તિ માટેની ઉત્સુકતા દર્શાવે છે, તેનું ડાબું કાંડુ ખુલ્લું છે અને તે હાથમાં ચશ્માની દાંડીને પકડી રાખી તેને ઝુલાવી રહી છે જે તેના આત્મવિશ્વાસની સૂચક છે. દૂર ડાબી તરફ ઊભા રહેલા માણસ તરફ તે ત્રાંસી આંખે જોઈ રહી છે, સામે તે માણસ તે સ્ત્રીની પ્રણયલીલાના પ્રતિભાવમાં પોતાની ટાઈ ઠીક કરે છે અને તેના પગને તે સ્ત્રી તરફ તાકે છે. તેનું મસ્તક ઉન્નત છે જે તેનો તે સ્ત્રીમાં રસ સૂચવે છે. વચ્ચે ઊભો રહેલો માણસ તે માણસથી જરા પણ પ્રભાવિત નથી કારણ કે તેનું શરીર તેનાથી અન્ય દિશામાં તકાયેલું છે અને તે તેને ત્રાંસી આંખે જોઈ રહ્યો છે. તેની હથેળી દેખાતી નથી અને તે તેની સિગારેટના ધુમાડાને નીચેની તરફ ફૂંકી રહ્યો છે (નકારાત્મક વલણ). વળી તે દીવાલને અઢેલીને ઊભો છે એટલે કે સામેવાળી વ્યક્તિના સીમાવિસ્તાર પર

આક્રમણ કરી રહ્યો છે.

આકૃતિ - ૧૩૫ : ડાબી તરફ બેઠેલો માણસ શ્રેષ્ઠતાની મુદ્રાનો ઉપયોગ કરી રહ્યો છે અને તેની સામે બેઠેલા માણસ પ્રત્યે ઉદ્ધતાઈભર્યું વલણ ધરાવતો હોય તેમ લાગે છે. તેનું મગજ સામેવાળી વ્યક્તિને તેની નજરથી ઓજલ કરવા માગતું હોવાથી તે તેની આંખો પર પોપચાંનો પડદો ઢાળવાની ચેષ્ટાનો ઉપયોગ કરી રહ્યો છે. તેનું મસ્તક પાછળ તરફ ઝૂકેલું છે અને તેની નજર નાક પર થઈને સામેના માણસ પર પડી રહી છે. તેના બન્ને ઘૂંટણ એકબીજા સાથે ભીડાયેલા છે તથા આડશ રચવા પીણાનો પ્યાલો તેણે બન્ને હાથમાં પકડી રાખ્યો છે જે તેનું સંરક્ષણાત્મક વલણ છતું કરે છે. વચ્ચે બેઠેલા ત્રીજા માણસની તેમની વાતચીતમાંથી

આકૃતિ - ૧૩૫

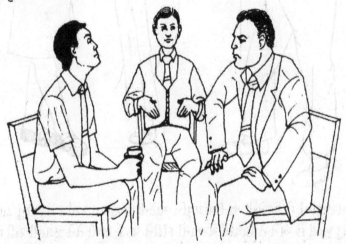

બાદબાકી કરવામાં આવી છે કારણ કે બાકીના બે જણાએ તેને સમાવતા ત્રિકોણની રચના નથી કરી. તેના હાથના અંગૂઠા તેની બંડીના ખિસ્સામાં છે (શ્રેષ્ઠતા) તથા તે તેની બેઠકમાં પાછળ તરફ ઝૂકીને બેઠો છે અને તેના બન્ને પગ પહોળા છે જે એમ સૂચવે છે કે તેણે તેની જાતને આ બન્ને જણાની વાતચીતથી અલિપ્ત રાખી છે. તેનું મસ્તક તટસ્થ સ્થિતિમાં છે. જમણી તરફના માણસે પૂરતું સાંભળી લીધું છે અને હવે તે વિદાય થવાની તૈયારીમાં છે, તેના પગ અને શરીર નજીકના બારણા તરફ તકાયેલા છે. તેનાં ભવાં અને મોંના ખૂણા નીચે તરફ વળી ગયા છે, તેનું મસ્તક સહેજ નીચે નમેલું છે જે તેની અસંમતિનો નિર્દેશ આપે છે.

આકૃતિ - ૧૩૬

આકૃતિ - ૧૩૬ : ડાબી અને જમણી તરફના માણસોએ બંધ શરીરની મુદ્રા (પગની આંટી, બંધ મૂઠી, ખિસ્સામાં હાથ) ધારણ કરી છે જે વચ્ચેના માણસને એવું સૂચન કરે છે કે તેમની વાતચીતમાં તેઓ તેને સામેલ કરવા નથી માગતા. વચ્ચેના માણસનું વલણ શ્રેષ્ઠતા અને કટાક્ષ પ્રદર્શિત કરે છે, તેણે એક હાથે તેના કોટના લેપલ પકડેલ છે તથા તેના તે હાથનો અંગૂઠો ઊંચો છે (શ્રેષ્ઠતા), જ્યારે

બીજા હાથનો અંગૂઠો તેની ડાબી તરફના માણસ તરફ ચીંધાયેલો છે જે તેની મજાક - હાંસી - ઉડાવે છે. આનો સંરક્ષણાત્મક પ્રતિભાવ આપવા ડાબી તરફના તે માણસે પગની આંટી મારી છે અને પીઠ પાછળ તેના એક પંજા વડે બીજા બાવડાને ઊંચાઈએથી પકડી રાખ્યું છે તથા તે ત્રાંસી આંખે જોઈ રહ્યો છે. જે તેનો આત્મસંશય સૂચવે છે. ડાબી તરફ ઊભો રહેલો માણસ વચ્ચેના માણસના આ વર્તનથી પ્રભાવિત નથી થતો. તેણે તેના પગની આંટી મારી છે (સંરક્ષણાત્મક), ખિસ્સામાં હાથ નાખ્યો છે (વાતચીતમાં ભાગ લેવાની અનિચ્છા) અને ગરદનમાં પીડા થતી હોય તેવી ચેષ્ટાનો ઉપયોગ કરતાં કરતાં તે નીચે ફરસ તરફ જોઈ રહ્યો છે.

આકૃતિ - ૧૩૭ : વાતાવરણ કંઈક ઉદાસ લાગે છે, પરિસ્થિતિ કંઈક ચિંતાજનક છે. દરેક વ્યક્તિ એકબીજાની બને તેટલી દૂર રહેવા પોતાની ખુરશીમાં પાછળ

આકૃતિ - ૧૩૭

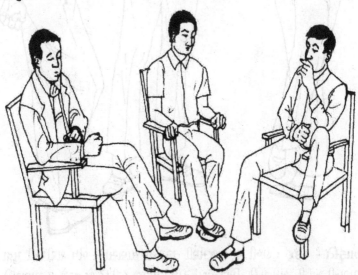

તરફ ખસીને બેઠી છે. જમણી તરફ બેઠેલો માણસ તેના નકારાત્મક ચેષ્ટાસમૂહ વડે સમસ્યાનો નિર્દેશ આપી રહ્યો છે. બોલતી વખતે તે નાકને સ્પર્શવાની ચેષ્ટા (છેતરપિંડી)નો ઉપયોગ કરી રહ્યો છે અને તેનો જમણો હાથ આંશિક આડશ

(સંરક્ષણાત્મક વલણ) સર્જવા તેના નીચેના ધડ આગળ આવેલો છે. તેનું શરીર બાકીના બન્ને પુરુષ તરફ નહીં પરંતુ અન્ય દિશામાં તકાયેલું છે તથા તેનો પગ ખુરશીના હાથા પર છે; આ ચેષ્ટાઓ એવું સૂચવે છે કે તેને પેલા બન્ને માણસના અભિપ્રાયની કશી જ પરવા નથી. ડાબી તરફનો માણસ તેના કોટની બાંય પરથી કોઈ કાલ્પનિક કસ્તરને ચૂંટી રહ્યો છે (અસંમતિ), જે એ સૂચવે છે કે તે જમણી તરફનો માણસ જે કહી રહ્યો છે તે સાથે સંમત નથી, તેને સમર્થન નથી આપતો. તેના પગ આંટી ચડાવેલા છે (સંરક્ષણાત્મક વલણ) અને દૂર તરફ તકાયેલા છે (નિરસતા). વચ્ચે બેઠેલો માણસ કંઈક કહેવા માગે છે, પરંતુ તે પોતાના પર સંયમ રાખી રહ્યો છે જે તેની ખુરશીમાં હાથા પકડવાની તથા પગના પંજાને એકબીજા સાથે જકડી રાખવાની ચેષ્ટાઓ વડે છતું થાય છે. વળી તેનું શરીર જમણી તરફના માણસ તરફ તકાયેલું છે, મતલબ કે તે તેને અશાબ્દિક પડકાર ફેંકી રહ્યો છે.

આકૃતિ - ૧૩૮ : ડાબી તરફનો પુરુષ અને જમણી તરફની સ્ત્રી બન્ને જણાં એકબીજાની ચેષ્ટાઓને પ્રતિબિંબિત કરે છે - અરીસા માફક. તે બન્ને જણાને એકબીજામાં ખૂબ રસ છે. તેઓએ તેમના પંજા એ રીતે રાખ્યા છે કે એકબીજા તરફ તેમની હથેળીઓ ખુલ્લી રહે (ખુલ્લાપણું). તેઓએ એકબીજા તરફ તેમના પગની આંટી મારી છે. વચ્ચે બેઠેલા માણસના હોઠ બિડાયેલા છે અને તે સ્મિત

આકૃતિ - ૧૩૮

આપી રહ્યો છે જેથી એવું લાગે છે કે તેને પેલા માણસના કહેવામાં રસ છે, પરંતુ તે તેની અન્ય શારીરિક ચેષ્ટાઓ અને ચહેરા પરના ભાવો સાથે સુસંગત નથી. તેનું મસ્તક નીચે તરફ નમેલું છે (અસંમતિ), તેનાં ભવાં પણ નીચે ખેંચાયેલાં છે (ગુસ્સો), અને તે પેલા માણસને ત્રાંસી નજરે જોઈ રહ્યો છે. વળી તેના હાથ ચુસ્ત અદબ વાળેલા અને પગ ચુસ્ત આંટી મારેલા છે (સંરક્ષણાત્મક વલણ). આ બધું સૂચવે છે કે તે ખૂબ નકારાત્મક વલણ ધરાવે છે.

આકૃતિ - ૧૩૯ : ડાબી તરફના માણસની હથેળીઓ ખુલ્લી છે, એક પગ આગળ છે, મસ્તક ઊંચકાયેલું છે, કોટનાં બટન ખુલ્લાં છે, બન્ને હાથ અને

આકૃતિ - ૧૩૯

બન્ને પગ એકબીજાથી અલગ છે, તે આગળ તરફ ઝૂકેલ છે અને ચહેરા પર સ્મિત છે - આ બધું જ તેના ખુલ્લાપણાનો અને પ્રમાણિકતાનો સંદેશો આપે છે. પરંતુ તેની કમનસીબી કહેવાય કે તેની વાત સામેવાળી વ્યક્તિઓના ગળે નથી ઊતરતી. સ્ત્રી તેની ખુરશીમાં પાછળ તરફ ખસીને બેઠી છે અને તેણે પગને આંટી મારેલી છે (સંરક્ષણાત્મક વલણ), તેણે આંશિક અદબ વાળેલી છે (સંરક્ષણાત્મક વલણ), જમણા હાથની મુઠ્ઠી વાળી છે (શત્રુભાવ), મસ્તક નમેલું છે અને આલોચનાત્મક મૂલ્યાંકનની મુદ્રા (હાથથી ચહેરાની)નો ઉપયોગ કરી રહી છે. વચ્ચે બેઠેલા માણસને તેના બન્ને પંજાની આંગળીઓ વડે છાપરું રચ્યું છે જે સૂચવે છે કે તે આત્મવિશ્વાસ કે ગુરુતાનો ભાવ ધરાવે છે, વળી તે અંગ્રેજી

4ની પગમુદ્રામાં બેઠેલ છે જે સૂચવે છે કે તેનું વલણ સ્પર્ધાત્મક અને દલીલબાજીનું છે. આપણે અનુમાન કરી શકીએ કે સમગ્ર રીતે જોતાં તેનું વલણ નકારાત્મક છે, તે પાછળ ખસીને અને નતમસ્તકે બેઠો છે.

હવે પછી આપવામાં આવેલી ત્રણ આકૃતિઓનો (આકૃતિ ૧૪૦, ૧૪૧, ૧૪૨) ખરેખર અભ્યાસ કરવા જેવો છે. ત્રણે આકૃતિઓને બારીકાઈથી જોતાં તેમા ગતિનો અનુભવ થાય છે - મનના ભાવો બદલાતાં શરીરની ચેષ્ટાઓ અને મુદ્રાઓ તથા ચહેરા પરના ભાવો તેને કઈ રીતે અભિવ્યક્તિ આપે છે તે સમજવા માટેનું આ એક ઉત્તમ ઉદાહરણ છે. એક પાર્ટી દરમ્યાન સર્જાતી પ્રણયલીલાનું આ એક દશ્ય છે.

આકૃતિ - ૧૪૦ : ત્રણેય વ્યક્તિઓએ અદબ વળેલી છે, બે જણાએ તેમના પગની આંટી મારી છે (સંરક્ષણાત્મક) અને કોઈનું પણ શરીર કોઈની તરફ

આકૃતિ - ૧૪૦

તકાયેલું નથી; આ બધું એ સૂચવે છે કે તેઓ પ્રથમ જ વાર એકબીજાને મળી રહ્યા છે. જમણી તરફના માણસને તે સ્ત્રીમાં રસ છે કારણ કે તેનો જમણો પગ તે સ્ત્રી તરફ તકાયેલો છે અને તે તેની સામે ત્રાંસી આંખે જોઈ રહ્યો છે, તેના ભવાં ઊંચા થયાં છે (રસ) અને ચહેરા પર સ્મિત છે. તેના ધડનો ઉપરનો ભાગ તે સ્ત્રી તરફ ઝૂકેલો છે.

આકૃતિ - ૧૪૧ : હવે અશાબ્દિક અભિવ્યક્તિઓ બદલાય છે. સ્ત્રીએ તેના

આકૃતિ - ૧૪૧

પગની આંટી ખોલી નાખી છે અને તે તટસ્થ મુદ્રામાં ઊભી રહી છે. ચિત્રમાંના ડાબી તરફના પુરુષે પણ તેના પગની આંટી ખોલી નાખી છે, અને તેનો એક પગ તે સ્ત્રી તરફ તકાયેલો છે (રસ). તેણે તેના અંગૂઠા કમરપટ્ટામાં ભરાવવાની મુદ્રા ધારણ કરી છે, કાં તો તે સામેના પુરુષ પ્રત્યેનું તેનું આક્રમક વલણ સૂચવે છે અથવા તો તે પેલી સ્ત્રીને તેની જાતીય ઉત્સુકતાનો સંકેત આપે છે. વળી તે

પહેલાં કરતાં વધારે ટટ્ટાર પણ થયો છે જેથી તે કદાવર લાગે છે. જમણી તરફ
રહેલો પુરુષ આથી કંઈક નરમ પડ્યો હોય, ગભરાયો હોય તેમ લાગે છે. તેણે
સહેજ ટટ્ટાર મુદ્રા ધારણ કરી છે, તેનાં ભવાં નીચાં થયાં છે (નારાજગી), તે
તેની સામે ત્રાંસી નજરે જોઈ રહ્યો છે અને તેના ચહેરા પરથી સ્મિતે વિદાય
લીધી છે.

આકૃતિ - ૧૪૨ : તે લોકોનાં વલણો અને લાગણીઓ હવે તેમની ચેષ્ટાઓ વડે

આકૃતિ - ૧૪૨

સાવ સ્પષ્ટ થયાં છે. ડાબી તરફના પુરુષે તેના કમરપટ્ટામાં-અંગૂઠાની અને
આગળ-તરફ પગની અંગભંગિમા જાળવી રાખી છે અને તેના શરીરને પેલી
સ્ત્રી તરફ સહેજ ઘુમાવીને તેની પ્રણયચેષ્ટાને સ્પષ્ટ રીતે વ્યક્ત કરી છે. તેનું

શરીર સહેજ વધારે ટટ્ટાર થયું છે અને તેના અંગૂઠાઓ તેના કમરપટ્ટા પર નજરે પડે તે રીતે વધારે ચુસ્ત રીતે ભિડાયા છે. પેલી સ્ત્રી પણ તેની પ્રણયચેષ્ટાનો પ્રતિભાવ તે જ રીતે આપે છે અને સંકેત આપે છે કે તેને તે માણસ સાથે સંબંધ બાંધવામાં રસ છે. તેણે તેની અદબ ખોલી નાખી છે, તેના શરીરને તે પુરુષ તરફ ઘુમાવ્યું છે અને તેના એક પગને તે પુરુષની દિશામાં ચીંધ્યો છે. તેના વાળને તે ઠીક કરે છે, તેનાં કાંડાં ખુલ્લાં થાય છે, તેની છાતી આગળ તરફ આવે છે, તેનું વક્ષસ્થળ સહેજ પ્રદર્શિત થાય છે અને ચહેરા પરના ભાવો હકારાત્મક બને છે. પોતાની બાદબાકી થઈ જતાં જમણી તરફનો માણસ દુઃખી થયો હોય તેમ લાગે છે. હવે તેણે પોતાની નાખુશી વ્યક્ત કરવા નિતંબ-પર-પંજાની મુદ્રા (આક્રમક તૈયારી) ધારણ કરી છે.

સાર એ કે ડાબી તરફનો પુરુષ પેલી સ્ત્રીના ધ્યાનને જીતી ગયો છે અને જમણી તરફના પુરુષે હવે તેના સાથી માટે કોઈ અન્ય જગ્યાએ પ્રયત્ન કરવો જોઈએ.

નીચે કેટલાંક વધુ ચેષ્ટાસમૂહો તેના અર્થઘટન સાથે આપવામાં આવ્યા છે તેને સમજો.

ચેષ્ટાસમૂહ - ૧ :

- પંજા અને બાવડાંને અવારનવાર બંધ-ખોલ કરવામાં આવે છે.
- બોલતી વખતે પંજાને મોં પર મૂકવામાં આવે છે.
- આંખો વારંવાર પટપટાવવામાં આવે છે.
- ખોંખારો ખાવામાં આવે છે.
- કાન ખેંચવામાં આવે છે.
- ખુરશીમાં સળવળાટ કરવામાં આવે છે.
- હોઠને ચાટવામાં આવે છે.
- પગ ઉપર-નીચે કૂદકા મારે છે.

અર્થઘટન : ચિંતાતુર, બેચેન.

ચેષ્ટાસમૂહ - ૨ :

- આંખોમાં આંખ પરોવીને જુએ છે.

- પંજા ચહેરાથી દૂર હોય છે.
- હડપચી આગળ ધસી આવે છે.
- બન્ને હાથની આંગળી વડે છાપરા જેવા આકારની રચના.
- આંખ પટપટતી નથી.
- ટટ્ટાર ઊભા રહેવું.
- પાછળ હાથ સાથે આરામથી ઊભા રહેવું.
- પાછળ ટેકો અને આગળ પગ ફેલાવી બેસવું.
- સ્થિર રહેવું.

અર્થઘટન : આત્મવિશ્વાસ

ચેષ્ટાસમૂહ - ૩ :

રમતના મેદાન પર ખેલાડી આવી હરકતો કરે છે :

- જમીનને, ધૂળને કે બસ એમ જ લાત મારે છે.
- ગરદનનો પાછળનો ભાગ ચોળે છે.
- તેના મસ્તકની બાજુ પર ટપલી મારે છે.
- તેના વાળમાંથી આંગળીઓ પસાર કરે છે.
- હવાની અંદર હવાને કાપતો પંજો ઘુમાવે છે.

અર્થઘટન : હતાશા

ચેષ્ટાસમૂહ - ૪ :

- સેલ્સમેન ખુરશીની કિનારી પર બેઠો છે.
- બન્ને પગ એકબીજાથી દૂર છે.
- પંજા ટેબલ પર છે.
- પગના પંજાનો આગળનો ભાગ દોડવાની તૈયારીની સ્થિતિમાં છે.
- શરીર આગળ તરફ નમેલું છે.
- ચહેરા પર સહેજ સ્મિત છે.
- ભવાં તંગ નથી.

અર્થઘટન : ચિંતાતુર અને ઉત્સાહી

ચેષ્ટાસમૂહ - ૫ :

- અદબ વાળેલી છે.
- પગ આંટી મારેલા છે.
- ચશ્મા પરથી નજર કરે છે.
- વધારે બારીકાઈથી જોવાનો જાણે પ્રયત્ન કરતી હોય તેમ વ્યક્તિ આંખો ઝીણી કરે છે.
- નાકને સ્પર્શે છે કે ચોળે છે.
- શરીર સહેજ દૂર ધકેલાય છે.

અર્થઘટન : અસ્વીકાર

✠ ✠ ✠

સંદર્ભસૂચિ

- Body Language

  By Julius Fast
- Body Language

  By Allan Pease
- Body Language

  By Hedwig Lewis
- *बॉडी लैंग्वेज*

  ऐलन पीज
- વિવિધ વેબસાઈટો

આટલું કરો અને લોકો સાથે ગાઢ રીતે સંબંધિત થાઓ

➡ હકારાત્મક ભાવ સાથે તમારા દિવસની શરૂઆત કરો અને અંત લાવો.

➡ અન્ય વ્યક્તિનું અભિવાદન કરતી વખતે ચુસ્ત હસ્તધૂનન કરો.

➡ તમને આપવામાં આવતાં વિઝિટિંગ કાર્ડનો સાદર સ્વીકાર કરો અને તેને બરાબર તપાસો.

➡ પરસાળ, લિફ્ટ, ઓફિસમાં કે ટેલિફોન પર અભિવાદન કરતી વખતે ચહેરા પર હૃદયપૂર્વકના નિર્દોષ હાસ્યને રમતું રાખો.

➡ તમે જે વ્યક્તિ પાસેથી માહિતી મેળવી રહ્યા છો તેની સાથે સમગ્ર સમય દરમ્યાન નજરનો સંપર્ક જાળવી રાખો.

➡ અન્ય વ્યક્તિ સાથે બોલતી વખતે કે તેને સાંભળતી વખતે તમારી આંગળીઓ અને પંજાઓને તમારા મોંથી દૂર રાખો.

➡ તમને મળવા આવતી વ્યક્તિનું ઊભા થઈ સ્વાગત કરો.

➡ અન્યને યોગ્ય રીતે સ્પર્શવા બાબતે હંમેશાં જાગૃત રહો.

➡ તમારા પગને કોઈ રાચરચીલા પર ન મૂકો કે તમારી આંગળીઓ વડે તાલ ન દો.

➡ એ હકીકતને સમજો અને સ્વીકારો કે લોકો તમારી અને તમારા સંદેશા વિશેની ઓછામાં ઓછી પચાસ ટકા છાપ તમારા અશાબ્દિક સંદેશાવ્યવહાર પરથી રચતા હોય છે.

➡ સમગ્ર દિવસ દરમ્યાન શક્ય તેટલું વધારે હસવાનું રાખો.

➡ તમારા ચહેરા પર અન્ય લોકો માટે ચિંતા, કરુણા અને જિજ્ઞાસાના ભાવો રાખો અને તે પ્રમાણે તેમની કાળજી લો.

➡ તમારાં હલનચલન, ચેષ્ટાઓ અને અંગભંગિમામાં આત્મવિશ્વાસને પ્રગટ થવા દો.

➡ હળવા થવા માટે દરરોજ કેટલોક સમય ફાળવો કારણ કે તે તમારા માટે તેમજ તમારી સાથે કામ પાડતા લોકો માટે આરોગ્યદાયક છે.

➡ અન્યની શારીરિક, લાગણીકીય કે આધ્યાત્મિક સીમાઓમાં ન ઘૂસી જવાય તે બાબતે કાળજી રાખો.

બૉડી લૅંગ્વેજ વડે આપણા વ્યક્તિત્વની તાકાત કઈ રીતે પ્રક્ષેપિત કરવી

ખરેખર ખુશ ન હોવ તો ન હસો : પરંતુ તેનો અર્થ એવો નથી કે જાણે સમગ્ર જગતનો બોજ તમારા ખભા પર હોય તેમ તમે ભવાં તંગ કરીને અને ભારેખમ ચહેરો રાખીને બધો સમય ફર્યા કરો. ઊલટાનો તેનો અર્થ તો એવો થાય છે કે તમારા ચહેરા પરનું હાસ્ય તમારા હૃદયમાંથી સ્ફુરેલું હોવું જોઈએ. નકારાત્મક લાગણીઓ અને ઊર્મિઓને નિયંત્રણમાં રાખવાનો ઉત્તમ ઉપાય એ છે કે તમારા ચહેરા પરના ભાવો તટસ્થ હોવા જોઈએ.

લોકોને તમારી વાતમાં ખલેલ ન પાડવા દો : તમે બોલતા હોવ ત્યારે તમારા ઉપરી દ્વારા પણ જો તમને ખલેલ પહોંચાડવામાં આવે તો માત્ર એટલું કહો કે 'હું દિલગીર છું, હજું મારું કહેવાનું પૂરું નથી થયું' અને તરત જ આગળ બોલવાનું ચાલુ કરો. આમ તમે જે તે મુદ્દા બાબતે તમારી સળંગ રજૂઆત કરી શકશો.

તમારી ચેષ્ટાઓને રોકો નહીં : તમારો મુદ્દો સ્પષ્ટ કરવા તમને જો આંગળી કે હાથની જરૂર વર્તાય તો તેનો ઉપયોગ અવશ્ય કરો, પરંતુ કોઈના તરફ આંગળી ચીંધવાનું કે તેમ કરી આક્ષેપ મૂકવાનું ટાળો.

સીધું જ લોકોની આંખમાં જુઓ : એકબીજા સામે તાકી રહેવાની લડાઈને ટાળવા સામેવાળી વ્યક્તિ જ્યાં સુધી તેની નજર ન ફેરવી લે ત્યાં સુધી તેના કપાળ પર કોઈ જગ્યાએ તાકી રહેવું ઉત્તમ છે. આ યુક્તિ કંઈક એવી છે કે જેમાં તમે સામેવાળી વ્યક્તિના કપાળની બરાબર વચ્ચેની અને ભવાંની રેખાથી ઉપરની જગ્યા (આજ્ઞાચક્ર) પસંદ કરો છો. જો તમે તમારી આંખોને તે ખાસ જગ્યા પર સ્થિર રાખશો તો તમને નજરની તાકી રહેવાની લડાઈમાં હરાવી નહીં શકાય. આખરે સામેની વ્યક્તિને જ તેની નજર ઝુકાવી લેવાની ફરજ પડે છે. તમને આત્મવિશ્વાસ અને અંકુશ પ્રાપ્ત કર્યાની લાગણી થાય છે.

સાવ હળવા રહો : આનો અર્થ એવો નથી થતો કે તમે પહેરવેશ બાબતે લઘરવઘર રહો કે તમારા દેખાવ બાબતે બેદરકાર રહો. ખરી હળવાશ આત્મવિશ્વાસમાંથી આવતી હોય છે. તમારા કામને બરાબર જાણો અને તેને નિષ્ઠાપૂર્વક કરો. આથી તમે હળવા રહેશો અને તમારા કામને માણશો.